கோடைக்கால மர்மங்கள்

அகதா கிறிஸ்டி

கோடைக்கால மர்மங்கள்

மர்மக் கதைகளின் மகாராணியிடமிருந்து
மற்றொரு கொலைப் புதையல்

தமிழில்:

PSV குமாரசாமி

MANJUL

மஞ்சுள் பப்ளிஷிங் ஹவுஸ்

First published in India by

MANJUL

Manjul Publishing House

Corporate and Editorial Office

• 2nd Floor, Usha Preet Complex, 42 Malviya Nagar, Bhopal 462 003 – India

Sales and Marketing Office

• C-16, Sector 3, Noida, Uttar Pradesh 201301 – India

Website: www.manjulindia.com

Distribution Centres

Ahmedabad, Bengaluru, Bhopal, Kolkata, Chennai, Hyderabad, Mumbai, New Delhi, Pune

Tamil edition first published in 2024

ISBN 978-93-5543-354-1

Translated by: PSV Kumarasamy
Editing by: Nagalakshmi Shanmugam
Layout by: Manoranjan Kumar

Printed and bound in India by Repro India Limited

உள்ளடக்கம்

முன்னுரை

பைரனீஸில்[1] ஒரு கோடை விடுமுறை

என் அப்பாவும் என் மூத்த சகோதரி மேட்ஜும் பல முறை குதிரைப் பயணம் மேற்கொண்டுள்ளனர். என் நச்சரிப்பு தாங்காமல், மறுநாள் தங்களுடைய குதிரைப் பயணத்தின்போது என்னையும் உடனழைத்துச் செல்ல அவர்கள் ஒப்புக் கொண்டனர். இதனால் நான் மிகவும் உற்சாகமடைந்தேன். என் அம்மாவுக்கு என்னை அனுப்புவதில் தயக்கம் இருந்தது. ஆனால், அவருடைய மறுப்புகளை என் அப்பா புறந்தள்ளிவிட்டார்.

"நான் ஒரு வழிகாட்டியையும் உடனழைத்துச் செல்லப் போகிறேன். அவனுக்குச் சிறுவர்களைக் கையாள்வதில் அனுபவமிருக்கிறது. அகதா தன்னுடைய குதிரையிலிருந்து கீழே விழுந்துவிடாமல் அவன் பார்த்துக் கொள்வான்," என்று என் அப்பா என் அம்மாவுக்கு தைரியம் கூறினார்.

மறுநாள் காலையில் மூன்று குதிரைகள் வந்தன. அவற்றில் ஏறி நாங்கள் கிளம்பினோம். ஒரு செங்குத்தான பாதையில் வளைந்து நெளிந்து சென்ற வழித்தடங்களில் நாங்கள் பயணித்தோம். என் பார்வைக்குப் பெரிதாகத் தெரிந்த அக்குதிரையில் அமர்ந்து சென்ற நான், அதை வெகுவாக இரசித்தேன். அந்த வழிகாட்டியும் என்னுடனேயே வந்தான். அவ்வப்போது அவன் சில மலர்களைப் பறித்து என்னிடம் கொடுத்தான். என் தொப்பியைச் சுற்றிக் கட்டப்பட்டிருந்த அலங்கார நாடாவினுள் நான் அந்த மலர்களைச் செருகிக்

---

1 பைரனீஸ்: பிரான்ஸுக்கும் ஸ்பெயினுக்கும் இடையேயுள்ள ஒரு மலைத்தொடர்.

கொண்டேன். அதுவரை எல்லாம் சுமூகமாகத்தான் சென்று கொண்டிருந்தது. ஆனால், நாங்கள் உச்சியை அடைந்து, மதிய உணவு உட்கொள்ளத் தயாராகிக் கொண்டிருந்தபோது, அந்த வழிகாட்டி ஏதோ ஆர்வக்கோளாறால் ஒரு காரியத்தைச் செய்து தொலைத்தான். எங்களை நோக்கி ஓடி வந்த அவனுடைய கைக்குள் ஓர் அழகான வண்ணத்துப்பூச்சி இருந்தது. "இது இந்தக் குட்டி இளவரசிக்கு," என்று கூறிய அவன், ஒரு குண்டூசியை எடுத்து அந்த வண்ணத்துப்பூச்சியை என்னுடைய தொப்பியில் குத்திவிட்டான். ஐயோ! என்னவொரு கொடுமை! அந்தக் குண்டூசியின் பிடியிலிருந்து விடுபடுவதற்கு அந்த வண்ணத்துப்பூச்சி தன் சிறகுகளைப் படபடவென்று அடித்தபடி போராடியது. அது எனக்குத் தாங்கிக் கொள்ள முடியாத வேதனையளித்தது. ஆனால், அது குறித்து எதுவும் பேச முடியாத நிலையில் நான் இருந்தேன். என் மனத்திற்குள் பல முரண்பட்ட எண்ணங்கள் ஓடின. அந்த வழிகாட்டியைப் பொறுத்தவரை இது பரிவான ஒரு செயலாக இருந்தது. அந்த வண்ணத்துப்பூச்சியை அவன் எனக்காகக் கொண்டுவந்து கொடுத்திருந்தான். அது ஒரு தனித்துவமான பரிசு. அது எனக்குப் பிடிக்கவில்லை என்று கூறி என்னால் எப்படி அவனுடைய மனத்தை நோகடிக்க முடியும்? ஆனால், அந்தப் பூச்சியை அவன் தானாகவே என்னுடைய தொப்பியிலிருந்து எடுத்துவிட்டால் எவ்வளவு நன்றாக இருக்கும் என்று நான் நினைத்தேன். ஆனால், அந்த வண்ணத்துப்பூச்சி தன் சிறகுகளை அடித்துக் கொண்டு மெதுவாகச் செத்துக் கொண்டிருந்தது – அதுவும், என் தொப்பியில் உட்கார்ந்தபடி! இதுபோன்ற சூழ்நிலைகளில் குழந்தைகளால் செய்ய முடிகின்ற அந்த ஒரே ஒரு காரியத்தைத்தான் நானும் செய்தேன். நான் அழத் தொடங்கினேன்.

நான் எதற்காக அழுது கொண்டிருந்தேன் என்ற கேள்விக்கு என்னால் பதிலளிக்க முடியவில்லை. "உனக்கு என்ன ஆயிற்று?" என்று என் அப்பா அதட்டினார். "வலிக்கிறதா?"

"ஒருவேளை அவள் குதிரையில் அமர்ந்து வந்திருந்தது குறித்து பயந்து போயிருக்கக்கூடும்," என்று மேட்ஜ் கூறினாள்.

நான் அதை மறுத்தேன். எனக்கு வலியும் இல்லை, நான் பயந்து போயும் இல்லை என்று நான் எரிச்சலோடு கூறினேன்.

"அப்படியானால், களைப்பாக இருக்கிறதா?" என்று என் அப்பா கேட்டார்.

"இல்லை," என்றேன் நான்.

"பிறகு உனக்கு என்னதான் பிரச்சனை?"

என் பிரச்சனை என்னவென்று என்னால் கூற முடியவில்லை.

என்னால் வெளிப்படையாக அதைச் சொல்ல முடியாதுதான். ஏனெனில், எங்களுடைய வழிகாட்டி என் அருகே நின்று கொண்டு என்னைக் கூர்மையாகவும், ஒரு புதிரான முகபாவத்துடனும் உற்றுப் பார்த்துக் கொண்டிருந்தான். என் அப்பா எரிச்சலுடன் என் சகோதரியிடம் இவ்வாறு கூறினார்:

"இவளுக்கு மிகவும் சிறு வயது. நாம் இவளை இப்பயணத்தில் நம்முடன் அழைத்து வந்திருக்கக்கூடாது."

இதைக் கேட்டவுடன் என் அழுகை இரட்டிப்பானது. நான் என் அப்பா மற்றும் மேட்ஜின் நாளைப் பாழடித்துவிட்டிருந்தேன்போலும். அது எனக்குத் தெரிந்திருந்தபோதிலும் என்னால் அழுகையை நிறுத்த முடியவில்லை. ஆனால், என் அப்பாவோ அல்லது மேட்ஜோ, பிரச்சனை என்னவென்று ஊகித்துவிடுவார்கள் என்று நான் நம்பினேன். அவர்கள் என் தொப்பியிலிருந்த வண்ணத்துப்பூச்சியைப் பார்த்துவிட்டு, "ஒருவேளை அவளுடைய தொப்பியில் வண்ணத்துபூச்சியைக் குத்திவிட்டது அவளுக்குப் பிடிக்கவில்லைபோலும்," என்று கூறுவார்கள் என்று நான் கண்டிப்பாக எதிர்பார்த்தேன். அவர்களாக அதைச் சொன்னால் பிரச்சனையிருக்காது. ஆனால், என்னால் அதை அவர்களிடம் வெளிப்படையாகக் கூற முடியாது. ஒட்டுமொத்தத்தில், அது மிக மோசமான ஒரு நாளாக அமைந்துவிட்டது. நான் என் மதிய உணவைச் சாப்பிட மறுத்துவிட்டேன். நான் வெறுமனே உட்கார்ந்து அழுது கொண்டிருந்தேன். என் தொப்பியில் சிக்கிக் கொண்டிருந்த அந்த வண்ணத்துப்பூச்சி இடைவிடாமல் படபடத்துக் கொண்டிருந்தது. இறுதியில் அது தன் சிறகுகளை அடிப்பதை நிறுத்திவிட்டது. அது எனக்கு நிம்மதியைக் கொடுத்திருக்க வேண்டும் என்று நான் நினைக்கிறேன். அப்போது நான் இருந்த மனநிலையில் எதுவுமே என்னை நல்லவிதமாக உணர வைத்திருக்காது.

நாங்கள் மீண்டும் வந்த வழியே குதிரையில் திரும்பினோம். என் அப்பாவின் கோபம் தணிந்திருந்தது. என் அக்காள் மட்டும் இன்னும் எரிச்சலில்தான் இருந்தாள். எங்களுடைய வழிகாட்டி இப்போதும் இனிமையாகவும் பரிவாகவும் நடந்து கொண்டான். அதே நேரத்தில், என் செய்கையைக் கண்டு அவன் திகைப்படைந்தும் இருக்க வேண்டும். நல்லவேளையாக, என்னை உற்சாகப்படுத்துவதற்காக இன்னொரு வண்ணத்துப்பூச்சியைப் பிடிக்க வேண்டும் என்று அவனுக்குத் தோன்றாமல் இருந்தது. நாங்கள் வீடு திரும்பினோம். மூன்று பேர் அடங்கிய எங்களுடைய பரிதாபகரமான குழு, என்

அம்மா அமர்ந்திருந்த அறையைச் சென்றடைந்தது.

என் அம்மா, "என்னவாயிற்று? அகதாவுக்கு ஏதாவது அடிபட்டுவிட்டதா?" என்று கரிசனத்தோடு விசாரித்தார்.

என் அப்பா கோபமாக, "இந்த குழந்தைக்கு என்னவாயிற்று என்று எனக்குத் தெரியாது. அவள் ஏதோ வலியால் அவதிப்பட்டுக் கொண்டிருப்பதாக எனக்குத் தோன்றுகிறது. மதிய உணவு நேரத்திலிருந்து அவள் அழுது கொண்டேயிருக்கிறாள். அவள் எதுவும் சாப்பிடவும் இல்லை," என்று கூறினார்.

"அகதா, என்ன பிரச்சனை?"

என்னால் அவரிடம் சொல்ல முடியவில்லை. என் கண்களிலிருந்து தாரைதாரையாகக் கண்ணீர் வழிந்து கொண்டிருக்க, நான் என் அம்மாவை மௌனமாகப் பார்த்துக் கொண்டிருந்தேன். அவர் என்னை ஒரு சில நிமிடங்கள் உற்றுப் பார்த்தார். பின்னர், "இவளுடைய தொப்பியில் யார் இந்த வண்ணத்துப்பூச்சியைக் குத்திவிட்டது?" என்று அவர் என் அப்பாவிடம் கேட்டார்.

எங்களுடைய வழிகாட்டிதான் அதை என் தொப்பியில் குத்தியதாக என் சகோதரி விளக்கினாள்.

"ஓ, அப்படியா?" என்று அவளுக்கு பதிலளித்த என் அம்மா, என் பக்கம் திரும்பி, "உனக்கு இது பிடிக்கவில்லை, அப்படித்தானே? உன் தொப்பியில் குத்தப்படும்போது அது உயிரோடு இருந்ததால், அதற்கு வலிக்கும் என்று நீ நினைத்தாய், சரிதானே?" என்று கேட்டார்.

ஆகா! என்னவொரு அற்புதமான விடுதலையுணர்வு! உங்கள் மனத்தில் இருப்பதை வேறொருவர் தெரிந்து கொண்டு அதை உங்களிடம் சொல்கின்றபோது, உங்களுடைய நீண்டநேர மௌனத்தளையிலிருந்து உங்களுக்கு விடுதலை கிடைக்கிறது. நான் பாய்ந்து சென்று என் அம்மாவின் கழுத்தைச் சுற்றி என் கைகளைப் போட்டுக் கொண்டு அவரை இறுக்கமாக அணைத்துக் கொண்டேன். "ஆமாம். நீங்கள் சொல்வது சரிதான், அம்மா. அது என் தொப்பியில் இருந்தவாறே படபடவெனத் தன் சிறகுகளை அடித்துக் கொண்டேயிருந்தது. ஆனால், அந்த வழிகாட்டி, என்மீது கொண்டிருந்த பரிவின் காரணமாகத்தான் அதை என் தொப்பியில் குத்தினான். அதனால் என்னால் எதுவும் சொல்ல முடியாமல் போயிற்று."

என் அம்மா எல்லாவற்றையும் புரிந்து கொண்டார். அவர் என்னை மென்மையாகத் தட்டிக் கொடுத்தார். சட்டென்று அனைத்தும் என்னைவிட்டு விலகி வெகுதூரம் சென்றுவிட்டதுபோல இருந்தது.

“நீ எப்படி உணர்கிறாய் என்பதை என்னால் தெளிவாகப் பார்க்க முடிகிறது,” என்று அவர் கூறினார். “ஆனால் அது இப்போது முடிந்துவிட்டது. அதனால், இனி நாம் அதைப் பற்றி மேலும் எதுவும் பேசப் போவதில்லை.”

- அகதா கிறிஸ்டி

இரத்தக்கறை படிந்த நடைபாதை

"அது அசாதாரணமானதுதான்," என்று துவக்கிய ஜாய்ஸ் லெம்பிரியர் மேலும் தொடர்ந்தாள். "ஆனாலும் என் கதையை உங்களிடம் சொல்ல எனக்குக் கொஞ்சம்கூட விருப்பமில்லை. அது நடந்து நீண்டகாலமாகிவிட்டது – சரியாக ஐந்து ஆண்டுகள்! மேலோட்டமாகப் பார்த்தால் அது பிரகாசமானதாகவும் இனிமையானதாகவும் இருக்கலாம் என்றாலும், ஆழமாகப் பார்த்தால் அது மறைவானதாகவும் கொடூரமானதாகவும் இருக்கும். இதில் விநோதம் என்னவென்றால், நான் அப்போது தீட்டியிருந்த மாதிரிச் சித்திரமும் அதே பின்னணி உணர்வில் தோய்த்தெடுக்கப்பட்டதாக மாறியுள்ளது. அதை நீங்கள் முதலில் பார்க்கின்றபோது, சூரிய ஒளியில் குளித்துக் கொண்டிருக்கின்ற, சிறிது மேடான, ஒரு சாதாரணமான கார்னிஷ்[2] தெருவின் உத்தேசமான மாதிரிச் சித்திரமாகவே அது உங்களுக்குத் தோன்றும். ஆனால், அதை நீங்கள் சற்றுக் கூடுதல் நேரம் உற்றுக் கவனித்தால், ஆபத்தான, அச்சுறுத்துகின்ற ஓர் அம்சம் அதில் புதைந்து கிடப்பதை உங்களால் பார்க்க முடியும். அந்த ஓவியத்தை நான் ஒருபோதும் விற்றதில்லை. அதே சமயம், அதை நான் ஒருபோதும் பார்ப்பதுமில்லை. அது என்னுடைய கலைக்கூடத்தின் சுவர்மீது, சுவருக்கு முகம் காட்டியபடி தொங்கிக் கொண்டிருக்கிறது.

"அந்த இடத்தின் பெயர் ராட்ஹோல். அது ஒரு விசித்திரமான கார்னிஷ் மீன்பிடி கிராமம். ஆனால், அது மிகவும் அழகாக இருக்கும். சொல்லப் போனால், அது அளவுக்கதிகமாகவே அழகாக இருக்கும். அந்தக் காலத்துக்

2 இங்கிலாந்திலுள்ள கார்ன்வால் என்ற பகுதியைச் சேர்ந்த இடத்தைக் குறிக்கும் சொல்.

கார்னிஷ் தேநீர்க் கடைகளின் சூழல் நெடி அதில் தூக்கலாக இருக்கும். அத்தெருவில் இருக்கின்ற கடைகளில், தலையைத் தாழ்த்தி வணக்கம் தெரிவிக்கின்ற, கவுன் அணிந்த பெண்கள், தங்கள் கைகளில் வைத்திருக்கும் காகிதத் தோல்களில் தங்களுடைய கைகளால் குறிக்கோள் வாசகங்களை எழுதிக் கொண்டிருப்பர். அது அழகாகவும், விசித்திரமானதொரு வசீகரத்துடனும் இருந்தாலும், அதில் ஒரு செயற்கையான இழை ஓடிக் கொண்டிருக்கும்."

"அது எனக்குத் தெரியாதா என்ன?" என்று ரேமன்ட் வெஸ்ட் முனகிக் கொண்டே கூறினார். "அது சரபாங்கின் சாபம் என்று நான் நினைக்கிறேன். கிராமங்களை அணுகுகின்ற சாலைகள் எவ்வளவு குறுகலாக இருந்தாலும், எந்தவோர் அழகான கிராமமும், அதைப் பார்வையிட வருகின்ற சுற்றுலாப்பயணிகளிடமிருந்து தப்ப முடியாது."

அதை ஏற்றுக் கொள்வதுபோல ஜாய்ஸ் தலையசைத்தாள்.

"ராட்ஹோலுக்குச் செல்கின்ற பாதை, சாதாரணமாக ஒரு வீட்டுக்குப் பக்கவாட்டிலிருக்கின்ற ஒரு சந்துபோல இருக்கும். அதோடு, அது செங்குத்தாகவும் இருக்கும். நாம் மீண்டும் என் கதைக்கு வரலாம். நான் மாதிரி ஓவியங்கள் வரைவதற்காகக் கார்ன்வாலுக்கு பதினைந்து நாட்களுக்கு வந்திருந்தேன். ராட்ஹோலில் 'த போல்ஹார்வித் ஆர்ம்ஸ்' என்ற ஒரு பழைய சத்திரம் இருக்கிறது. கி.பி. 1500 வாக்கில் ஸ்பெயின் நாட்டுக்காரர்கள் கார்ன்வாலுக்குப் படையெடுத்து வந்தபோது, அவர்கள் தங்களுடைய கப்பல்களிலிருந்து மேற்கொண்ட பீரங்கித் தாக்குதல்களிலிருந்து தப்பித்திருந்த ஒரே கட்டடம் அது என்று கூறப்படுகிறது."

அதைக் கேட்டு நெற்றியைச் சுருக்கிய ரேமன்ட் வெஸ்ட், "அது பீரங்கித் தாக்குதல் அல்ல. வரலாற்றைப் பற்றிப் பேசும்போது, துல்லியத்துடன் பேச முயல வேண்டும், ஜாய்ஸ்," என்று கூறினார்.

"எது எப்படியோ, அவர்கள் அந்தக் கடற்கரையில் சிறு குண்டுகளை எறிகின்ற கருவிகளோடு வந்திறங்கி, அங்கிருந்த கட்டடங்களைத் தாக்கியதில், அவை இடிந்து விழுந்தன. ஆனால், இங்கு நான் கூற வந்த விஷயம் அதுவல்ல. அந்தச் சத்திரம் ஓர் அற்புதமான பழைய கட்டடமாக இருந்தது. அதன் முகப்பில் நான்கு தூண்களுடன், தாழ்வாரம் போன்ற ஒன்று இருந்தது. நான் ஒரு நல்ல இடத்தைத் தேர்ந்தெடுத்து ஓவியம் வரையத் தயாரானபோதுதான், ஒரு கார், மேட்டுப் பகுதியிலிருந்து கீழிறங்கி வந்தது. அது அந்தச் சத்திரத்திற்கு முன்னால் வந்து, என் பார்வையை மறைக்கும் விதத்தில்

நின்றது. அதிலிருந்து ஓர் ஆணும் ஒரு பெண்ணும் இறங்கி அந்தச் சத்திரத்திற்குள் சென்றனர். நான் அவர்களை உன்னிப்பாகக் கவனித்திருக்கவில்லை. அந்தப் பெண், மெல்லிய ஊதா நிறத்திலிருந்த, லினென் துணியால் ஆன ஓர் ஆடையை அணிந்திருந்தார். அவருடைய ஆடையின் அதே நிறத்திலிருந்த ஒரு தொப்பி அவருடைய தலையை அலங்கரித்திருந்தது.

"அந்த ஆண் அந்தச் சத்திரத்திலிருந்து வெளியே வந்து, எனக்கு நிம்மதி ஏற்படுத்தும் வகையில் காரைக் கடற்கரைப் பகுதிக்கு ஓட்டிச் சென்று அங்கு நிறுத்தினார். பின் அங்கிருந்து கிளம்பிய அவர், என்னைக் கடந்து சென்று, சத்திரத்தை நோக்கிச் சென்றார். சரியாக அக்கணத்தில், இன்னொரு பெரிய கார் அங்கு வந்தது. அதை ஓட்டி வந்த பெண், மிகப் பிரகாசமான சிவப்பு நிறத்தில், பூப்போட்ட கவுன் ஒன்றை அணிந்திருந்தார். அவருடைய தலையிலிருந்த ஓலைத் தொப்பியும் – அது கியூபாவில் தயாரிக்கப்பட்டத் தொப்பி என்று நினைக்கிறேன் – பிரகாசமான சிவப்பு நிறத்தில் இருந்தது.

"ஆனால், இந்தப் பெண் தன் காரை 'த போல்ஹார்வித் ஆர்ம்ஸ்' சத்திரத்தின் முன்பாக நிறுத்தாமல், அத்தெருவில் இன்னும் சிறிது தூரம் ஓட்டிச் சென்று மற்றொரு சத்திரத்தின் முன் நிறுத்தினார். அவர் தன் காரைவிட்டு இறங்கியபோது, அச்சத்திரத்திற்குள் நுழைந்து கொண்டிருந்த அந்த ஆண், அப்பெண்ணைப் பார்த்து வியப்புடன், "கேரல்! என்னால் நம்பவே முடியவில்லை. இருக்கின்ற எல்லா இடங்களையும் விட்டுவிட்டு, இங்கு நான் உன்னைச் சந்திப்பேன் என்று நான் எதிர்பார்க்கவேயில்லை. உன்னைப் பார்த்துப் பல ஆண்டுகள் ஆகியிருக்கும், இல்லையா? வா. நீ என் மனைவி மார்ஜரியைச் சந்தித்தே ஆக வேண்டும்," என்று கூறினார்.

அவர்கள் இருவரும் 'த போல்ஹார்வித் ஆர்ம்ஸ்' சத்திரத்தை நோக்கி ஒன்றாக நடந்து சென்றனர். அப்போது அந்தச் சத்திரத்தின் வாசலிலிருந்து வெளிப்பட்ட மார்ஜரி, அவர்களை நோக்கி நடந்து வந்ததை நான் பார்த்தேன். கேரல் என்று அழைக்கப்பட்டப் பெண் என்னைக் கடந்து சென்றபோது, கணநேரம் என்னால் அவரைப் பார்க்க முடிந்தது. வெள்ளைப் பவுடரில் குளித்திருந்த அவருடைய கன்னங்களும், சிவப்புச் சாயம் பூசப்பட்டிருந்த அவருடைய உதடுகளும் மட்டுமே என் கண்களில் பட்டிருந்தபோதிலும், அவரைச் சந்தித்தால் மார்ஜரி உண்மையிலேயே மகிழ்ச்சியடைவாரா என்பது எனக்கு சந்தேகமாக இருந்தது. நான் மார்ஜரியை அருகில் சென்று பார்த்திருக்கவில்லை என்பது உண்மைதான்.

ஆனால், தூரத்திலிருந்து பார்த்தபோது, அவருடைய தோற்றம் நவநாகரிகமாக இருந்ததாகத் தெரியவில்லை. அதோடு, அவர் நீக்குப்போக்காக இருப்பவர்போலவும் தெரியவில்லை.

"அது என் பிரச்சனை அல்ல என்றாலும், சில நேரங்களில், வாழ்க்கையின் சில விநோதமான அம்சங்களை நீங்கள் தரிசிக்கையில், அவை குறித்து உங்களால் ஊகிக்காமல் இருக்க முடியாது. அவர்கள் மூவரும் பேசிக் கொண்டபோது, சில வார்த்தைகள் காற்றில் மிதந்து வந்து என் காதில் விழுந்தன. அவர்கள் குளியலைப் பற்றிப் பேசிக் கொண்டிருந்தனர். அந்தக் கணவர் – அவருடைய பெயர் டெனிஸ் என்று அவர்களுடைய பேச்சின் ஊடாக நான் அறிந்து கொண்டேன் – ஒரு படகை எடுத்துக் கொண்டு, கரையோரமாகப் பயணிக்க விரும்பினார். அப்பகுதியில், சுமார் ஒரு மைல் தூரத்தில், சுற்றுலாப்பயணிகள் விரும்பிச் சென்ற ஒரு பிரபலமான குகை இருந்ததாக அவர் தெரிவித்தார். கேரல் அந்தக் குகையைப் பார்க்க விரும்பினாலும், ஒரு செங்குத்துப் பாதை வழியாக நடந்து சென்று, நிலத்தின் பக்கத்திலிருந்து அதைப் பார்க்க விரும்பினார். தான் படகுகளை வெறுத்ததாக அவர் கூறினார். இறுதியில், கேரல் மட்டும் மலைப்பாதையின் வழியாக அக்குகையை அடைவதென்றும், டெனிஸும் மார்ஜரியும் ஒரு படகின் மூலம் அங்குச் செல்வதென்றும், அக்குகையில் அவர்கள் மூவரும் சந்தித்துக் கொள்வதென்றும் அவர்கள் ஏற்பாடு செய்து கொண்டனர்.

"குளியலைப் பற்றி அவர்கள் பேசுவதைக் கேட்டதும், எனக்கும் குளிக்க வேண்டும் என்று தோன்றியது. அன்றைய காலைப் பொழுது சூடாகவே இருந்தது. நானும் உருப்படியாக எதையும் செய்து கொண்டிருக்கவில்லை. அதோடு, மாலை நேரச் சூரியன் இன்னும் வசீகரமாக இருப்பான் என்று நான் கற்பனை செய்து கொண்டேன். அதனால், நான் என் வேலைகளை மூட்டைகட்டி வைத்துவிட்டு, நான் கண்டுபிடித்திருந்த கடற்கரைப் பகுதி ஒன்றை நோக்கி நடக்கத் துவங்கினேன். அது, அக்குகை இருந்த இடத்திற்கு நேர் எதிர்த்திசையில் இருந்தது. நான் அங்கு ஓர் அருமையான குளியல் போட்டேன். பிறகு, ஒரு டின்னில் அடைக்கப்பட்ட மாட்டிறைச்சியையும் இரண்டு தக்காளிகளையும் சாப்பிட்டுவிட்டு, அன்று மதியத்திற்குப் பிறகு ஒரு நல்ல ஓவியத்தை வரையலாம் என்று மிகுந்த உற்சாகத்துடனும் தன்னம்பிக்கையுடனும் அங்கிருந்து திரும்பினேன்.

"ராட்ஹோல் ஊரே தூங்கிக் கொண்டிருந்ததுபோல இருந்தது. மாலைநேரச் சூரியன் குறித்த என்னுடைய கணிப்பு

சரியாக இருந்தது. நிழல்கள் உண்மை நிலவரத்தை வெளிச்சம் போட்டுக் காட்டின. 'த போல்ஹார்வித் ஆர்ம்ஸ்' சத்திரம்தான் என்னுடைய ஓவியத்தின் மைய அம்சமாக விளங்கியது. சூரிய ஒளி சாய்வாக அந்தச் சத்திரத்தின் முன்னால் விழுந்து, ஆர்வத்தைத் தூண்டுகின்ற ஒரு விளைவை ஏற்படுத்தியது. குளியல் போடச் சென்றிருந்த கும்பல் பத்திரமாகத் திரும்பியிருந்தது எனக்குப் புலனாகியது. ஏனெனில், சிவப்பு நிறத்தில் ஒன்றும் கருநீல நிறத்தில் ஒன்றும் என இரண்டு குளியல் ஆடைகள் அந்தச் சத்திரத்தின் பால்கனியில் வெயிலில் காய்ந்து கொண்டிருந்தன.

"நான் வரைந்து கொண்டிருந்த ஓவியத்தின் ஒரு மூலையில் ஏதோ ஒன்று சரியாக இல்லை என்று எனக்குத் தோன்றியதால், நான் குனிந்து சில கணங்கள் அதைச் சரிசெய்து கொண்டிருந்தேன். நான் நிமிர்ந்து பார்த்தபோது, ஓர் உருவம், 'த போல்ஹார்வித் ஆர்ம்ஸ்' சத்திரத்தின் ஒரு தூணில் சாய்ந்து நின்று கொண்டிருந்தது என் கண்ணில் பட்டது. அந்நபர் திடீரென்று மாயாஜாலமாக அங்கு முளைத்திருந்ததுபோல எனக்குத் தோன்றியது. அவன் அணிந்திருந்த ஆடையை வைத்துப் பார்த்தபோது, அவன் ஒரு மீனவன்போலத் தோன்றினான். ஆனால் அவனுடைய முகத்தை ஒரு நீண்ட கருந்தாடி அலங்கரித்திருந்தது. நான் ஒரு கொடூரமான ஸ்பானிஷ் கப்பல் தலைவனுக்கான ஒரு 'மாடலைத்' தேடிக் கொண்டிருந்தால், அதற்கு அவன் கச்சிதமாகப் பொருந்தியிருப்பான். அவன் அங்கிருந்து நகர்ந்து போய்விடுவதற்குள் அவனுடைய உருவத்தை என் ஓவியத்தில் சிறைபிடிக்க விரும்பி, நான் வேகவேகமாக வரைந்தேன். ஆனால், அவனுடைய மனோபாவத்தை வைத்துப் பார்த்தபோது, அவன் காலாகாலத்திற்கும் அத்தூணில் சாய்ந்து கொண்டு நின்று கொண்டிருக்கத் தயாராக இருந்தவனைப்போலத் தோன்றினான்.

"இறுதியில் அவன் அங்கிருந்து நகர்ந்தான். ஆனால், நல்லவேளையாக, எனக்குத் தேவையானதை அவனிடமிருந்து நான் பெற்றப் பிறகுதான் அவன் அங்கிருந்து அகன்றான். பின் அவன் என்னருகே வந்து என்னிடம் பேச்சுக் கொடுத்தான். அவன் நன்றாகவே பேசினான்.

"அவன் என்னிடம், 'ராட்ஹோல் ஒரு சுவாரசியமான இடம்,' என்று கூறினான்.

"அதை நான் ஏற்கனவே அறிந்திருந்தேன். ஆனால், அதை நான் அவனிடம் சொல்லியும் அது என்னைக் காப்பாற்றவில்லை. அவன் அந்தக் கிராமத்தின்மீது நடத்தப்பட்டக் குண்டுவீச்சுத்

தாக்குதலின் வரலாற்றை – அதாவது, அது அழிக்கப்பட்ட வரலாற்றை – எனக்கு விரிவாக விளக்கிக் கூறத் துவங்கினான். அத்தாக்குதலின்போது, 'த போல்ஹார்வித் ஆர்ம்ஸின்' முதலாளிதான் கடைசியாகக் கொல்லப்பட்ட நபர் என்ற தகவலும் அதில் அடங்கும். அந்த முதலாளி ஒரு ஸ்பானிஷ் கப்பல் தலைவனின் வாளால் அந்தச் சத்திரத்தின் வாசலிலேயே வெட்டிச் சாய்க்கப்பட்டார் என்பதையும், நடைபாதையில் தெறித்த அவருடைய இரத்தத்தின் கறையை நூறு ஆண்டுகளுக்கு எவராலும் துடைத்தெறிய முடியவில்லை என்பதையும் அவன் எனக்கு விவரித்தான்.

"அந்த மாலைப் பொழுதின் மந்தமான மயக்க உணர்வோடு அவை அனைத்தும் கச்சிதமாகப் பொருந்தின. அந்த மீனவனின் குரல் பண்பட்டதாக இருந்த அதே நேரத்தில், அதன் அடியாழத்தில், பயமுறுத்துகின்ற ஏதோ ஓர் அம்சமும் இழையோடியது. அவனுடைய நடத்தை ஒரு கூழைக்கும்பிடு போடுகின்ற விதத்தில் இருந்தாலும், அவன் அடிப்படையில் கொடூரமானவன் என்ற உணர்வு எனக்கு ஏற்பட்டது. ஸ்பானியர்கள் நடத்திய மிக நீண்ட, கடுமையான விசாரணையைப் பற்றியும்[3], அவர்கள் மேற்கொண்ட பயங்கரமான நடவடிக்கைகளைப் பற்றியும், அதற்கு முன்பு அவற்றைப் பற்றி நான் புரிந்து வைத்திருந்ததைவிட மேம்பட்ட விதத்தில் அவன் எனக்கு விளக்கினான்.

"அவன் கூறிய கதையை நான் கேட்டுக் கொண்டிருந்தாலும், ஓவியம் வரைவதை நான் நிறுத்தவேயில்லை. கதை கேட்கும் சுவாரசியத்தில், அங்கு இல்லாதிருந்த ஒன்றையும் நான் வரைந்திருந்தேன் என்பதை நான் திடீரென்று உணர்ந்தேன். 'த போல்ஹார்வித் ஆர்ம்ஸ்' சத்திரத்தின் வாசலுக்கு அருகேயிருந்த, வெள்ளைக் கட்டங்கள் கொண்ட நடைபாதையில் நான் இரத்தக்கறைகளை வரைந்திருந்தேன். மனத்தால் இப்படிக் கைகளை இயக்க முடியும் என்பதை அறிந்தபோது எனக்கு அது நம்ப முடியாததாக இருந்தது. ஆனால், நான் மீண்டும் அந்தச் சத்திரத்தை உற்றுப் பார்த்தபோது, எனக்கு இரண்டாவது அதிர்ச்சி காத்திருந்தது. என் கண்கள் பார்த்துக் கொண்டிருந்ததைத்தான் என் கைகள் வரைந்திருந்தன என்பது எனக்குப் புரிந்தது. ஏனெனில் அந்த, வெண்ணிற நடைபாதையில் இரத்தத்துளிகள் இருந்தன.

"நான் அதை ஓரிரு நிமிடங்கள் உற்றுப் பார்த்தேன். பின் நான் என் கண்களை மூடிக் கொண்டு, எனக்கு நானே இப்படிக்

---

3 ஸ்பானிஷ் இன்குசிஷன்: ஸ்பெயினில் மதங்களுக்கு எதிராகப் பேசியவர்களை ஒடுக்கிக் கொன்று குவித்த ஓர் அரசு நடவடிக்கை

கூறிக் கொண்டேன்: "முட்டாள்தனமாக இருக்காதே. அங்கு உண்மையில் எதுவும் இல்லை." பின் நான் என் கண்களைத் திறந்து மீண்டும் உற்று நோக்கினேன். அங்கு அந்த இரத்தக்கறை அப்படியே இருந்தது.

"அதற்கு மேல் என்னால் அதைத் தாங்கிக் கொள்ள முடியாது என்று எனக்குத் திடீரென்று தோன்றியது. அந்த மீனவனிடமிருந்து வெள்ளமெனப் புறப்பட்டு வந்து கொண்டிருந்த வார்த்தைகளுக்கு நான் அணை போட்டேன்.

"நான் அவனிடம், 'எனக்கு ஒன்றைச் சொல்லுங்கள். என்னுடைய பார்வை தெளிவாக இல்லை. அந்த நடைபாதையில் இரத்தக்கறை ஏதும் இருக்கிறதா என்று பார்த்துச் சொல்லுங்கள்,' என்று கேட்டேன்.

"அவன் என்னைக் கனிவுடனும் பரிவுடனும் நோக்கினான்.

"பின் அவன் என்னிடம், 'அம்மா, இப்போதெல்லாம் இங்கு இரத்தக்கறை எதுவும் கிடையாது. நான் உங்களிடம் கூறிக் கொண்டிருப்பது சுமார் ஐந்நூறு ஆண்டுகளுக்கு முன்பு நடந்த கதை,' என்று கூறினான்.

" 'ஆமாம். ஆனால், அந்த நடைபாதையில்–' என்று நான் ஆரம்பித்தேன். அதற்கு மேல் வார்த்தைகள் என் தொண்டையிலிருந்து வெளிவரவில்லை. நான் பார்த்துக் கொண்டிருந்ததை அவனால் பார்க்க முடியாது என்பது எனக்குப் புரிந்துவிட்டது. நான் எழுந்து நின்று, நடுங்கிய கைகளுடன் என் ஓவியச் சாதனங்களை எடுத்து வைக்கத் துவங்கினேன். அப்போது டெனிஸ் அந்தச் சத்திரத்திலிருந்து வெளியே வந்து, அந்தத் தெருவின் இருபுறமும் குழப்பத்துடன் பார்த்தார். மேலேயிருந்த பால்கனியில் தோன்றிய மார்ஜரி, உலர்ந்துவிட்டிருந்த ஆடைகளைச் சேகரித்தார். முதலில் தன்னுடைய கார் நிறுத்தப்பட்டிருந்த இடத்தை நோக்கி நடந்த டெனிஸ், திடீரென்று திரும்பி, அத்தெருவைக் கடந்து, அந்த மீனவனை நோக்கி வந்தார்.

"டெனிஸ் அந்த மீனவனைப் பார்த்து, சற்றுத் தள்ளி நிறுத்தப்பட்டிருந்த கேரலின் காரைச் சுட்டிக்காட்டி, 'அந்தக் காரில் வந்த பெண் திரும்பி வந்தாரா?' என்று கேட்டார்.

"அதற்கு அந்த மீனவன், 'பூப்போட்ட கவுன் அணிந்திருந்த பெண்ணா? இல்லை, ஐயா. நான் அவரைப் பார்க்கவில்லை. காலையில் இந்தச் செங்குத்துப் பாதை வழியாக அவர் அந்தக் குகையை நோக்கிச் சென்றார்,' என்று கூறினான்.

"அதைக் கேட்ட டெனிஸ், அந்த மீனவனிடம், 'அது எனக்குத் தெரியும். நாங்கள் ஒன்றாகச் சேர்ந்துதான் குளித்தோம். பின்பு அவர் அங்கிருந்து கிளம்பிவிட்டார்.

அதற்குப் பிறகு நான் அவரைப் பார்க்கவேயில்லை. அங்கிருந்து இங்கு வந்து சேர்வதற்கு இவ்வளவு நேரம் ஆக வாய்ப்பில்லை. அதோடு, அந்தச் செங்குத்தான பாதை அப்படியொன்றும் ஆபத்தானதுபோலத் தோன்றவில்லை. நான் சொல்வது சரிதானே?' என்று கேட்டார்.

"அதற்கு அந்த மீனவன், 'ஆபத்தானதா, இல்லையா என்பது நீங்கள் எந்த வழியைத் தேர்ந்தெடுக்கிறீர்கள் என்பதைப் பொறுத்தது. இந்தப் பகுதியைப் பற்றி நன்கு அறிந்த ஒரு நபரை உங்களுடன் அழைத்துச் செல்வதுதான் பாதுகாப்பானது,' என்று தெரிவித்தான்.

"அந்த மீனவன் 'அப்பகுதியைப் பற்றி நன்கு அறிந்த நபர்' என்று கூறியது தன்னைப் பற்றித்தான் என்பது எனக்குப் புரிந்தது. அவர்களுடைய உரையாடலை அந்தப் போக்கில் எடுத்துச் செல்ல அந்த மீனவன் முயற்சி செய்தபோது, டெனிஸ் அவனை அப்படியே விட்டுவிட்டு, பால்கனியில் நின்று கொண்டிருந்த தன் மனைவியிடம் பேசுவதற்காக அந்தச் சத்திரத்தை நோக்கி ஓடினார்.

"டெனிஸ் தன் மனைவி மார்ஜரியிடம், 'கேரல் இன்னும் திரும்பவில்லை. அது அசாதாரணமானதாகத் தோன்றுகிறது, இல்லையா?' என்று கேட்டார்.

"அதற்கு மார்ஜரி சொன்ன பதில் என் காதில் விழவில்லை. ஆனால், டெனிஸ் தொடர்ந்து பேசினார். 'ஆனால், இனியும் நம்மால் காத்திருக்க முடியாது. நாம் பென்ரித்ஹாரைச் சென்றடைந்தாக வேண்டும். நீ தயாராக இருக்கிறாயா? நான் போய் நம்முடைய காரை எடுத்து வருகிறேன்,' என்று கூறினார்.

"டெனிஸ் தான் கூறியவாறு தன்னுடைய காரை எடுத்து வந்தார். அவரும் மார்ஜரியும் அதில் ஏறிச் சென்றுவிட்டனர். இதற்கிடையே, என் கற்பனை எந்த அளவுக்கு மடத்தனமானது என்பதை எனக்கு நானே நிரூபித்துக் கொள்ள நான் துடித்துக் கொண்டிருந்தேன். அந்தக் கார் அங்கிருந்து சென்றவுடன், அந்த நடைபாதையை அருகே சென்று பார்ப்பதற்காக அந்தச் சத்திரத்தை நோக்கி நான் விரைந்தேன். நான் எதிர்பார்த்திருந்தபடியே அங்கு இரத்தக்கறை எதுவும் இருக்கவில்லை. இவ்வளவு நேரமும் என் கற்பனைதான் என்னோடு விளையாடிக் கொண்டிருந்திருக்கிறது. ஆனாலும், அது நிலைமையை இன்னும் பயங்கரமாக ஆக்கியது. நான் அங்கு நின்று கொண்டிருந்தபோது, அந்த மீனவனின் குரல் கேட்டது.

"அந்த மீனவன் என்னை ஆர்வக்குறுகுறுப்புடன் பார்த்துக்

கொண்டிருந்தான், 'அம்மா, நீங்கள் இங்கு இரத்தக்கறையைப் பார்த்ததாகக் கூறினீர்கள், இல்லையா?' என்று கேட்டான்.

"ஆமாம் என்பதுபோல நான் தலையாட்டினேன்.

"அதற்கு அவன், 'இது விநோதமாக இருக்கிறது. உண்மையிலேயே விநோதமாக இருக்கிறது. ஏனெனில், இங்குள்ளவர்களுக்கு ஒரு மூடநம்பிக்கை இருக்கிறது. இங்கு யாராவது இரத்தக்கறையைப் பார்த்தால்–'

"அவன் சிறிது தயங்கினான்.

"நான் அவனிடம், 'என்ன?' என்று கேட்டேன்.

"அவன் ஒரு மென்மையான குரலில் தன் பேச்சைத் தொடர்ந்தான். அவன் பேசிய விதம் கார்ன்வெல் பகுதியைச் சேர்ந்தவர்கள் பேசுவதுபோல இருந்தாலும், அவனுடைய உச்சரிப்பும்மொழிநடையும்அப்பகுதியைச்சேர்ந்தவர்களுடைய உச்சரிப்பிலிருந்தும் மொழிநடையிலிருந்தும் முற்றிலும் வேறுபட்டிருந்தன.

"அவன் என்னிடம், 'இங்கு யாராவது இரத்தக்கறையைப் பார்த்தால், அடுத்த இருபத்து நான்கு மணிநேரத்திற்குள் இங்குக் கண்டிப்பாக ஒரு சாவு நடந்தே தீரும் என்று இங்குள்ளவர்கள் நம்புகின்றனர்,' என்று கூறினான்.

"நான் மிகவும் பயந்து போனேன்! என் முதுகுத்தண்டு சில்லிட்டது.

"ஆனால் அவன் விடாப்பிடியாகத் தொடர்ந்தான். 'இங்குள்ள தேவாலயத்தில் சுவாரசியமான கல்வெட்டு ஒன்று இருக்கிறது. அது ஒரு சாவை–'

"நான் அவனிடம் தீர்மானமாக, 'போதும். இதைப் பற்றி நான் மேலும் தெரிந்து கொள்ள விரும்பவில்லை,' என்று கூறிவிட்டு, வெடுக்கென்று திரும்பி, நான் தங்கியிருந்த விடுதியை நோக்கி நடையைக் கட்டினேன். நான் என் விடுதியை அடைந்து கொண்டிருந்தபோது, கேரல் என்று அழைக்கப்பட்ட அந்தப் பெண், அந்தச் செங்குத்தான பாதை வழியாக தூரத்தில் வேகமாக நடந்து வந்து கொண்டிருந்ததை நான் பார்த்தேன். சாம்பல் நிறப் பாறைகளின் பின்புலத்தில் அவர் ஏதோ இரத்தச்சிவப்பு நிற நச்சு மலர்போலத் தோன்றினார். அவருடைய தொப்பி, இரத்தத்தின் நிறத்தில் இருந்தது...

"நான் என் தலையை லேசாகக் குலுக்கிவிட்டு, 'என்ன இது? என் மனத்தை இரத்தம் இந்த அளவு ஆக்கிரமித்திருக்கிறதே!' என்று யோசித்தேன்.

"சிறிது நேரத்திலேயே அவருடைய கார் புறப்பட்டச் சத்தம் எனக்குக் கேட்டது. ஒருவேளை அவரும் பென்ரித்ஹாரை

நோக்கித்தான் செல்லவிருந்தாரோ என்று நான் நினைத்தேன். ஆனால், பென்ரித்ஹார் இருந்த திசைக்கு எதிர்த்திசையில் இருந்த சாலையை நோக்கி அவர் தன் காரைத் திருப்பினார். அந்தக் கார் மெதுவாக அந்த மலைப்பாதையில் ஊர்ந்து சென்று என் பார்வையிலிருந்து மறைந்தது. என்னால் நிம்மதியாக சுவாசிக்க முடிந்தது. ராட்ஹோல் மீண்டும் தன் நித்திரை நிலைக்குத் திரும்பியதுபோல இருந்தது.”

ஜாய்ஸ் தன் பேச்சை நிறுத்தியதும், ரேமன்ட் வெஸ்ட், “கதை இத்துடன் முடிந்துவிட்டது என்றால், நான் என் தீர்ப்பை உடனே வழங்கிவிடுவேன்,” என்று கூறினார்.

“இல்லை, கதை இன்னும் முடியவில்லை,” என்று கூறிய ஜாய்ஸ், அக்கதையைத் தொடர்ந்தாள். “நீங்கள் அடுத்தப் பகுதியையும் கேட்டாக வேண்டும். இரண்டு நாட்கள் கழித்து, ஒரு நாளிதழில், ‘குளிக்கச் சென்றபோது மரணம்’ என்ற தலைப்பில் ஒரு செய்தியை நான் படித்தேன். அதில், கேப்டன் டெனிஸ் டாக்ரே என்பவரின் மனைவியான திருமதி டாக்ரே, ‘லான்டீர் கோவ்’ என்ற பகுதியில் எப்படி துரதிர்ஷ்டவசமாக நீரில் மூழ்கி இறந்து போனார் என்பது விளக்கப்பட்டிருந்தது. லான்டீர் கோவ், ராட்ஹோலிலிருந்து கடற்கரையை ஒட்டிச் சிறிது தள்ளி இருந்த ஓரிடம். அங்கிருந்த ஓட்டல் ஒன்றில் அப்பெண்ணும் அவருடைய கணவரும் தங்கியிருந்தனர். அன்று அவர்கள் கடலில் குளிக்கத் திட்டமிட்டிருந்தனர். ஆனால் திடீரென்று கடுமையான குளிர்காற்று வீசத் துவங்கியதால், கேப்டன் டாக்ரே, அந்த ஓட்டலில் தங்கியிருந்த சிலருடன் சேர்ந்து, அருகேயிருந்த ஒரு கோல்ஃப் மைதானத்திற்கு விளையாடச் சென்றுவிட்டார். ஆனால், தனக்கு அந்தக் குளிர் பெரிதாகப் படவில்லை என்று கூறிவிட்டு, திருமதி டாக்ரே தனியாகக் குளிக்கச் சென்றுவிட்டார். தன் மனைவி திரும்பி வராததால் கவலையடைந்த கேப்டன் டாக்ரே, அவரைத் தேடி, தன் நண்பர்கள் புடைசூழக் கடற்கரைக்குச் சென்றார். திருமதி டாக்ரேயின் ஆடைகள் அங்கிருந்த ஒரு பாறைக்கு அருகே கிடந்ததை அவர்கள் கண்டுபிடித்தனர். ஆனால், அப்பெண் மாயமாக மறைந்து போய்விட்டிருந்தார். ஒரு வாரத்திற்குப் பிறகு, கடற்கரையில் சற்றுத் தொலைவில் அவருடைய உடல் கரையொதுங்கியது. அவருடைய தலையில் ஒரு பலமான காயம் ஏற்பட்டிருந்தது கண்டுபிடிக்கப்பட்டது. அவர் நீருக்குள் குதித்தபோது, நீருக்கடியிலிருந்த பாறையில் அவருடைய தலை மோதியதால் அக்காயம் ஏற்பட்டிருக்கலாம் என்று கருதப்பட்டது. ஆனால், அவருடைய மரணம், நான் அந்த இரத்தக்கறையைப் பார்த்த இருபத்து நான்கு

மணிநேரத்திற்குப் பிறகு ஏற்பட்டிருக்க வேண்டும் என்று எனக்குத் தோன்றியது."

"இதை நான் ஆட்சேபிக்கிறேன். இது ஒரு பிரச்சனையல்ல. இது ஒரு பேய்க் கதை. ஜாய்ஸ் லெம்பிரியர், ஆவிகளுக்கான ஓர் ஊடகம் என்பது வெளிப்படை," என்று சர் ஹென்ரி கூறினார்.

பெத்தரிக் வழக்கம்போல இருமினார்.

பின் அவர், "ஒரு விஷயம் எனக்கு முக்கியமாகப் படுகிறது. தலையில் ஏற்பட்டிருந்த அந்த பலத்தக் காயம். அப்பெண் கொலை செய்யப்பட்டிருப்பதற்கான சாத்தியக்கூற்றை நாம் முழுமையாக ஒதுக்கித் தள்ளவிடக்கூடாது என்று நான் கருதுகிறேன். ஆனால் அதை உறுதிப்படுத்துவதற்கான சான்றுகள் எதுவும் இல்லை. ஜாய்ஸின் மனத்தில் ஏற்பட்டிருந்த மாயத்தோற்றம் சுவாரசியமானதுதான். ஆனால், இதை நாம் ஒரு கொலையாகக் கருத வேண்டுமென்று எதை வைத்து அவள் கூற முயல்கிறாள் என்பதுதான் எனக்குப் புரியவில்லை," என்று கூறினார்.

அதற்கு ரேமன்ட், "இரு நிகழ்வுகளுக்கு இடையே உள்ள பொருத்தம் காரணமாகத்தான் அவள் அப்படிக் கூறியிருக்க வேண்டும். அவர்கள் இருவரும் ஒரே நபர்தானா என்பதைக்கூட உறுதி செய்ய முடியாத நிலையில்தான் நாம் இருக்கிறோம். அந்தச் சாபம்கூட ராட்ஹோலில் வசிப்பவர்களுக்கு மட்டும்தான் பலிக்கும்," என்று கூறினார்.

"சந்தேகத்திற்குரிய அந்த மீனவனுக்கும் இந்தக் கதைக்கும் ஏதாவது தொடர்பு இருந்தாக வேண்டும் என்று நான் நினைக்கிறேன். பெத்தரிக்கின் கூற்றோடு நான் ஒத்துப் போகிறேன். ஜாய்ஸ் நமக்குக் குறைவான தகவல்களையே கொடுத்திருக்கிறாள்," என்று சர் ஹென்ரி கூறினார்.

அதை மறுப்பதுபோல ஒரு புன்முறுவலுடன் தலையாட்டிக் கொண்டிருந்த டாக்டர் பென்டரின் பக்கம் ஜாய்ஸ் திரும்பினாள்.

"இது ஒரு சுவாரசியமான கதை என்பதில் சந்தேகமில்லை," என்று அவர் கூறினார். "ஆனால், சர் ஹென்ரி மற்றும் பெத்தரிக்குடன் நான் ஒத்துப் போகிறேன். இதைப் பற்றி மேலும் விவாதிப்பதற்கு நம்மிடம் போதுமான தகவல்கள் இல்லை."

பின்னர் ஜாய்ஸ், மார்ப்பிளை ஆவலுடன் உற்றுப் பார்த்தாள். பதிலுக்கு மார்ப்பிள் அவளை நோக்கிப் புன்னகைத்தார். "ஜாய்ஸ், நீ நியாயமற்று நடந்து கொள்வதாக நானும் நினைக்கிறேன். ஆனால், என்னுடையது வேறு

விதமான பார்வை. நாம் இருவரும் பெண்களாக இருப்பதால், நீ ஆடைகளைப் பற்றிக் கூறியதை நான் மெச்சுகிறேன். ஆனால் அதை ஆண்களிடம் தெரிவிப்பது சரியான செயலல்ல என்று நான் கருதுகிறேன். என்னவொரு கொடூரமான பெண் அவள்!"

ஜாய்ஸ் அவரை வெறித்துப் பார்த்தாள்.

பின், "ஜேன் அத்தை," என்று கூறிய ஜாய்ஸ், தொடர்ந்து பேசினாள். "மன்னிக்கவும் - மார்ப்பிள் அவர்களே! உங்களுக்கு உண்மை தெரியும் என்று நான் உண்மையிலேயே நம்புகிறேன்."

"இங்கு அமைதியாக உட்கார்ந்திருப்பது எனக்கு வேண்டுமானால் எளிதாக இருக்கலாம். ஆனால், ஓர் ஓவியர் என்ற முறையில் சூழல்கள் உன்மீது தாக்கம் விளைவிக்கவல்லவை, அப்படித்தானே? இங்கு ஓரிடத்தில் அமர்ந்து கொண்டு, ஏதாவது கைத்தையல் வேலையில் ஈடுபட்டுக் கொண்டிருக்கும் ஒருவரால் உண்மைத் தகவல்களை எளிதாகப் பார்க்க முடியும் என்பது சரிதான். மேலே பால்கனியில் காயப் போடப்பட்டிருந்த குளியல் ஆடையிலிருந்து, கீழே இருந்த நடைபாதையில் இரத்தம் சொட்டியிருந்தது. அந்த ஆடை சிவப்பு நிறத்தில் இருந்ததால், அதில் இரத்தக்கறை படிந்திருந்ததைக் குற்றவாளிகள் கவனிக்கவில்லை. பாவம் அந்தப் பேதைப் பெண்!" என்று மார்ப்பிள் கூறினார்.

"என்னை மன்னித்துக் கொள்ளுங்கள், மார்ப்பிள்," என்று ஆரம்பித்தார் சர் ஹென்றி. "எனக்கு இன்னும் விஷயங்கள் புரிபடவில்லை. நீங்களும் ஜாய்ஸூம், நீங்கள் என்ன பேசிக் கொண்டிருக்கிறீர்கள் என்பதை அறிந்துள்ளதுபோலத் தோன்றுகிறது. ஆனால், ஆண்களாகிய நாங்கள் இன்னும் இருட்டில்தான் இருக்கிறோம்."

"கதையின் முடிவை நான் இப்போது கூறுகிறேன்," என்று ஜாய்ஸ் கூறினாள். "அப்போது, அந்த நிகழ்வு நடந்து ஓராண்டு இருக்கும். நான் கிழக்குக் கடற்கரைப் பகுதியில் கடற்கரையை ஒட்டி அமைந்திருந்த ஓர் உல்லாச விடுதியில் இருந்தேன். அப்போதும் நான் ஓர் ஓவியத்தை வரைந்து கொண்டிருந்தேன். அப்போது திடீரென்று எனக்கு விநோதமான ஓர் உணர்வு தோன்றியது. அந்தக் காட்சியை நான் அதற்கு முன்பு எங்கோ பார்த்திருந்ததைப் போன்ற உணர்வு அது. அங்கு எனக்கு முன்னால், நடைபாதையில் ஓர் ஆணும் ஒரு பெண்ணும் நின்று கொண்டிருந்தனர். அவர்கள் இருவரும் மூன்றாவது நபர் ஒருவரை வரவேற்றுக் கொண்டிருந்தனர். அந்நபர் ஒரு பெண். அவர் மிகப் பிரகாசமான சிவப்பு நிறப் பூப்போட்ட கவுன் ஒன்றை அணிந்திருந்தார். அந்த ஆண், "கேரல்! என்னால்

நம்பவே முடியவில்லை. இருக்கின்ற எல்லா இடங்களையும் விட்டுவிட்டு, இங்கு நான் உன்னைச் சந்திப்பேன் என்று நான் எதிர்பார்க்கவில்லை. உன்னைப் பார்த்துப் பல ஆண்டுகள் ஆகியிருக்கும். உனக்கு என்னுடைய மனைவியைத் தெரியாது இல்லையா? இது ஜோன். ஜோன், இது என்னுடைய பழைய தோழி. இவள் பெயர் மிஸ் ஹார்டிங்," என்று கூறினார்.

அந்த ஆணை என்னால் உடனடியாக அடையாளம் கண்டுகொள்ள முடிந்தது. நான் ராட்ஹோலில் பார்த்திருந்த அதே டெனிஸ்தான் அவர். ஆனால், அவருடைய மனைவி வேறொருவராக இருந்தார். இங்கு அவர் மார்ஜரியாக இல்லாமல் ஒரு ஜோனாக இருந்தார். ஆனால், இந்த ஜோனும் மார்ஜரியைப்போலவே இளமையாகவும், நவநாகரிகமாக இல்லாதவராகவும், சாதாரணமானவராகவும் இருந்தார். எனக்குத்தான் பைத்தியம் பிடித்துவிட்டிருந்ததோ என்று நான் ஒரு கணம் சந்தேகப்பட்டேன். கடலில் குளியல் போடுவதைப் பற்றி அவர்கள் பேசத் துவங்கினர். உடனே நான் என்ன செய்தேன் தெரியுமா? அங்கிருந்து நேராக ஒரு காவல் நிலையத்திற்குச் சென்றேன். அவர்களும் எனக்கு மறை கழன்றுவிட்டது என்று சந்தேகப்படக்கூடும் என்பதை நான் அறிந்திருந்தபோதிலும், அதைப் பற்றி நான் கவலைப்படவில்லை. ஆனால் அங்கு எல்லாமே சரியாக நடந்தேறின. அந்தக் காவல் நிலையத்திற்கு, ஸ்காட்லாந்து யார்டிலிருந்து ஒரு காவல் அதிகாரி வந்திருந்தார். அவர் துல்லியமாக அதற்குத்தான் வந்திருந்தார். காவல்துறையினருக்கு டெனிஸ் டாக்ரேமீது சந்தேகம் ஏற்பட்டிருந்தது. இன்னொரு விஷயம்: அது அவருடைய உண்மையான பெயர் அல்ல. பல இடங்களில் அவர் பல பெயர்களில் சுற்றித் திரிந்து கொண்டிருந்தார். பார்ப்பதற்குச் சாதாரணமாக இருக்கின்ற, அதிகமாக உறவினர்கள் அல்லது நண்பர்கள் இல்லாதிருக்கின்ற பெண்களுடன் பழகி, அவர் அவர்களைத் திருமணம் செய்து கொள்வார். பின்னர் அவர்கள் பெயரில் பெருந்தொகைக்கு ஒரு காப்பீடு எடுப்பார். அதற்குப் பிறகு – அதைச் சொல்லவே பயங்கரமாக இருக்கிறது! கேரல் என்ற பெயரில் உலா வந்த அந்தப் பெண்மணிதான் அவருடைய உண்மையான மனைவி! அந்தக் கணவனும் மனைவியும் எப்போதும் ஒரே திட்டத்தையே பின்பற்றினர். அதனால்தான் அந்நபர் பிடிபடவும் செய்தார். காப்பீட்டு நிறுவனங்கள் சந்தேகம் கொண்டன. அவர் தன் புது மனைவியுடன் ஓர் அமைதியான கடற்கரையோரச் சிற்றூருக்கு வருவார். பிறகு, கேரல் எங்கிருந்தோ வருவதுபோல வந்து அவர்களுடன் சேர்ந்து கொள்வார். அவர்கள் மூவரும்

ஒன்றாகக் குளிக்கக் கடலுக்குள் செல்வர். அங்கு அந்தப் புதிய பெண் கொலை செய்யப்படுவார். கேரல் அந்தப் பெண்ணின் உடைகளை அணிந்து கொண்டு டாக்ரேயின் அந்தப் புதிய மனைவியைப்போல அவருடன் படகில் ஏறிவிடுவார். அவர்கள் இருவரும் தாங்கள் தங்கியிருக்கும் இடத்திற்குத் திரும்பி வருவர். பின்னர் அங்கிருந்து கிளம்பும்போது, கேரலைப் பற்றி அவர்கள் மேலோட்டமாக விசாரிப்பர். அந்த ஊருக்கு வெளியே சென்றதும், கேரல் அவர்களுடைய காரிலிருந்து இறங்கி, பிரகாசமான நிறத்தில் இருக்கின்ற தன்னுடைய பழைய ஆடையை அவசர அவசரமாக அணிந்து கொண்டு, மீண்டும் தூக்கலாக ஒப்பனை செய்து கொண்டு, அந்தக் கிராமத்திற்கு நடந்து சென்று, அங்கு நிறுத்தப்பட்டிருக்கின்ற தன்னுடைய காரை ஓட்டிக் கொண்டு கிளம்பிவிடுவார். கடல் நீரோட்டம் எந்தப் பகுதியை நோக்கிச் செல்லும் என்பதை அவர்கள் அறிந்து கொண்டு, அந்த இடத்திற்குச் சென்று தங்கி, டாக்ரேயின் மனைவி இறந்துவிட்டதாக அங்கு அவர்கள் நாடகமாடுவர். கேரல் அந்த மனைவியின் பாத்திரத்தை ஏற்று நடிப்பார். தனியாகக் கடற்கரைப் பகுதிக்குச் சென்று, அந்த மனைவியின் ஆடைகளை அங்கிருக்கும் பாறைகள் போன்றவற்றில் வீசியெறிந்துவிடுவார். பின் அவர்கள் ஏற்கனவே திட்டமிட்ட இடத்தில் சந்தித்துக் கொள்வர்.

"அவர்கள் மார்ஜரியைக் கொன்றபோது, அவர்களை அறியாமல் அந்தச் சிவப்பு நிற ஆடையில் இரத்தம் தெறித்திருந்திருக்கிறது. மார்ப்பிள் அத்தை கூறியபடி, அந்த ஆடை சிவப்பு நிறத்தில் இருந்ததால் அதை அவர்கள் கவனித்திருக்கவில்லை. ஆனால், அவர்கள் அந்த ஆடையை பால்கனியில் காயப் போட்டிருந்தபோது, அதிலிருந்து இரத்தம் கீழேயிருந்த நடைபாதையில் சொட்டியிருந்திருக்கிறது," என்று கூறிய ஜாய்ஸின் உடல் லேசாக நடுங்கியது. "இப்போதும் அதை என்னால் பார்க்க முடிகிறது!"

சர் ஹென்ரி, "ஓ! இப்போது எனக்கு நினைவுக்கு வருகிறது," என்று கூறினார். "அவருடைய உண்மையான பெயர் டேவிட். அவருடைய பல பெயர்களில் ஒன்றுதான் டாக்ரே என்பது எனக்கு மறந்துவிட்டது. அவர்கள் மிகவும் தந்திரசாலி ஜோடிகள். அவர்கள் ஆள்மாறாட்டம் செய்தபோது எவருமே அதைக் கவனித்திருக்கவில்லை என்பது எனக்கு வியப்பாக இருக்கிறது. மார்ப்பிள் கூறியதைப்போல, ஒருவருடைய முகங்களைவிட ஆடைகளைத்தான் பிறர் சுலபமாக நினைவில் வைத்திருக்கின்றனர்போலும். ஆனால், அத்தம்பதியரின் திட்டம் மிகவும் புத்திசாலித்தனமானது

என்பதில் சந்தேகமில்லை. நாங்கள் டேவிட்மீது சந்தேகம் கொண்டிருந்தாலும், அவர்மீது எங்களால் குற்றம் சுமத்த முடியாமல் இருந்தது. ஏனெனில், குற்றம் நிகழ்ந்தபோது, தான் வேறோர் இடத்தில் இருந்ததற்கான அசைக்கப்பட முடியாத சான்றுகளை அவர் எப்போதும் வைத்திருந்தார்."

"மார்ப்பிள்," என்று கூறி அவரை ஆர்வத்துடன் பார்த்த ரேமன்ட், "நீங்கள் எப்படிக் கண்டுபிடித்தீர்கள்? நீங்கள் எப்போதும் ஓர் அமைதியான வாழ்க்கை வாழ்ந்து வந்துள்ளீர்கள், ஆனாலும் எதுவும் உங்களை வியப்படைய வைப்பதில்லை. அது எப்படி?" என்று கேட்டார்.

"இந்த உலகில் ஒன்றைப்போல மற்றொன்று இருப்பதை நான் எப்போதும் பார்த்து வருகிறேன்," என்று மார்ப்பிள் கூறினார். "திருமதி கிரீன் என்று ஒருவர் இருந்தார். அவர் ஒன்றன்பின் ஒன்றாகத் தன்னுடைய ஐந்து குழந்தைகளையும் பறிகொடுத்தார். அக்குழந்தைகள் ஒவ்வொன்றின்மீதும் ஒரு பெருந்தொகைக்கு ஒரு காப்பீடு எடுக்கப்பட்டிருந்தது. இயல்பாகவே ஒருவருக்கு சந்தேகம் வரத்தானே செய்யும்?"

"கிராம வாழ்க்கையில் ஏராளமான கொடூரங்கள் இருந்து கொண்டுதான் இருக்கின்றன. இந்த உலகம் எவ்வளவு கொடூரமானது என்பதை இளம் வயதினராகிய நீங்கள் ஒருபோதும் கண்டறியாமல் இருக்க வேண்டும் என்று நான் பிரார்த்திக்கிறேன்."

ஹார்லிகுயினின் சந்து

தான் ஏன் டென்மேன் தம்பதியரின் வீட்டில் அவர்களோடு சேர்ந்து தங்கினோம் என்பது சட்டர்துவைத்துக்கு புரிபடாமலேயே இருந்தது. அவர்கள் அவருடைய இரகத்தைச் சேர்ந்தவர்களாக இருக்கவில்லை. அவர்கள் பெரிய உலகைச் சேர்ந்தவர்களும் அல்லர், கலைசார் வட்டத்தைச் சேர்ந்தவர்களும் அல்லர். அவர்கள் பிலிஸ்தியர்கள்[4]. அதுவும், அவர்கள் சுவாரசியமற்றப் பிலிஸ்தியர்களாக இருந்தனர். சட்டர்துவைத் அவர்களை முதலில் பியாரிட்ஸில்[5] வைத்துத்தான் சந்தித்தார். தங்களுடைய வீட்டிற்கு வந்து தங்களுடன் தங்கும்படி அவர்கள் விடுத்தக் கோரிக்கையை அவர் ஏற்றுக் கொண்டு அவர்களுடைய வீட்டுக்குச் சென்று தங்கினார். ஆனால், அவர்களுடன் தங்குவது அவருக்குச் சலிப்பூட்டுவதாக இருந்தது. ஆனாலும், விநோதமாக, அவர் மீண்டும் அந்த ஊருக்குச் சென்றபோது மீண்டும் அவர்களுடனேயே தங்கினார். இது பல முறை தொடர்ந்தது.

ஏன்? ஜூன் இருபத்தொன்றாம் நாளன்று, அவர் இலண்டனில் தன்னுடைய ரோல்ஸ் ராய்ஸ் காரில் விரைந்து கொண்டிருந்தபோது, அக்கேள்வியை அவர் தனக்குத் தானே கேட்டுக் கொண்டார்.

தன்னுடைய நாற்பதுகளில் இருந்த ஜான் டென்மேன், வணிக உலகில் பெரிதும் மதிக்கப்பட்ட ஒரு நபராகத் திகழ்ந்தார். அவருடைய நண்பர்கள் சட்டர்துவைத்தின் நண்பர்களாக இருக்கவில்லை. அவருடைய யோசனைகள் சட்டர்துவைத்தின்

---

4 கலை மற்றும் அழகியலை மெச்சாத, குறுகிய மனம் படைத்தவர்களைக் குறிக்கின்ற ஒருவிதமான வசவுச் சொல்.

5 பிரான்ஸிலுள்ள ஓர் உல்லாசக் கடற்கரை நகரம்

யோசனைகளோடு துளிகூட ஒத்துப் போகவில்லை. ஜான் டென்மேன் தன்னுடைய தொழில் தொடர்பான விஷயங்களில் புத்திசாலித்தனமாகச் செயல்பட்டாலும், அதற்கு வெளியே துளிகூடக் கற்பனையற்ற ஒருவராகவே இருந்தார்.

‘நான் ஏன் இவ்வாறு நடந்து கொள்கிறேன்?’ சட்டர்துவைத் மீண்டும் ஒரு முறை அக்கேள்வியைக் கேட்டுக் கொண்டார். அதற்கு அவருக்குக் கிடைத்த ஒரே பதில் தெளிவற்று இருந்தது. அதோடு, அது அபத்தமானதாகவும் விபரீதமானதாகவும் இருந்ததால், கிட்டத்தட்ட உடனே அவர் அதைப் புறந்தள்ளிவிட்டார். நேர்த்தியாகவும் சௌகரியமாகவும் இருந்த அந்த வீட்டிலிருந்த ஒரு குறிப்பிட்ட அறை அவருடைய ஆர்வத்தைக் கிளறிக் கொண்டிருந்ததுதான் அவருடைய கேள்விக்கான ஒரே பதிலாக இருந்தது. டென்மேனின் மனைவியான அன்னா டென்மேன் ஆசுவாசமாக அமர்ந்து ஓய்வெடுக்கும் அறைதான் அது.

அது துளிகூட அன்னாவின் ஆளுமையின் வெளிப்பாடாக இருக்கவில்லை. சட்டர்துவைத்தின் பார்வையில், அப்பெண்ணுக்கு எந்தவிதமான ஆளுமையும் இருக்கவில்லை. அவரைப்போல முற்றிலும் உணர்ச்சியற்ற ஒரு பெண்மணியை சட்டர்துவைத் அதுவரை சந்தித்திருக்கவில்லை. பிறப்பால் அப்பெண் ஒரு இரஷ்யர் என்பதை அவர் அறிந்திருந்தார். முதலாம் உலகப் போர் வெடித்தபோது, ஜான் டென்மேன் இரஷ்யாவில் இருந்தார். அவர் இரஷ்யத் துருப்புகளோடு இணைந்து போரிட்டார். ஆனால், அதைத் தொடர்ந்து இரஷ்யாவில் புரட்சி வெடித்தபோது மயிரிழையில் உயிர் தப்பிய டென்மேன், அங்கிருந்து வெளியேறியபோது, சல்லிக்காசுகூட இல்லாதிருந்த அந்த இரஷ்ய அகதிப் பெண்ணைத் தன்னுடன் அழைத்து வந்தார். பின் தன் பெற்றோர்களின் எதிர்ப்பை மீறி அவர் அப்பெண்ணைத் திருமணம் செய்து கொண்டார்.

அன்னாவின் அறை எந்தவிதத்திலும் பிரமாதமானதாக இருக்கவில்லை. ஆனால், அந்த அறை சிறப்பான அறைகலன்களால் நேர்த்தியாக அலங்கரிக்கப்பட்டிருந்தது. அந்த அறையின் சூழலில் பெண்மைத்தன்மையைவிட ஆண்மைத்தன்மை சற்றுத் தூக்கலாகப் பிரதிபலித்தது. அந்த அறைக்கு முற்றிலும் பொருத்தமற்ற ஒரு பொருள் அங்கு இருந்தது. அது ஒரு சீன அரக்கு மடக்குத் திரை. அது மஞ்சள் கலந்த ஒரு வெளிறிய ரோஸ் நிறத்தில் இருந்தது. அது ஓர் அரிய, அழகான பொருள். கலைப்பொருள் சேகரிப்பாளர்களின் பொக்கிஷம் அது. உலகிலுள்ள எந்தவோர் அருங்காட்சியகமும் அதைச் சொந்தம் கொண்டாட விரும்பும்.

அந்த அறையில் நிலவிய ஆங்கிலேயப் பின்புலத்தில் அது துருத்திக் கொண்டு நின்றது. அதனோடு ஐக்கியப்படும் விதத்தில் அந்த அறை அலங்கரிக்கப்பட்டிருந்தால், அது அதன் அழகுக்கு அழகு சேர்த்திருந்திருக்கும். ஆனாலும், டென்மேன்களுக்கு இரசனை இல்லை என்று சட்டர்துவைத்தால் குற்றம் சாட்ட முடியவில்லை. ஏனெனில், அந்த வீட்டிலிருந்த மற்ற அனைத்தும் ஒன்றொடொன்று கனகச்சிதமாகப் பொருந்துகின்ற விதத்தில் வைக்கப்பட்டிருந்தன.

அது ஓர் அற்ப விஷயமாக இருந்தபோதிலும் அது அவருக்குத் திகைப்பு ஏற்படுத்தியது. அதன் காரணமாகத்தான் தான் அந்த வீட்டுக்கு மீண்டும் மீண்டும் வந்து கொண்டிருந்ததாக அவர் உண்மையிலேயே நம்பினார். அது ஒருவேளை ஒரு பெண்ணின் கற்பனையாக இருக்கலாம் என்று அவர் நினைத்தார். ஆனால், அவர் அன்னாவைப் பற்றி நினைத்தபோது, அந்த எண்ணம் அவருக்குத் திருப்தி தரவில்லை. அமைதியாகவும் கண்டிப்பாகவும் இருந்த அன்னா பேசிய மிகச் சரியான ஆங்கிலத்தைக் கேட்பவர்களால், அவர் ஒரு வெளிநாட்டுக்காரர் என்பதை ஒருக்காலும் ஊகிக்க முடியாது.

சட்டர்துவைத்தின் கார் அவர் சென்றடைய வேண்டிய இடத்தை அடைந்ததும் அவர் அதிலிருந்து இறங்கினார். ஆனாலும் அவருடைய மனம் அந்தச் சீன மடக்குத் திரையைச் சுற்றியே வட்டமிட்டுக் கொண்டிருந்தது. டென்மேனின் வீட்டின் பெயர் ஆஷ்மீடு. அது இலண்டனிலிருந்து சுமார் முப்பது மைல்கள் தள்ளியிருந்த மெல்ட்டன் ஹீத் என்ற இடத்தில் ஓர் ஐந்து ஏக்கர் நிலப்பரப்பின் நடுவே வீற்றிருந்தது. கடல்மட்டத்திலிருந்து ஐந்நூறு அடி உயரத்திலிருந்த அந்த வீடு அமைந்திருந்த பகுதியில் பெரும்பாலும் வசதி படைத்தவர்களே வசித்து வந்தனர்.

சட்டர்துவைத் அங்குச் சென்றபோது டென்மேனும் அன்னாவும் அங்கு இருக்கவில்லை. டென்மேனின் வீட்டு உதவியாளர் சட்டர்துவைத்தை நயமாக வரவேற்றார். “அவர்கள் ஓர் ஒத்திகைக்காகச் சென்றுள்ளனர். அவர்கள் திரும்பி வரும்வரை நீங்கள் உங்களுடைய சொந்த வீட்டில் இருப்பதுபோல இங்கு சௌகரியமாக இருந்து கொள்ளலாம் என்று அவர்கள் கூறிச் சென்றுள்ளனர்,” என்று அந்த உதவியாளர் கூறினார்.

சட்டர்துவைத் அந்த உதவியாளர் கூறியதைக் கேட்டுவிட்டு, அது தன் வீடு என்பதுபோல, அந்த வீட்டின் தோட்டத்திற்குள் நுழைந்தார். அங்கிருந்த பூம்பாத்திகளை அவர் இலேசாக

நோட்டம் விட்டுவிட்டு, நிழலோரமாக நடந்து சென்றார். அவர் வந்து நின்ற இடத்தில் சுவரில் ஒரு கதவு இருந்தது. அது பூட்டப்படாமல் இருந்ததால், அவர் அதற்குள் நுழைந்தார். அதன் மறுபுறம் ஒரு சிறிய சந்து இருந்தது. சட்டர்துவைத் அதன் வலப்புறமும் இடப்புறமும் பார்த்தார். அச்சந்து அழகாக இருந்தது. பசுமையாகவும் நிழலாகவும் இருந்த அந்தக் குறுகலான பாதையின் இருபுறமும் புதர்ச்செடிகள் உயரமாக வளர்ந்திருந்தன. அது பழங்காலப் பாணியில் வளைந்து நெளிந்து சென்றது. அப்போது அவருக்கு, ஓர் அஞ்சல் முத்திரை குத்தப்பட்டிருந்த அந்த வீட்டின் முகவரி நினைவுக்கு வந்தது: ஆஷ்மீடு, ஹார்லிகுயினின் சந்து. அந்த இடத்திற்கான உள்ளூர் பெயர் அது என்று ஒரு முறை அன்னா டென்மேன் அவரிடம் கூறியிருந்ததும் அவருக்கு அப்போது நினைவுக்கு வந்தது.

'ஹார்லிகுயினின் சந்து!' என்று அவர் தனக்குத் தானே மென்மையாக முணுமுணுத்துக் கொண்டார்.

அந்தச் சந்தின் ஒரு திருப்பத்தில் அவர் திரும்பினார்.

தனக்குப் பிடிகொடுக்காமல் தன்னிடமிருந்து நழுவிக் கொண்டிருந்த அந்த நண்பரை அங்குச் சந்தித்தபோது தான் ஏன் வியப்படையவில்லை என்று அவர் பின்னர் யோசித்தார். ஆனால் அக்கணத்தில் அவர் யோசிக்கவில்லை. அந்த நண்பரின் பெயர் ஹார்லி குயின். சட்டர்துவைத்தும் ஹார்லி குயின்னும் ஒருவரோடொருவர் கைகுலுக்கிக் கொண்டனர்.

"அப்படியானால், நீங்கள் இங்கேதான் இருக்கிறீர்களா?" என்று சட்டர்துவைத் கேட்டார்.

"ஆமாம். நீங்கள் தங்கியிருக்கின்ற அதே வீட்டில்தான் நானும் தங்கியிருக்கிறேன்," என்று குயின் கூறினார்.

"என்ன சொன்னீர்கள்? இங்குத் தங்கியிருக்கிறீர்களா?"

"ஆமாம். அது உங்களுக்கு வியப்பளிக்கிறதா?"

"இல்லை," என்று இழுத்த சட்டர்துவைத், "பொதுவாக நீங்கள் எந்த இடத்திலும் அதிகமாகத் தங்குவதில்லையே, அதனால் கேட்டேன்," என்று கூறினார்.

"தேவையான காலம்வரை மட்டும் தங்குவேன்," என்று குயின் ஒரு தீவிரமான குரலில் கூறினார்.

"ஓ, அப்படியா!"

அவர்கள் சிறிது நேரம் மௌனமாக நடந்தனர்.

"இந்தச் சந்து..." என்று துவக்கிய சட்டர்துவைத் அப்படியே நிறுத்திக் கொண்டார்.

"எனக்குச் சொந்தமானது," என்றார் குயின்.

"அப்படித்தான் இருக்குமென்று நான் நினைத்தேன். இதற்கு

வேறொரு பெயரும் இருப்பதாக நான் கேள்விப்பட்டேன். உள்ளூர் பெயர். காதலர் சந்து. உங்களுக்குத் தெரியும்தானே?"

குயின் தலையசைத்துவிட்டு, "ஆனால், எல்லா ஊர்களிலும் ஒரு காதலர் சந்து இருக்கும்தானே?" என்று மென்மையாகக் கேட்டார்.

"அது உண்மைதான்," என்று கூறிய சட்டர்துவைத், ஒரு பெருமூச்செறிந்தார்.

திடீரென்று, தனக்கு வயதாகியிருந்ததுபோல அவர் உணர்ந்தார். அவருக்கு இருபுறமும் இருந்த புதர்ச்செடிகள் பசுமையாகவும் உயிர்த்துடிப்புடனும் இருந்தன.

பின்னர் திடீரென்று, "இந்தச் சந்து எங்கே முடிகிறது?" என்று அவர் கேட்டார்.

"இதோ – இங்கே முடிகிறது," என்று குயின் கூறினார்.

அவர்கள் கடைசித் திருப்பத்தை அடைந்திருந்தனர். அந்தச் சந்து ஒரு வெட்டவெளியில் முடிவடைந்திருந்தது. அவர்கள் நின்ற இடத்தில் அவர்களுடைய பாதங்களையொட்டி ஒரு பெரிய குழி இருந்தது. அதில் சூரிய ஒளியில் மின்னியவாறு பல கேன்கள் கிடந்தன. சில துருப்பிடித்துக் கிடந்தன. அவை தவிர, பழைய காலணிகள், செய்திப் பத்திரிகைத் துணுக்குகள், மற்றும் எவருக்கும் இனி பயன்படாமல் போய்விட்டிருந்த நூற்றுக்கணக்கான பொருட்கள் அந்தக் குழியில் இறைந்து கிடந்தன.

"குப்பைக் குழி," என்று கூறிய சட்டர்துவைத், ஆழமாகவும் எரிச்சலுடனும் மூச்சுவிட்டார்.

"சில நேரங்களில் குப்பைக் குழிகளில் பல அற்புதமான பொருட்கள் கிடைக்கும்," என்றார் குயின்.

"அதை நான் அறிவேன்," என்று கூறிய சட்டர்துவைத், இலேசான சுயபிரக்ஞையுடன் ஒரு மேற்கோளைக் கூறத் துவங்கினார். 'இந்த நகரிலேயே மிக அற்புதமான இரண்டு பொருட்களை என்னிடம் கொண்டு வாருங்கள்,' என்றார் கடவுள். இக்கதை எப்படிச் செல்லும் என்பது உங்களுக்குத் தெரியும்தானே?"

குயின் தலையாட்டினார்.

சட்டர்துவைத், தூரத்தில் தெரிந்த ஒரு செங்குத்தான மேட்டின் விளிம்பையொட்டி, சிதிலமடைந்த நிலையில் இருந்த ஒரு சிறிய வீட்டைப் பார்த்தார்.

"ஒரு வீடு என்று சொல்லிக் கொள்வதற்கு ஏற்ற ஒன்றைப்போல அது தெரியவில்லையே," என்று சட்டர்துவைத் கூறினார்.

"அந்த வீடு இப்போதிருக்கின்ற சிதிலமடைந்த நிலையில்

அந்தக் காலத்தில் இருந்திருக்காது என்று நான் கருதுகிறேன்," என்று குயின் கூறினார். "திருமணமான புதிதில் டென்மேனும் அவருடைய மனைவியும் அந்த வீட்டில்தான் வசித்து வந்தனர் என்று நான் நினைக்கிறேன். இந்தப் பெரிய வீட்டில் இருந்தவர்கள் இறந்ததும் அவர்கள் இங்கு இடம் பெயர்ந்தனர். இங்கிருந்த பாறைகள் உடைக்கப்பட்டபோது அந்தச் சிறிய வீடும் இடிக்கப்பட்டது. ஆனால், பெரிதாக எதுவும் மாறிவிடவில்லை என்பது இதைப் பார்த்தாலே உங்களுக்குத் தெரியும்."

அவர்கள் திரும்பி, மீண்டும் வந்த வழியே நடக்கத் துவங்கினர்.

சட்டர்துவைத் ஒரு புன்னகையுடன், "கோடைக்கால மாலையில் பல ஜோடிகள் இந்தச் சந்திற்குள் நுழையக்கூடும் என்று நான் நினைக்கிறேன்," என்று கூறினார்.

"இருக்கலாம்."

"காதலர்கள்," என்று கூறிய சட்டர்துவைத், அந்த வார்த்தையை, பொதுவாக ஆங்கிலேயர்கள் உணர்கின்ற அசௌகரிய உணர்வின்றி, மீண்டும் அமைதியாகக் கூறினார். குயின் அவர்மீது அந்த மாதிரியான தாக்கம் ஏற்படுத்தியிருந்தார். "காதலர்களுக்கு நீங்கள் நிறையவே செய்துள்ளீர்கள், குயின்."

குயின் எதுவும் பேசாமல், அதை ஏற்றுக் கொள்வதுபோலத் தன் தலையைத் தாழ்த்தினார்.

"நீங்கள் அவர்களை வருத்தத்திலிருந்து காப்பாற்றியிருக்கிறீர்கள். அதைவிட மேலாக, சாவிலிருந்தும் காப்பாற்றியிருக்கிறீர்கள். இறந்தவர்களுக்காக வாதாடுபவராகவும் நீங்கள் இருந்திருக்கிறீர்கள்."

"நீங்கள் உங்களைப் பற்றிப் பேசிக் கொண்டிருக்கிறீர்கள். நீங்கள் செய்துள்ளவற்றைப் பேசிக் கொண்டிருக்கிறீர்கள். என்னைப் பற்றி அல்ல."

"இரண்டும் ஒன்றுதான்," என்றார் சட்டர்துவைத். குயின் பதிலேதும் கூறாததால், "அது அப்படித்தான் என்று உங்களுக்கும் தெரியும்," என்று அவர் மேலும் அழுத்திக் கூறினார். "நீங்கள் என் மூலமாக அதைச் செய்துள்ளீர்கள். ஏதோ ஒரு காரணத்திற்காக நீங்கள் அதை நேரடியாகச் செய்வதில்லை."

"சில நேரங்களில் நான் நேரடியாகவும் அதைச் செய்கிறேன்," என்று குயின் கூறினார்.

குயினின் குரலில் ஒரு புதிய தொனி வெளிப்பட்டது. எதிர்பாராத விதமாக சட்டர்துவைத்துக்கு ஒரு நடுக்கம் ஏற்பட்டது. மாலை வேளையில் குளிர் கூடிவிட்டதுபோலும்

என்று அவர் நினைத்துக் கொண்டார். ஆனால் சூரியன் முன்பு இருந்ததைப்போலவே பிரகாசமாகத்தான் இருந்தது.

அக்கணத்தில் அவர்களுக்கு எதிரே இருந்த ஒரு திருப்பத்திலிருந்து ஒரு பெண் வெளிப்பட்டாள். அவள் மிகவும் அழகாக இருந்தாள். அவளுடைய தலைமுடி பொன்னிறத்திலும், அவளுடைய கண்கள் நீல நிறத்திலும் இருந்தன. அவள் ரோஸ் நிறத்தில் பருத்தி கவுன் ஒன்றை அணிந்திருந்தாள். சட்டர்துவைத் அவளை உடனே அடையாளம் கண்டுகொண்டார். அவளுடைய பெயர் மோலி ஸ்டான்வெல். முன்பு அவர் அவளை இங்கே சந்தித்திருந்தார்.

சட்டர்துவைத்தை வரவேற்கும் விதமாக, அவள் அவரை நோக்கிக் கையசைத்தாள். "ஜானும் அன்னாவும் இப்போதுதான் திரும்பிச் சென்றனர். நீங்கள் இங்கு வந்திருப்பீர்கள் என்று அவர்கள் ஊகித்தனர். ஆனால், அவர்கள் ஒத்திகையில் இருந்தாக வேண்டியிருந்தது," என்று அவள் கூறினாள்.

"எதை ஒத்திகை பார்ப்பதற்கு?" என்று சட்டர்துவைத் கேட்டார்.

"அந்த முகமூடி நாடகம்தான். அதை நீங்கள் என்னவென்று கூறுவீர்கள் என்று எனக்குத் தெரியாது. அதில் இசை, நடனம் மற்றும் பிற விஷயங்களும் இடம் பெற்றிருக்கும். உங்களுக்கு மேன்லியை நினைவிருக்கிறதா? அவர் இங்கு ஒரு முறை வந்திருந்தாரே? அவருக்கு ஒரு நல்ல குரல் வளம் உண்டு. அவர்தான் பியராட்டாக நடிக்கவுள்ளார். நான் பியரெட். நடனத்திற்காக இரண்டு தொழில்முறைக் கலைஞர்கள் வரவிருக்கின்றனர். ஹார்லிகுயினும் கொலம்பைனும். அவர்கள் தவிர, பின்னணிச் சேர்ந்திசைக்கு நிறைய இளம்பெண்கள் வரவுள்ளனர். ரோஸ்கியர் சீமாட்டி, கிராமத்துப் பெண்களைப் பாட வைப்பதில் குறியாக இருக்கிறார். அவர் அதில் மூழுமூச்சாக இறங்கியிருக்கிறார். கிளாடு விக்கம் இசையமைக்கிறார். இசை பிரமாதமாக இருக்கிறது. அதே நேரத்தில், அது நவீனத்துவத்துடனும் அமைந்துள்ளது. கிளாடு விக்கமை ஒருவேளை உங்களுக்குத் தெரிந்திருக்கலாம்."

தெரியும் என்பதுபோல சட்டர்துவைத் தலையாட்டினார். ஏனெனில், முன்பே குறிப்பிட்டுள்ளதுபோல, எல்லோரையும் தெரிந்து வைத்திருப்பது அவருடைய வேலை. முன்னேற வேண்டும் என்ற ஆர்வத்துடன் செயல்பட்டுக் கொண்டிருந்த இசை மேதையான கிளாடு விக்கமை அவர் அறிவார். அதேபோல, இசையார்வம் கொண்ட இளைஞர்கள்மீது நாட்டம் கொண்டிருந்த, ஒரு பருத்த உடலைக் கொண்ட அந்த யூதப் பெண்மணி ரோஸ்கியரையும் அவருக்குத் தெரியும். சர்

லியோபோல்டு ரோஸ்கியரையும் அவர் நன்றாகவே அறிவார். தன் மனைவி மகிழ்ச்சியாக இருக்க வேண்டும் என்று லியோபோல்டு விரும்பினார். தங்களுடைய மனைவிமார்கள் தத்தம் சொந்த வழிகளில் மகிழ்ச்சியாக இருப்பதை சகஜமாக எடுத்துக் கொண்ட அரிய கணவன்மார்களில் அவரும் ஒருவர்.

டென்மேன் தம்பதியரோடு தேநீர் அருந்திக் கொண்டிருந்தபோது கிளாடு விக்கமை அவர்கள் சந்தித்தனர். கிளாடு விக்கம் கைகளை ஆட்டியவாறு வேகவேகமாகப் பேசுகின்ற ஒருவராக இருந்தார். எது கிடைத்தாலும் அதை வாயில் வைத்துக் கொள்கின்ற பழக்கம் அவரிடம் இருந்தது. கிட்டப்பார்வைக் குறைபாட்டுடன் இருந்த அவர், ஒரு பெரிய மூக்குக்கண்ணாடி அணிந்திருந்தார்.

இலேசாகச் சிவந்திருந்த ஒரு முகத்துடன் நிமிர்ந்து உட்கார்ந்திருந்த ஜான் டென்மேன், சலிப்பு கலந்த கவனத்தோடு அதைக் கேட்டுக் கொண்டிருந்தார். சட்டர்துவைத் அங்கு நுழைந்தவுடன், கிளாடு விக்கம் தன் பேச்சை அவரை நோக்கித் திருப்பினார். அன்னா, வழக்கம்போல, உணர்ச்சிகளை வெளிக்காட்டாத ஒரு முகபாவனையுடன், அந்தத் தேநீர் சமாச்சாரங்களுக்குப் பின்னால் அமைதியாக அமர்ந்திருந்தார்.

சட்டர்துவைத் ஓர் ஓரக்கண்ணால் அன்னாவைப் பார்த்தார். உயரமாகவும் மெலிந்தும் இருந்த அன்னா, தன் தலைமுடியை நடுவில் வகிடெடுத்து இரண்டு பக்கமும் வாரிச் சீவியிருந்தார். அவருடைய தோல் எப்போதும் திறந்தவெளியில் இருக்கின்ற நபர்களுடையதைப்போல இருந்தது. வீட்டுக்கு வெளியே இருப்பதை எப்போதும் விரும்பி வந்த அன்னா, தன்னை ஒப்பனை செய்து கொள்வதைப் பற்றித் துளிகூட அக்கறையற்று இருந்தார். மரக்கட்டைத்தனமாகவும் மடத்தனமாகவும் ஜீவனற்றும் இருந்த ஒரு பொம்மைபோல அவர் இருந்தார் – ஆனாலும்...

சட்டர்துவைத் இவ்வாறு எண்ணினார்: “அந்த முகத்திற்குப் பின்னால் ஏதோ ஓர் அர்த்தம் இருந்தாக வேண்டும். ஆனாலும் எதுவும் இல்லை. எங்கோ இடிக்கிறது.” பிறகு அவர் கிளாடு விக்கமிடம், “மன்னிக்கவும். நீங்கள் என்ன சொல்லிக் கொண்டிருந்தீர்கள்?” என்று கேட்டார்.

தன்னுடைய சொந்தக் குரலைக் கேட்பதில் அலாதி விருப்பம் கொண்டிருந்த கிளாடு விக்கம், மீண்டும் முதலிலிருந்து துவக்கினார். “உலகிலேயே ஆர்வம் கொள்ளத்தக்க ஒரே நாடு இரஷ்யாதான். அவர்கள் பரிசோதனைகளை மேற்கொள்ளத் தயங்கவில்லை. அவர்கள் மக்களின் வாழ்க்கையோடு விளையாடினர் என்பது உண்மைதான். ஆனால், அவர்கள்

பரிசோதனைகளில் இறங்கினர் என்பதை மறுக்க முடியாது. பிரமாதம்!" அவர் ஒரு கையால் அங்கிருந்த சான்ட்விச் ஒன்றை எடுத்துத் தன் வாயில் திணித்துக் கொண்டார், மறுகையில் வைத்திருந்த சாக்லெட்டையும் ஒரு கடி கடித்துக் கொண்டார். வாய் முழுவதும் உணவால் நிறைந்திருந்தபோதிலும் அவர் தொடர்ந்து பேசினார். "உதாரணத்திற்கு, இரஷ்யாவின் பாலே நடனத்தை எடுத்துக் கொள்ளுங்கள்." திடீரென்று, தங்களுக்கு விருந்தளித்துக் கொண்டிருந்தவரின் ஞாபகம் அவருக்கு வந்துவிட்டது. அதனால், அவர் அன்னாவின் பக்கம் திரும்பினார். இரஷ்ய பாலே நடனத்தைப் பற்றி அன்னா என்ன நினைத்தார்?

கிளாடு விக்கம் கேட்டக் கேள்வி வெறும் தொடக்கம் மட்டுமே. ஏனெனில், இரஷ்ய பாலே குறித்தத் தன்னுடைய கருத்துகளைக் கூறவே அவர் விரும்பினார். ஆனால், அன்னாவின் எதிர்பாராத பதில் அவரை முற்றிலுமாக நிலைகுலைய வைத்துவிட்டது.

"நான் அதை ஒருபோதும் பார்த்ததேயில்லை."

"என்ன?" திறந்த வாயுடன் அவர் அன்னாவைப் பார்த்தார். "ஆனால் – நீங்கள் – கண்டிப்பாக–"

அன்னா தொடர்ந்து பேசினார். அவருடைய குரல் தட்டையாகவும் உணர்ச்சியற்றும் இருந்தது.

"திருமணத்திற்கு முன்பு நான் ஒரு நடனக் கலைஞராக இருந்தேன். இப்போது–"

"இப்போது பொழுதுபோக்கே வேலையாகவும் ஆகிவிட்டது," என்றார் அன்னாவின் கணவர்.

அன்னா தன் தோள்களைக் குலுக்கியவாறு, "நடனம். அதற்குப் பின்னாலுள்ள அனைத்தையும் நான் அறிவேன். அது என்னைக் கவரவில்லை."

"ஓ!"

தன்னுடைய தயக்கத்தை மீட்டெடுக்க கிளாடு விக்கமுக்குச் சில கணங்கள் பிடித்தன. அவர் தொடர்ந்து பேசினார்.

சட்டர்துவைத், "மக்களுடைய வாழ்க்கையைப் பற்றியும் அதில் பரிசோதனைகளை மேற்கொள்ளப்பட்டது பற்றியும் பேச்சு எழுகின்றபோது, இரஷ்யா அப்பரிசோதனைக்கு ஒரு கடுமையான விலையைக் கொடுத்துள்ளது என்று கூறலாம்," என்று கூறினார்.

கிளாடு விக்கம் சட்டர்துவைத்தின் பக்கம் திரும்பினார்.

"அடுத்து நீங்கள் என்ன சொல்லப் போகிறீர்கள் என்பது எனக்குத் தெரியும்," என்று கிளாடு விக்கம் அரற்றினார். "கார்சனோவா! காலத்தால் அழிக்கப்பட முடியாத

கார்சனோவா. நீங்கள் அப்பெண்ணின் நடனத்தைப் பார்த்திருக்கிறீர்களா?"

"மூன்று முறை," என்று சட்டர்துவைத் கூறினார். "இரண்டு முறை பாரிஸிலும், ஒரு முறை லண்டனிலும் நான் பார்த்திருக்கிறேன். அவற்றை என்னால் ஒருபோதும் மறக்க முடியாது."

அவருடைய குரல் கிட்டத்தட்ட பயபக்தியுடன் ஒலித்தது.

"நானும் பார்த்திருக்கிறேன்," என்று கிளாடு விக்கம் கூறினார். "அப்போது எனக்குப் பத்து வயது இருக்கும். என் மாமா ஒருவர் என்னை அழைத்துச் சென்றார். அபாரம்! அதை என்னால் ஒருபோதும் மறக்க முடியாது."

கிளாடு விக்கம் தன் கையில் இருந்த ரொட்டித் துண்டை அங்கிருந்த ஒரு மலர்ப்படுகையில் வீசியெறிந்தார்.

"அவளுடைய சிறிய சிலை ஒன்று பெர்லினிலுள்ள ஓர் அருங்காட்சியகத்தில் இருக்கிறது," என்று சட்டர்துவைத் கூறினார். "அது பிரமாதமாக இருக்கும். ஒரு பெருவிரல் நகத்தாலேயே உடைத்துவிடக்கூடிய அளவு அவள் மெல்லியவளாக இருப்பது போன்ற தோற்றம் அதில் இருக்கும். 'ஸ்வான்' என்ற இசை நாடகத்தில், இறந்து கொண்டிருக்கின்ற மோகினியாக, கொலம்பைன் பாத்திரத்தில் அவள் கலக்கியிருப்பாள்." அவர் சிறிது இடைவெளி விட்டுவிட்டு, தான் கூறியதைத் தானே ஆமோதிப்பதுபோலத் தலையாட்டினார். "அது மேதைமை. அவளைப்போல இன்னொருத்தி பிறக்க நீண்டகாலம் ஆகும். அவள் இளமையாகவும் இருந்தாள். இரஷ்யப் புரட்சியின் தொடக்க நாட்களில், அவள் வேண்டுமென்றே அழிக்கப்பட்டாள்."

"வடிகட்டிய மடையர்கள்! பைத்தியக்காரர்கள்! மனிதக் குரங்குகள்!" என்றார் கிளாடு விக்கம். அவர் அவசர அவசரமாக வாயில் ஊற்றிக் கொண்ட தேநீர் அவருடைய மூக்கிற்கு ஏறியது.

"நான் கார்சனோவாவுடன் சேர்ந்து படித்திருக்கிறேன். அவளை எனக்கு நன்றாக நினைவிருக்கிறது," என்று அன்னா கூறினார்.

"அவள் அற்புதமானவளா?" என்று சட்டர்துவைத் கேட்டார்.

"ஆமாம்," என்று அன்னா அமைதியாகக் கூறினார். "அவள் உண்மையிலேயே அற்புதமானவள்தான்."

கிளாடு விக்கம் அங்கிருந்து கிளம்பினார். ஜான் டென்மேன் நிம்மதிப் பெருமூச்செறிந்தார். அதைப் பார்த்து அன்னா சிரித்தார்.

அதை ஆமோதிப்பதுபோல சட்டர்துவைத் மீண்டும் தலையாட்டினார். "நீங்கள் என்ன நினைக்கிறீர்கள் என்பது எனக்குப் புரிகிறது. எது எப்படியோ, அந்த இளைஞன் உருவாக்குகின்ற இசை அப்பழுக்கற்றது," என்று அவர் கூறினார்.

"அது உண்மைதான்," என்றார் டென்மேன்.

"ஆனால், அது எவ்வளவு காலம் நிலைக்கும் என்பது வேறு கதை," என்றார் சட்டர்துவைத்.

ஜான் டென்மேன் அவரை ஒரு கேள்விக்குறியுடன் நோக்கினார்.

"எந்த அர்த்தத்தில் நீங்கள் அப்படிச் சொல்கிறீர்கள்?"

"கிளாடு விக்கமுக்கு வெற்றி சீக்கிரமே வந்துவிட்டது. அது ஆபத்தானது. அது எப்போதுமே ஆபத்தானது." சட்டர்துவைத், குயினை ஏறிட்டுப் பார்த்தவாறு, "நீங்கள் என்னோடு உடன்படுகிறீர்களா?" என்று கேட்டார்.

"நீங்கள் கூறுவது எப்போதுமே சரியாகத்தான் இருக்கும்," என்று குயின் கூறினார்.

"நாம் என்னுடைய அறையில் அமர்ந்து பேசலாம். அது இந்த அறையைவிட அதிகக் காற்றோட்டமாக இருக்கும்," என்று அன்னா கூறினார்.

அன்னா முன்னே நடந்தார். மற்றவர்கள் அவரைப் பின்தொடர்ந்தனர். அந்தச் சீன மடக்குத் திரையைப் பார்த்தபோது சட்டர்துவைத் பெருமூச்செறிந்தார். அவர் நிமிர்ந்து பார்த்தபோது, அன்னா தன்னையே பார்த்துக் கொண்டிருந்ததை அவர் கவனித்தார்.

"எப்போதுமே எல்லாவற்றையும் சரியாகக் கூறுகின்ற மனிதர் நீங்கள்," என்று கூறிய அன்னா, அவரை நோக்கி இலேசாகத் தலையசைத்தார். "என்னுடைய சீன மடக்குத் திரையைப் பற்றி நீங்கள் என்ன நினைக்கிறீர்கள்?"

அந்த வார்த்தைகள் ஏதோ ஒரு விதத்தில் தன்னை நோக்கி எய்யப்பட்ட ஒரு சவாலைப்போல சட்டர்துவைத் உணர்ந்தார். அவர் சிறிது தடுமாற்றத்துடனும் தயக்கத்துடனும் பேசினார்.

"ஏன் கேட்கிறீர்கள்? அது அழகாக இருக்கிறது. தனித்துவமாகவும் இருக்கிறது."

"நீங்கள் சொல்வது சரிதான்," என்று கூறியபடி டென்மேன் அவருக்குப் பின்னால் வந்து நின்றார். "எங்களுக்குத் திருமணமான புதிதில் இதை நாங்கள் வாங்கினோம். அதன் விலையில் பத்தில் ஒரு பங்கு மட்டுமே அதற்குக் கொடுத்தோம். ஆனாலும், அதன் விலை எங்களை ஓராண்டுக்கு முடக்கிப் போட்டுவிட்டது. உனக்கு நினைவிருக்கிறதா, அன்னா?"

“ஆமாம். எனக்கு நினைவிருக்கிறது.”

“உண்மையைச் சொல்ல வேண்டுமென்றால், அச்சமயத்தில் அதை நாங்கள் வாங்குவதற்கான எந்தவிதமான முகாந்திரமும் இருக்கவில்லை. இப்போது? அது வேறு கதை. அப்போது, கிறிஸ்டி ஏல நிறுவனத்தில் சில அற்புதமான சீன அரக்கு மடக்குத் திரைகள் ஏலத்திற்கு வந்தன. இந்த அறையைக் கச்சிதமானதாக ஆக்குவதற்கு அது பொருத்தமாக இருந்தது. இங்கு வெறும் சீனப் பொருட்கள் மட்டும்தான் இருக்க வேண்டும், மற்றவை வெளியேற்றப்பட வேண்டும் என்பது என் கருத்து. ஆனால், நான் சொல்வதை என் மனைவி காதில் வாங்கிக் கொள்வதே இல்லை. இதை உங்களால் நம்ப முடிகிறதா, சட்டர்துவைத்?”

“இந்த அறை இப்போது எப்படி இருக்கிறதோ, அப்படியே எனக்குப் பிடித்திருக்கிறது,” என்றார் அன்னா.

அவருடைய முகத்தில் ஒரு வியப்புக் குறி இருந்தது. தான் சவாலுக்கு அழைக்கப்பட்டு அதில் தோற்றுவிட்டிருந்தது போன்ற உணர்வு சட்டர்துவைத்திற்கு மீண்டும் ஏற்பட்டது. அவர் அந்த அறையைச் சுற்றித் தன் பார்வையைச் சுழலவிட்டார். அங்கு ஒருவருடைய தனிப்பட்ட ஆளுமையைப் பறையறிவித்த எந்தப் பொருளும் இருக்கவில்லை என்பதை அப்போதுதான் அவர் முதன்முதலாக கவனித்தார். அந்த அறையில் எந்தவிதமான புகைப்படங்களோ, மலர்களோ, அல்லது ஒருவருடைய உணர்வுகளை வெளிப்படுத்துகின்ற சிறு பொருட்களோ இருக்கவில்லை. அது ஒரு பெண்மணியின் அறையைப்போல இல்லவே இல்லை. அந்த இடத்திற்குத் துளிகூடப் பொருத்தமற்ற அந்தச் சீன மடக்குத் திரை மட்டும் இல்லையென்றால், அந்த அறை, ஒரு பெரிய அறைகலன் விற்பனைக் கடையில் இருக்கின்ற ஓர் அறையைப்போலவே காட்சியளித்திருக்கும்.

சட்டர்துவைத் தன் எண்ணங்களிலிருந்து விடுபட்டபோது, அன்னா தன்னை நோக்கிப் புன்னகைத்துக் கொண்டிருந்ததை அவர் கண்டார்.

“நான் என்ன சொல்ல வருகிறேன் என்பது உங்களுக்குப் புரியும் என்பதால்தான் நான் உங்களிடம் இதைப் பற்றிக் கூறுகிறேன். நாங்கள் அந்தச் சீன மடக்குத் திரையை, பணத்திற்கும் மேலான ஒன்றைக் கொடுத்து வாங்கினோம். நேசம்தான் அது. அந்த மடக்குத் திரையின்மீது நாங்கள் கொண்டிருந்த நேசத்தால், அதை வாங்கிய பிறகு சில காலம்வரை, எங்களுக்கு அவசியம் தேவைப்பட்டச் சில பொருட்கள் இல்லாமல் நாங்கள் சமாளித்தோம். ஆனால்,

என் கணவர் வாங்க விரும்புகின்ற பிற சீனப் பொருட்கள் பணத்தை மட்டுமே கொடுத்து வாங்கப்படக்கூடியவை."

அவருடைய கணவர் அதைக் கேட்டுச் சிரித்தார்.

"உன் விருப்பம்போலவே செய்து கொள்," என்று டென்மேன் கூறினார். ஆனால் அவருடைய குரலில் இலேசான எரிச்சல் எட்டிப் பார்த்தது. "ஆனால், இந்த ஆங்கிலேயப் பின்புலத்தில் அது சரியாகப் படவில்லை. நான் கூறிய மற்றப் பொருட்கள் போலித்தனமற்றவையாகவும் உறுதியானவையாகவும் இருந்தால்கூட, அவை சராசரியானவை."

அன்னா அதற்குத் தலையசைத்தார்.

"நல்ல, உறுதியான, உண்மையான ஆங்கிலத்தனமானவை," என்று அன்னா முணுமுணுத்தார்.

சட்டர்துவைத் அன்னாவை வெறித்துப் பார்த்தார். அவருடைய வார்த்தைகளுக்குப் பின்னாலிருந்த அர்த்தம் அவருக்குப் பிடிபட்டது. இந்த ஆங்கிலேயத்தனமான அறை. சீனத் திரையின் தகிக்கின்ற அழகு ... மீண்டும் தன் சிந்தனை அலைபாய்ந்ததை அவர் உணர்ந்தார்.

பேச்சை மாற்றுவதற்காக, சட்டர்துவைத், "நான் அந்தச் சந்தில் மோலி ஸ்டான்வாலைச் சந்தித்தேன். இன்று மாலை நடைபெறவிருக்கின்ற நாடகத்தில் தான் பியரெட்டாக நடிக்கவிருந்ததாக அவள் தெரிவித்தாள்," என்று கூறினார்.

"ஆமாம்," என்று டென்மேன் கூறினார். "அவளிடம் உண்மையிலேயே நல்ல திறமை இருக்கிறது."

"அவளுடைய கால்களுக்குத் திறமை போதாது," என்று அன்னா கூறினார்.

"அபத்தம்," என்றார் அவளுடைய கணவர். "சட்டர்துவைத், இந்த விஷயத்தில் எல்லா பெண்களும் ஒரே மாதிரியாகத்தான் இருக்கின்றனர். வேறொருத்தியைப் புகழ்ந்தால் அவர்களுக்கு ஆகாது. மோலி பார்ப்பதற்கு வடிவாக இருக்கின்ற ஒரு யுவதி. அதனால், மற்றப் பெண்கள் எல்லோரும் அவளை மட்டம் தட்டிக் கொண்டே இருக்கின்றனர்."

"நான் நடனமாடுதலைப் பற்றிக் கூறினேன்," என்றார் அன்னா. அவர் இலேசாக ஆச்சரியப்பட்டதுபோலத் தோன்றினார். "அவள் அழகாக இருக்கிறாள் என்பதில் சந்தேகமில்லை. ஆனால், நடனமாடுதல்? அது சரியில்லை. எனக்கு நடனத்தைப் பற்றி நன்றாகவே தெரியும் என்பதால், அதைப் பற்றி உங்களால் வேறு எதுவும் கூற முடியாது."

சட்டர்துவைத் சாதுரியமாக இடையில் புகுந்தார்.

"இரண்டு தொழில்முறைக் கலைஞர்கள் வரவிருப்பதாக நான் கேள்விப்பட்டேனே!"

"ஆமாம். அவர்கள் முறையான பாலே நடனக் கலைஞர்கள். இளவரசர் ஓரனோஃப் அவர்களைத் தன் காரிலேயே அழைத்து வரவிருக்கிறார்," என்றார் டென்மேன்.

"செர்ஜியஸ் ஓரனோஃபா?"

அக்கேள்வி அன்னாவிடமிருந்து வந்தது. டென்மேன் திரும்பி அவரைப் பார்த்தார்.

"அன்னா, உனக்கு அவரைத் தெரியுமா?"

"முன்பு எனக்கு அவரைத் தெரியும் - இரஷ்யாவில் இருந்தபோது!"

அதைக் கேட்டு டென்மேன் சஞ்சலமடைந்ததுபோல சட்டர்துவைத்துக்குத் தோன்றியது.

"அவர் உன்னை அறிவாரா?"

"ஆமாம். அவர் என்னை அறிவார்."

அன்னா சிரித்தார். அது கிட்டத்தட்ட ஒரு வெற்றிப் புன்னகையைப்போல இருந்தது. முன்பு அவருடைய முகத்தில் தெரிந்த மரக்கட்டைத்தனம், மடத்தனம், ஜீவனின்மை போன்ற எதுவும் இப்போது தென்படவில்லை. அவர் தன் கணவருக்கு நம்பிக்கையூட்டும் விதமாகத் தலையாட்டினார்.

"செர்ஜியஸ். அப்படியானால், அந்த இரண்டு நடனக் கலைஞர்களையும் அவர்தான் அழைத்து வருகிறார். அவர் எப்போதுமே நடனத்தில் ஈடுபாடு கொண்டிருந்தார்," என்று அன்னா கூறினார்.

"எனக்கு நினைவிருக்கிறது."

ஜான் டென்மேன் அந்த வார்த்தைகளை உதிர்த்துவிட்டுச் சட்டென்று திரும்பி அந்த அறையைவிட்டுச் சென்றுவிட்டார். அவரைப் பின்தொடர்ந்து குயினும் அந்த அறையிலிருந்து வெளியேறினார். அன்னா, தொலைபேசி வைக்கப்பட்டிருந்த இடத்திற்குச் சென்று, அதைக் கையில் எடுத்து, தான் தொடர்பு கொள்ள விரும்பிய நபரின் தொலைபேசி எண்ணைக் கூறினார். அந்த அறையிலிருந்து வெளியேறவிருந்த சட்டர்துவைத்தை அவர் தன் கையால் சைகை காட்டித் தடுத்து நிறுத்தினார்.

"நான் ரோஸ்கியர் சீமாட்டியுடன் பேச முடியுமா? ஓ! நீங்களே எடுத்துவிட்டீர்களா? நான் அன்னா டென்மேன் பேசுகிறேன். இளவரசர் ஓரனோஃப் வந்துவிட்டாரா? என்ன? என்ன சொல்கிறீர்கள்? ஐயோ! இது என்ன கொடுமை!"

அன்னா, மறுமுனையில் பேசிக் கொண்டிருந்தவர் கூறியதை மேலும் சில நொடிகள் கேட்டுவிட்டுத் தொலைபேசியைக் கீழே வைத்தார். பின் அவர் சட்டர்துவைத்தின் பக்கம் திரும்பினார்.

"ஒரு விபத்து நிகழ்ந்துள்ளது. செர்ஜியஸ் இவானோவிட்ச்

கார் ஓட்டினாலே இப்படித்தான். இத்தனை ஆண்டுகளுக்குப் பின்னரும் அது மாறவேயில்லை. அந்தப் பெண்ணுக்குப் பெரிதாக அடியெதுவும் படவில்லை. ஆனால் அவளுக்குச் சில சிராய்ப்புகள் ஏற்பட்டுள்ளன. அவள் கடும் அதிர்ச்சிக்கும் ஆளாகியிருக்கிறாள். இன்று இரவு அவளால் நடனமாட முடியாது. அந்த ஆணின் கை உடைந்து போயுள்ளது. செர்ஜியஸ் இவானோவிட்ச்சுக்கு அடியேதும் படவில்லை. சாத்தான் தன் ஆட்களை நன்றாகவே பார்த்துக் கொள்வான்போலும்!"

"அப்படியானால், இன்றைய இரவு நிகழ்ச்சி?"

"அதுதான் என் கவலையும், நண்பரே. அது குறித்து ஏதாவது செய்யப்பட்டாக வேண்டும்."

அன்னா உட்கார்ந்து நிதானமாக யோசித்தார். பிறகு அவர் நிமிர்ந்து சட்டர்துவைத்தைப் பார்த்தார்.

"சட்டர்துவைத், நான் ஒரு மோசமான உபசரிப்பாளி. நான் உங்களைச் சரியாக உபசரித்திருக்கவில்லை."

"நீங்கள் இப்படிச் சொல்ல வேண்டிய தேவையில்லை. ஆனால், நான் உங்களிடம் ஒரு விஷயத்தைப் பற்றிக் கேட்க ஆசைப்படுகிறேன்."

"சொல்லுங்கள்."

"உங்களுக்குத் குயினை எப்படித் தெரியும்?"

"அவர் பெரும்பாலான நேரங்களில் இங்கேதான் இருப்பார்," என்று அன்னா மெதுவாகக் கூறினார். "அவருக்கு இப்பகுதியில் ஏகப்பட்ட நிலங்கள் இருக்கின்றன என்று நினைக்கிறேன்."

"ஆமாம். அது உண்மைதான். இன்று மதியம்கூட அவர் என்னிடம் அப்படித்தான் கூறினார்," என்றார் சட்டர்துவைத்.

"அவர் வந்து–" என்று கூறிய அன்னா, சிறிது இடைவெளிவிட்டார். அவருடைய கண்கள் சட்டர்துவைத்தின் கண்களைச் சந்தித்தன. "அவரைப் பற்றிய விஷயங்கள் என்னைவிட உங்களுக்கு நன்றாகத் தெரியும் என்று நான் நினைக்கிறேன்."

"எனக்கா?"

"இல்லையா?"

சட்டர்துவைத் அசௌகரியமடைந்தார். அவருடைய ஆன்மா அன்னாவால் தொந்தரவுக்கு உள்ளாகியிருந்தது. தான் எதுவரை போகத் தயாராக இருந்தோமோ, அதைத் தாண்டிச் செல்வதற்குத் தன்னைக் கட்டாயப்படுத்த அன்னா விரும்பியதுபோல அவருக்குத் தோன்றியது. தனக்கு தானே ஒப்புக் கொள்ள விரும்பாத விஷயங்களைக்கூட வார்த்தைகளின் வடிவில் தன்னுடைய வாயிலிருந்து பிடுங்க

அன்னா முயற்சித்ததாக அவர் நினைத்தார்.

"உங்களுக்குப் பல விஷயங்கள் தெரியும் என்று நான் கருதுகிறேன்," என்று அன்னா கூறினார்.

இது சட்டர்துவைத்துக்குப் போடப்பட்ட தூபம் என்றாலும், முதன்முறையாக அது அவருக்குப் போதை ஏற்படுத்தவில்லை. அவர் தனக்குப் பழக்கப்பட்டிருக்காத தன்னடக்கத்தோடு தலையாட்டினார்.

"ஒருவரால் எவ்வளவுதான் தெரிந்து வைத்திருக்க முடியும்?" என்று சட்டர்துவைத் கேட்டார். "எனக்கு அதிகமாக எதுவும் தெரியாது."

அதை ஒப்புக் கொள்கின்ற விதத்தில் அன்னா தலையாட்டினார். அவர் மீண்டும் பேசத் துவங்கியபோது அவருடைய குரல் விநோதமாகவும் ஆழ்ந்த யோசனையுடனும் இருந்தது. அவர் பேசியபோது, அவர் சட்டர்துவைத்தை நிமிர்ந்து பார்க்கவுமில்லை.

"நான் இப்போது உங்களிடம் சொல்லப் போவதைக் கேட்டு நீங்கள் சிரிக்கக்கூடாது, சரியா? நீங்கள் சிரிக்க மாட்டீர்கள் என்று நான் நம்புகிறேன். ஒருவர் தன் தொழிலை அல்லது வேலையைச் செய்கின்றபோது, இல்லாத ஒன்றைக் கற்பனை செய்து கொண்டு, அது இருப்பதாக நம்பிக் கொள்கிறார் என்று வைத்துக் கொள்வோம். அது ஒரு கற்பனை மட்டுமே என்பதை நீங்கள் புரிந்து கொள்ள வேண்டும். பின்னர் ஒரு நாள்–"

"மேலே சொல்லுங்கள்!" என்றார் சட்டர்துவைத்.

அவருக்கு ஆர்வம் அதிகரித்திருந்தது.

"அந்தக் கற்பனை நனவாகிறது. நடப்பதற்குத் துளிகூடச் சாத்தியமற்ற அந்த கற்பனையான விஷயம் எதார்த்தமாகிறது. இது பைத்தியக்காரத்தனமா? சொல்லுங்கள், சட்டர்துவைத்? அது பைத்தியக்காரத்தனமா? அல்லது உங்களுக்கும் அதில் நம்பிக்கை இருக்கிறதா?"

"நான்–" என்று சட்டர்துவைத் தொடங்கினார். விநோதமாக, அடுத்து எந்த வார்த்தையும் அவருடைய வாயிலிருந்து வெளிவரவில்லை. அவை அவருடைய தொண்டைக்குள்ளேயே சிக்கிக் கொண்டதுபோல இருந்தது.

"முட்டாள்தனம்," என்று அன்னா கூறினார். "முட்டாள்தனம்."

பிறகு அன்னா டென்மேன் அந்த அறையைவிட்டுப் படுவேகமாக வெளியேறினார்.

சட்டர்துவைத் இரவு உணவு உண்பதற்காகக் கீழே இறங்கி வந்தபோது, அன்னா ஒரு விருந்தாளியை உபசரித்துக்

கொண்டிருந்ததை அவர் கண்டார். நடுத்தர வயதில் இருந்த அந்த நபர் உயரமாகவும் கருப்பாகவும் இருந்தார்.

"இளவரசர் ஓரனோஃப் - இவர் திரு சட்டர்துவைத்."

இருவரும் லேசாகக் குனிந்து ஒருவருக்கொருவர் வணக்கம் தெரிவித்துக் கொண்டனர். தான் திடீரென்று அங்கு நுழைந்ததால் அவர்களுக்கு இடையே நடைபெற்றுக் கொண்டிருந்த உரையாடல் தடைபட்டுவிட்டது என்பதையும், அது மீண்டும் தொடரப்படாது என்பதையும் சட்டர்துவைத்தால் உணர முடிந்தது. ஆனால், அப்படிப்பட்ட உணர்வு அங்கு வெளிப்படவே இல்லை. அந்த இரஷ்யர், சட்டர்துவைத்திற்கு மிகவும் பிடித்தமான விஷயங்களைப் பற்றி இயல்பாகவும் எளிதாகவும் உரையாடினார். அவர் மிகவும் நேர்த்தியான கலாரசிகராக இருந்தார். விரைவிலேயே, தங்கள் இருவருக்கும் பொதுவான நண்பர்கள் பலர் இருந்ததை அவர்கள் கண்டுபிடித்தனர். அடுத்து, ஜான் டென்மேன் அவர்களோடு கலந்து கொண்டவுடன், பேச்சு உள்ளூர் விவகாரங்களுக்குத் தாவியது. தன்னால் ஏற்பட்டிருந்த விபத்து குறித்து ஓரனோஃப் வருத்தம் தெரிவித்தார்.

"அது என்னுடைய தவறு அல்ல. எனக்கு வேகமாகக் கார் ஓட்டுவது பிடிக்கும் என்பது உண்மைதான். ஆனால் நான் ஒரு மிகச் சிறந்த ஓட்டுநர். விதிதான் அதற்குக் காரணம்," என்று கூறிய ஓரனோஃப், தன் தோள்களைக் குலுக்கினார். "விதிதான் நம் எல்லோருடைய எஜமான்."

"செர்ஜியஸ் இவானோவிட்ச், உங்களிடமுள்ள இரஷ்யர் இப்படிப் பேசுகிறாரா?" என்று அன்னா கேட்டார்.

"அதன் எதிரொலி உங்களிடம் ஒலிக்கும், அன்னா மிகாலோவ்னா," என்று அதற்கு பதிலடி கொடுத்தார் ஓரனோஃப்.

சட்டர்துவைத் அவர்கள் மூன்று பேரையையும் அடுத்தடுத்துப் பார்த்துக் கொண்டிருந்தார். ஜான் டென்மேன், வெள்ளை நிறத்துடனும், ஒரு தனியராகவும், ஆங்கிலத்தனத்துடனும் இருந்தார். மற்ற இருவரும் கருநிறத்திலும், ஒல்லியாகவும், விநோதமாக ஒரே மாதிரியாகவும் இருந்தனர். சட்டர்துவைத்தின் மனத்தில் திடீரென்று ஏதோ எழுந்தது. அது என்ன என்று அவர் யோசித்தார். இப்போது அது புரிந்துவிட்டது. வால்கெய்ரி என்ற மிகப் பிரபலமான இசை நாடகத்தின் முதல் காட்சி. அதில் வருகின்ற சிக்மன்ட், சிக்லின்ட் என்ற ஆண்-பெண் இரட்டைக் குழந்தைகள், சிக்லின்டின் கணவனான வேற்று இனத்தைச் சேர்ந்த ஹன்டிங் ஆகியோர் அவருடைய நினைவுக்கு வந்தனர். அவருடைய

மனத்திற்குள் பல விதமான ஊகங்கள் முளைத்தெழத் துவங்கின. குயினின் இருத்தலின் அர்த்தம் இதுதானா? ஒரு விஷயத்தை மட்டும் அவர் உறுதியாக நம்பினார். எங்கெல்லாம் குயின் தலைகாட்டினாரோ, அங்கெல்லாம் சுவாரசியமான நிகழ்வுகளுக்குப் பஞ்சமே இருக்கவில்லை. இங்கும் அப்படித்தான் நிகழவிருந்ததா? புளித்துப் போன ஒரு முக்கோணக் காதல் துன்பியல் நாடகம் அரங்கேறவிருந்ததா?

சட்டர்துவைத்துக்கு ஒரு இலேசான விரக்தி ஏற்பட்டது. மேம்பட்ட விஷயங்கள் நடக்கும் என்று அவர் எதிர்பார்த்திருந்தார்.

"அன்னா, இப்போது என்ன ஏற்பாடு செய்யப்பட்டுள்ளது?" என்று டென்மேன் கேட்டார். "இதை நாம் தள்ளிப்போட்டாக வேண்டும், இல்லையா? நீ மேலே ரோஸ்கியரைத் தொலைபேசியில் அழைத்தது என் காதில் விழுந்தது."

அன்னா அதை மறுப்பதுபோலத் தலையாட்டினார்.

"இதைத் தள்ளிப்போட வேண்டிய அவசியமில்லை."

"பாலே நடனக் கலைஞர்கள் இல்லாமல் இதை நடத்த முடியாதே?"

"ஆமாம். ஹார்லிகுயினும் கொலம்பைனும் இல்லாமல் இதை நடத்த முடியாது என்பது உண்மைதான்," என்று அன்னா ஒப்புக் கொண்டார். "ஜான், நான் கொலம்பைன் பாத்திரத்தை ஏற்கப் போகிறேன்."

"என்ன? நீயா?" அதைக் கேட்டு ஜான் டென்மேன் பெரும் வியப்படைந்தார். அவர் தொந்தரவுக்கு உள்ளாகியிருந்ததாக சட்டர்துவைத் நினைத்துக் கொண்டார்.

"நீங்கள் பயப்பட வேண்டாம், ஜான். நான் உங்களுக்கு அவப்பெயர் வரும்படி நடந்து கொள்ள மாட்டேன். உங்களுக்கு மறந்துவிட்டது என்று நினைக்கிறேன். இதுதான் முன்பு எனக்குத் தொழிலாக இருந்தது."

சட்டர்துவைத் இவ்வாறு யோசித்தார்: 'குரல் என்பது என்னவோர் அசாதாரணமான அம்சம். அது சொல்கின்றவற்றில் மட்டுமல்லாமல், சொல்லாமல் விட்டுவிடுவதிலும் அர்த்தங்கள் பொதிந்துள்ளன. அது மட்டும் எனக்குப் புரிந்தால் எவ்வளவு நன்றாக இருக்கும்!'

ஜான் டென்மேன் வேண்டா வெறுப்பாக, "சரி," என்று கூறினார். "ஆனால், இது பிரச்சனையின் ஒரு பாதியை மட்டுமே தீர்த்துள்ளது. மீதிப் பாதி? ஹார்லிகுயினுக்கு எங்கே போவது?"

"அதற்கு ஏற்ற நபரை நான் ஏற்கனவே கண்டுபிடித்துவிட்டேன். அதோ!"

அன்னா தன் கையை வாசலை நோக்கி நீட்டினார். அப்போதுதான் குயின் உள்ளே நுழைந்து கொண்டிருந்தார். அவர் அன்னாவை நோக்கிப் புன்னகைத்தார்.

"அடக் கடவுளே! குயினா?" என்று ஜான் டென்மேன் வியந்தார். "இதைப் பற்றி உங்களுக்கு ஏதாவது தெரியுமா, குயின்? என்னால் இப்படி ஒருபோதும் கற்பனை செய்திருக்க முடியாது."

"குயினுக்கு ஒரு வல்லுநரே நற்சான்றிதழ் வழங்கியுள்ளார்," என்று அன்னா கூறினார். "அவரைப் பற்றி சட்டர்துவைத் எடுத்துரைப்பார்."

அன்னா சட்டர்துவைத்தைப் பார்த்துப் புன்னகைத்தார். சட்டர்துவைத் தன்னையும் அறியாமல் இப்படி முணுமுணுத்தார்:

"ஆமாம். நான் குயினுக்கு நற்சான்றிதழ் வழங்குகிறேன்."

டென்மேன் தன்னுடைய கவனத்தை வேறொன்றின் பக்கம் திருப்பினார்.

"நிகழ்ச்சியின் முடிவில் மாறுவேட நடன நிகழ்ச்சி ஒன்று நடத்தப்பட்டாக வேண்டும். சட்டர்துவைத், அதற்கு உங்களை மேடையேற்றிவிடலாம்."

திட்டவட்டமாக முடியாது என்பதைத் தெரிவிக்கின்ற விதத்தில் சட்டர்துவைத் தலையாட்டினார்.

"என் வயதைக் காட்டி நான் ஒதுங்கி கொள்ளப் போகிறேன்," என்று அவர் கூறி முடித்த மறுகணம், அவருக்கு அபாரமானதொரு யோசனை தோன்றியது. அவர் ஒரு மேசைத் துண்டைத் தன் கையில் எடுத்து வைத்துக் கொண்டு, "சரி, நான் வயது முதிர்ந்த, உணவு பரிமாறுபவராகத் தோன்றுகிறேன்," என்று கூறிவிட்டுச் சிரித்தார்.

"ஒரு சுவாரசியமான தொழில்," என்று குயின் கூறினார். "ஒருவரால் ஏராளமான விஷயங்களைப் பார்க்க முடியும்."

"அப்படியானால், எனக்கு வாய்த்தது பியராட் வேடம்தான்போலும்," என்றார் ஜான் டென்மேன் முகவாட்டத்துடன். பின் அவர் ஓரனோஃபைப் பார்த்து, "நீங்கள் எப்படி?" என்று கேட்டார்.

"என்னிடம் ஹார்லிகுயின் ஆடை இருக்கிறது," என்றார் அந்த இரஷ்யர். அவருடைய கண்கள் ஒரு நிமிடம் தன்னுடைய உபசரிப்பாளியின் முகத்தின்மீது நிலை கொண்டன.

அவர்கள் இருவருக்கும் இடையே ஒரு கணம் மட்டுமே ஒருவிதமான இறுக்கம் நிலவியதாக முன்பு தான் நினைத்திருந்தது தவறோ என்று சட்டர்துவை நினைத்தார்.

"அப்படியானால், அந்த நிகழ்ச்சியில் மூன்று

ஹார்லிகுயின்கள் இருப்போம்," என்று ஜான் டென்மேன் சிரித்தவாறே கூறினார். "என்னிடமும் ஒரு ஹார்லிகுயின் ஆடை இருக்கிறது. எங்களுக்குத் திருமணமான புதிதில் ஏதோ ஒரு நிகழ்ச்சிக்காக என் மனைவி எனக்காக ஓர் ஹார்லிகுயின் ஆடையைத் தைத்துக் கொடுத்தார்." பின் அவர் தன் பேச்சை நிறுத்திவிட்டு, தன்னுடைய வயிற்றைப் பார்த்தார். "அந்த ஆடைக்குள் இப்போது என்னால் நுழைய முடியும் என்று எனக்குத் தோன்றவில்லை."

"முடியாது. உங்களால் இப்போது அந்த ஆடைக்குள் நுழைய முடியாது," என்று அவருடைய மனைவி அன்னா கூறினார்.

அப்போதும் அவருடைய குரல் வெறும் வார்த்தைகளைத் தாண்டி, கூடுதலானவற்றை வெளிப்படுத்தியது.

அன்னா நிமிர்ந்து கடிகாரத்தைப் பார்த்தார்.

"இன்னும் சிறிது நேரத்திற்குள் மோலி இங்கு வந்து சேரவில்லையென்றால், நாம் அவளுக்காகக் காத்திருக்க வேண்டியதில்லை."

சரியாக அக்கணத்தில் அப்பெண் உள்ளே நுழைந்தாள். அவள் ஏற்கனவே, வெள்ளை மற்றும் பச்சை நிறத்திலிருந்த பியரெட் ஆடையை அணிந்திருந்தாள். அதில் அவள் வசீகரமாக இருந்தாள். அதை சட்டர்துவைத் குறிப்பிடவும் செய்தார்.

வரவிருந்த நிகழ்ச்சி குறித்து அவள் மிகவும் ஆர்வத்துடனும் பரபரப்புடனும் இருந்தாள்.

அவர்கள் இரவு உணவு உண்டுவிட்டுக் காபி குடித்துக் கொண்டிருந்தபோது, "எனக்கு மிகவும் பதற்றமாக இருக்கிறது," என்று மோலி கூறினாள். "என் குரல் நடுங்கக்கூடும் என்றும், நான் என் வரிகளை மறந்துவிடக்கூடும் என்றும் எனக்கு பயமாக இருக்கிறது."

"உன் குரல் வசீகரமாகவே இருக்கிறது," என்று அன்னா கூறினார். "நான் உன் நிலையில் இருந்தால், அதைப் பற்றிக் கவலைப்பட மாட்டேன்."

"ஆனால், எனக்கு அது குறித்துத்தானே கவலையாக இருக்கிறது. மற்றதைப் பற்றி, அதாவது, நடனத்தைப் பற்றி எனக்கு பயமில்லை. அது சரியாகச் செல்லும் என்ற நம்பிக்கை எனக்கு இருக்கிறது. நடனத்தில் என்ன பெரிதாகத் தவறு செய்துவிட முடியும், சரிதானே?"

அதை அவள் அன்னாவை நோக்கித்தான் கூறினாள். ஆனால், வயதில் மூத்த அந்தப் பெண், அதற்கு பதிலேதும் கூறவில்லை. மாறாக, அவர் இவ்வாறு கூறினார்:

"சட்டர்துவைத்திடம் ஏதாவது பாடிக் காட்டு. அதை அவர்

அங்கீகரிப்பார். அது உனக்கு ஊக்கமளிக்கும்."

மோலி அங்கிருந்த பியானோவை நோக்கிச் சென்று அதன் அருகே அமர்ந்தாள். பழைய ஐரிஷ் கதைப்பாடல் ஒன்றை அவள் பாடத் துவங்கினாள். அவளுடைய குரல் புத்துணர்ச்சியுடனும் சுருதியுடனும் இருந்தது.

"ஷீலா, கருமை நிற ஷீலா, நீ என்ன பார்த்துக்
கொண்டிருக்கிறாய்?
நீ அந்த நெருப்புக்குள் என்ன பார்த்துக் கொண்டிருக்கிறாய்?"
"என்னைக் காதலிக்கும் ஓர் இளைஞனைப் பார்த்துக்
கொண்டிருக்கிறேன்.
என்னைக் கைவிட்டுச் சென்று கொண்டிருக்கும் ஓர்
இளைஞனைப் பார்த்துக் கொண்டிருக்கிறேன்.
மூன்றாவது இளைஞன் – நிழல் இளைஞன் – அவன்தான்
எனக்காக உருகிக் கொண்டிருக்கிறான்."

அந்தப் பாட்டு தொடர்ந்தது. அதன் முடிவில், மோலியைப் பாராட்டும் விதமாக, சட்டர்துவைத் தன் தலையை பலமாக ஆட்டினார்.

"அன்னா கூறியது சரிதான். மோலி, உன்னுடைய குரல் வசீகரமாக இருக்கிறது. அது முழுமையாகப் பயிற்றுவிக்கப்பட்ட ஒரு குரல் என்று நான் கூற மாட்டேன். ஆனால், அது அற்புதமான விதத்தில் இயல்பானதாக இருக்கிறது. அதில் இளமை கரைபுரண்டு ஓடுகிறது."

"அது சரிதான்," என்று டென்மேனும் அங்கீகரித்தார். "மோலி, மேடை பயத்தை ஒதுக்கித் தள்ளிவிடு. நாம் இப்போது ரோஸ்கியரைச் சந்திக்கச் செல்லலாம்."

தத்தம் ஆடைகளை அணிவதற்காக அவர்கள் பிரிந்து சென்றனர். அன்றைய இரவு அற்புதமாக இருந்தது. அதனால் அவர்கள் அங்கு நடந்தே செல்லத் தீர்மானித்தனர். அந்த வீடு அதே தெருவில் சில நூறு மீட்டர் தூரத்தில் இருந்தது.

சட்டர்துவைத் குயினின் அருகே வந்தார்.

அவர் குயினிடம், "இது ஒரு விநோதமான உணர்வுதான். அந்தப் பாட்டு எனக்கு உங்களைத்தான் நினைவுபடுத்தியது. அந்த மூன்றாவது இளைஞன் – நிழல் இளைஞன் – அதில் ஒரு மர்மம் இருக்கிறது. நான் மர்மத்தைப் பார்க்கும்போதெல்லாம் உங்களைத்தான் நினைத்துக் கொள்கிறேன்."

"நான் என்ன அந்த அளவுக்கு மர்மமானவனாகவா இருக்கிறேன்?" என்று குயின் கேட்டார்.

அதற்கு சட்டர்துவைத் தீவிரமாகத் தலையாட்டினார்.

“ஆமாம். உண்மையில் நீங்கள் ஒரு மர்மமான ஆசாமிதான். நீங்கள் ஒரு தொழில்முறை நடனக்காரர் என்று இன்றுவரை எனக்குத் தெரியாது.”

“உண்மையாகவா?”

“இதைக் கேளுங்கள்,” என்று கூறிய சட்டர்துவைத், வால்கெய்ரி இசை நாடகத்தின் மையக் காதல் கருத்தை ‘ஹம்’ செய்தார். “அதுதான் இன்று நான் சாப்பிட்டுக் கொண்டிருந்த நேரம் முழுவதும் என் மண்டைக்குள் ஓடிக் கொண்டிருந்தது. அப்போது நான் அவர்கள் இருவரை மட்டுமே பார்த்துக் கொண்டிருந்தேன்.”

“எந்த இருவரை?”

“இளவரசர் ஓரனோஃப் மற்றும் அன்னா டென்மேன். அன்னாவிடம் ஏற்பட்டிருந்த வித்தியாசத்தை நீங்கள் இன்று பார்க்கவில்லையா? பூட்டப்பட்டிருந்த ஒரு கதவு எப்படியோ திறக்கப்பட்டு அதற்கு உள்ளே இருக்கின்ற ஒளிர்வு வெளிப்பட்டதுபோல அது இருந்தது.”

“இருக்கலாம்,” என்றார் குயின்.

“அதே பழைய நாடக பாணி,” என்று சட்டர்துவைத் கூறினார். “என் கணிப்பு சரியா அல்லது தவறா? அவர்கள் இருவரும் ஒரேவிதமானவர்கள். அவர்கள் இருவரும் ஒரே உலகத்தைச் சேர்ந்தவர்கள், ஒரே எண்ணங்களை எண்ணுபவர்கள், ஒரே கனவைக் காண்பவர்கள். இது எப்படி மலர்கிறது என்பதை ஒருவரால் எளிதாகப் பார்க்க முடியும். பத்து ஆண்டுகளுக்கு முன்பு, டென்மேன், நல்ல வசீகரமான தோற்றத்துடன், ஒரு வலுவான உடற்கட்டுடன், இளமையுடன், காதல் கொள்ளத்தக்க ஒருவராக இருந்திருக்கலாம். அவர் அன்னாவின் உயிரைக் காப்பாற்றியிருந்தார். இவை அனைத்தும் இயல்பானது. ஆனால், இன்று அவர் எப்படி இருக்கிறார்? ஒரு நல்ல மனிதராக, செல்வச்செழிப்பு மிக்கவராக, வெற்றியாளராக இருக்கிறார் என்று சொல்ல முடியாது. அவர் சராசரியானவராக, உண்மையான ஆங்கிலப் பொருட்களைப் போன்றவராக, மாடியில் இருக்கின்ற அறைகலன்களைப்போல இருக்கிறார். இதைக் கேட்டு நீங்கள் புன்னகைக்கிறீர்கள். பரவாயில்லை. ஆனால், நான் சொல்வதை உங்களால் மறுக்க முடியாது.”

“நான் எதையும் மறுக்கவில்லை. நீங்கள் விஷயங்களை எப்போதும் சரியாகத்தான் பார்க்கிறீர்கள். ஆனாலும்–”

“என்ன இழுக்கிறீர்கள்?”

குயின் முன்னோக்கிக் குனிந்தார். அவருடைய இருண்ட, சோகமான கண்கள், சட்டர்துவைத்தின் கண்களுக்குள்

எதையோ தேடின.

"நீங்கள் வாழ்க்கையில் இவ்வளவு குறைவாகத்தான் கற்றுள்ளீர்களா?"

சட்டர்துவைத்துக்கு ஒரு லேசான கவலையை ஏற்படுத்திவிட்டு, குயின் அங்கிருந்து போய்விட்டார். தான் யோசனையில் மூழ்கியிருந்ததாலும், கழுத்தில் கட்டுவதற்காகப் பொருத்தமான ஸ்கார்ப் ஒன்றைத் தேடிக் கொண்டிருந்ததாலும், மற்றவர்கள் தன்னை விட்டுவிட்டுக் கிளம்பிவிட்டிருந்தனர் என்பதை அவர் அறிந்து கொண்டார். அவர் தோட்டத்திற்குச் சென்று, மதியம் நுழைந்த அதே கதவு வழியாக அந்தச் சந்துக்குள் அடியெடுத்து வைத்தார். அந்தச் சந்து நிலவொளியில் குளித்துக் கொண்டிருந்தது. அதன் கதவில் நின்று பார்த்தபோது, அங்கு ஒரு ஜோடி ஒருவரையொருவர் கட்டியணைத்த நிலையில் நின்று கொண்டிருந்ததை அவர் கண்டார்.

முதலில் அவருடைய எண்ணம்–

பின் அவர்கள் யாரென்பதை அவர் பார்த்தார். ஜான் டென்மேனும் மோலி ஸ்டான்வெல்லும். டென்மேனின் குரல் கேட்டது. அது கரகரப்பாகவும் வேதனையுடனும் ஒலித்தது.

"நீ இல்லாமல் என்னால் வாழ முடியாது. இப்போது நாம் என்ன செய்வது?"

சட்டர்துவைத் தான் வந்த வழியே செல்வதற்காகத் திரும்பினார். ஆனால், ஒரு கரம் அவரைத் தடுத்து நிறுத்தியது. அவருக்குப் பக்கத்தில் அந்தக் கதவருகே வேறு யாரோ ஒருவரும் நின்று கொண்டிருந்தார். சட்டர்துவைத் பார்த்திருந்த அதே காட்சியை அவரும் பார்த்திருந்தார்.

தன்னருகே நின்று கொண்டிருந்த பெண்ணின் முகத்தை இலேசாகப் பார்த்தவுடனேயே, தன்னுடைய முடிவுகள் எந்த அளவுக்குத் தடம்புரண்டு போயிருந்தன என்பதை சட்டர்துவைத் புரிந்து கொண்டார்.

அச்சந்தில் கட்டியணைத்துக் கொண்டிருந்த ஜோடி அங்கிருந்து நகர்ந்து பார்வையிலிருந்து மறையும்வரை, அப்பெண்ணின் வேதனைமிக்கக் கரம் சட்டர்துவைத்தை இழுத்துப் பிடித்து வைத்திருந்தன. அவர் அப்பெண்ணுக்கு ஆறுதல் கூறும் நோக்கத்தில் முட்டாள்தனமான விஷயங்களைப் பேசிக் கொண்டிருந்தார். அவள் அனுபவித்துக் கொண்டிருந்த வேதனைகளுக்கு அவை சுத்தமாகப் போதுமானவையாக இருக்கவில்லை. அந்தப் பெண் ஒரே ஒரு முறை மட்டுமே பேசினாள்.

"தயவு செய்து என்னை விட்டுவிட்டுப் போய்விடாதீர்கள்."

அது ஒரு விநோதமான முறையில் தன்னுடைய இதயத்தைத் தொட்டதை சட்டர்துவைத் உணர்ந்தார். தான் வேறு யாருக்கோ, ஏதோ ஒரு விதத்தில் பயனுள்ளவனாக இருந்தோம் என்ற உணர்வு அது. அவர் தொடர்ந்து அர்த்தமற்ற வார்த்தைகளை உதிர்த்துக் கொண்டிருந்தார். ஆனால், அவை மௌனத்தைவிட மேலானவையாக இருந்தன. அவர்கள் ரோஸ்கியரின் வீட்டை நோக்கி நடக்கத் துவங்கினர். அவ்வப்போது அப்பெண்ணின் கை அவருடைய தோளை இறுகப் பற்றியது. அச்சமயத்தில் தான் அவளுக்குத் துணையாக அருகில் இருந்தது குறித்து அவள் மகிழ்ச்சியடைந்திருந்ததை அவர் புரிந்து கொண்டார். அவர்கள் தாங்கள் சென்றடைய வேண்டிய இடத்தை அடைந்தபோதுதான் அப்பெண் அவருடைய கையை விடுவித்தாள். பிறகு அவள் தன் தலையை நிமிர்த்தி மிடுக்காக நின்றாள்.

"இப்போது நான் நடனமாடப் போகிறேன். நண்பரே, என்னைப் பற்றிக் கவலைப்படாதீர்கள். என்னால் நடனமாட முடியும்," என்று அவள் கூறினாள்.

அவள் உடனே அங்கிருந்து அகன்றுவிட்டாள். உடனே, வைரங்களால் தன்னை அலங்கரித்திருந்த ரோஸ்கியர் சீமாட்டியின் புலம்பல்களுக்குள் சட்டர்துவைத் சிக்கிக் கொண்டார். பின் அந்தச் சீமாட்டி அவரை கிளாடு விக்கமிடம் தள்ளிவிட்டார்.

"நாசமாகிவிட்டது! எல்லாமே நாசமாகிவிட்டது. எனக்கு எப்போதும் இப்படித்தான் நடக்கிறது. இந்த நாட்டுப்புற நங்கையரெல்லாம் தங்களால் நடனமாட முடியும் என்று மனப்பால் குடித்துக் கொண்டிருக்கின்றனர். இந்த மாற்றங்கள் குறித்து எவரும் என்னிடம் ஒரு வார்த்தைகூடக் கலந்தாலோசிக்கவில்லை–" அவருடைய புலம்பல் விட்டு விட்டுத் தொடர்ந்து கொண்டிருந்தது. அவருடைய புலம்பல்களை அனுதாபத்துடன் கேட்பதற்கு ஓர் ஆள் அவருக்குக் கிடைத்திருந்தார். அதுவும், விஷயங்கள் அறிந்தவர்! தன்னுடைய சுயபச்சாதாபம் பேயாட்டம் போட அவர் தன்னை அனுமதித்தார். இசை துவங்கிய சத்தம் கேட்டபோதுதான் அது அடங்கியது.

சட்டர்துவைத் தன்னுடைய கனவுகளிலிருந்து வெளியே வந்தார். முழுவதுமாக விழித்துக் கொண்டிருந்த அவர் மீண்டும் ஒரு விமர்சகராக ஆனார். விக்கம் சகித்துக் கொள்ளப்பட முடியாத ஒரு நபராக இருந்தாலும், அவரால் ஒரு நல்ல இசையை உருவாக்க முடிந்தது.

அங்கு உருவாக்கப்பட்டிருந்த காட்சி சிறப்பாக இருந்தது.

ரோஸ்கியர் சீமாட்டி, தனக்குப் பிடித்தத் திட்டங்கள் என்று வருகின்றபோது, பணத்தைத் தண்ணீராகச் செலவழிக்கத் தயங்க மாட்டார். அங்கு அமைக்கப்பட்டிருந்த பின்புலம், விளக்கொளியில், எதார்த்தத்திற்கு அப்பாற்பட்ட ஒரு சூழலைச் சிறப்பாக உருவாக்கியிருந்தது.

அங்கு நடனமாடிக் கொண்டிருந்த இரண்டு உருவங்கள் காலத்தைக் கடந்து தன்னிலை மறந்து ஆடிக் கொண்டிருந்தன. முகத்தில் முகமூடியும், கையில் மந்திரக்கோலுமாக ஆடிக் கொண்டிருந்த ஹார்லிகுயினின் ஆடையில் இடம்பெற்றிருந்த ஜிகினாக்கள் நிலவொளியில் மின்னின. வெள்ளை நிற ஆடை அணிந்திருந்த கொலம்பைன், அழிவேயற்ற ஒரு கனவுபோலச் சுழன்றாடிக் கொண்டிருந்தாள்.

சட்டர்துவைத் நிமிர்ந்து உட்கார்ந்தார். இதற்கு முன்பு இதே போன்ற ஓர் அனுபவத்தில் அவர் திளைத்திருந்திருந்தார். ஆமாம். நிச்சயமாக...

இப்போது அவருடைய உடல் ரோஸ்கியர் சீமாட்டியின் வரவேற்பறையிலிருந்து வெகுதொலைவில் இருந்தது. பெர்லின் நகர அருங்காட்சியகம் ஒன்றில், சாகாவரம் பெற்ற நிலையை அடைந்திருந்த கொலம்பைன் சிறுசிலையின் முன்னால் அவர் நின்று கொண்டிருந்தார்.

ஹார்லிகுயினும் கொலம்பைனும் தொடர்ந்து ஆடிக் கொண்டிருந்தனர். இந்த மொத்த உலகமுமே அவர்கள் நடனமாடுவதற்காகவே படைக்கப்பட்டிருந்ததைப்போல அவர்கள் ஆடிக் கொண்டிருந்தனர்...

அடுத்து நிலவொளி. ஒரு மனித உருவம். பியராட், காடுகளுக்கு இடையே அலைந்து கொண்டிருக்கிறான். கொலம்பைனைப் பார்த்தப் பிறகு அவனுடைய மனத்தில் நிம்மதியில்லை. சாகாவரம் பெற்ற அந்த இரண்டு உருவங்களும் மறைகின்றன. ஆனால், கொலம்பைன் திரும்பிப் பார்க்கிறாள். ஒரு மனித இதயத்தின் கீதத்தை அவள் கேட்டிருந்தாள்.

பியராட் இருட்டில் அலைந்து கொண்டிருக்கிறான்... தொலைவில் அவனுடைய குரல் மெதுவாகத் தேய்ந்து மறைகிறது...

கிராமத்தின் பசுமை – கிராமத்து இளம் பெண்களின் நடனம் – பியராட்டுகள் மற்றும் பியரெட்டுகள். மோலி பியரெட்டாக ஆடுகிறாள். அவளுக்குச் சரியாக ஆட வரவில்லை – அன்னா டென்மேன் கூறியது சரிதான் – ஆனால் அவளுடைய குரல் இனிமையாக ஒலித்தது. அது நல்ல ஒத்திசைவுடன் இருந்தது. அதைக் கேட்ட சட்டர்துவைத் அதை ஆமோதிக்கும் விதமாகத் தலையசைத்தார்.

பெரும்பாலான கிராமப் பெண்களின் நடனம் அவருக்கு நடுக்கத்தைக் கொடுத்தது. ஆனால், ரோஸ்கியர் சீமாட்டி அதை தாராள மனத்துடன் செய்து கொண்டிருந்தார் என்பது அவருக்குப் புரிந்தது.

தங்களுடன் நடனமாட வரும்படி பியராட்டை அவர்கள் அழைக்கின்றனர். அதற்கு அவன் மறுப்பு தெரிவிக்கிறான். பின்னர் அந்த இடம் காலியாகிறது. அங்கு பியராட் தனியாகத் தூங்கிக் கொண்டிருக்கிறான். அவனைச் சுற்றி ஹார்லிகுயினும் கொலம்பைனும் ஆடுகின்றனர். பியராட் கண்விழித்து, கொலைம்பைன் ஆடிக் கொண்டிருப்பதைப் பார்க்கிறான். அவளைக் கவர்ந்திழுக்க முயன்று அவன் தோற்கிறான். அவளிடம் யாசிக்கிறான்...

கொலம்பைன் என்ன செய்வதென்று அறியாமல் நின்று கொண்டிருக்கிறாள். அங்கிருந்து செல்லும்படி ஹார்லிகுயின் கூறுகிறான். ஆனால், அவள் இனியும் அவனைப் பார்க்கவில்லை. அவள் பியராட் கூறுவதைக் கேட்கிறாள். அவனுடைய காதல் கீதம் மீண்டும் ஒரு முறை பீறிட்டுக் கிளம்புகிறது. அவள் அவனுடைய கரங்களில் வீழ்கிறாள். திரை கீழே இறங்குகிறது.

இரண்டாவது காட்சி, பியராட்டின் வீட்டில் துவங்குகிறது. கொலம்பைன் அடுப்படியில் உட்கார்ந்திருக்கிறாள். அவள் களைத்திருக்கிறாள். அவளுடைய முகம் வெளுத்திருக்கிறது. அவள் பியராட்டின் பாட்டைக் கேட்டுக் கொண்டிருக்கிறாள். இரவின் இருள் சூழ்கிறது. இடிச் சத்தம் கேட்கிறது. கொலம்பைன் தன் இராட்டையை ஓர் ஓரமாக எடுத்து வைக்கிறாள். அவள் ஆவலாக இருக்கிறாள். அவளுக்குள் எதுவோ தூண்டடப்படுகிறது. அவள் இனியும் பியராட்டின் பாடலைக் கேட்டுக் கொண்டிருக்கவில்லை. அவளும் ஹார்லிகுயினும் சேர்ந்து பாடிய பாடல் அவளுடைய நினைவுக்கு வருகிறது.

பெரும் இடிச் சத்தம்! ஹார்லிகுயின் அந்த வீட்டின் வாசற்கதவருகே தோன்றுகிறான். பியராட்டால் அவனைப் பார்க்க முடியவில்லை. கொலம்பைன் துள்ளியெழுந்து ஒரு மகிழ்ச்சிச் சிரிப்போடு அவனை நோக்கிப் பாய்ந்தோடுகிறாள். குழந்தைகள் ஓடோடி வருகின்றனர். ஆனால், அவள் அவர்களை ஒதுக்கித் தள்ளுகிறாள். மற்றோர் இடி விழுகிறது. அந்த வீட்டின் சுவர்கள் கீழே விழுகின்றன. கொலம்பைன் அந்த அறையிலிருந்து வெளியேறி, ஹார்லிகுயினுடன் சேர்ந்து அந்த இருண்ட, காட்டுத்தனமான இரவில் திறந்தவெளியில் நடனமாடுகிறாள்.

பின்னர் இருட்டு. அதில் பியராட்டின் பாடல் ஒலிக்கிறது. மெதுவாக வெளிச்சம் பரவுகிறது. மீண்டும் பியராட்டின் வீடு. பியராட், பியரெட் ஆகிய இருவரும் முதியவர்களாக இருக்கின்றனர். ஒரு கணப்படுப்புக்கு எதிரே இரண்டு நாற்காலிகளில் அவர்கள் அமர்ந்திருக்கின்றனர். மகிழ்ச்சியான இசை ஒலிக்கிறது. ஆனால் அது ஆரவாரமாக இல்லை. பியரெட்டின் தலை தூக்கத்தில் சாய்கிறது. சன்னல் வழியாக நிலவொளியோடு, பியராட் மறந்து போயிருந்த ஒரு பாடல் மிதந்து வருகிறது. பியராட் இலேசாக உசும்புகிறான்.

மெல்லிய இசை. ஹார்லிகுயினும் கொலம்பைனும் வெளியே இருக்கிறார்கள். கதவு மெதுவாகத் திறக்கிறது. கொலம்பைன் நடனமாடியபடி உள்ளே வருகிறாள். தூங்கிக் கொண்டிருக்கும் பியராட்டின் பக்கம் குனிந்து அவனுடைய உதட்டில் முத்தமிடுகிறாள்.

டமால்! மறுபடியும் ஓர் இடி. அவள் மீண்டும் திறந்தவெளியில் இருக்கிறாள். அரங்கின் நடுவில் சன்னல் இருக்கிறது. அதன் வழியாகப் பார்க்கின்றபோது, ஹார்லிகுயினும் கொலம்பைனும் நடனமாடியபடி மெதுவாக அகல்கின்றனர். அவர்களுடைய உருவங்கள் சிறிதாகிக் கொண்டே போகின்றன...

ஒரு மூடுபனி சூழ்கிறது. பியரெட் கோபத்துடன் துள்ளி எழுகிறாள். அவள் விரைந்து சென்று அந்தச் சன்னல் திரைச்சீலையைச் சத்தத்துடன் இழுத்து மூடுகிறாள். ஒரு முரண்பாட்டுடன் திடுதிப்பென்று அது முடிவடைகிறது...

தன்னைச் சுற்றிலும் எழுந்த கரவொலிகளையும் கூக்குரல்களையும் செவிமடுக்காமல், சட்டர்துவைத் அப்படியே அசையாமல் உட்கார்ந்திருந்தார். இறுதியில் அவர் எழுந்து அங்கிருந்து வெளியே வந்தார். அங்கு மோலி பாராட்டு மழையில் நனைந்து கொண்டிருந்தாள். அங்கு அவர் ஜான் டென்மேனைப் பார்த்தார். அவர் கூட்டத்தை விலக்கிக் கொண்டு வேகமாக வந்து கொண்டிருந்தார். அவருடைய கண்களில் ஒரு புதிய சுடர் ஒளிவீசிக் கொண்டிருந்தது. அதைப் பார்த்த மோலி அவரை நோக்கி வரத் துவங்கினாள். ஆனால் ஜான் டென்மேன் கிட்டத்தட்டப் பிரக்ஞையற்ற நிலையில் அவளை ஒதுக்கித் தள்ளினார். அவர் தேடிக் கொண்டிருந்தது அவளை அல்ல.

"என் மனைவி? அவள் எங்கிருக்கிறாள்?"

"அவர் தோட்டத்திற்குச் சென்றார் என்று நான் நினைக்கிறேன்."

ஆனால் சட்டர்துவைத்துதான் அன்னாவைக் கண்டுபிடித்தார். அன்னா ஒரு சைப்ரஸ் மரத்தின் கீழ் இருந்த

ஒரு கல்லில் அமர்ந்திருந்தார். சட்டர்துவைத் அவரருகே வந்தபோது, ஒரு விநோதமான காரியத்தைச் செய்தார். அவர் அன்னாவின் கையை எடுத்துத் தன் உதட்டருகே கொண்டு சென்றார்.

"ஓ! நான் நன்றாக நடனமாடியதாக நீங்கள் நினைக்கிறீர்களா?"

"ஆமாம். எப்போதும்போல நீங்கள் மிகச் சிறப்பாக நடனமாடினீர்கள், மேடம் கார்சனோவா!"

அன்னா ஆழமாக மூச்சை உள்ளே இழுத்தார்.

"அப்படியானால் – நீங்கள் ஊகித்துவிட்டீர்கள்."

"ஒரே ஒரு கார்சனோவாதான் உண்டு. நீங்கள் நடனமாடியதைப் பார்த்த எவரொருவராலும் அதை ஒருக்காலும் மறக்க முடியாது. ஆனால், ஏன்? ஏன் இப்படி?"

"வேறு எது சாத்தியமாகியிருந்திருக்கும்?"

"நீங்கள் என்ன சொல்கிறீர்கள்?"

அன்னா எப்போதுமே எளிமையாகத்தான் பேசி வந்திருந்தார். இப்போதும் அப்படியே பேசினார். "ஓ! உங்களுக்குக் கண்டிப்பாகப் புரிந்திருக்கும். நீங்கள் பழுத்த அனுபவமுள்ள ஒரு எதார்த்தவாதி. ஒரு மிகச் சிறந்த நடனக்காரிக்குக் காதலர்கள் இருக்கலாம், ஆனால் கணவன்? அது முற்றிலும் வேறொரு கதை. என்னின் மறுபாதியை அவர் விரும்பவில்லை. நான் அவருக்கு மட்டுமே சொந்தமாக இருக்க வேண்டும் என்று அவர் விரும்பினார். கார்சனோவாவால் ஒருக்காலும் அப்படி இருந்திருக்க முடியாது."

"ஓ, எனக்குப் புரிகிறது. அப்படியானால், நீங்கள் அதைத் தலை முழுகிவிட்டீர்களா?"

ஆமாம் என்பதுபோல அன்னா தலையசைத்தார்.

"அப்படியானால், நீங்கள் அவரை அந்த அளவுக்குக் காதலித்திருக்க வேண்டும்," என்று சட்டர்துவைத் மென்மையாகக் கூறினார்.

"இப்படிப்பட்ட ஒரு தியாகத்தைச் செய்வதற்காகவா?" என்று கூறி அன்னா சிரித்தார்.

"இப்படிச் சிரித்து மழுப்ப வேண்டாம்."

"ஒருவேளை நீங்கள் கூறுவது உண்மையாக இருக்கலாம்."

"அடுத்து என்ன செய்யப் போகிறீர்கள்?"

அன்னாவின் முகம் கடும் வாட்டமடைந்தது.

"இப்போதா?" என்று மென்மையாகக் கூறிய அன்னா, தன் குரலைத் திடீரென்று உயர்த்தி இருட்டை நோக்கிப் பேசினார். "அங்கு இருப்பது நீங்களா, செர்ஜியஸ் இவானோவிட்ச்?"

இளவரசர் ஓரனோஃப் இருளிலிருந்து வெளிப்பட்டு நிலா

வெளிச்சத்திற்கு வந்தார். அவர் அன்னாவின் கைகளை இயல்பாக எடுத்துத் தன் கைகளில் வைத்துக் கொண்டார். பின் எந்தவிதமான விகல்பமும் இல்லாமல் அவர் சட்டர்துவைத்தை நோக்கிப் புன்னகைத்தார்.

“பத்து ஆண்டுகளுக்கு முன், நான் அன்னா கார்சனோவாவின் இறப்பிற்கு துக்கம் கொண்டாடினேன்,” என்று அவர் வெறுமனே கூறினார். “என்னைப் பொறுத்தவரை, அவள் என்னின் மறுபாதி. இன்று அவளை நான் மீண்டும் கண்டுபிடித்துள்ளேன். நாங்கள் இனி ஒருக்காலும் பிரிய மாட்டோம்.”

“சந்தின் மறுமுனையில் உங்களை நான் பத்து நிமிடங்களில் சந்திக்கிறேன்,” என்றார் அன்னா. “நான் உங்களுக்கு ஏமாற்றம் ஏற்படுத்த மாட்டேன்.”

அதற்குச் சரியென்று தலையாட்டிவிட்டு ஓரனோஃப் அங்கிருந்து சென்றுவிட்டார். அந்த நடனப் பெண் சட்டர்துவைத்தை நோக்கித் திரும்பினார். அவருடைய உதட்டில் ஒரு புன்னகை படர்ந்திருந்தது.

“நண்பரே, உங்களுக்குத் திருப்தி ஏற்பட்டுள்ளதுபோலத் தெரியவில்லையே?”

சட்டர்துவைத் திடீரென்று, “உங்களை உங்களுடைய கணவர் தேடிக் கொண்டிருப்பது உங்களுக்குத் தெரியுமா?” என்று கேட்டார்.

அன்னாவின் முகத்தில் ஒரு நிலநடுக்கம் கடந்து போனதை அவர் கவனித்தார். ஆனால், அன்னாவின் குரல் உறுதியாக இருந்தது.

“தெரியும்,” என்று அவர் சோகமாக பதிலளித்தார்.

“நான் அவருடைய கண்களைப் பார்த்தேன். அவை–” சட்டர்துவைத் பாதியிலேயே நிறுத்திக் கொண்டார்.

அன்னா அப்போதும் அமைதியாக இருந்தார்.

“புரிகிறது. ஒரு மணிநேரத்திற்கு வேண்டுமானால் அப்படி இருக்கலாம். கடந்தகால நினைவலைகள், இசை, நிலவொளி போன்றவற்றிலிருந்து வெளிப்பட்ட ஒரு மணிநேர மாயாஜாலம் அது.”

“அப்படியானால், இதற்கு மேல் நான் எதையும் கூற முடியாது, இல்லையா?” வயதானவனாக, ஊக்கமிழந்தவனாக அவர் உணர்ந்தார்.

“நான் நேசிக்கின்ற ஒரு மனிதனுடன் நான் பத்தாண்டுகள் வாழ்ந்துள்ளேன். இப்போது, பத்தாண்டுகளாக என்னை நேசித்து வந்துள்ள ஒருவரிடம் நான் போகப் போகிறேன்.”

சட்டர்துவைத் எதுவும் கூறவில்லை. அவரிடம்

விவாதிப்பதற்கு எதுவும் மிச்சமிருக்கவில்லை. அதோடு, அது இருப்பதிலேயே மிகவும் எளிதான தீர்வாகவும் இருந்தது. ஆனால், அது அவர் விரும்பியிருந்த ஒரு தீர்வாக இருக்கவில்லை, அவ்வளவுதான். அன்னாவின் கை தன் தோளைத் தொட்டதை அவர் உணர்ந்தார்.

“எனக்குப் புரிகிறது, நண்பரே, எனக்குப் புரிகிறது. ஆனால், இங்கு மூன்றாவது வழி எதுவும் இல்லை. ஒருவர் எப்போதுமே ஒரே ஒரு விஷயத்தைத்தான் தேடுகிறார். காதலர். கச்சிதமான காதலர். சாகாவரம் பெற்றக் காதலர்... ஒருவர் கேட்பது ஹார்லிகுயினின் இசையைத்தான். எந்தவொரு காதலரும் எப்போதும் திருப்தியளித்துக் கொண்டிருப்பதில்லை. ஏனெனில், எல்லா காதலர்களும், இன்றில்லாவிட்டால் நாளை மறையப் போகிறவர்கள். ஹார்லிகுயின் ஒரு கட்டுக்கதை. கண்களுக்குப் புலப்படாத ஒரு மாயை... இதற்கு ஒரே ஒரு மாற்று மட்டுமே இருக்கிறது. அது–”

“அது என்ன?” சட்டர்துவைத் கேட்டார்.

“மரணம்தான் அது!”

சட்டர்துவைத் வெடவெடத்தார். அன்னா அவரைவிட்டு நகரத் துவங்கினார். விரைவில் இருள் அவரை விழுங்கிக் கொண்டது...

தான் எவ்வளவு நேரம் அங்கு அமர்ந்திருந்தோம் என்பது சட்டர்துவைத்துக்குத் தெரியவில்லை. வீணாக்குவதற்கு தன்னிடம் அதிக நேரம் இல்லை என்ற உணர்வுடன் அவர் திடீரென்று எழுந்து அங்கிருந்து கிளம்பினார். அவர் அதை விரும்பாதபோதிலும், ஒரு குறிப்பிட்டத் திசையை நோக்கி அவர் நடைபோடத் துவங்கினார்.

அவர் அந்தச் சந்திற்குள் நுழைந்தபோது எதார்த்தமற்ற ஓர் உணர்வு அவரைச் சூழ்ந்து கொண்டது. மாயாஜாலமும் நிலவொளியும். இரண்டு உருவங்கள் அவரை நோக்கி வந்தன...

ஹார்லிகுயின் ஆடையில் இருந்தது ஓரனோஃப். அப்படித்தான் முதலில் அவர் நினைத்துக் கொண்டார். அவர்கள் தன்னைக் கடந்து சென்றபோதுதான் அவருக்குத் தன் தவறு புரிந்தது. மெல்லிய உடல்வாகுடன் ஆடியபடி சென்று கொண்டிருந்த அந்த உருவம் குயினைத் தவிர வேறு யாருக்கும் சொந்தமாக இருக்க முடியாது.

அவர்கள் இருவரும் அந்தச் சந்தில் சென்றனர். அவர்களுடைய பாதங்கள் ஏதோ காற்றில் மிதப்பதுபோல மென்மையாக அடியெடுத்து வைத்துச் சென்று கொண்டிருந்தன. சிறிது தூரம் சென்றதும் குயின் தன் தலையைத் திருப்பி சட்டர்துவைத்தைப் பார்த்தார். அதைக் கண்ட சட்டர்துவைத்

கடும் அதிர்ச்சி அடைந்தார். ஏனெனில், அது குயினின் முகம் அல்ல. அது ஓர் அந்நியனின் முகம். இல்லையில்லை. அது ஜான் டென்மேனின் முகம். ஆனால், அது இளமையாகவும், ஒரு காதலனின் முகம்போலவும், ஆர்வத்துடனும் இருந்தது…

அவளுடைய சிரிப்பு அவரை நோக்கி மிதந்து வந்தது. அது மகிழ்ச்சியாகவும் தெளிவாகவும் இருந்தது… கனவில் இருக்கும் ஒரு மனிதரைப்போல அவர் அவர்கள் சென்ற திசையை நோக்கினார்.

அவருடைய தோளின்மீது ஒரு கை வந்து விழுந்தபோது, அவர் திடுக்கிட்டு நிகழ்கணத்திற்கு வந்தார். திரும்பிப் பார்த்தபோது, அங்கு செர்ஜியஸ் ஓரனோஃப் நின்று கொண்டிருந்தார். அவருடைய முகம் வெளுத்துப் போயிருந்தது.

"அவள் எங்கே? அவள் எங்கே போனாள்? இங்கே வருவதாக அவள் வாக்குறுதி அளித்தாளே! ஆனால் அவளை இங்கே காணவில்லை."

"மேடம் இப்போதுதான் இந்தச் சந்தில் சென்றார்கள் – தனியாக!"

அப்படிச் சொன்னவள் அன்னாவின் வேலைக்காரி. அவள் அந்தக் கதவுக்குப் பின்னாலிருந்த இருட்டில் நின்று கொண்டு அதைக் கூறினாள். அவளுடைய கையில் அவளுடைய எஜமானி போர்த்திக் கொள்கின்ற துணி ஒன்று இருந்தது.

"நான் இங்கேதான் நின்று கொண்டிருந்தேன். அவர் செல்வதை நான் பார்த்தேன்," என்று அவள் மேலும் தெரிவித்தாள்.

சட்டர்துவைத் அவளைச் சுட்டெரித்துவிடுவதுபோலப் பார்த்தார்.

"என்ன சொன்னாய்? தனியாகச் சென்றாரா?"

அந்த வேலைக்காரியின் கண்கள் வியப்பால் அகலமாக விரிந்தன.

"ஆமாம், ஐயா. அவர் சென்றதை நீங்கள் பார்க்கவில்லையா?"

சட்டர்துவைத் ஓரனோஃபை இறுக்கமாகப் பற்றினார்.

"நாம் வேகமாகச் செல்ல வேண்டும்," என்று அவர் முணுமுணுத்தார். "எனக்கு பயமாக இருக்கிறது."

அவர்கள் இருவரும் ஒன்றாகச் சேர்ந்து அந்தச் சந்துக்குள் சென்றனர். அந்த இரஷ்யர் ஒன்றுக்கொன்று தொடர்பில்லாத வாக்கியங்களாகப் பேசிக் கொண்டு வந்தார்.

"அவள் ஓர் அற்புதப் பிறவி. ஓ! அவள் இன்று எவ்வளவு அற்புதமாக நடனமாடினாள். உங்களுடைய நண்பர், அவர் பெயரென்ன? அவருடைய நடிப்பு அற்புதமாகவும் தனித்துவமாகவும் இருந்தது. பழைய காலத்தில் அவளுக்கு

ஒருபோதும் இப்படிப்பட்ட ஹார்லிகுயின் கிடைத்ததில்லை. ஆனால் அவள் தனக்கென்று ஒரு கற்பனையை வைத்திருந்தாள். ஒரு முறை அவள் என்னிடம், தான் எப்போதுமே தன்னுடைய கற்பனையில் இடம்பெற்றிருந்த ஹார்லிகுயினுடன்தான் நடனமாடுவேன் என்று கூறினாள். உண்மையான ஹார்லிகுயினே தன்னுடன் வந்து நடனமாடுவதாக அவள் தெரிவித்தாள். அதனால்தான் அவளுடைய கொலம்பைன் அவ்வளவு அற்புதமாக இருக்கிறாள்."

சட்டர்துவைத் அதை ஆமோதித்துத் தலையாட்டினார். அவருடைய மனத்தில் ஒரே ஓர் எண்ணம் மட்டுமே ஓடிக் கொண்டிருந்தது.

"இன்னும் வேகமாக வாருங்கள். நேரம் கடந்துவிடுவதற்குள் நாம் போயாக வேண்டும்."

அவர்கள் கடைசித் திருப்பத்தில் திரும்பி, அந்தக் குப்பைக் குழி இருந்த இடத்தை அடைந்தனர். அதில் முன்பு இல்லாதிருந்த ஒரு பொருள் கிடந்தது. அது ஒரு பெண்ணின் உடல். அந்த உடல் ஓர் அற்புதமான நிலையில் அதில் கிடந்தது. அவளுடைய கைகள் இரு புறமும் விரிந்து கிடந்தன. தலை பின்பக்கமாக வளைந்திருந்தது. அந்த நிலவொளியில் அழகாகக் காட்சியளித்தன உயிரற்ற அந்த உடலும் முகமும்.

சட்டர்துவைத்துக்குக் குயினின் வார்த்தைகள் நினைவுக்கு வந்தன: "குப்பைக் குழிகளில் பல அற்புதமான பொருட்கள்..." இப்போது அதற்கான அர்த்தத்தை அவர் புரிந்து கொண்டார்.

ஓரனோஃப் உடைந்த வாக்கியங்களால் அரற்றிக் கொண்டிருந்தார். அவருடைய கண்களிலிருந்து கண்ணீர் தாரைதாரையாக வழிந்து கொண்டிருந்தது.

"நான் அவளைக் காதலித்தேன். எப்போதும் காதலித்து வந்தேன்." அன்றைய தினத்தின் முற்பகுதியில் சட்டர்துவைத்துக்குத் தோன்றியிருந்த அதே வார்த்தைகளை அவர் பேசினார். "நாங்கள் இருவரும் ஒருலகத்தைச் சேர்ந்தவர்கள், ஒரே எண்ணங்களை எண்ணுபவர்கள், ஒரே கனவைக் காண்பவர்கள். நான் என்றென்றைக்கும் அவளைக் காதலித்துக் கொண்டே இருந்திருப்பேன்..."

"இது உங்களுக்கு எப்படித் தெரியும்?"

அவருடைய குரலில் இருந்த படபடப்பையும் சிடுசிடுப்பையும் கேட்ட அந்த இரஷ்யர் வெறுமனே அவரை வெறித்துப் பார்த்தார்.

சட்டர்துவைத் தொடர்ந்து பேசினார். "அது உங்களுக்கு எப்படித் தெரியும்? அனைத்துக் காதலர்களும் அப்படித்தான் சிந்தித்துக் கொண்டிருக்கின்றனர். அப்படித்தான் சொல்லிக்

கொண்டிருக்கின்றனர். ஒரே ஒரு காதலர்தான்–"

பேசிக் கொண்டே அவர் திரும்பியபோது, குயின்மீது கிட்டத்தட்ட அவர்மீது மோதிவிட்டார். சட்டர்துவைத் கோபத்துடன் அவருடைய கையைப் பிடித்து ஓர் ஓரமாக இழுத்துச் சென்றார்.

"அப்பெண்ணுடன் இருந்தது நீங்கள்தானே? இப்போது சற்று முன்புவரை அவருடன் இருந்தது நீங்கள்தானே?"

குயின் ஒரு நிமிட இடைவெளி விட்டுவிட்டு, பிறகு மென்மையாக இவ்வாறு கூறினார்:

"நீங்கள் விரும்பினால், அப்படியும் வைத்துக் கொள்ளலாம்."

"அந்த வேலைக்காரி உங்களைப் பார்க்கவில்லை."

"ஆமாம், அந்த வேலைக்காரி என்னைப் பார்க்கவில்லைதான்."

"ஆனால், நான் உங்களைப் பார்த்தேன். அது ஏன்?"

"ஒருவேளை நீங்கள் அதற்கு அளித்துள்ள விலையின் காரணமாக இருக்கலாம். மற்றவர்கள் பார்க்காத விஷயங்களை நீங்கள் பார்க்கிறீர்கள்."

சட்டர்துவைத் அவரைக் குழப்பத்துடன் ஓரிரு நிமிடங்கள் பார்த்துக் கொண்டிருந்தார். திடீரென்று பயத்தில் அவருடைய உடல் வெடவெடவென நடுங்கத் துவங்கியது.

"இது என்ன இடம்?" என்று அவர் முணுமுணுத்தார். "இது என்ன இடம்?"

"இன்று நான் முன்பே உங்களிடம் கூறியிருந்தேனே! இது என்னுடைய சந்து."

"காதலர்களின் சந்து," என்று சட்டர்துவைத் முணுமுணுத்தார். "மக்கள் இதன் வழியாக தினமும் கடந்து சென்று கொண்டிருக்கின்றனர்."

"பெரும்பாலான மக்கள். உடனடியாகவோ அல்லது சிறிது காலம் கழித்தோ!"

"அதன் முனையில் அவர்கள் எதைக் காண்பர்?"

குயின் புன்னகைத்தார். அவருடைய குரல் மிகவும் மென்மையாக இருந்தது. அவர் தூரத்தில் தெரிந்த சிதிலமடைந்திருந்த வீட்டைச் சுட்டிக்காட்டினார்.

"அவர்கள் தங்களுடைய கனவு வீட்டைக் காண்பர். அல்லது குப்பைக் குழியைக் காண்பர். அதை யாரால் அறுதியிட்டுச் சொல்ல முடியும்?"

சட்டர்துவைத் அவரைத் திடீரென்று நிமிர்ந்து பார்த்தார். அவருக்குள் ஒரு வெறித்தனமான எதிர்ப்புணர்வு பீறிட்டுக் கொண்டிருந்தது. தான் ஏமாற்றப்பட்டுவிட்ட, வஞ்சிக்கப்பட்டுவிட்ட உணர்வு அவருக்கு ஏற்பட்டது.

"ஆனால், நான்–" அவருடைய குரல் நடுங்கியது. "நான் ஒருபோதும் உங்களுடைய சந்தைக் கடந்து சென்றதில்லை."

"அது குறித்து நீங்கள் பின்வருத்தம் கொள்கிறீர்களா?"

சட்டர்துவைத்தைக் கடுமையான பயம் சூழ்ந்தது. குயின் ஒரு பிரம்மாண்டமான விதத்தில் வளர்ந்திருந்ததுபோல அவருக்குத் தோன்றியது. ஒரே நேரத்தில் ஆனந்தம், வேதனை, விரக்தி ஆகியவற்றை உள்ளடக்கியிருந்த ஒரு வருங்காலக் காட்சி சட்டர்துவைத்தின் கண்களின் முன் விரிந்தது.

அவருடைய சௌகரியமான ஆன்மா திகைத்துச் சுருங்கிப் போனது.

"நீங்கள் பின்வருத்தம் கொள்கிறீர்களா?" என்று குயின் மீண்டும் கேட்டார். அவரிடம் ஏதோ பயங்கரமான ஒரு விஷயம் இருந்தது.

"இல்லை," என்று சட்டர்துவைத் திக்கித் திணறிக் கூறினார். "இ–இல்லை."

பின் அவர் திடீரென்று அதிலிருந்து மீண்டார்.

"ஆனால், என்னால் விஷயங்களைப் பார்க்க முடிகிறது," என்று அவர் கூறினார். வாழ்க்கையை அதற்கு வெளியேயிருந்து பார்க்கின்ற ஒருவனாக நான் இருக்கலாம். ஆனால், மற்றவர்கள் பார்க்காத விஷயங்களை நான் பார்க்கிறேன். நீங்களே என்னைப் பற்றி அப்படிச் சொல்லியிருக்கிறீர்கள், குயின்..."

ஆனால், குயின் அங்கிருந்து மாயமாய் மறைந்துவிட்டிருந்தார்.

ஓர் இத்தாலியப் பிரபுவின் சாகசப் பயணம்

புவாரோவுக்கும் எனக்கும் பல நண்பர்களும் உண்டு, தற்செயலாகப் பழக்கமானவர்களும் உண்டு. டாக்டர் ஹாக்கர் அவர்களில் ஒருவர். ஒரு மருத்துவரான அவர், நாங்கள் வசிக்கின்ற பகுதியில் வசிக்கிறார். புவாரோவின் கூர்மதியின் தீவிர இரசிகரான அவர், சில நேரங்களில் மாலை வேளையில் எங்கள் வீட்டுக்கு வந்து புவாரோவுடன் அரட்டையடிப்பார். ஒளிவுமறைவில்லாத, எதையும் துளிகூடச் சந்தேகிக்காத அந்த மருத்துவர், தன்னிடம் இருந்த திறமைகளிலிருந்து முற்றிலும் வேறுபட்டத் திறமைகளை மற்றவர்களிடம் கண்டபோது பெரிதும் பிரமித்தார்.

ஒரு ஜூன் மாதத் துவக்கத்தில் ஒரு நாள், இரவு சுமார் எட்டரை மணிக்கு அவர் எங்கள் வீட்டுக்கு வந்து எங்கள் வரவேற்பறையில் அமர்ந்து கொண்டு, குற்றச் செயல்களில் ஆர்செனிக் நச்சின் பங்கு பரவலாகியிருந்தது குறித்த விவாதத்தில் சௌகரியமாக இறங்கினார். ஒரு முக்கால் மணிநேரம் கழித்து, நாங்கள் அமர்ந்திருந்த அறையின் கதவைப் படாரென்று திறந்து கொண்டு ஒரு பெண் வேகமாக உள்ளே நுழைந்தாள்.

"டாக்டர், நீங்கள் உடனே வர வேண்டும். யாரோ உங்களை அழைக்கிறார்கள்! அது ஒரு பயங்கரமான குரல். அக்குரலைக் கேட்டவுடன் நான் உண்மையிலேயே நடுநடுங்கிப் போய்விட்டேன்."

உள்ளே நுழைந்த பெண், டாக்டர் ஹாக்கரின் வீட்டு நிர்வாகி ரைடர் என்பதை நான் கண்டுகொண்டேன். டாக்டர் ஒரு தனிக்கட்டை. அவர் எங்கள் வீட்டிலிருந்து சில தெருக்கள் தள்ளியிருந்த, பொலிவற்று இருந்த ஒரு பழைய

வீட்டில் வசித்து வந்தார். பொதுவாக சாந்தமாக இருந்த ரைடர், இப்போது ஒன்றுக்கொன்று தொடர்பின்றி ஏதேதோ பேசிக் கொண்டிருந்தார்.

"எந்த பயங்கரமான குரல்? அது யாருடைய குரல்? என்ன பிரச்சனை?"

"டாக்டர், அது ஒரு தொலைபேசி அழைப்பு. நான் அதை எடுத்தேன். அதில் ஒரு குரல் பேசியது. 'டாக்டர்! எனக்கு உதவி வேண்டும். அவர்கள் என்னைக் கொன்றுவிட்டனர்!' என்று கூறிவிட்டு, பிறகு அக்குரல் தேய்ந்தது. 'யார் பேசுவது?' என்று நான் கேட்டேன். அதற்கு ஒரு கிசுகிசுப்பான குரலில் பதில் வந்தது. 'ஃபோஸ்கேட்டின்.' அல்லது அதைப்போலவே ஒலித்த ஏதோ ஒன்று. 'ரீஜன்ட்ஸ் கோர்ட்.' "

டாக்டர் வியப்பை வெளிப்படுத்தினார்.

"ஃபோஸ்காட்டினி பிரபு. அவருக்கு ரீஜன்ட்ஸ் கோர்ட்டில் ஒரு ஃபிளாட் இருக்கிறது. நான் உடனே அங்குச் சென்றாக வேண்டும். என்ன நடந்திருக்கும் என்று தெரியவில்லையே!"

"அவர் உங்களுடைய நோயாளிகளில் ஒருவரா?" என்று புவாரோ கேட்டார்.

"ஒரு சில வாரங்களுக்கு முன், அவருக்குச் சிறு மருத்துவப் பிரச்சனைகள் ஏற்பட்டன. அது தொடர்பாக நான் அவரைப் பார்த்தேன். அவர் ஓர் இத்தாலியர். ஆனால் அவர் ஆங்கிலத்தில் கச்சிதமாகப் பேசுவார். புவாரோ, நான் இங்கிருந்து உடனடியாகக் கிளம்பியாக வேண்டும். ஆனால்–" என்று அவர் இழுத்தார்.

"உங்கள் மனத்தில் என்ன எண்ணம் ஓடிக் கொண்டிருக்கிறது என்பதை என்னால் உணர முடிகிறது," என்று புவாரோ ஒரு புன்னகையுடன் கூறினார். "உங்களுடன் வருவதில் எனக்கொன்றும் பிரச்சனையில்லை. ஹேஸ்டிங்ஸ், உடனே ஓடிச் சென்று ஒரு வாடகைக் காரைப் பிடித்து வாருங்கள்."

பொதுவாக, உங்களுக்கு அவசரமாகத் தேவைப்படுகின்ற நேரத்தில்தான் வாடகைக் கார்கள் கிடைக்கவே கிடைக்காது. ஆனால், ஒருவழியாக நான் எப்படியோ ஒரு வாடகைக் காரைப் பிடித்துவிட்டேன். சற்று நேரத்தில் நாங்கள் ரீஜன்ட்ஸ் கோர்ட் இருந்த இடத்தை நோக்கிச் சென்று கொண்டிருந்தோம். ரீஜன்ட்ஸ் கோர்ட், செயின்ட் ஜான்ஸ் உட் சாலையில் அமைந்திருந்த, பல ஃபிளாட்டுகளைக் கொண்ட ஒரு புதிய கட்டடம். அது சமீபத்திய பாதுகாப்பு அம்சங்கள் பலவற்றைக் கொண்டிருந்தது.

அந்தக் கட்டடத்தின் வரவேற்பறையில் யாரும் இருக்கவில்லை. டாக்டர் அங்கிருந்த லிஃப்ட்டின் பட்டனைப்

பொறுமையின்றி அழுத்தினார். அந்த லிஃப்ட் வந்து சேர்ந்ததும், அதனுள் சீருடையுடன் இருந்த லிஃப்ட் ஆபரேட்டரிடம், எந்த ஃபிளாட்டுக்குச் செல்ல வேண்டும் என்பதை அவர் தெளிவாகக் கூறினார்.

"ஃபிளாட் எண் 11. ஃபோஸ்காட்டினியின் ஃபிளாட்டுக்குச் செல்ல வேண்டும். அங்கு ஏதோ விபத்து ஏற்பட்டுள்ளதாக நான் அறிகிறேன்."

அந்த ஆபரேட்டர் அவரை உற்றுப் பார்த்தார்.

"அரை மணிநேரத்திற்கு முன்பு, ஃபோஸ்காட்டினியின் உதவியாளர் கிரேவ்ஸ் வெளியே சென்றார். ஆனால், அவர் எதுவும் கூறவில்லையே."

"இப்போது ஃபோஸ்காட்டினி அந்த ஃபிளாட்டில் தனியாகத்தான் இருக்கிறாரா?"

"தனியாக இல்லை. அவருடன் சேர்ந்து உணவருந்துவதற்காக இரண்டு கனவான்கள் வந்துள்ளனர்."

"பார்ப்பதற்கு அவர்கள் எப்படி இருந்தார்கள்?" என்று நான் ஆர்வமாகக் கேட்டேன்.

நாங்கள் அப்போது லிஃப்டில் இருந்தோம். ஃபிளாட் எண் 11 இருந்த இரண்டாவது மாடியை நோக்கி லிஃப்ட் வேகமாக மேலேறியது.

"நான் அவர்களை நேரடியாகப் பார்க்கவில்லை. ஆனால், அவர்கள் வெளிநாட்டுக்காரர்கள் என்று அறிகிறேன்."

அந்த ஆபரேட்டர் அந்த லிஃப்டின் இரும்புக் கதவைத் திறந்தார். நாங்கள் அதைவிட்டு வெளியே வந்தோம். ஃபிளாட் எண் 11 அதற்கு நேர் எதிரே இருந்தது. டாக்டர் அந்த வீட்டின் அழைப்புமணியை அழுத்தினார். அதற்கு எந்த பதிலும் வரவில்லை. உள்ளேயிருந்து வேறு எந்தச் சத்தமும் எங்களுக்குக் கேட்கவில்லை. டாக்டர் மீண்டும் மீண்டும் அந்த அழைப்புமணியை அழுத்தினார். உள்ளே அழைப்புமணி சிணுங்கிய சத்தம் எங்களுக்குக் கேட்டது, ஆனால் எவரும் வந்து கதவைத் திறக்கவில்லை.

"நிலைமை மேன்மேலும் மோசமடைந்து கொண்டிருப்பதுபோலத் தோன்றுகிறது," என்று டாக்டர் முணுமுணுத்தார். பின் அவர் தன் பார்வையை அந்த லிஃப்ட் ஆபரேட்டரின் பக்கம் திரும்பினார்.

"இந்தக் கதவைத் திறப்பதற்கான 'மாஸ்டர் சாவி' உங்களிடம் இருக்கிறதா?"

"கீழே மேலாளரின் அலுவலகத்தில் இருக்கிறது."

"அப்படியானால், அதை எடுத்து வாருங்கள். நீங்கள் காவல்துறைக்கும் தகவல் கொடுத்துவிடுவது நல்லது என்று

நான் நினைக்கிறேன்."

புவாரோ தன் தலையை ஆட்டி அதை அங்கீகரித்தார்.

அந்த லிஃப்ட் ஆபரேட்டர் விரைவில் திரும்பி வந்தார். அவருடன் அந்தக் கட்டடத்தின் மேலாளரும் வந்தார்.

"இங்கு நீங்கள் என்ன செய்து கொண்டிருக்கிறீர்கள் என்பதை நான் தெரிந்து கொள்ளலாமா?"

"கண்டிப்பாக. எனக்கு ஃபோஸ்காட்டினியிடமிருந்து ஒரு தொலைபேசி அழைப்பு வந்தது. அதில் அவர், தான் தாக்கப்பட்டதாகவும், தான் இறந்து கொண்டிருந்ததாகவும் கூறினார். அதனால், நாம் இனியும் காலதாமதம் செய்யக்கூடாது என்பது உங்களுக்குப் புரியும் என்று நான் நினைக்கிறேன். ஒருவேளை ஏற்கனவே காலம் கடந்துவிட்டிருக்கலாம்."

அதற்கு மேல் வாக்குவாதத்தில் ஈடுபடாமல், அந்த மேலாளர் தன் கையிலிருந்த சாவியைக் கொண்டு அந்த வீட்டைத் திறந்தார். நாங்கள் அனைவரும் அந்த ஃபிளாட்டுக்குள் நுழைந்தோம்.

நாங்கள் நுழைந்த இடம் சதுர வடிவில் இருந்த வரவேற்பறை. அதற்கு வலது பக்கத்திலிருந்த அறையின் கதவு பாதி திறந்திருந்தது. அந்த மேலாளர் அதை நோக்கித் தலையசைத்தார்.

"அது உணவருந்தும் அறை."

டாக்டர் முன்னே சென்றார். நாங்கள் அவரைப் பின்தொடர்ந்தோம். நாங்கள் அந்த அறைக்குள் நுழைந்ததும் திகைப்பினால் நான் வாய் பிளந்தேன். அந்த அறையின் நடுவில் வட்ட வடிவில் ஒரு மேசை இருந்தது. அதைச் சுற்றி மூன்று நாற்காலிகள் போடப்பட்டிருந்த விதம், அதில் உட்கார்ந்திருந்தவர்கள் அவற்றிலிருந்து எழுந்தபோது அவற்றைச் சற்றுப் பின்னால் தள்ளிப் போட்டுவிட்டு அப்போதுதான் எழுந்து சென்றிருந்ததைப்போல இருந்தது. கணப்படுப்புக்கு வலது புறம் ஒரு மூலையில் ஒரு பெரிய எழுத்து மேசை இருந்தது. அதன் அருகேயிருந்த ஒரு நாற்காலியில் ஒரு மனிதர் – அல்லது மனிதராக இருந்தவர் – உட்கார்ந்திருந்தார். அவருடைய வலது கை, அப்போதும் தொலைபேசியின் அடிப்பகுதியைப் பிடித்திருந்தது. அவருடைய தலையின் பின்புறம் எதையோ கொண்டு பலமாகத் தாக்கப்பட்டிருந்ததால் அவர் அந்த மேசையில் முன்னே சாய்ந்து விழுந்திருந்தார். தாக்கப்பட்ட அந்த ஆயுதத்தைத் தேட வேண்டிய அவசியமில்லாமல் இருந்தது. சலவைக்கல் சிலை ஒன்று, அது ஏற்கனவே இருந்த இடத்தில் அவசரமாக வைக்கப்பட்டிருந்தது. ஆனால், அதன் அடிப்பகுதியில் இரத்தக்கறை படிந்திருந்தது.

அவரைப் பரிசோதிக்க டாக்டருக்கு ஒரு நிமிடத்திற்கு மேல் ஆகவில்லை. “இவர் இறந்துவிட்டது உறுதி. மரணம் கிட்டத்தட்ட உடனடியாகச் சம்பவித்திருக்க வேண்டும். அவரால் எப்படித் தொலைபேசியில் ஓர் அழைப்பு விடுக்க முடிந்தது என்பதே எனக்கு நம்ப முடியாததாக இருக்கிறது. காவல்துறையினர் வரும்வரை அவரை இடம் மாற்றாமல் இருப்பது நல்லது.”

அந்தக் கட்டடத்தின் மேலாளரின் ஆலோசனைப்படி, நாங்கள் அந்த ஃபிளாட் முழுவதையும் சுற்றிப் பார்த்தோம். ஆனால், சோதனையின் முடிவு, எதிர்பார்த்திருந்த ஒன்றாகத்தான் இருந்தது. ஃபோஸ்காட்டினியைக் கொலை செய்திருந்தவர்கள் நிச்சயமாக அந்த ஃபிளாட்டுக்குள் ஒளிந்து கொண்டிருக்க மாட்டார்கள்.

நாங்கள் மீண்டும் உணவருந்தும் அறைக்கு வந்தோம். நாங்கள் வீட்டைச் சுற்றிப் பார்க்கச் சென்றபோது, புவாரோ எங்களுடன் வரவில்லை. நாங்கள் திரும்பி வந்தபோது, புவாரோ அந்த உணவருந்தும் மேசையை உன்னிப்பாக அவதானித்துக் கொண்டிருந்ததை நான் பார்த்தேன். நானும் அவரோடு சேர்ந்து கொண்டேன். மஹோகனி மரத்தால் செய்யப்பட்டிருந்த அந்த வட்ட மேசை நன்றாகப் பளிச்சூட்டப்பட்டிருந்தது. அதன் மத்தியில் ரோஜா மலர்க்கொத்து ஒன்று வைக்கப்பட்டிருந்தது. பாதி குடிக்கப்பட்டிருந்த நிலையில் மூன்று காபி கோப்பைகள் இருந்தன. அவற்றில் இரண்டு கடுங்காப்பி. மூன்றாவது காபியில் பால் சேர்க்கப்பட்டிருந்தது. அந்த மூன்று பேரும் ஒயின் அருந்தியிருந்தனர். பாதி காலியாகியிருந்த நிலையில் ஒயின் வடிகலம் ஒன்று அந்த மேசையின் மத்தியில் வைக்கப்பட்டிருந்தது. அங்கிருந்தவர்களில் ஒருவர் சுருட்டும், மற்ற இருவரும் சிகரெட்டும் புகைத்திருந்திருக்க வேண்டும். சுருட்டுகள் மற்றும் சிகரெட்டுகளை வைப்பதற்கான, வெள்ளியால் ஆன ஒரு சிறிய பெட்டி, திறந்த நிலையில் அந்த மேசையின்மீது இருந்தது.

இந்தத் தகவல்களையெல்லாம் நான் என் மனத்திற்குள் பட்டியலிட்டுக் கொண்டேன். ஆனால், அவை அச்சூழ்நிலை குறித்து எந்தவிதமான துப்புகளையும் எனக்குக் கொடுக்கவில்லை என்பதை எனக்கு நானே ஒப்புக் கொள்ள வேண்டிய நிர்ப்பந்தத்திற்கு நான் ஆளானேன். இவ்வளவு தீவிரத்துடன் உற்றுக் கவனிக்கும் அளவுக்குப் புவாரோ அதில் எதைக் கண்டார் என்று நான் யோசித்தேன். அதை நான் அவரிடமே கேட்டுவிட்டேன்.

அதற்கு அவர், “நண்பரே, நீங்கள் ஒரு முக்கியமான

விஷயத்தைக் கோட்டைவிட்டுள்ளீர்கள். என் பார்வையில் படாமல் தப்பித்துக் கொண்டிருக்கின்ற விஷயத்தைத்தான் நான் தேடிக் கொண்டிருக்கிறேன்," என்று பதிலளித்தார்.

"அது என்ன?"

"ஒரு தவறைத் தேடிக் கொண்டிருக்கிறேன். கொலைகாரன் செய்துள்ள ஒரு தவறு. அது மிகச் சிறியதொரு தவறாக இருந்தாலும்கூடப் பரவாயில்லை."

அடுத்து அவர் விரைந்து அருகிலிருந்த சமையலறைக்குச் சென்று அங்கிருந்தவற்றை அவதானித்தார். பின்னர், தான் தேடியது அங்கு இல்லை என்பதுபோலத் தன் தலையை ஆட்டினார்.

அவர் அந்த மேலாளரிடம், "உணவை நீங்கள் இங்கு எப்படி அனுப்புவீர்கள் என்பதை எனக்கு விளக்க முடியுமா?" என்று கேட்டார்.

அந்த மேலாளர், சுவரிலிருந்த ஒரு சிறு கைப்பிடியைச் சுட்டிக்காட்டினார்.

"இது சர்வீஸ் லிஃப்ட்," என்று அவர் விவரித்தார். "இது இக்கட்டடத்தின் உச்சியில் இருக்கின்ற சமையலறையோடு இணைக்கப்பட்டுள்ளது. இங்கிருக்கின்ற சிறப்புத் தொலைபேசி மூலம் ஆர்டர் கொடுத்தால், இதன் வழியாக உணவுப் பதார்த்தங்கள் மேலேயிருந்து ஒவ்வொன்றாகக் கீழே அனுப்பி வைக்கப்படும். சாப்பிட்டப் பின் அந்தப் பாத்திரங்களும் தட்டுகளும் அதேபோல மீண்டும் மேலே அனுப்பி வைக்கப்படும். வீட்டில் உணவு சமைக்கின்ற வேலையை இது அறவே நீக்கிவிடுகிறது. அதே நேரத்தில், உணவகங்களில் பொதுமக்கள் முன்னிலையில் உணவருந்துவதையும் இதன் மூலம் தவிர்த்துவிடலாம்."

புவாரோ இதற்குத் தலையை ஆட்டினார்.

"அப்படியானால், இன்று இரவு பயன்படுத்தப்பட்ட உணவுத் தட்டுகளும் பாத்திரங்களும் மேலேயுள்ள சமையலறையில் இருக்கும், இல்லையா? நான் அங்குப் போக நீங்கள் என்னை அனுமதிப்பீர்களா?"

"கண்டிப்பாக. லிஃப்ட் ஆபரேட்டர் ராபர்ட் உங்களை அங்கு அழைத்துச் சென்று அவர்களிடம் அறிமுகப்படுத்துவார். அங்கு உங்களுக்கு உருப்படியாக எதுவும் கிடைக்குமா என்பது சந்தேகமே. ஏனெனில், அவர்கள் தினமும் நூற்றுக்கணக்கான தட்டுகளையும் பிற பாத்திரங்களையும் கழுவுகிறார்கள். அவர்கள் எல்லாவற்றையும் ஒன்றாகத்தான் போட்டு வைத்திருப்பார்கள்."

ஆனால் புவாரோ உறுதியாக இருந்தார். அதனால் நானும்

அவரும் மேலே சென்று, ஃபிளாட் எண் 11லிருந்து உணவுக்காக ஆர்டர் எடுத்த நபரிடம் விசாரணை மேற்கொண்டோம்.

"ஃபிளாட் எண் 11லிருந்து மூன்று பேருக்கான உணவுக்கு ஆர்டர் வந்தது," என்று அவர் விளக்கினார். "சூப், மீன் கறி, மாட்டுக் கறி, கேக் ஆகியவற்றுக்கு ஆர்டர் கொடுக்கப்பட்டது. எத்தனை மணிக்கு என்று கேட்கிறீர்களா? இரவு சுமார் எட்டு மணி இருக்கும். தட்டுகள்? அவை அனைத்தும் இந்நேரத்திற்குக் கழுவப்பட்டிருக்கும். அது துரதிர்ஷ்டவசம்தான். அவற்றில் கைரேகை ஏதாவது படிந்திருக்கலாம் என்று நீங்கள் சந்தேகிக்கிறீர்கள், அப்படித்தானே?"

தன் முகத்தில் ஒரு புதிரான புன்னகையைப் படரவிட்டவாறு, "இல்லை," என்று புவாரோ கூறினார். "நான் ஃபோஸ்காட்டினியின் பசியின்மீதுதான் அதிக ஆர்வம் கொண்டுள்ளேன். ஆர்டர் கொடுக்கப்பட்டிருந்த அனைத்தும் சாப்பிட்டு முடிக்கப்பட்டிருந்தனவா?"

"ஆமாம். ஆனால், அந்த மூவரும் தனித்தனியாக எவ்வளவு சாப்பிட்டார்கள் என்பதை என்னால் கூற முடியாது என்பது வெளிப்படை. எல்லா தட்டுகளும் பரிமாறப்பட்ட நிலையில் இருந்தன. அனுப்பப்பட்டிருந்த அனைத்து உணவுப் பதார்த்தங்களும் காலியாகியிருந்தன. அதற்கு ஒரே விதிவிலக்கு அந்தக் கேக் மட்டும்தான். அதில் நிறைய மிச்சம் வைக்கப்பட்டிருந்தது."

"ஓ, அப்படியா!" என்று புவாரோ கேட்டுக் கொண்டார். அவருக்குக் கிடைத்திருந்த பதில் அவருக்குத் திருப்தி அளித்திருந்ததுபோலத் தோன்றியது.

நாங்கள் கீழே இறங்கி அந்த ஃபிளாட்டை அடைந்தபோது, புவாரோ என்னிடம் ஒரு தாழ்வான குரலில் இவ்வாறு கூறினார்:

"நாம் கையாள வேண்டிய நபர் தொழில்நேர்த்திமிக்க ஒருவர்."

"நீங்கள் இங்கு யாரைக் குறிப்பிடுகிறீர்கள்? கொலைகாரனையா அல்லது ஃபோஸ்காட்டினியையா?"

"ஃபோஸ்காட்டினி எல்லாவற்றையும் முறைப்படி செய்தவர் என்பதில் சந்தேகமில்லை. அவர் தொலைபேசி மூலம் உதவி கேட்டப் பிறகு, ஒலிவாங்கியைத் தொலைபேசிமீது ஒழுங்காக வைத்து இணைப்பைத் துண்டித்துள்ளார்."

நான் புவாரோவை உற்றுப் பார்த்தேன். அவர் இப்போது சொன்ன வார்த்தைகளும், அவருடைய விசாரணைக் கேள்விகளும் என்னுள் ஒரு யோசனையைத் தோற்றுவித்தன.

"அவருக்கு விஷம் கொடுக்கப்பட்டிருக்கலாம் என்று நீங்கள்

சந்தேகிக்கிறீர்களா? அப்படியானால், அவருடைய தலையில் போடப்பட்ட அடி, திசை திருப்புவதற்கான நாடகமா?"

அதைக் கேட்டுப் புவாரோ வெறுமனே புன்னகைத்தார்.

நாங்கள் அந்த ஃபிளாட்டுக்குள் மீண்டும் நுழைந்தபோது, உள்ளூர் காவல் ஆய்வாளர் இரண்டு காவலர்களுடன் அங்கு இருந்ததை நாங்கள் கண்டோம். எங்களைப் பார்த்தவுடன் அந்தக் காவல் ஆய்வாளர் உளக்கொதிப்பு அடையவிருந்தார். ஆனால், புவாரோ, ஸ்காட்லாந்து யார்டில் பணியாற்றிய எங்களுடைய நண்பரும் ஆய்வாளருமான ஜாப்பைப் பற்றிக் கூறி அவரை சாந்தப்படுத்தினார். அதனால், நாங்கள் தொடர்ந்து அங்கே இருக்க அந்தக் காவல் ஆய்வாளர் வேண்டா வெறுப்பாக எங்களை அனுமதித்தார். அதிர்ஷ்டவசமாக, நாங்கள் சரியான நேரத்தில்தான் அங்கு வந்து சேர்ந்திருந்தோம். ஏனெனில், நாங்கள் அங்குத் திரும்பி வந்த ஐந்து நிமிடங்களுக்குள், நடுத்தர வயதிலிருந்த ஒரு நபர் அந்த அறைக்குள் ஓடி வந்தார். அவர் வேதனையும் குழப்பமும் அடைந்திருந்ததை அவருடைய தோற்றம் வெளிப்படுத்தியது.

அது கிரேவ்ஸ். இறந்து போன ஃபோஸ்காட்டினியின் வீட்டு உதவியாளராக அவர் பணியாற்றிக் கொண்டிருந்தார். அவர் சொல்லவிருந்த கதையில் பரபரப்புக்குப் பஞ்சமில்லாமல் இருந்தது.

முந்தைய நாள் காலையில், இரண்டு கனவான்கள் அவருடைய எஜமானரைப் பார்க்க வந்திருந்தனர். அவர்கள் இருவருமே இத்தாலியர்கள். அவர்களில் மூத்த நபருக்கு சுமார் நாற்பது வயதிருக்கும். தன்னுடைய பெயர் அஸ்கானியோ என்று அவர் தன்னை அறிமுகப்படுத்தியிருந்தார். இரண்டாவது நபர் இளையவர். அவருக்கு சுமார் இருபத்து நான்கு வயதிருக்கும். அவர் நேர்த்தியாக உடையணிந்திருந்தார்.

அவர்களுடைய வருகையை ஃபோஸ்காட்டினி எதிர்பார்த்திருந்தார் என்பது தெளிவு. ஏனெனில், அவர்கள் வந்தவுடன், உப்புப் பெறாத ஏதோ காரியத்திற்காக கிரேவ்ஸை அவர் வெளியே அனுப்பினார். இங்கு கிரேவ்ஸ் தன் கதையைச் சிறிது நேரம் நிறுத்திவிட்டு லேசாகத் தயங்கினார். இறுதியில், அவர்களுடைய சந்திப்பின் நோக்கம் குறித்துத் தெரிந்து கொள்ள அவர் விரும்பியதால், அவர் உடனடியாக வெளியே செல்லாமல், அவர்கள் என்ன பேசிக் கொண்டனர் என்பதை அறிந்து கொள்வதற்காக அங்கேயே சுற்றிக் கொண்டிருந்தார்.

ஆனால், அவர்கள் மூவருடைய உரையாடல் மிகவும் மெதுவான குரலில் நடைபெற்றுக் கொண்டிருந்ததால், ஒட்டுக்கேட்கும் முயற்சியில் கிரேவ்ஸால் வெற்றி பெற

முடியவில்லை. ஆனால், பணம் தொடர்பான விஷயம் அலசப்பட்டுக் கொண்டிருந்தது என்பதுவரை அவரால் புரிந்து கொள்ள முடிந்தது. அதன் அடிப்படையில் ஒருவிதமான அச்சுறுத்தல் இருந்தது. ஒட்டுமொத்தத்தில், அவர்களுடைய உரையாடல் சுமூகமானதாக இருக்கவில்லை. இறுதியில், ஃபோஸ்காட்டினி தன் குரலை உயர்த்தினார். அதனால் கிரேவ்ஸால் அதைத் தெளிவாகக் கேட்க முடிந்தது:

> *"எனக்கு இது குறித்து இப்போது மேலும் பேசுவதற்கு நேரமில்லை. உங்களால் நாளை இரவு எட்டு மணிக்கு என்னுடன் உணவருந்த வர முடியுமென்றால், நாம் தொடர்ந்து பேசலாம்."*

தன் குட்டு வெளிப்பட்டுவிடுமோ என்று அஞ்சிய கிரேவ்ஸ், தன் எஜமான் கூறியிருந்த சில்லறை வேலைகளை நிறைவேற்றுவதற்காக உடனே அங்கிருந்து போய்விட்டார். இன்று இரவு சரியாக எட்டு மணிக்கு அந்த இருவரும் அங்கு வந்து சேர்ந்தனர். அவர்கள் உணவருந்திக் கொண்டிருந்தபோது, அரசியல், வானிலை, நாடக உலகம் போன்ற பொதுவான விஷயங்களைப் பற்றி அவர்கள் பேசினர். கிரேவ்ஸ் அவர்களுக்கான ஒயினை அவர்களுடைய மேசையில் வைத்துவிட்டு, காபியைக் கொண்டு வந்து கொடுத்தப் பிறகு, இன்று இரவு விடுப்பு எடுத்துக் கொள்ளும்படி அவருடைய எஜமானர் அவரிடம் கூறினார்.

"அவர் விருந்தாளிகளை உபசரிக்கின்றபோது அப்படி நடந்து கொள்வது அவருடைய வழக்கமா?" என்று அந்தக் காவல் ஆய்வாளர் கேட்டார்.

"இல்லை. அதனால்தான் அவர் அந்த இருவருடனும் பேசவிருந்த விஷயம் அசாதாரணமானதாக இருக்கலாம் என்ற யோசனை எனக்கு ஏற்பட்டது."

அத்துடன் கிரேவ்ஸின் கதை நிறைவடைந்தது. அவர் சுமார் 8.30 மணிக்கு அங்கிருந்து கிளம்பிச் சென்று ஒரு நண்பனைச் சந்தித்தார். அவர்கள் இருவரும் சேர்ந்து எட்ஜ்வேர் சாலையிலுள்ள மெட்ரோபாலிட்டன் இசை அரங்கிற்குச் சென்றனர்.

அந்த இரண்டு இத்தாலியர்களும் அந்த ஃபிளாட்டிலிருந்து வெளியேறியதை எவரும் பார்க்கவில்லை. கொலை நடைபெற்ற நேரம் 8.47 ஆக இருக்கும் என்பது தெளிவானது. ஏனெனில், ஃபோஸ்காட்டினியின் கை, அந்த எழுத்து மேசையிலிருந்த ஒரு சிறு கடிகாரத்தைத் தட்டிவிட்டிருந்ததில், அந்தக் கடிகாரம் அந்த நேரத்தில் நின்றுவிட்டிருந்தது. அதோடு, டாக்டரின்

வீட்டு நிர்வாகி ரைடர், ஃபோஸ்காட்டினியின் தொலைபேசி அழைப்பைப் பெற்றிருந்த நேரத்தோடு அது பொருந்திப் போனது.

காவல்துறை மருத்துவர், ஃபோஸ்காட்டினியின் உடலைச் சோதித்து முடித்திருந்தார். இப்போது அந்த உடல் சோபாவில் கிடத்தப்பட்டிருந்தது. அப்போதுதான் நான் அவருடைய முகத்தை முதன்முறையாகப் பார்த்தேன். அது ஆலிவ் நிறத்தில் இருந்தது. அவருடைய மூக்கு நீளமாக இருந்தது. அவருடைய மீசை அடர்த்தியாகவும் கருப்பாகவும் இருந்தது. அவருடைய சிவந்த உதடுகள் விரிந்து, பிரகாசமாக இருந்த வெண்ணிறப் பற்களை வெளிக்காட்டிக் கொண்டிருந்தன. ஒட்டுமொத்தத்தில், அது இனிமையானதொரு முகமாக இருக்கவில்லை.

அந்தக் காவல்துறை ஆய்வாளர் தன்னுடைய குறிப்பேட்டை மூடியவாறு, “இந்தச் சம்பவம் தெளிவாகவே இருக்கிறது. அஸ்கானியோவைப் பிடிப்பதுதான் இங்கு ஒரே பிரச்சனையாக இருக்கும். அந்த நபருடைய முகவரி, இறந்து போனவரின் சிறு குறிப்பேட்டில் இருப்பதற்கு ஏதேனும் வாய்ப்பு இருக்கிறதா?” என்று கேட்டார்.

புவாரோ முன்பே கூறியிருந்தபடி, இறந்த போன ஃபோஸ்காட்டினி, எல்லாவற்றையும் முறைப்படி செய்து கொண்டிருந்த ஒருவர். அவருடைய சிறு குறிப்பேட்டில் ஒரு துல்லியமான கையெழுத்தில், ‘பாலோ அஸ்கானியோ, குரோஸ்வெனர் ஓட்டல்,’ என்று தெளிவாக எழுதப்பட்டிருந்தது.

அந்தக் காவல்துறை ஆய்வாளர் தொலைபேசியில் சிறிது நேரம் பேசினார். பேசி முடித்ததும் சிரித்தபடியே எங்களை நோக்கித் திரும்பினார்.

“இன்னும் சிறிது தாமதித்திருந்தால், விஷயம் கைமீறிப் போயிருக்கும். நம்முடைய இத்தாலியக் கனவான், ஐரோப்பாவுக்குப் பயணிக்கின்ற கப்பலில் செல்லவிருக்கின்ற பயணிகளின் வசதிக்காக விடப்பட்டுள்ள இரயிலைப் பிடிப்பதற்காகச் சென்று கொண்டிருக்கிறார். இங்கு நம்முடைய வேலை முடிந்தது. இது ஒரு மோசமான நிகழ்வு என்றாலும், எல்லாம் தெளிவாக இருக்கிறது. இது வழக்கமான இத்தாலிய மாஃபியாவின் பழிவாங்கும் நடவடிக்கையைப்போல இருக்கிறது.”

அங்கிருந்து வெளியேறும்படி இப்படி எங்களிடம் மறைமுகமாகக் கேட்டுக் கொள்ளப்பட்டதால், நாங்கள் கீழே இறங்கத் தொடங்கினோம். ஹாக்கர் பரவசமாக இருந்தார்.

“இது ஒரு நாவலின் தொடக்கம்போல இருக்கிறது,

இல்லையா? மிகவும் சுவாரசியமான விஷயம். இதை ஒரு கதையாகப் படித்தால், நாம் நிச்சயமாக நம்ப மாட்டோம்."

புவாரோ எதுவும் பேசவில்லை. அவர் ஓர் ஆழமான சிந்தனையில் மூழ்கியிருந்தார். மொத்த நேரமும் அவர் பெரிதாக வாயைத் திறக்கவேயில்லை.

புவாரோவின் முதுகில் இலேசாகத் தட்டியவாறு, "துப்பறியும் புலி என்ன நினைக்கிறார்?" என்று ஹாக்கர் கேட்டார். "உங்களுடைய மூளைக்கு இங்கு வேலை இருக்காதுபோலத் தெரிகிறதே."

"நீங்கள் அப்படியா நினைக்கிறீர்கள்?"

"என்ன இருந்துவிட முடியும்?"

"எடுத்துக்காட்டாக, அந்தச் சன்னல்."

"சன்னலா? அதுதான் இறுக்கமாக மூடப்பட்டிருந்ததே. அந்த வழியாக எவரும் உள்ளே வந்திருக்கவும் முடியாது, வெளியே சென்றிருக்கவும் முடியாது. நான் அதைக் குறிப்பாகப் பார்த்தேன்."

"எதனால் அது உங்களுடைய கவனத்தை ஈர்த்தது?"

அதைக் கேட்டு ஹாக்கர் விழித்தார். புவாரோ அதை விளக்க முன்வந்தார்.

"நான் அந்தத் திரைச்சீலைகளைக் குறிப்பிடுகிறேன். அது இழுத்துவிடப்பட்டிருக்கவில்லை. அது எனக்குப் புதிராகப் பட்டது. அடுத்தது காபி. அது மிகவும் கருப்பாக இருந்தது," என்று புவாரோ கூறினார்.

"அதில் என்ன பிரச்சனை?" என்று ஹாக்கர் கேட்டார்.

"காபி மிகவும் கருப்பாக இருந்தது," என்று புவாரோ மீண்டும் கூறினார். "அதோடு, அந்தக் 'கேக்'கும் குறைவாகவே உட்கொள்ளப்பட்டிருந்து என்பதை நாம் அறிந்துள்ளோம். இரண்டையும் சேர்த்துப் பார்த்தால் என்ன கிடைக்கிறது?"

"அபத்தம்!" என்று கூறி டாக்டர் ஹாக்கர் சிரித்தார். "புவாரோ, நீங்கள் என் காலை வாருகிறீர்கள், இல்லையா?"

"நான் ஒருபோதும் யாருடைய காலையும் வாரிவிடுவது கிடையாது. வேண்டுமானால், இங்கிருக்கும் ஹேஸ்டிங்ஸைக் கேட்டுப் பாருங்கள். நான் விஷயங்களைத் தீவிரமாக எடுத்துக் கொள்கின்றவர் என்பதை அவர் உங்களுக்குச் சொல்வார்."

"அது உண்மைதான்," என்று கூறிய நான், "அதே நேரத்தில், நீங்கள் என்ன கூற வருகிறீர்கள் என்பது எனக்கும் புரியவில்லை," என்று கூறினேன். "நீங்கள் அந்த உதவியாளரைச் சந்தேகிக்கவில்லை, சரிதானே? அவர் அந்தக் கொலைகாரர்களுடன் சேர்ந்து கொண்டு அந்தக் காபியில் எதையாவது கலந்திருக்கலாம். கொலை நடந்த நேரத்தில்

தான் வேறு ஓரிடத்தில் இருந்ததாக கிரேவ்ஸ் கொடுத்திருந்த ஆதாரத்தை அவர்கள் சரி பார்ப்பார்கள் என்று நான் நினைக்கிறேன்."

"அதில் சந்தேகமில்லை. ஆனால், கொலை நடந்த நேரத்தில் தான் வேறு ஓரிடத்தில் இருந்ததாக அஸ்கானியோ நிரூபிக்கக்கூடும். அதில்தான் எனக்கு ஆர்வம் இருக்கிறது."

"அப்படிப்பட்ட ஓர் ஆதாரம் அவரிடம் இருக்கக்கூடும் என்று நீங்கள் நினைக்கிறீர்களா?"

"ஆமாம். ஆனால், அதுதான் எனக்குக் கவலையளிக்கிறது. வெகு விரைவில் நமக்கு அது குறித்தத் தெளிவு கிடைக்கும் என்று நான் நம்புகிறேன்."

அதையடுத்த நிகழ்வுகளை நாங்கள் 'த டெய்லி நியூஸ்மாங்கர்' பத்திரிகையிலிருந்து தெரிந்து கொண்டோம்.

அஸ்கானியோ கைது செய்யப்பட்டார். ஃபோஸ்காட்டினியைக் கொலை செய்ததாக அவர்மீது ஒரு குற்றப்பதிவு செய்யப்பட்டது. அவர் கைது செய்யப்பட்டபோது, தனக்கு ஃபோஸ்காட்டினியைத் தெரியாது என்றும், கொலை நடந்த இரவிலும் சரி, அதற்கு முந்தைய நாள் காலையிலும் சரி, தான் ரீஜன்ட்ஸ் கோர்ட் பக்கம் தலைகாட்டவே இல்லை என்றும் அவர் கூறினார். அவருடன் வந்திருந்த இளைஞன் முற்றிலுமாக மாயமாக மறைந்துவிட்டான். கொலை நடப்பதற்கு இரண்டு நாட்களுக்கு முன்புதான் அஸ்கானியோ ஐரோப்பாவிலிருந்து தனியாக வந்து குரோஸ்வெனர் ஓட்டலில் தங்கியிருந்தார். அந்த இரண்டாவது நபரைக் கண்டுபிடிக்க மேற்கொள்ளப்பட்ட அனைத்து முயற்சிகளும் தோல்வியிலேயே முடிந்தன.

ஆனால், அஸ்கானியோமீதான வழக்கு, மேல் விசாரணைக்கு அனுப்பப்படவில்லை. கொலை நடந்த இரவில் எட்டு மணியிலிருந்து ஒன்பது மணிவரை, தூதரகத்தில் அவர் தன்னுடன் இருந்ததாக இத்தாலிய நாட்டுத் தூதரே காவல் நிலைய-நீதிமன்றத் துவக்க விசாரணையின்போது வாக்குமூலம் கொடுத்திருந்தார். அதனால், அந்தக் கொலை அரசியல் காரணங்களுக்காக நடந்திருக்கும் என்றும், அதை மூடி மறைப்பதற்காக இவ்வாறு செய்யப்பட்டது என்றும் பலர் கருதினர்.

இந்த விஷயங்களில் புவாரோ தீவிர ஆர்வம் காட்டினார். ஆனாலும், ஒரு நாள் காலையில், பதினொரு மணிக்கு ஒரு நபர் தன்னைச் சந்திக்க வருவார் என்றும், அவர் வேறு யாருமல்லர், அஸ்கானியோதான் என்றும் புவாரோ என்னிடம் கூறியபோது, நான் வியப்படைந்தேன்.

“அவர் உங்களிடம் ஆலோசனை பெற விரும்புகிறாரா?”

“இல்லை, ஹேஸ்டிங்ஸ். நான்தான் அவருடைய ஆலோசனையைப் பெற விரும்புகிறேன்.”

“எது குறித்து?”

“ரீஜன்ட்ஸ் கோர்ட் கொலையைப் பற்றி.”

“அவர்தான் கொன்றார் என்று நீங்கள் நிரூபிக்கப் போகிறீர்களா?”

“ஒரே கொலைக் குற்றத்திற்காக, ஒரு நபர்மீது இரண்டு முறை குற்றம் சாட்ட முடியாது, ஹேஸ்டிங்ஸ். கொஞ்சம் நிதானமாக யோசித்துப் பாருங்கள். ஓ! இது நம்முடைய நண்பரின் அழைப்புமணி ஓசைதான்.”

ஒரு சில நிமிடங்கள் கழித்து, அஸ்கானியோ உள்ளே அனுமதிக்கப்பட்டார். அவர் ஒரு சிறிய, ஒல்லியான மனிதராக இருந்தார். அவருடைய பார்வையில் ஒருவிதமான கள்ளத்தனமும் இரகசியத்தனமும் வெளிப்பட்டன. அவர் நின்றபடியே எங்களைச் சந்தேகத்துடன் பார்த்துக் கொண்டிருந்தார். அவருடைய பார்வை எங்கள் இருவர்மீதும் மாற்றி மாற்றி அலைபாய்ந்து கொண்டிருந்தது.

“திரு புவாரோ?”

என் நண்பர் தன் நெஞ்சில் மென்மையாகத் தட்டி, அது தான்தான் என்று சைகையால் கூறினார்.

“உட்காருங்கள். நான் உங்களுக்கு அனுப்பி வைத்திருந்த குறிப்புகளை நீங்கள் பெற்றுள்ளீர்கள் என்பது தெரிகிறது. இந்த மர்மத்தின் புதிரை விடுவிக்கின்றவரை நான் ஓயப்போவதில்லை. சில வழிகளில் உங்களால் எனக்கு உதவ முடியும். இப்போது அதை நாம் தொடங்கலாம். நீங்கள் உங்களுடைய நண்பர் ஒருவருடன் சேர்ந்து, இறந்து போன ஃபோஸ்காட்டினியின் வீட்டிற்கு 9 ஆம் தேதி, செவ்வாய்க்கிழமையன்று–”

அந்த இத்தாலியர் தன்னுடைய கோபத்தை வெளிப்படுத்துகின்ற விதத்தில் கையை வேகமாக அசைத்தார்.

“நான் அப்படி எதையும் செய்யவில்லை. நான் நீதிமன்றத் துவக்க விசாரணையில் சத்தியப் பிரமாணம்–”

“நீங்கள் நீதிமன்றத்தில் பொய்யாகச் சத்தியப் பிரமாணம் செய்தீர்கள் என்பதை நான் அறிவேன்.”

“நீங்கள் என்னை அச்சுறுத்துகிறீர்களா? ஆகா! எனக்கு உங்களைக் கண்டு துளிகூட பயம் கிடையாது. நான் குற்றமற்றவன் என்று ஏற்கனவே இந்தக் குற்றச்சாட்டிலிருந்து விடுவிக்கப்பட்டுள்ளேன்.”

“அது உண்மைதான். உங்களைத் தூக்கிலேற்றுவேன் என்று கூறி அச்சுறுத்துகின்ற அளவு நான் முட்டாள் அல்லன்.

ஆனால், இதை நான் விளம்பரப்படுத்தப் போகிறேன். அடடா! விளம்பரம் என்ற வார்த்தை உங்களுக்குப் பிடிக்கவில்லை என்பதை என்னால் உணர முடிகிறது. அது உங்களுக்குப் பிடிக்காது என்பது எனக்குத் தெரியும். என்னுடைய இத்தகைய சின்னஞ்சிறு யோசனைகள் எனக்கு மதிப்பு வாய்ந்தவை. என்னிடம் ஒளிவுமறைவின்றி நடந்து கொள்வதைத் தவிர உங்களுக்கு வேறு வழி கிடையாது. நீங்கள் யாருடைய இரகசிய அழைப்பின் பேரில் இங்கிலாந்திற்கு வந்தீர்கள் என்று நான் கேட்கப் போவதில்லை. ஆனால், எனக்கு இது மட்டும் தெரியும். நீங்கள் ஃபோஸ்காட்டினியை நேரில் சந்திப்பதற்காகத்தான் இங்கு வந்தீர்கள்."

"அவர் ஒரு பிரபு அல்லர்," என்று அந்த இத்தாலியர் உறுமினார்.

"நான் அதை ஏற்கனவே உறுதி செய்துவிட்டேன். அவர் பெயர் ஐரோப்பியப் பிரபுக்களின் மரபுவழிக் கையேட்டில் இடம்பெறவில்லை. அதைப் பற்றிக் கவலைப்படாதீர்கள். பிரபு என்ற பட்டப்பெயர், மிரட்டல் தொழிலில் ஈடுபட்டுள்ளவர்களுக்குப் பல நேரங்களில் உதவிகரமாக இருக்கும்."

"அப்படியானால், நானும் வெளிப்படையாகவே நடந்து கொள்கிறேன். நீங்கள் ஏராளமான விஷயங்களை அறிந்து வைத்துள்ளீர்கள்."

"நான் என் மூளையைப் பயனுள்ள காரியங்களுக்குப் பயன்படுத்துகிறேன். இறந்து போன அந்த நபரை, செவ்வாய்க்கிழமை காலையில் நீங்கள் சந்தித்தது உண்மைதானே?"

"ஆமாம். அது உண்மைதான். ஆனால், மறுநாள் இரவு நான் அங்குச் செல்லவில்லை. அதற்கான தேவை இருக்கவில்லை. நான் எல்லாவற்றையும் உங்களிடம் கூறிவிடுகிறேன். இத்தாலியில் ஓர் உயர்ந்த அந்தஸ்திலுள்ள ஒரு நபரைப் பற்றிய சில இரகசியத் தகவல்கள் இந்த அயோக்கியனின் கைகளில் கிடைத்திருக்கின்றன. அந்தத் தகவல்களைத் திருப்பிக் கொடுப்பதற்குப் பதிலீடாக அவர் ஒரு பெரும் தொகையைக் கேட்டார். அந்த விவகாரம் தொடர்பாகத்தான் நான் இங்கிலாந்திற்கு வந்தேன். ஏற்கனவே ஒப்புக் கொண்டிருந்த நேரத்தில் நான் செவ்வாய்க்கிழமையன்று காலையில் அவரைச் சந்தித்தேன். இத்தாலியத் தூதரகத்தில் பணியாற்றிக் கொண்டிருக்கின்ற செயலாளர்களில் ஒருவர் என்னுடன் வந்தார். ஃபோஸ்காட்டினி நான் எதிர்பார்த்திருந்ததைவிட அதிக நியாயமாக நடந்து கொண்டார். ஆனாலும், நான்

அவருக்குக் கொடுத்தது பிரம்மாண்டமான ஒரு தொகைதான்."

"அது எப்படி அவருக்குக் கொடுக்கப்பட்டது?"

"இத்தாலியப் பணத்தில். அதை நான் அங்கேயே அப்போதே கொடுத்துவிட்டேன். அவரும் பதிலுக்கு அந்த ஏடாகூடமான ஆவணங்களை என்னிடம் திருப்பிக் கொடுத்துவிட்டார். அதற்குப் பிறகு நான் அவரை ஒருபோதும் சந்திக்கவில்லை."

"நீங்கள் கைது செய்யப்பட்டபோது, இதை ஏன் நீங்கள் சொல்லவில்லை?"

"நான் இருந்த இக்கட்டான நிலைமை காரணமாக, அந்த நபருடன் எனக்குத் தொடர்பு இருந்ததை நான் மறுக்க வேண்டிய கட்டாயத்தில் இருந்தேன்."

"அப்படியானால், மறுநாள் மாலை என்ன நடந்திருக்கும் என்று நீங்கள் நினைக்கிறீர்கள்?"

"வேறு யாரோ திட்டமிட்டே ஆள்மாறாட்டம் செய்துள்ளனர். அந்த ஃபிளாட்டில் பணம் ஏதும் கண்டுபிடிக்கப்படவில்லை என்று நான் அறிகிறேன்."

அவரை உற்று நோக்கிய புவாரோ, இல்லை என்பதுபோலத் தலையசைத்தார்.

"நம் எல்லோருக்கும் மூளை இருந்தாலும், நம்மில் ஒரு சிலர் மட்டுமே அதை எப்படிப் பயன்படுத்துவது என்பதை அறிந்துள்ளோம். நன்றி, அஸ்கானியோ. நான் உங்களுடைய கதையை நம்புகிறேன். இது நான் கற்பனை செய்திருந்ததைப்போலவே இருக்கிறது. ஆனால், அதை நான் உங்களுடன் பேசி உறுதி செய்து கொள்ள வேண்டியிருந்தது."

அவருக்கு விடைகொடுத்து அனுப்பிவிட்டு வந்த புவாரோ, தன் நாற்காலியில் அமர்ந்து என்னை நோக்கிப் புன்முறுவல் பூத்தார்.

"ஹேஸ்டிங்ஸ், இப்போது நான் உங்களுடைய அபிப்பிராயத்தைத் தெரிந்து கொள்ள ஆவலாக இருக்கிறேன்."

"அஸ்கானியோ கூறுவது சரிதான் என்று நான் நினைக்கிறேன். வேறு யாரோ அவரைப்போல நடித்து ஆள்மாறாட்டத்தில் ஈடுபட்டுள்ளனர்."

"கடவுள் உங்களுக்குக் கொடுத்துள்ள அற்புதமான மூளையை நீங்கள் ஒருபோதும் ஒழுங்காகப் பயன்படுத்த மாட்டீர்களா? அன்று இரவு நாம் அந்த ஃபிளாட்டைவிட்டு வெளியே வந்தபோது நான் கூறியவற்றை நினைவுகூருங்கள். சன்னல் கதவின்மீது திரைச்சீலை இழுத்துவிடப்பட்டிருக்கவில்லை என்பதை நான் குறிப்பிட்டேன், இல்லையா? இது ஜூன் மாதம். இரவு எட்டு மணிவரை சூரிய வெளிச்சம் இருக்கிறது. எட்டரையை ஒட்டித்தான் சூரிய அஸ்தமனம் நிகழ்கிறது. இது

உங்களுக்கு எதையாவது நினைவுபடுத்துகிறதா? அடுத்து, காபி கூடுதலாகக் கருப்பு நிறத்தில் இருந்ததாக நான் கூறினேன். ஃபோஸ்காட்டினியின் பற்கள் பிரகாசமான வெள்ளை நிறத்தில் இருந்தன. காபி பற்களின்மீது கறை ஏற்படுத்தும். அதை வைத்துப் பார்க்கும்போது, அன்று இரவு ஃபோஸ்காட்டினி காபி அருந்தவில்லை என்ற முடிவுக்கு நம்மால் வர முடியும். ஆனால், அங்கு மூன்று கோப்பைகளில் காபி இருந்தது. ஃபோஸ்காட்டினி காபி குடித்திருக்காதிருக்கும்போது, எதற்காக ஒருவர் அவர் காபி குடித்திருந்ததுபோலப் பிறரை நம்ப வைக்க முயல வேண்டும்?"

கடும் வியப்படைந்திருந்த நான், எனக்குத் தெரியாது என்பதுபோலத் தலையாட்டினேன்.

"சரி, நானே அதையும் விளக்குகிறேன். அன்று இரவு அஸ்கானியோவும் அவருடைய நண்பரும் அல்லது வேறு யாரோ இரண்டு பேர் அந்த ஃபிளாட்டுக்கு வந்திருந்தனர் என்பதற்கு நம்மிடம் என்ன சாட்சியங்கள் இருக்கின்றன? அவர்கள் உள்ளே நுழைந்ததையும் எவரும் பார்க்கவில்லை, அவர்கள் வெளியேறியதையும் எவரும் பார்க்கவில்லை. அதற்கு நமக்கு ஒரே ஒரு நபரின் வாக்குமூலம் மட்டுமே இருக்கிறது. பல சடப்பொருட்கள் அதைச் சுட்டிக்காட்டுகின்றன."

"நீங்கள் எந்தச் சடப்பொருட்களைக் குறிப்பிடுகிறீர்கள்?"

"தட்டுகள், முட்கரண்டிகள், கத்திகள், மற்றும் காலியான உணவுப் பாத்திரங்கள். ஓ! அது ஒரு புத்திசாலித்தனமான ஏற்பாடு. கிரேவ்ஸ் ஒரு திருடன், அயோக்கியன். ஆனால், எல்லாவற்றையும் யோசித்து ஒழுங்குமுறையுடன் செய்திருக்கிறான். முந்தைய நாள் காலையில் அவன் ஒட்டுக்கேட்டிருந்த அவர்களுடைய உரையாடலின் ஒரு பகுதியை வைத்து, அஸ்கானியோ, தன்னைத் தற்காத்துக் கொள்ளத் துடித்துக் கொண்டிருக்கும் ஒரு நிலையில் இருப்பார் என்பதை அவன் புரிந்து கொள்கிறான். அடுத்த நாள் இரவு எட்டு மணிக்கு, ஒரு தொலைபேசி அழைப்பு வந்திருப்பதாக அவன் தன் எஜமானிடம் கூறுகிறான். அவர் வந்து அந்த மேசையில் அமர்ந்து, தன் கையைத் தொலைபேசியை நோக்கி நீட்டியதும், அவன் அவரை அந்தப் பளிங்குச் சிலையால் ஓங்கி அடித்துச் சாய்க்கிறான். உடனே, உணவு ஆர்டர் செய்யப் பயன்படுத்தப்படும் தொலைபேசியைப் பயன்படுத்தி, மூன்று பேருக்கான உணவை அவன் ஆர்டர் செய்கிறான். அது வந்தவுடன், மூன்று பேர் சாப்பிடுவதற்கு ஏற்றாற்போல மேசை நாற்காலிகளை அமைக்கிறான். தட்டுகளில் உணவு பரிமாறப்பட்டுச் சாப்பிட்டு முடிக்கப்பட்டதைப்போலவும்,

கத்திகள், முட்கரண்டிகள் போன்றவை உண்பதற்குப் பயன்படுத்தப்பட்டதைப்போலவும் அவன் ஜோடிக்கிறான். மூன்று பேருக்கு வந்திருந்த உணவைக் காலி செய்தாக வேண்டிய கட்டாயம் அவனுக்கு இருக்கிறது. அவனுக்கு மூளை மட்டுமல்லாமல், வயிறும் பெரிதாக இருந்திருக்கிறது! மூன்று பேருக்கான சாப்பாட்டைச் சாப்பிட்டு முடித்தப் பிறகு, அவனால் அந்த அரிசிக் கேக்கை முழுவதுமாகச் சாப்பிட முடியவில்லை. அங்கு உருவாக்கப்பட்டிருந்த மாயையைத் தத்ரூபமானதாக ஆக்குவதற்காக அவன் ஒரு சுருட்டையும் இரண்டு சிகரெட்டுகளையும்கூடப் புகைக்கிறான். ஆனால், அது பிரமாதமான ஒழுங்கு நேர்த்தியுடனும் பூரணத்துவத்துடனும் இருந்தது என்பதை மறுக்க முடியாது! அதற்குப் பிறகு, மேசையின்மீது இருந்த கடிகாரத்தின் முட்கள் 8.47 இல் இருக்கும்படி அவற்றைத் திருப்பி வைத்துவிட்டு, அவன் அக்கடிகாரத்தை உடைத்து நொறுக்குகிறான். அங்கு உண்மையிலேயே மூன்று பேர் உணவருந்திக் கொண்டிருந்திருப்பார்களெனில், சூரிய ஒளி மறைந்ததும், அவர்கள் சன்னலின் திரைச்சீலையை இழுத்து மூடியிருந்திருப்பார்கள். பின் அவன் அங்கிருந்து வெளியே விரைகிறான். வழியில், லிஃப்ட் ஆபரேட்டரிடம், வீட்டில் இரண்டு விருந்தினர்கள் இருந்ததாக, போகிற போக்கில் வேண்டுமென்றே சொல்லிவிட்டுச் செல்கிறான். பின் அவன் பொதுத் தொலைபேசி ஒன்றை அணுகி, மணி கிட்டத்தட்ட 8.47 ஐ நெருங்கும்போது, டாக்டரின் வீட்டை அழைத்து, தன் எஜமானனைப்போலப் பேசுகிறான். அவனுடைய யோசனை மிகச் சிறப்பாக இருந்ததால், டாக்டருக்கு வந்த தொலைபேசி அழைப்பு, ஃபிளாட் எண் 11லிருந்து விடுக்கப்பட்டிருந்ததா என்பதை ஒருவரும் விசாரிக்கக்கூட இல்லை.”

“ஹெர்கியூல் புவாரோவைத் தவிர!” என்று நான் நக்கலாகக் கூறினேன்.

“ஹெர்கியூல் புவாரோ உட்பட,” என்று சிரித்துக் கொண்டே கூறினார் என் நண்பர். “நான் இனிமேல்தான் அதை விசாரிக்கப் போகிறேன். நான் என் யோசனைகளை முதலில் உங்களிடம் நிரூபித்தாக வேண்டும். ஆனால், என் கணிப்பு சரியாகத்தான் இருக்கும் என்பதை நீங்கள் விரைவில் பார்ப்பீர்கள். நான் ஏற்கனவே நம்முடைய ஸ்காட்லாந்து யார்டு நண்பர் ஜாப்புக்குக் கோடி காட்டியுள்ளேன். அதை வைத்து அவரால் கிரேவ்ஸைக் கைது செய்ய முடியும். அந்தப் பணத்தில் எவ்வளவு பணத்தை அவன் இதுவரை செலவழித்திருப்பான் என்று நான் யோசித்துக் கொண்டிருக்கிறேன்.”

புவாரோ கூறியது சரியாகத்தான் இருந்தது. அவர் கூறுவது எப்போதுமே சரியாகத்தான் இருக்கிறது. எமகாதகன்!

ஒரு வேலையைத் தேடிப் பயணித்த ஜேன்

'த டெய்லி லீடர்' பத்திரிகையின் பக்கங்களைப் புரட்டிவிட்டு ஜேன் கிளீவ்லேண்ட் பெருமூச்செறிந்தாள். அந்த ஆழ்ந்த பெருமூச்சு, அவளுடைய ஆன்மாவின் ஆழத்திலிருந்து வெளிப்பட்ட ஒன்றாக இருந்தது. அவளுக்கு முன்னால் இருந்த, அந்த மேசையில் வைக்கப்பட்டிருந்த முட்டை, ரொட்டி, தேநீர் ஆகியவற்றை அவள் நாட்டமில்லாமல் நோக்கினாள். அதற்காக அவளுக்குப் பசியில்லை என்று அர்த்தமில்லை. உண்மையில் அவள் கடும்பசியில் இருந்தாள். விட்டால், அரை பவுன்ட் மாட்டுக்கறி, உருளைக்கிழங்கு சிப்ஸ், பிரெஞ்சு பீன்ஸ், ஒரு குவளை மது போன்றவற்றை ஒரே மூச்சில் காலி செய்துவிடுகின்ற மனநிலையில் அவள் இருந்தாள்.

அவளைப்போல நிச்சயமற்ற வருமானத்தை நம்பியிருக்கின்ற இளம் பெண்கள் தங்களுக்குப் பிடித்தமானவற்றைத் தேர்ந்தெடுக்கின்ற நிலையில் இருப்பதில்லை. முட்டையும் தேநீரும் ஆர்டர் கொடுக்கக்கூடிய நிலையில் அவள் இருந்ததையே அதிர்ஷ்டம் என்றுதான் கூற வேண்டும். நாளை அவளால் இதே உணவை ஆர்டர் செய்ய முடியுமா என்பது சந்தேகம்தான். ஒருவேளை அது சாத்தியப்படலாம்.

அவள் மீண்டும் அந்தப் பத்திரிகையில் வெளிவந்திருந்த வேலை விளம்பரப் பக்கங்களுக்குச் சென்றாள். நேரடியாக விஷயத்திற்கு வர வேண்டுமென்றால், ஜேன் தன் வேலையை இழந்திருந்தாள் என்ற செய்தியைக் குறிப்பிட வேண்டும். அவளுக்குப் பொருத்தமான வேலைகள் குறைந்து கொண்டிருந்தன. அவள் தங்கியிருந்த அலங்கோலமான தங்கும் விடுதியின் பொறுப்பாளராக இருந்த பெண்மணி,

ஜேன் அடுத்த மாத வாடகையைக் கொடுப்பாளா மாட்டாளா என்று ஏற்கனவே அவளைச் சந்தேகக் கண்களுடன் பார்த்துக் கொண்டிருந்தார்.

“நான் அறிவாளியாகவும் அழகானவளாகவும் நன்றாகப் படித்தவளாகவும் இருந்தும் இப்படி இருக்கிறேன். இதற்கு மேல் யாருக்கு என்ன வேண்டுமாம்?” என்று ஜேன் தனக்குள் கூறிக் கொண்டாள்.

அந்தப் பத்திரிகையின் விளம்பரங்களின்படி, அனுபவமிக்கச் சுருக்கெழுத்துத் தட்டச்சுக்காரர்களுக்கும், ஓரளவு முதலீடு செய்யத் தயாராக இருந்த மேலாளர்களுக்கும், இலாபப் பங்கின் அடிப்படையில் கோழிப் பண்ணைகளை நிர்வகிக்கின்ற பெண்களுக்கும் (அவர்களும் அத்தொழிலில் ஓரளவு முதலீடு செய்யத் தயாராக இருக்க வேண்டும்), சமையற்காரர்களுக்கும், வீட்டு வேலைக்காரர்களுக்கும், ஓட்டல் சர்வர் வேலைக்கான பெண்களுக்கும் வேலையிடங்கள் காலியாக இருந்தன.

‘நான் ஹோட்டலில் ஒரு சர்வராக வேலை செய்வதில் எனக்குப் பிரச்சனை இல்லை. ஆனால், அதற்கும் அனுபவம் வேண்டும் என்று கேட்பார்களே?’ என்று ஜேன் தனக்குத் தானே பேசிக் கொண்டாள். ‘நான் “எதையும் ஆர்வத்துடன் கற்றுக் கொள்ளத் தயாராக இருக்கும் ஓர் இளம்பெண்” என்று கூறலாம். ஆனால், அப்படிப்பட்டப் பெண்களுக்கு யாரும் ஊதியம் கொடுக்க முன்வர மாட்டார்கள்.’

அவள் மீண்டும் ஒரு பெருமூச்சு விட்டாள். பின் அந்தப் பத்திரிகையை ஓர் ஓரமாக வைத்துவிட்டு, தன் முன் இருந்த உணவை ஆவலாக எடுத்துச் சாப்பிட்டாள்.

அவள் சாப்பிட்டு முடித்துவிட்டுத் தேநீர் பருகிக் கொண்டிருந்தபோது, மீண்டும் அந்த பத்திரிகையை விரித்து, தனிநபர் விளம்பரங்கள் பகுதிக்குச் சென்றாள். அப்பகுதிதான் எப்போதுமே அவளுடைய கடைசி நம்பிக்கையாக இருந்து வந்திருந்தது.

அவளிடம் மட்டும் இரண்டாயிரம் பவுன்ட் பணம் இருந்திருந்தால், நிலைமை இலகுவாக இருந்திருக்கும். அவற்றில் குறைந்தபட்சம் ஏழு தனித்துவமான வாய்ப்புகள் இருந்தன. அவற்றின் மூலம் ஆண்டுக்கு மூவாயிரத்திற்கு மேல் சம்பாதித்திருக்கலாம். ஜேனின் உதடுகள் நெளிந்தன. ‘என்னிடம் மட்டும் இரண்டாயிரம் பவுன்ட் பணம் இருந்திருந்தால், இந்த வேலைகளிலிருந்து என்னைப் பிரித்திருக்க முடியாது,’ என்று அவள் தனக்குள் முணுமுணுத்துக் கொண்டாள்.

அவள் அந்த விளம்பரங்களின் அடிப்பகுதியின்மீது தன் கண்களை ஓடவிட்டாள். பின் அங்கிருந்து வேகமாக மேல்

நோக்கிப் படித்துக் கொண்டு வந்தாள். அதில் அவளுக்கு ஏராளமான பயிற்சி இருந்ததால், அதை அவளால் சுலபமாகச் செய்ய முடிந்தது.

அதில் இடம் பெற்றிருந்த ஒரு விளம்பரத்தில், ஒரு பெண்மணி தன்னுடைய ஆடைகளை மலிவான விலைகளில் விற்க முன்வந்திருந்தார். எதை வேண்டுமானாலும் வாங்கிக் கொள்ளத் தயாராக இருந்த கனவான்கள் நிறையப் பேர் இருந்தனர். வெளிநாடுகளுக்குச் செல்லவிருந்த மேட்டுக்குடிப் பெண்கள், தங்களுடைய விலையுயர்ந்த, விலங்கு உரோமங்களால் செய்யப்பட்ட ஆடைகளை அநியாயத்திற்குக் குறைந்த விலையில் விற்கத் தயாராக இருந்தனர். வேதனை அடைந்திருந்த பாதிரியார்கள், கடுமையாக உழைத்து வந்த விதவைகள், ஊனமுற்றிருந்த போர் வீரர்கள் போன்றோர் ஓராயிரத்திலிருந்து ஐம்பதாயிரம்வரை தங்களுக்குப் பணம் தேவை என்று விளம்பரம் செய்திருந்தனர். திடீரென்று ஒரு விளம்பரம் ஜேனைச் சுண்டியிழுத்தது. அவள் தான் குடித்துக் கொண்டிருந்த தேநீரைக் கீழே வைத்துவிட்டு மீண்டும் அந்த விளம்பரத்தைப் பார்த்தாள்.

'ஆனால், இதில் ஏதோ ஒரு கொக்கி இருப்பதுபோலத் தெரிகிறதே,' என்று அவள் முனகினாள். 'இதுபோன்ற விளம்பரங்களில் எப்போதுமே ஏதாவது ஒரு கொக்கி இருக்கும். அதனால் இதை நான் கவனமாகப் படிக்க வேண்டும். ஆனாலும்–'

ஜேனைச் சுண்டியிழுத்திருந்த அந்த விளம்பரம் இவ்வாறு அமைந்திருந்தது:

> *இருபத்தைந்திலிருந்து முப்பது வயதுக்குள் இருக்கின்ற, கருநீலக் கண்கள், பொன்னிறத் தலைமுடி, கருநிறப் புருவங்கள் மற்றும் இமைகள், நேரான மூக்கு, ஒல்லியான உடல், ஐந்தடி ஏழு அங்குல உயரம், பிரெஞ்சு மொழியில் உரையாடுகின்ற திறன், பிறர் குரலில் பேச முடிகின்ற திறமை ஆகியவற்றைக் கொண்டிருக்கின்ற ஓர் இளம் பெண்ணால், 7, என்டர்ஸ்லை தெருவில் மாலை 5 மணிக்கும் 6 மணிக்கும் இடைப்பட்ட நேரத்தில் நேரில் வர முடிந்தால், அவளுக்குச் சாதகமான ஒரு விஷயத்தை அவள் செவிமடுக்கலாம்.*

'அப்பாவியான இளம் பெண்கள் ஏன் இக்கட்டான சூழ்நிலைகளில் சிக்கிக் கொள்கின்றனர்?' என்று ஜேன் யோசித்தாள். 'நான் இது குறித்துக் கண்டிப்பாக மிகவும் கவனமாக இருக்க வேண்டும். "அந்த மாதிரியான"

விஷயங்களுக்கு ஏற்றாற்போல எண்ணற்ற துல்லியமான, திட்டவட்டமான, சிறப்பு விபரக் குறிப்புகள் இதில் இருப்பது எனக்கு சந்தேகத்தைக் கிளப்புகிறது. சரி, மீண்டும் ஒரு முறை இதை விலாவாரியாக அலசலாம்.'

அடுத்து அவள் அப்படிச் செய்ய முனைந்தாள்.

'இருபத்தைந்திலிருந்து முப்பது வயதுக்குள் – எனக்கு இப்போது வயது இருபத்தாறு. எனக்குக் கருநீலக் கண்கள், பொன்னிறத் தலைமுடி, கருநிறப் புருவங்கள் மற்றும் இமைகள் – எல்லாம் இருக்கின்றன. நேரான மூக்கு? உம். என் மூக்கு கிட்டத்தட்ட நேரான மூக்குதான். அது வளைந்தோ, நெளிந்தோ இல்லை. என் உடல் மெலிதாகத்தான் இருக்கிறது. என் உயரம் ஐந்தடி ஆறு அங்குலம் மட்டுமே. ஆனால், உயரமான குதிகால்களுடன்கூடிய காலணிகளை அணிந்து கொண்டு சமாளித்துக் கொள்ளலாம். பிறர் குரலில் பேச முடிகின்ற திறமை என்னிடம் கண்டிப்பாக இருக்கிறது. பிரமாதமாக இல்லையென்றாலும், என்னால் எளிதாகப் பிறருடைய குரல்களைப் பிரதியெடுக்க முடியும். என்னால் ஒரு பிரெஞ்சு தேவதையைப்போல பிரெஞ்சு மொழியைப் பேச முடியும். சொல்லப் போனால், அதில் குறிப்பிடப்பட்டுள்ள அனைத்தும் எனக்குப் பொருத்தமாக இருக்கின்றன. நான் அங்குச் செல்கின்றபோது, என்னைப் பார்த்து அவர்கள் வாயைப் பிளக்கப் போகிறார்கள்! போ, ஜேன் கிளீவ்லேண்ட், போ! அந்த வேலையை உனதாக்கிக் கொள்!'

மனத்தில் பிறந்த உறுதியுடன், ஜேன் அந்த விளம்பரத்தைக் கிழித்துத் தன் கைப்பைக்குள் வைத்துக் கொண்டாள். உற்சாகம் தொனித்த ஒரு குரலில் அவள் தன்னுடைய பில்லைக் கேட்டு வாங்கி அதற்கான பணத்தைச் செலுத்தினாள்.

மாலை சுமார் 4.50 மணிக்கு என்டர்ஸ்லை தெருவைச் சுற்றியிருந்த பகுதியை அவள் நோட்டம் விட்டுக் கொண்டிருந்தாள். ஆக்ஸ்ஃபோர்டு சர்க்கஸ் என்ற பகுதியிலிருந்த இரண்டு பெரிய தெருக்களுக்கு மத்தியில் மாட்டிக் கொண்டிருந்த ஒரு சிறிய தெருதான் என்டர்ஸ்லை தெரு. அத்தெரு சாதாரணமானதாக இருந்தாலும், மதிக்கத்தக்கதாக விளங்கியது.

அந்த 7 ஆம் எண் வீடு அத்தெருவிலிருந்த பிற வீடுகளிலிருந்து வேறுபட்டிருக்கவில்லை. அவை அனைத்துமே அலுவலகங்களைப்போலத் தோன்றின. ஆனால், அந்த வீட்டை உற்று நோக்கியபோதுதான், முதன்முறையாக, இருபத்தைந்திலிருந்து முப்பது வயதுக்குள் இருந்த, கருநீலக் கண்கள், பொன்னிறத் தலைமுடி, கருநிறப் புருவங்கள் மற்றும்

இமைகள், நேரான மூக்கு, ஒல்லியான உடல், ஐந்தடி ஏழு அங்குல உயரம், பிரெஞ்சு மொழியில் உரையாடுகின்ற திறன், பிறர் குரலில் பேச முடிகின்ற திறமை ஆகியவற்றைக் கொண்டிருந்த இளம் பெண் தான் மட்டுமல்லள் என்பதை அவள் உணர்ந்தாள். இப்படிப்பட்டப் பெண்கள் லண்டன் நகர் முழுவதும் நிறைந்திருந்தனர்போலும்! ஏனெனில், அந்த வீட்டின் முன், நாற்பதிலிருந்து ஐம்பது பேர் ஏற்கனவே நின்று கொண்டிருந்தனர்.

'அடேயப்பா! எனக்கு இவ்வளவு போட்டியா?' என்று ஜேன் தனக்குத் தானே கூறிக் கொண்டாள். 'நான் இப்போதே போய் வரிசையில் நின்று கொள்வதுதான் நல்லது.'

ஜேன் அந்த வரிசையில் தன்னை இணைத்துக் கொண்டபோது, அத்தெருவில் மேலும் மூன்று பேர் நுழைந்தனர். அவர்களும் அவளைப் பின்தொடர்ந்து வரிசையில் வந்து நின்றனர். ஜேன் தன்னைச் சுற்றியிருந்தவர்களை எடைபோடத் துவங்கினாள். அவர்கள் ஒவ்வொருவரிடமும் ஏதோ ஒன்று சரியாக இருக்கவில்லை. கருப்புப் புருவங்களுக்குப் பதிலாக பொன்னிறப் புருவங்கள்; நீல நிறக் கண்களுக்குப் பதிலாகச் சாம்பல் நிறக் கண்கள்; செயற்கையின் கைங்கரியத்தால் பொன்னிறமாகக் காட்சியளித்தக் கூந்தல்கள்; மூக்கு மற்றும் உடல்வாகுகளில் இருந்த பல குறைபாடுகள். அவற்றைக் கண்டபோது, ஜேனின் நம்பிக்கை அதிகரிக்கத் துவங்கியது.

'இது எதற்காக இருக்கும்? பல அழகிய பெண்கள் ஒன்றாகச் சேர்ந்து பாடுவதற்கான தேர்ந்தெடுப்பாக இருக்குமோ?' என்று ஜேன் தன்னைத் தானே கேட்டுக் கொண்டாள்.

அந்த வரிசை மெதுவாகவும் நிதானமாகவும் முன்னேறியது. சற்று நேரத்தில் அந்தக் கட்டடத்திற்கு உள்ளேயிருந்து வரிசையாகப் பெண்கள் வெளியே வரத் துவங்கினர். அவர்களில் சிலர் தங்களுடைய தலைகளை ஆட்டியபடி வந்தனர். வேறு சிலர் ஓர் இகழ்ச்சிப் புன்னகையைத் தங்களுடைய முகங்களில் தவழவிட்டிருந்தனர்.

'நிராகரிக்கப்பட்டவர்கள்!' என்று ஜேன் எக்களிப்புடன் நினைத்துக் கொண்டாள். 'நான் போவதற்குள் அவர்கள் தங்களுக்குத் தேவையான நபர்களைத் தேர்ந்தெடுத்துவிட மாட்டார்கள் என்று நான் நம்புகிறேன்.'

பெண்களின் வரிசை மெதுவாக ஊர்ந்து கொண்டிருந்தது. பதற்றமான முகங்கள் குட்டிக் கண்ணாடிகளைப் பார்த்துக் கொண்டன; பலர் தங்களுடைய மூக்குகளின்மீது பவுடரை ஒற்றிக் கொண்டனர்; லிப்ஸ்டிக்குகள் தாராளமாக உதடுகளில் தாண்டவமாடத் துவங்கின.

'என்னிடம் இன்னும் சிறப்பான ஒரு தொப்பி இருந்திருந்தால் நன்றாக இருந்திருக்கும்!' என்று ஜேன் நினைத்துக் கொண்டாள்.

அந்த வீட்டினுள் ஒரு பக்கத்தில் ஒரு கண்ணாடிக் கதவு இருந்தது. அதில் 'குத்பெர்ட்சன்ஸ் நிறுவனம்' என்ற பெயர் பொறிக்கப்பட்டிருந்தது. அந்தக் கண்ணாடிக் கதவின் வழியாகத்தான் அங்கு வந்திருந்த பெண்கள் ஒருவர் பின் ஒருவராக உள்ளே அனுப்பப்பட்டுக் கொண்டிருந்தனர். ஒருவழியாக அவளுடைய முறை வந்தது. அவள் ஆழமாக ஒரு முறை சுவாசித்துவிட்டு உள்ளே நுழைந்தாள்.

உள்ளே நுழைந்ததும் அங்கு ஓர் அலுவலக அறை இருந்தது. அது எழுத்தர்களுக்கான அறை என்பது வெளிப்படை. அந்த அறையின் மறுமுனையில் மற்றொரு கண்ணாடிக் கதவு இருந்தது. அதன் வழியாகச் செல்லும்படி ஜேன் கேட்டுக் கொள்ளப்பட்டாள். அது முந்தைய அறையைவிடச் சிறியதாக இருந்தது. அங்கு ஒரு பெரிய மேசை போடப்பட்டிருந்தது. அதற்குப் பின்னால், ஒரு கூரிய பார்வை கொண்ட ஒருவர் அமர்ந்திருந்தார். அவர் நடுத்தர வயதில் இருந்தார். அவருடைய மீசை ஒரு வெளிநாட்டுக்காரரின் மீசையைப்போல இருந்தது. அவர் ஜேனை ஒரு முறை ஏற இறங்கப் பார்த்துவிட்டு, இடது புறமாக இருந்த ஒரு கதவை நோக்கிக் கையைக் காட்டினார்.

"தயவு செய்து அங்குக் காத்திருங்கள்," என்று அவர் ஓர் உறுதியான குரலில் கூறினார்.

ஜேன் அதற்குக் கீழ்ப்படிந்தாள். அவள் நுழைந்த அறையில் ஏற்கனவே ஐந்து பெண்கள் இருந்தனர். அவர்கள் ஐவரும் விறைப்பாக உட்கார்ந்து கொண்டு, ஒருவரையொருவர் பார்த்துக் கொண்டு இருந்தனர். அவர்களைப் பார்த்ததும், தேர்ந்தெடுக்கப்படக்கூடிய வாய்ப்பு இருந்த நபர்களில் தானும் ஒருத்தி என்பதை ஜேன் புரிந்து கொண்டாள். அவளுடைய உற்சாகம் அதிகரித்தது. அதே நேரத்தில், அங்குக் காத்துக் கொண்டிருந்த ஐந்து பெண்களும், அந்த விளம்பரத்தில் கொடுக்கப்பட்டிருந்த நிபந்தனைகளின் அளவுகோல்களின்படி அவளைப்போலவே தகுதியானவர்களாக இருந்தனர்.

நேரம் ஓடிக் கொண்டிருந்தது. அந்தக் கட்டடத்திற்குள் நுழைந்த ஏராளமான பெண்கள், அவள் இப்போது இருந்த அறைக்கு முந்தைய அறைக்குள் நுழைந்த பிறகு, அங்கிருந்த வேறொரு கதவின் வழியாக வெளியே அனுப்பப்பட்டுக் கொண்டிருந்தனர். எப்போதாவது ஒரு பெண், ஜேன் அமர்ந்திருந்த அறைக்குள் அனுப்பப்பட்டாள். ஆறரை மணி வாக்கில் அந்த அறையில் பதினான்கு பெண்கள் இருந்தனர்.

பின்னர் வெளியறையிலிருந்து ஏதோ பேச்சுச் சத்தம்

கேட்டது. அதைத் தொடர்ந்து, அந்த 'வெளிநாட்டு மீசை' கொண்டவர் அந்த அறை வாசலில் தோன்றினார். அவருடைய மீசை ஒரு இராணுவ வீரனின் மீசைபோல இருந்ததால், ஜேன் தன் மனத்திற்குள் அவருக்குக் 'கர்னல்' என்ற பட்டப்பெயரை ஏற்கனவே சூட்டியிருந்தாள்.

"நான் உங்களை ஒவ்வொருவராகப் பார்க்கிறேன்," என்று அவர் அறிவித்தார். "நீங்கள் எந்த வரிசைக்கிரமத்தில் இந்த அறைக்குள் வந்தீர்களோ, அதே வரிசைக்கிரமத்தில் வாருங்கள்."

ஜேன் அந்த அறைக்குள் ஆறாவது நபராக உள்ளே நுழைந்திருந்தாள். இருபது நிமிடங்களுக்குப் பிறகே அவள் அழைக்கப்பட்டாள். அந்தக் கர்னல் தன் கைகளைத் தன் முதுகுக்குப் பின்னால் கட்டியவாறு நின்று கொண்டிருந்தார். வழக்கமான கேள்விகள் சிலவற்றை அவர் கேட்டார், அவளுடைய பிரெஞ்சு அறிவைச் சோதித்தார், அவளுடைய உயரத்தை அளந்தார்.

"நீங்கள் தகுதி பெறுவதற்கு வாய்ப்பிருக்கிறது. ஆனால் என்னால் உறுதியாகச் சொல்ல முடியாது. நீங்கள் தேர்ந்தெடுக்கப்படக்கூடும்," என்று அவர் அவளிடம் கூறினார்.

"இது என்ன வேலை என்று நான் தெரிந்து கொள்ளலாமா?" என்று ஜேன் நேரடியாக அவரிடம் கேட்டாள்.

அவர் வெறுமனே தன் தோள்களைக் குலுக்கினார்.

"இக்கட்டத்தில் அதை என்னால் உங்களிடம் கூற முடியாது. நீங்கள் தேர்ந்தெடுக்கப்பட்டால், அதை நீங்கள் அறிந்து கொள்ளலாம்."

"இது மர்மமாக இருக்கிறது," என்று ஜேன் அதற்கு ஆட்சேபனை தெரிவித்தாள். "ஒரு விஷயம் குறித்து முழுமையாகத் தெரிந்து கொள்ளாமல் அதை என்னால் ஏற்றுக் கொள்ள முடியாது. இது ஏதேனும் மேடை நாடகம் தொடர்பானதா?"

"மேடை நாடகமா? கண்டிப்பாக இல்லை."

அதைக் கேட்டுத் துணுக்குற்ற ஜேன், "ஓ!" என்று கூறினாள்.

இப்போது அவர் ஜேனை உற்றுக் கவனித்துக் கொண்டிருந்தார்.

"உங்களிடம் புத்திசாலித்தனம் இருக்கிறது. ஆனால், எச்சரிக்கையுடன் பேசுகின்ற திறன் இருக்கிறதா?"

"என்னிடம் இரண்டுமே இருக்கிறது," என்று ஜேன் அமைதியாகக் கூறினாள். "இதற்கு எவ்வளவு சம்பளம்?"

"இதற்கான சம்பளம் இரண்டாயிரம் பவுன்டுகள். மொத்த வேலை இரண்டு வாரங்கள்."

"ஓ!" என்று ஜேன் ஒரு நலிந்த குரலில் கூறினாள்.

அந்த வேலையில் பொதிந்திருந்த தாராளம் அவளை ஊமையாக்கியது.

கர்னல் தன் பேச்சைத் தொடர்ந்தார்.

"நான் ஏற்கனவே இன்னொரு பெண்ணைத் தேர்ந்தெடுத்துள்ளேன். நீங்களும் அவரும் கிட்டத்தட்டச் சமமான அளவில் பொருத்தமாக இருக்கிறீர்கள். நான் இன்னும் பார்த்திராத பெண்களில் ஒரு சிலர் இருக்கக்கூடும். அடுத்து நடைபெற வேண்டிய விஷயங்கள் குறித்த அறிவுரைகளை நான் உங்களுக்கு இப்போது தருகிறேன். உங்களுக்கு ஹாரிட்ஜ்ஸ் ஓட்டலைத் தெரியுமா?"

ஜேன் வியப்பில் வாய் பிளந்தாள். இங்கிலாந்தில் யாருக்குத்தான் ஹாரிட்ஜ்ஸ் ஓட்டலைத் தெரியாமல் இருக்கும்? மேஃபேர் பகுதியிலிருந்த மிகப் பிரபலமான ஓட்டல் அது. பிரபுக்களும் மேட்டுக்குடியினரும் தாராளமாக வந்து போன ஓரிடம் அது. இன்று காலையில்தான் அந்த ஓட்டலுக்கு ஆஸ்ட்ரோவாவின் 'கிராண்ட் டச்சஸ்' பாலீன் வந்திருந்த செய்தியை ஜேன் பத்திரிகைகளில் படித்திருந்தாள். ஆஸ்ட்ரோவா அகதிகளுக்கு நிதியுதவி திரட்டுவதற்கான ஒரு திறப்பு விழா நிகழ்ச்சியில் கலந்து கொள்வதற்காக வந்திருந்த பாலீன், அந்த ஓட்டலில்தான் தங்கியிருந்தார்.

"தெரியும்," என்று ஜேன் பதிலளித்தாள்.

"நல்லது. அங்குச் செல்லுங்கள். அங்குத் தங்கியிருக்கின்ற ஸ்டிரெப்டிச் பிரபுவைப் பார்க்க வேண்டும் என்று சொல்லுங்கள். உங்களுடைய முகவரி அட்டையை அவருக்கு அனுப்புங்கள். உங்களிடம் முகவரி அட்டை இருக்கிறதா?"

ஜேன் தன்னுடைய முகவரி அட்டையை எடுத்து அவரிடம் கொடுத்தாள். அதை வாங்கிக் கொண்ட கர்னல், அதன் ஒரு மூலையில் சிறியதாக 'பி' என்ற ஆங்கில எழுத்தை எழுதினார். பின் அந்த அட்டையை அவர் அவளிடம் திருப்பிக் கொடுத்தார்.

"ஸ்டிரெப்டிச் உங்களைச் சந்திக்க இது வழிவகுத்துக் கொடுக்கும். நான் அனுப்பித்தான் நீங்கள் அங்கு வந்திருக்கிறீர்கள் என்பதை அவர் புரிந்து கொள்வார். இறுதி முடிவை அவரும் இன்னொருவரும் சேர்ந்து எடுப்பர். நீங்கள் பொருத்தமான நபர் என்று அவர் தீர்மானித்தால், எல்லா விபரங்களையும் அவர் உங்களிடம் எடுத்துரைப்பார். அதை ஏற்றுக் கொள்வதும் ஏற்றுக் கொள்ளாமல் இருப்பதும் உங்கள் விருப்பம். இந்த ஏற்பாடு உங்களுக்குத் திருப்திகரமானதாக இருக்கிறதா?"

"முழு திருப்தி," என்று ஜேன் தெரிவித்தாள்.

வெளியே தெருவுக்கு வந்த பிறகு, '...இதுவரை!' என்று அவள் தனக்குத் தானே கூறிக் கொண்டாள். 'இதில் இருக்கின்ற கொக்கியை என்னால் பார்க்க முடியவில்லை. ஆனால், கண்டிப்பாக ஏதோ ஒன்று இதில் இருந்தாக வேண்டும். ஒன்றுமில்லாததற்கு எவரும் இவ்வளவு பணத்தை அள்ளிக் கொடுக்க மாட்டார்கள். அது சட்டத்திற்குப் புறம்பான ஒன்றாகத்தான் இருக்க வேண்டும். வேறு எதுவாக இருக்கவும் வாய்ப்பில்லை.'

அவளுக்கு உற்சாகம் கூடியது. மிதமான அளவில் இருக்கும்வரை, குற்றச் செயல்களில் ஈடுபடுவதில் அவளுக்கு ஆட்சேபனை இருக்கவில்லை. பெண் கொள்ளை இராணிகளின் சாகசக் கதைகளால் பத்திரிகைகள் நிறைந்து வழிந்தன. எதுவும் சரிப்பட்டு வராவிட்டால், அப்படிப்பட்டவர்களில் ஒருத்தியாக ஆகிவிடலாமா என்று ஜேன் தீவிரமாக யோசித்துக் கொண்டிருந்தாள்.

அவள் சிறிது பயம் கலந்த நடுக்கத்துடனேயே ஹாரிட்ஜ்ஸ் ஓட்டலை அடைந்தாள். அங்குச் சென்ற பிறகு, தன்னிடம் ஒரு புதிய தொப்பி இருந்திருந்தால் நன்றாக இருந்திருக்கும் என்ற எண்ணம் அவளிடம் முன்பைவிட அதிகரித்தது.

ஆனால் அவள் துணிச்சலுடன் வரவேற்பாளரை அணுகித் தன்னுடைய முகவரி அட்டையைக் கொடுத்து, எந்தவிதமான தயக்கமும் இல்லாமல், தான் ஸ்டிரெப்டிச் பிரபுவைப் பார்க்க வந்திருந்ததாகத் தெரிவித்தாள். அந்த வரவேற்பாளர் தன்னைச் சற்று விநோதமாகப் பார்த்ததுபோல அவளுக்குத் தோன்றியது. அவர் அவள் கொடுத்த அட்டையை வாங்கி அங்கிருந்த 'பெல்-பாயிடம்' கொடுத்துவிட்டு, ஒரு மெல்லிய குரலில் அவனுக்கு ஏதோ அறிவுறுத்தல்களைக் கூறினார். அவர் என்ன கூறினார் என்பதை ஜேனால் கேட்க முடியவில்லை. விரைவிலேயே திரும்பி வந்த அந்த பெல்-பாய், தன்னுடன் வருமாறு ஜேனை அழைத்தான். அவர்கள் லிஃப்டில் ஏறிச் சென்று ஒரு மாடியில் இறங்கி, அங்கிருந்த தாழ்வாரம் வழியாக நடந்து சென்று, இரட்டைக் கதவுகளுடன் இருந்த ஓர் அறையை அடைந்தனர். அவன் அந்த அறையின் கதவைத் தட்டினான். ஒரு சில கணங்கள் கழித்து ஜேன் உள்ளே நுழைந்தபோது, தான் ஒரு பெரிய அறையில் இருந்ததை அவள் உணர்ந்தாள். அங்கு நின்று கொண்டிருந்த உயரமான, ஒல்லியான நபரின் தளர்ச்சியான வெள்ளைக் கையில் அவளுடைய முகவரி அட்டை இருந்தது. அவருடைய முகத்தை ஒரு தாடி அலங்கரித்திருந்தது.

அவளுடைய அட்டையைப் பார்த்து, "ஜேன் கிளீவ்லேண்ட்,"

என்று அவர் மெதுவாகப் படித்தார். "என்னுடைய பெயர் ஸ்டிரெப்டிச்."

அவருடைய உதடுகள் திடீரென்று விரிந்து வெள்ளை வெளேரென்று இருந்த இரண்டு பல்வரிசைகளை வெளிப்படுத்தின. அது புன்னகை புரிவதற்கான அவருடைய முயற்சி என்பது அவளுக்குப் புரிந்தது. ஆனால், அது களிப்பு எதையும் வெளிப்படுத்தவில்லை.

"எங்களுடைய விளம்பரத்தைப் பார்த்துவிட்டு என்டர்ஸ்லை தெருவுக்குச் சென்ற உங்களை, கர்னல் கிரானின் தேர்வு செய்து இங்கு அனுப்பி வைத்திருக்கிறார் என்பது எனக்குப் புரிகிறது," என்று ஸ்டிரெப்டிச் கூறினார்.

'அப்படியானால், அவர் உண்மையிலேயே ஒரு கர்னல்தான்,' என்று ஜேன் தன் நுண்ணறிவைத் தானே மெச்சிக் கொண்டாள். ஆனால், அவருக்கு பதில் கூறும் விதமாக அவள் வெறுமனே தன்னுடைய தலையைத் தாழ்த்தி வணக்கம் தெரிவித்தாள்.

"நான் உங்களிடம் இப்போது சில கேள்விகள் கேட்கலாமா?" என்று அவர் கேட்டார்.

ஆனால், அவளுடைய பதிலுக்காகக் காத்துக் கொண்டிருக்காமல், கர்னல் கிரானின் கேட்டதைப்போலவே வழக்கமான கேள்விகள் சிலவற்றை அவரும் கேட்டார். தன்னுடைய பதில்கள் அவருக்குத் திருப்தியளித்திருந்ததைப்போல அவளுக்குத் தோன்றியது. அவள் சொன்னதை ஏற்றுக் கொள்வதுபோல அவர் ஓரிரு முறை தன் தலையை ஆட்டினார்.

"இப்போது நான் உங்களை இந்த அறையின் கதவுவரை நடந்து சென்றுவிட்டு, மீண்டும் இங்குத் திரும்பி வரும்படி கேட்டுக் கொள்ளப் போகிறேன்."

'என்னை ஒரு துணிக்கடை பொம்மையைப்போல நிற்க வைப்பதற்குத் தேர்ந்தெடுக்கப் போகிறார்கள்போலும்!' என்று ஜேன் தனக்குள் நினைத்துக் கொண்டாள். ஆனாலும் அவள் அவர் கூறியபடி செய்தாள். 'ஆனால், ஒரு துணிக்கடை பொம்மையைப்போல இரண்டு வாரங்கள் நிற்பதற்கு அவர்கள் கண்டிப்பாக இரண்டாயிரம் பவுன்ட் பணம் கொடுக்க மாட்டார்கள். ஆனால் என் சந்தேகங்களைத் தீர்த்துக் கொள்வதற்குச் சிறிது பொறுத்திருக்கலாம் என்று நினைக்கிறேன்.'

ஸ்டிரெப்டிச் தன் புருவங்களை உயர்த்தினார். அவருடைய விரல்கள் மேசையின்மீது தாளம் போட்டுக் கொண்டிருந்தன. திடீரென்று அவர் எழுந்து சென்று, அவர்கள் இருந்த அறையை ஒட்டியிருந்த ஓர் அறையின் கதவைத் திறந்து,

அங்கிருந்தவரிடம் ஏதோ பேசினார்.

பின் அவர் தன் இருக்கைக்குத் திரும்பினார். நடுத்தர வயதிலிருந்த ஒரு குள்ளமான பெண்மணி அந்த அறையிலிருந்து வெளியே வந்தார். வரும்போது, அந்த அறையின் கதவைச் சாத்திவிட்டு வந்தார். அவர் குண்டாகவும் அசிங்கமாகவும் இருந்தார். ஆனாலும், முக்கியத்துவம் வாய்ந்த ஒரு நபர் என்ற ஒரு தோரணை அவரிடமிருந்து வெளிப்பட்டது.

"அன்னா மைக்கேலோவ்னா, இந்தப் பெண்ணைப் பற்றி நீங்கள் என்ன நினைக்கிறீர்கள்?" என்று ஸ்டிரெப்டிச் அப்பெண்ணிடம் கேட்டார்.

அந்தப் பெண்மணி, காட்சிக்கு வைக்கப்பட்டிருந்த ஒரு மெழுகு பொம்மையைப் பார்ப்பதுபோல ஜேனை ஏற இறங்கப் பார்த்தார். அவர் ஜேனிடம் வணக்கம் தெரிவிக்கும் முயற்சி எதிலும் இறங்கவில்லை.

சில கணங்களுக்குப் பிறகு, "இவள் போதும் என்று நினைக்கிறேன்," என்று அவர் கூறினார். "உருவப் பொருத்தம் மிகக் குறைவாகவே இருந்தாலும், நாம் இதுவரை பார்த்திருந்தவர்களைவிட இவளுடைய உடல்வாகும் நிறமும் சிறப்பாகப் பொருந்துகின்றன. நீங்கள் என்ன நினைக்கிறீர்கள் ஃபியோடர் அலெக்ஸான்ட்ரோவிச் ஸ்டிரெப்டிச்?"

"அன்னா, நான் உங்களுடைய கருத்தோடு ஒத்துப் போகிறேன்."

"இவளால் பிரெஞ்சில் பேச முடியுமா?" என்று அன்னா கேட்டார்.

"இவளுடைய பிரெஞ்சு மிகச் சிறப்பாக இருக்கிறது."

ஜேன் மேலும் மேலும் ஒரு பொம்மையைப்போல உணர்ந்தாள். அவள் ஒரு மனுஷி என்ற உணர்வு அந்த இரண்டு விநோதப் பிறவிகளுக்கும் இருந்ததுபோலத் தெரியவில்லை.

தன் புருவங்களை உயர்த்தி ஜேனைப் பார்த்த அந்தப் பெண், "ஆனால், இவளால் எச்சரிக்கையுடன் நடந்து கொள்ள முடியுமா?" என்று கேட்டார்.

ஸ்டிரெப்டிச் ஜேனைப் பார்த்து, "இவர் இளவரசி அன்னா மைக்கேலோவ்னா போப்போரென்ஸ்கி," என்று பிரெஞ்சில் கூறினார். "உங்களால் எச்சரிக்கையுடன் நடந்து கொள்ள முடியுமா என்று அவர் கேட்கிறார்."

ஜேன் தன் பதிலை அன்னாவிடமே கூறினாள்.

"இந்த வேலை குறித்து விவரிக்கப்பட்டாலொழிய என்னால் எந்தவிதமான உத்தரவாதங்களையும் கொடுக்க முடியாது."

"ஸ்டிரெப்டிச், இந்தக் குட்டிப் பெண் மற்றவர்களைவிடப் பெரும் புத்திசாலியாக இருக்கிறாள் என்று எனக்குத்

தோன்றுகிறது," என்று அந்தப் பெண்மணி குறிப்பிட்டார். "குட்டிப் பெண்ணே, சொல், உன்னிடம் துணிச்சலும் இருக்கிறதா?"

இதைக் கேட்டுத் திகைப்படைந்த ஜேன், "எனக்குத் தெரியாது. என்னை யாராவது காயப்படுத்தினால், அது எனக்குப் பிடிக்காது. ஆனால், ஓரளவு என்னால் அதைத் தாங்கிக் கொள்ள முடியும்," என்று கூறினாள்.

"ஓ! நான் அந்த அர்த்தத்தில் கேட்கவில்லை. ஆபத்தை எதிர்கொள்ள நீ துணிவாயா என்றுதான் நான் கேட்டேன்."

"ஓ! ஆபத்தா? எனக்கு ஆபத்தை எதிர்கொள்ளப் பிடிக்கும்," என்று ஜேன் பதிலளித்தாள்.

"நீ வறுமையில் இருக்கிறாய், இல்லையா? நன்றாகப் பணம் சம்பாதிக்க உனக்கு விருப்பமா?"

"கண்டிப்பாக," என்று ஜேன் ஓரளவு உற்சாகமான குரலில் கூறினாள்.

ஸ்டிரெப்டிச்சும் அன்னாவும் ஒருவரையொருவர் பார்த்துக் கொண்டனர். பின் அவர்கள் இருவரும் ஒரே சமயத்தில் தங்களுடைய தலைகளை ஆட்டினர்.

"அப்படியானால், நான் விஷயங்களை விளக்கட்டுமா, அன்னா?" என்று ஸ்டிரெப்டிச் கேட்டார்.

அதற்கு மறுப்பு தெரிவிப்பதுபோல அன்னா தன் தலையை ஆட்டினார்.

"நம்முடைய சீமாட்டியே அதைக் கூற விரும்புகிறார்."

"அது தேவையற்றது, ஆபத்தானது."

"ஆனாலும், அதுதான் அவருடைய ஆணை. நீங்கள் இந்தப் பெண்ணைச் சோதித்து முடித்ததும், இவளை நான் சீமாட்டியிடம் அழைத்துச் செல்ல வேண்டும்."

ஸ்டிரெப்டிச் தன் தோள்களைக் குலுக்கினார். அன்னா கூறியதோடு அவர் ஒத்துப் போகவில்லை என்பது வெளிப்படையாகத் தெரிந்தது. அதே நேரத்தில், சீமாட்டியின் ஆணைக்குக் கீழ்ப்படியாமல் இருக்கவும் அவர் விரும்பவில்லை. அவர் ஜேனின் பக்கம் திரும்பினார்.

"அன்னா உங்களை ஆஸ்ட்ரோவாவின் கிராண்ட் டச்சஸ் பாலீனிடம் அறிமுகப்படுத்துவார். நீங்கள் பயப்பட வேண்டாம்."

ஜேனுக்குக் கொஞ்சம்கூட பயம் இருக்கவில்லை. ஒரு கிராண்ட் டச்சஸை நேரில் சந்திக்கவிருந்தது குறித்து அவள் மகிழ்ச்சியே அடைந்தாள். ஜேனிடம் சோசலிசத்துவம் எதுவும் இருக்கவில்லை. அக்கணத்தில் அவள் தன்னுடைய தொப்பியைக் குறித்துக் கவலைப்படுவதைக்கூட நிறுத்தியிருந்தாள்.

அன்னா அவளை வழிநடத்திச் சென்றார். அவளுடைய நடையில் ஒரு தோரணை வெளிப்பட்டுக் கொண்டிருந்தது. அவர்கள் அடுத்திருந்த அறையைக் கடந்து சென்று அந்த அறையின் மறுபக்கம் இருந்த ஒரு கதவை அடைந்தனர். அன்னா அக்கதவைத் தட்டினார். உள்ளிருந்து ஒரு குரல் அதற்குப் பதிலளித்தது. அன்னா கதவைத் திறந்து உள்ளே சென்றார். அவரை அடியொற்றி ஜேனும் உள்ளே நுழைந்தாள்.

"மேடம், நான் உங்களுக்கு ஜேன் கிளீவ்லேன்டை அறிமுகம் செய்கிறேன்," என்று ஒரு பயபக்தியான குரலில் அன்னா கூறினார்.

அந்த அறையின் மறுகோடியில் ஒரு பெரிய நாற்காலியில் அமர்ந்திருந்த ஓர் இளம் பெண், அதிலிருந்து குதித்தெழுந்து முன்னால் ஓடி வந்தார். அவர் கண்ணிமைக்காமல் ஓரிரு நிமிடங்கள் ஜேனை உற்றுப் பார்த்தார். பிறகு அவர் மகிழ்ச்சியாகச் சிரித்தார்.

"இது பிரமாதம், அன்னா. நாம் இந்த அளவுக்கு வெற்றி பெறுவோம் என்று நான் ஒருபோதும் கற்பனை செய்திருக்கவில்லை. ஜேன், இங்கே வாருங்கள். நாம் அருகருகே நின்று பார்க்கலாம்," என்று அந்த இளம் சீமாட்டி கூறினார்.

பாலீன் ஜேனின் கையைப் பிடித்து அந்த அறையின் குறுக்கே அவளை அழைத்துச் சென்று, அங்குச் சுவரில் மாட்டப்பட்டிருந்த ஒரு முழுநீளக் கண்ணாடியின் முன் அவளைக் கொண்டு நிறுத்தினார்.

"பார்த்தீர்களா? இது சரியான பொருத்தமாக இருக்கிறது," என்று அவர் கூறினார்.

பாலீனைப் பார்த்தக் கணத்திலேயே ஜேனுக்கு விஷயங்கள் புரிபடத் துவங்கின. பாலீனுக்கு அவளைவிட ஓரிரு வயது அதிகம் இருக்கலாம். பாலீன், ஜேனைப் போன்ற அதே நிறத் தலைமுடியையும், அதே உடல்வாகையும் கொண்டிருந்தார். அவர் ஜேனைவிடச் சிறிதளவு உயரம் அதிகம் இருக்கலாம். இப்போது அவர்கள் இருவரும் அருகருகே நின்றபோது, அவர்களுக்கு இடையேயிருந்த ஒற்றுமை வெளிப்படையாகத் தெரிந்தது.

பாலீன் மகிழ்ச்சியாகக் கைதட்டினார். அவர் மிகவும் உற்சாகமான ஓர் இளம்பெண்ணாகக் காட்சியளித்தார்.

"இதைவிடப் பிரமாதமாக இருக்க முடியாது," என்று பாலீன் அறிவித்தார். "அன்னா, என் சார்பாக நீங்கள் ஸ்டிரெப்டிச்சைப் பாராட்டுங்கள். அவர் மிகச் சிறப்பாகக் காரியங்களை நிறைவேற்றியுள்ளார்."

"ஆனால், மேடம், இந்த இளம் பெண்ணுக்குத் தான் என்ன

செய்ய வேண்டும் என்பது தெரியாது," என்று ஒரு மெல்லிய குரலில் அன்னா முணுமுணுத்தார்.

"ஓ, அப்படியா?," என்றார் பாலீன். அவர் இப்போது சிறிதளவு அமைதி அடைந்திருந்தார். "எனக்கு மறந்தே போய்விட்டது. பரவாயில்லை, நானே அவரிடம் கூறிவிடுகிறேன். நீங்கள் இங்கிருந்து போகலாம், அன்னா."

"ஆனால், மேடம்–"

"எங்களைத் தனியாக விட்டுச் செல்லுங்கள் என்று நான் சொல்கிறேன்."

பாலீன் கோபமாகத் தன் கால்களைத் தரையில் உதைத்தார். ஓரிரு நிமிடங்கள் கழித்து மிகவும் தயக்கத்துடன் அன்னா அந்த அறையைவிட்டு அகன்றார். பாலீன் ஒரு நாற்காலியில் உட்கார்ந்து கொண்டு, ஜேனையும் உட்காருமாறு சைகை செய்தார்.

"இந்த வயதான பெண்கள் களைப்பை உருவாக்கிவிடுகின்றனர்," என்று பாலீன் குறிப்பிட்டார். "அவர்களை உடன் வைத்துக் கொண்டுதான் ஆக வேண்டும். அன்னா பெரும்பாலானவர்களைவிடப் பரவாயில்லை. ஜேன் கிளீவ்லேன்ட்! எனக்கு உங்களுடைய பெயர் பிடித்திருக்கிறது. உங்களையும் பிடித்திருக்கிறது. நீங்கள் இரக்க குணம் உடையவர். ஒருவரைப் பார்த்தாலேயே, அவரிடம் இரக்க குணம் இருக்கிறதா இல்லையா என்பதை என்னால் சொல்லிவிட முடியும்."

"நீங்கள் மிகவும் புத்திசாலி, மேடம்," என்று ஜேன் முதன்முறையாகத் தன் வாயைத் திறந்தாள்.

"நான் புத்திசாலிதான்," என்று பாலீன் அமைதியாகக் கூறினார். "இப்போது நான் உங்களிடம் விஷயங்களை விளக்குகிறேன். விளக்குவதற்குப் பெரிதாக ஒன்றுமில்லை. உங்களுக்கு ஆஸ்ட்ரோவாவின் வரலாறு பற்றிச் சிறிது சொல்கிறேன். என்னுடைய குடும்பத்திலுள்ள கிட்டத்தட்ட அனைவருமே கொல்லப்பட்டுவிட்டனர். அவர்கள் இரஷ்ய கம்யூனிஸ்டுகளால் கொல்லப்பட்டனர். நான்தான் அந்தக் குடும்பத்தின் கடைசி வாரிசு. நான் ஒரு பெண்ணாக இருப்பதால், என்னால் அரியணையில் அமர முடியாது. அதோடு, நான் எங்குச் சென்றாலும், அங்கெல்லாம் என்னைக் கொலை செய்ய முயற்சிகள் மேற்கொள்ளப்பட்டு வருகின்றன. இது அபத்தமாக இருக்கிறது, இல்லையா? இந்த வோட்கா மிடாக்குடியர்களுக்கு ஒருபோதும் விஷயங்களைச் சரியாகச் சீர்தூக்கிப் பார்க்கின்ற பண்பு கிடையாது."

தன்னிடமிருந்து ஏதோ ஒன்று எதிர்பார்க்கப்பட்டதை

உணர்ந்த ஜேன், "ஓ, அப்படியா," என்றாள்.

"நான் கிட்டத்தட்ட, வேலையிலிருந்து ஓய்வு பெற்றுள்ள ஒரு நபரைப்போலவே வாழ்ந்து வருகிறேன். நான் போதுமான அளவு முன்னெச்சரிக்கை நடவடிக்கைகளை எடுத்துக் கொள்கிறேன். ஆனால், அவ்வப்போது நான் பொது நிகழ்ச்சிகளில் கலந்து கொள்ள வேண்டியிருக்கிறது. எடுத்துக்காட்டாக, நான் இங்கு லண்டனில் இருக்கின்றபோது, பல விழாக்களில் பங்கு கொண்டாக வேண்டியிருக்கிறது. அதேபோல, நான் திரும்பிச் செல்லும் வழியில் பாரீஸிலும் பல கொண்டாட்டங்களில் கலந்து கொள்ள வேண்டியிருக்கிறது. எனக்கு ஹங்கேரியில் ஒரு கோட்டை இருக்கிறது. அங்கு ஏகப்பட்ட வனவிலங்குகள் இருக்கின்றன."

"ஓ, அப்படியா," என்றாள் ஜேன்.

"ஆமாம். விலங்குகளை வேட்டையாடுவது எனக்கு மிகவும் பிடிக்கும். அதோடு – இதை நான் உங்களிடம் கூறக்கூடாது. ஆனால் நீங்கள் இரக்க குணம் கொண்டவர் என்பதால் இதை உங்களிடம் நான் கூறுகிறேன் – அங்கு ஏற்பாடுகள் ஏற்கனவே செய்து முடிக்கப்பட்டுவிட்டன. யாருக்கும் தெரியாமல் இரகசியமாக! உங்களுக்குப் புரிந்திருக்கும் என்று நான் நினைக்கிறேன். ஒட்டுமொத்தத்தில், அடுத்த இரண்டு வாரங்களுக்கு நான் என் எதிரிகளின் தாக்குதலுக்கு ஆளாகாமல் எச்சரிக்கையாக இருந்தாக வேண்டும்."

"ஆனால், காவல்துறையினர்–" என்று ஜேன் துவங்கினாள்.

"காவல்துறையினரா? ஓ! அவர்கள் சிறப்பாகச் செயல்பட்டுக் கொண்டிருக்கின்றனர். நாங்களும் அதேபோலச் சிறப்பாக இயங்கிக் கொண்டிருக்கிறோம். எங்களிடமும் ஒற்றர்கள் இருக்கின்றனர். அதனால் என்மீது எப்போது கொலை முயற்சி மேற்கொள்ளப்படக்கூடும் என்பது குறித்தத் தகவலை நான் முன்கூட்டியே தெரிந்து கொள்ளக்கூடும். அல்லது அப்படி நடைபெறாமலும் போகலாம்."

இப்படிக் கூறிவிட்டு, பாலீன் தன் தோள்களைக் குலுக்கினார்.

"எனக்குப் புரிகிறது," என்று ஜேன் மெதுவாகக் கூறினாள். "நான் உங்களுடைய இடத்தை எடுத்துக் கொள்ள வேண்டும் என்று நீங்கள் விரும்புகிறீர்கள், அப்படித்தானே?"

"சில நேரங்களில் மட்டும்," என்று பாலீன் ஆவலுடன் கூறினார். "அதனால், நீங்கள் எப்போதும் என்னருகே இருக்க வேண்டும். அடுத்த இரண்டு வாரங்களில் மூன்று அல்லது நான்கு முறை நீங்கள் தேவைப்படலாம். ஒவ்வொரு முறையும் அது ஒரு பொது நிகழ்ச்சியாக இருக்கும். எனக்குத்

தெரிந்தவர்களுடன் நான் பங்கு கொண்டே ஆக வேண்டிய வேளைகளில் உங்களால் என்னைப் பிரதிநுதப்படுத்த முடியாது என்பது வெளிப்படை."

"ஆம், அது உண்மைதான்," என்று ஜேன் ஒப்புக் கொண்டாள்.

"உங்களால் சிறப்பாகச் செயல்பட முடியும். இப்படிப்பட்டதொரு விளம்பரம் கொடுக்க வேண்டும் என்ற ஸ்டிரெப்டிச்சின் யோசனை பிரமாதமானது. சரிதானே?"

"ஒருவேளை, இதில் நான் கொல்லப்பட்டுவிட்டால்?" என்று ஜேன் கேட்டாள்.

"இதில் அப்படிப்பட்ட ஆபத்து இருப்பதை மறுப்பதற்கில்லை. ஆனால், எங்களுக்குக் கிடைத்துள்ள இரகசியத் தகவல்களின்படி, என்னைக் கடத்துவதற்குத்தான் அவர்கள் திட்டமிட்டுள்ளனர், கொலை செய்ய அல்ல! ஆனால், நான் உங்களிடம் வெளிப்படையாகவே கூறிவிடுகிறேன். அவர்கள் ஒரு வெடிகுண்டை என்மீது எறிவதற்கான சாத்தியக்கூறுகள் இருப்பதை மறுப்பதற்கில்லை."

"ஓ, அப்படியா!"

ஜேன், பாலீனின் விட்டேத்தியான பாவனையைப் போலியாகப் பின்பற்ற முயன்றாள். அவள் பணம் குறித்தப் பேச்சை எடுக்க மிகவும் ஆவலாக இருந்தாள். ஆனால், அதற்கான சந்தர்ப்பம் எது என்பது குறித்து அவள் குழப்பமடைந்திருந்தாள். நல்லவேளையாக, பாலீனே அந்தப் பிரச்சனையிலிருந்து ஜேனை மீட்டார்.

"இதற்காக நாங்கள் உங்களுக்கு ஒரு நல்ல ஊதியம் தருவோம்," என்று அவர் அலட்சியமாகக் கூறினார். "எவ்வளவு கொடுக்க வேண்டும் என்று ஸ்டிரெப்டிச் என்னிடம் பரிந்துரைத்தது எனக்கு நினைவில்லை."

"இரண்டாயிரம் பவுன்டுகள் என்று கர்னல் கிரானின் கூறினார்," என்றாள் ஜேன்.

"ஆமாம்," என்று கூறிய பாலீன் பிரகாசமடைந்தார். "ஆமாம். இப்போது எனக்கு நினைவுக்கு வருகிறது. அதை நீங்கள் ஏற்றுக் கொள்வீர்கள் என்று நான் நினைக்கிறேன், சரிதானே? அல்லது, உங்களுக்கு மூவாயிரம் தேவைப்படுமா?"

"உங்களுக்கு இரண்டுக்கும் பெரிய வேறுபாடு இல்லாதிருக்கும் பட்சத்தில், நான் மூவாயிரம் பெற்றுக் கொள்ள விரும்புகிறேன்," என்று ஜேன் கூறினாள்.

"நீங்கள் நடைமுறைக்கு ஏற்ற நபராக இருக்கிறீர்கள் என்பது எனக்குப் புரிகிறது," என்று பாலீன் கனிவாகக் கூறினார். "என்னால் அப்படி இருக்க முடிந்தால் நன்றாகத்தான் இருக்கும்.

ஆனால், எனக்குப் பணம் குறித்து எந்தவிதமான யோசனையும் கிடையாது. எனக்கு என்ன வேண்டும் என்பதில் மட்டுமே நான் என் கவனத்தைக் குவிக்கிறேன், அவ்வளவுதான்."

அது ஒரு போற்றத்தக்க மனப்போக்காக இருந்ததாக ஜேனுக்குப் பட்டது.

"நீங்கள் கூறியபடி இதில் ஆபத்து இருக்கத்தான் செய்கிறது," என்று பாலீன் யோசனையுடன் கூறினார். "உங்களைப் பார்த்தால் ஆபத்தைப் பொருட்படுத்துபவர்போல எனக்குத் தெரியவில்லை. நானும் அப்படித்தான். நீங்கள் என் இடத்தை எடுத்துக் கொள்ள வேண்டும் என்று நான் விரும்புவதால், நீங்கள் என்னை ஒரு கோழை என்று எண்ண மாட்டீர்கள் என்று நான் நம்புகிறேன். நான் திருமணம் புரிந்து கொண்டு குறைந்தபட்சம் இரண்டு மகன்களையாவது பெற்றுக் கொள்வது ஆஸ்ட்ரோவாவுக்கு இன்றியமையாதது. அதற்குப் பிறகு எனக்கு என்ன நேர்கிறது என்பது ஒரு பொருட்டல்ல."

"எனக்குப் புரிகிறது," என்றாள் ஜேன்.

"இந்த ஏற்பாட்டிற்கு நீங்கள் சம்மதிக்கிறீர்களா?"

"ஆமாம். நான் சம்மதிக்கிறேன்," என்று ஜேன் உறுதியாகக் கூறினாள்.

பாலீன் தன்னுடைய இரண்டு கைகளையும் குவித்து பலமாகச் சில முறை தட்டினார். அன்னா உடனே அங்கே வந்தார்.

"அன்னா, நான் இவரிடம் எல்லாவற்றையும் கூறிவிட்டேன்," என்று பாலீன் அறிவித்தார். "நாம் விரும்புவதை அவர் செய்து கொடுப்பார். அதற்கு நாம் மூவாயிரம் பவுன்டுகள் கொடுக்க வேண்டும். இதைக் குறித்துக் கொள்ளும்படி ஸ்டிரெப்டிச்சிடம் கூறிவிடுங்கள். இவர் உண்மையிலேயே என்னைப்போலவே இருக்கிறார், இல்லையா? ஆனால், இவர் என்னைவிட அதிக அழகாக இருக்கிறார் என்று நான் நினைக்கிறேன்."

அன்னா சிறிது தடுமாற்றத்துடன் அந்த அறையைவிட்டு வெளியேறி, ஸ்டிரெப்டிச்சுடன் திரும்பி வந்தார்.

"நாங்கள் எல்லாவற்றையும் பேசி முடித்துவிட்டோம். சரிதானே, ஸ்டிரெப்டிச்?" என்றார் பாலீன்.

ஸ்டிரெப்டிச் தன் உடலை வளைத்து வணங்கினார்.

அவர் ஜேனைச் சந்தேகக் கண்களுடன் பார்த்தவாறு, "ஆனால், இவரால் உங்களுடைய பாத்திரத்தைச் சரிவரச் செய்ய முடியுமா என்று எனக்குச் சந்தேகமாக இருக்கிறது," என்று கூறினார்.

"நான் அதைச் செய்து காட்டுகிறேன்," என்று ஜேன் திடீரென்று கூறினாள். "அதற்கு நீங்கள் அனுமதி

அளிப்பீர்களா?" என்று அவள் பாலீனை நோக்கிக் கேட்டாள்.

பாலீன் மகிழ்ச்சியுடன் அதற்கு ஒப்புதலளித்தார்.

ஜேன் எழுந்து நின்றாள்.

"இது பிரமாதம், அன்னா," என்று ஜேன் கூறினாள். "நாம் இந்த அளவுக்கு வெற்றி பெறுவோம் என்று நான் ஒருபோதும் கற்பனை செய்திருக்கவில்லை. இங்கே வாருங்கள். நாம் அருகருகே நின்று பார்க்கலாம்."

பாலீன் செய்ததைப்போலவே, ஜேன் அவரை அந்தக் கண்ணாடியின் அருகே அழைத்துச் சென்றாள்.

"பார்த்தீர்களா? இது சரியான பொருத்தமாக இருக்கிறது," என்று ஜேன் கூறினாள்.

வார்த்தைகள், சொன்ன விதம், உடல்மொழி ஆகிய அனைத்தும் பாலீனின் பேச்சை அப்படியே உரித்து வைத்ததைப்போல இருந்தன. அன்னா தன் தலையை அசைத்துத் தன் பாராட்டை வெளிப்படுத்தினார்.

"இது நன்றாகவே இருக்கிறது," என்று அவர் பிரகடனம் செய்தார். "பெரும்பாலானவர்களை இது எளிதில் ஏமாற்றிவிடும்."

"நீங்கள் மிகவும் புத்திசாலி," என்று பாலீன் பாராட்டும் விதமாகக் கூறினார். "என் உயிரைக் காப்பாற்றிக் கொள்வதற்காகக்கூட வேறு யாரையும்போல என்னால் நடிக்க முடியாது."

ஜேன் அதை நம்பினாள். பாலீன் கிட்டத்தட்டத் தன்னைப் போன்ற ஓர் இளம்பெண் என்பது அவளுக்கு உறைத்தது.

"மற்ற விபரங்களை அன்னா உங்களுக்குச் சொல்வார்," என்று பாலீன் ஜேனிடம் கூறினார். "அன்னா, இவரை என்னுடைய படுக்கையறைக்கு அழைத்துச் சென்று, என்னுடைய ஆடைகளை இவருக்கு அணிவித்துப் பாருங்கள்."

பாலீன் கண்ணியத்துடன் விடை கொடுத்தார். அன்னா ஜேனை அழைத்துச் சென்றார்.

கருப்பு-வெள்ளை நிறங்களில் அற்புதமாக உருவாக்கப்பட்டிருந்த ஓர் ஆடையைத் தூக்கிப் பிடித்தவாறு, அன்னா, "அந்தச் சந்தைத் திறப்பு விழா நிகழ்ச்சிக்குப் பாலீன் இதைத்தான் அணிந்து கொள்வார். அதற்கு இன்னும் மூன்று நாட்கள் இருக்கின்றன. ஒருவேளை அந்த நிகழ்ச்சியில் நீங்கள் அவருக்குப் பதிலாகக் கலந்து கொள்ள வேண்டியிருக்கலாம். எங்களுக்குச் சரியாகத் தெரியாது. எங்களுக்கு இன்னும் தகவல் வந்து சேரவில்லை," என்று கூறினார்.

அன்னாவின் தூண்டுதலின் பேரில், ஜேன் தன்னுடைய பழைய ஆடைகளைக் களைந்துவிட்டு அந்தப் புதிய ஆடைக்குள்

நுழைந்தாள். அது அவளுக்குக் கனகச்சிதமாகப் பொருந்தியது. அன்னா அதை ஆமோதிக்கும் விதமாகத் தலையாட்டினார்.

"இது உங்களுக்குக் கிட்டத்தட்டக் கச்சிதமாகப் பொருந்துகிறது. உயரம் மட்டும் சற்றுக் கூடுதலாக இருக்கிறது. ஏனெனில், நீங்கள் சுமார் ஓர் அங்குலம் உயரம் குறைவாக இருக்கிறீர்கள்."

"அதை எளிதில் சமாளித்துவிடலாம்," என்று ஜேன் அவசரமாகக் கூறினாள். "பாலீன் குதிகால் உயரம் குறைவான காலணிகளை அணிகிறார் என்பதை நான் கவனித்தேன். குதிகால் உயரம் அதிகமுள்ள, ஆனால், அதே மாதிரியான காலணிகளை என்னால் அணிய முடிந்தால், இப்பிரச்சனையைச் சமாளித்துவிடலாம்."

பாலீன் பொதுவாக அந்த ஆடையுடன் சேர்த்து அணிந்த காலணிகளை அன்னா ஜேனிடம் காட்டினார். உயரமான குதிகால்களுடன்கூடிய அதே மாதிரியான காலணிகளுக்கு ஏற்பாடு செய்ய முடிவெடுக்கப்பட்டது.

"உடைகளைப் பொறுத்தவரை, பாலீனின் உடைகளை ஒத்திருக்காமல் முற்றிலும் வித்தியாசமான நிறத்தில் இருந்தால் நன்றாக இருக்கும் என்று எனக்குப் படுகிறது," என்று அன்னா கூறினார். "திடீரென்று நீங்கள் அவருக்குப் பதிலாக அந்த நிகழ்ச்சியில் கலந்து கொள்ள வேண்டியிருந்தால், ஆள்மாறாட்டத்தை விரைவாகச் செய்து முடித்துவிடலாம்."

ஜேன் அது குறித்து ஒரு நிமிடம் யோசித்தாள்.

"இரத்தச் சிவப்பு நிறத்தில் இருந்தால் எப்படியிருக்கும்? மூக்கில் மட்டும் மாட்டிக் கொள்கின்ற மூக்குக்கண்ணாடி ஒன்றையும் அதனோடு சேர்த்து அணிந்து கொண்டால் இன்னும் நன்றாக இருக்கும். இவை என் தோற்றத்தை வெகுவாக மாற்றிவிடும்."

ஜேனின் இந்த இரண்டு பரிந்துரைகளும் ஏற்றுக் கொள்ளப்பட்டன. அதைத் தொடர்ந்து அவர்கள் மேலும் கூடுதலான விபரங்கள் குறித்துப் பேசத் தொடங்கினர்.

ஜேன் அந்த ஓட்டலைவிட்டு வெளியேறியபோது, அவளிடம் நூறு பவுன்ட் பணம் கொடுக்கப்பட்டது. தேவையான ஆடைகளை வாங்கிக் கொள்வதற்கும், நியூயார்க் நகரைச் சேர்ந்த மான்ட்ரெஸ்ஸார் என்ற பெயரில் பிளிட்ஸ் ஓட்டலில் ஓர் அறையெடுத்துத் தங்குவதற்கும் அதை அவள் பயன்படுத்திக் கொள்ள வேண்டும் என்று அவளுக்கு அறிவுறுத்தப்பட்டது.

இரண்டாவது நாள், ஸ்டிரெப்டிச் அவளை அந்த ஓட்டலில் வைத்துச் சந்தித்தார்.

“உண்மையிலேயே பரிபூரண மாற்றம்,” என்று கூறி அவர் தன் உடலை வளைத்து அவளுக்கு வணக்கம் தெரிவித்தார்.

ஜேனும் பதிலுக்குப் போலியாக அவரை வணங்கினாள். அவள் அந்தப் புதிய ஆடைகளையும் ஆடம்பர வாழ்க்கையையும் பெருமளவு இரசித்து அனுபவித்துக் கொண்டிருந்தாள்.

“இது எல்லாம் நன்றாக இருக்கிறது. நீங்கள் இங்கு வந்துள்ளதை வைத்துப் பார்க்கும்போது, நான் என் பணத்தைச் சம்பாதிப்பதற்கு உழைக்க வேண்டிய வேளை வந்துவிட்டது என்று தோன்றுகிறது,” என்றாள் ஜேன்.

“அது உண்மைதான். பாலீன் சந்தையைத் திறந்து வைத்துவிட்டு ஓட்டலுக்குத் திரும்பும்போது அவரைக் கடத்தத் திட்டம் தீட்டப்பட்டுள்ளதாக எங்களுக்குத் தகவல் கிடைத்துள்ளது. அது ஓரியன் ஹவுஸ் என்ற இடத்தில் வைத்து நடைபெறக்கூடும். அந்த இடம் லண்டனிலிருந்து சுமார் பத்து மைல்கள் தள்ளி இருக்கிறது. அந்தத் திறப்பு விழாவுக்கு, அதை ஏற்பாடு செய்த ஆன்செஸ்டர் சீமாட்டி வரவிருக்கிறார். அவருக்குப் பாலீனைத் தனிப்பட்ட முறையில் தெரியும் என்பதால், பாலீன் அந்த நிகழ்ச்சியில் கண்டிப்பாக நேரில் கலந்து கொண்டே ஆக வேண்டும். அதனால், நான் இப்படித் திட்டம் தீட்டியிருக்கிறேன்.”

அத்திட்டத்தை அவர் எடுத்துரைத்ததை ஜேன் உன்னிப்பாகக் கேட்டுக் கொண்டாள்.

அவள் சில கேள்விகள் கேட்டுத் தன் சந்தேகங்களைத் தெளிவுபடுத்திக் கொண்டாள். இறுதியில், அத்திட்டத்தில் தன்னுடைய பாத்திரம் என்ன என்பதைத் தான் புரிந்து கொண்டுவிட்டதாக அவள் அவரிடம் தெரிவித்தாள்.

அடுத்த நாள் பிரகாசமாக விடிந்தது. வானம் தெளிவாக இருந்தது. ஆஸ்ட்ரோவா அகதிகளுக்கு நிதி திரட்டுகின்ற நிகழ்ச்சிக்கு ஏற்றக் கச்சிதமான நாளாக அது இருந்தது.

திடீர்த்திடீரென்று மாறுகின்ற ஆங்கிலேய வானிலையைக் கணக்கில் எடுத்துக் கொண்டு, அந்த நிகழ்ச்சி, ஓரியன் ஹவுஸில் இருந்த விசாலமான அறைகளில் ஏற்பாடு செய்யப்பட்டிருந்தது. அந்த இடம் ஐந்நூறு ஆண்டுகளாக ஆன்செஸ்டர் பிரபுக்களின் வசம் இருந்து வந்திருந்தது. அந்த நிகழ்ச்சிக்காகப் பல அரிய பொருட்கள் கடன் வாங்கப்பட்டிருந்தன. இரண்டாம் நாளன்று, சமூகத்தில் உயர்ந்த அந்தஸ்தில் இருந்த நூறு பெண்கள் தங்களுடைய முத்துமாலைகளிலிருந்து ஆளுக்கொரு முத்தைத் தானம் கொடுப்பதாக ஏற்பாடு செய்யப்பட்டிருந்தது. பின் அவை ஏலம் விடப்பட்டு, அகதிகளுக்கு நிதி திரட்டப்படும். இது

தவிர அந்த மைதானத்தில் ஏகப்பட்டப் பிற நிகழ்ச்சிகளும் ஏற்பாடு செய்யப்பட்டிருந்தன.

ஜேன் அந்த நிகழ்ச்சிக்கு முன்னதாகவே வந்துவிட்டிருந்தாள். அவள் அன்று ஒரு சிவப்பு நிற ஆடையை அணிந்திருந்தாள். சிவப்பு நிறத்தில், துணியால் ஆன ஒரு தொப்பி அவளுடைய தலையில் இடம் பெற்றிருந்தது. உயர்ந்த குதிகால்களுடன்கூடிய காலணிகளை அவள் அணிந்திருந்தாள்.

அன்றைய தினம், கிராண்ட் டச்சஸ் பாலீனின் வருகை முக்கிய நிகழ்வாக அமையவிருந்தது. அவர் வந்து சேர்ந்ததும் மேடைக்கு அழைத்துச் செல்லப்பட்டார். அங்கு ஒரு சிறுமி அவருக்கு ஒரு பூங்கொத்தைக் கொடுத்து வரவேற்றாள். அவர் ஒரு சுருக்கமான, அதே நேரத்தில், வசீகரமான உரையை நிகழ்த்தி அந்தச் சந்தையைத் திறந்து வைத்தார். அவருடன் கூடவே ஸ்டிரெப்டிச்சும் அன்னாவும் இருந்தனர்.

ஜேன் ஏற்கனவே பார்த்திருந்த, அந்த அழகான கருப்பு-வெள்ளை நிற ஆடையையே பாலீன் அணிந்திருந்தார். துணியால் ஆன, கருப்பு-வெள்ளை நிறத் தொப்பி ஒன்று அவருடைய தலையில் இடம் பெற்றிருந்தது. அந்தத் தொப்பியிலிருந்து தொங்கிய மெல்லிய துணி அவருடைய முகத்தில் பாதியை மறைத்துக் கொண்டிருந்தது. ஜேன் தனக்குள் புன்னகைத்துக் கொண்டாள்.

பாலீன் அங்கிருந்த ஒவ்வொரு கடைக்கும் சென்று ஒரு சில பொருட்களை வாங்கினார். அவர் எல்லோரிடமும் ஒரே மாதிரியாகக் கனிவுடன் நடந்து கொண்டார். பின் அங்கிருந்து கிளம்ப அவர் ஆயத்தமானார்.

அந்த நேரத்தில், ஜேன் அந்த நாடகத்தில் தன் பங்கைத் துவக்க வேண்டும் என்று ஏற்பாடாகியிருந்தது. அதன்படி, ஜேன் அன்னாவை அணுகி, பாலீனிடம் தன்னை அறிமுகப்படுத்தி வைக்கும்படி கேட்டுக் கொள்ள வேண்டும். ஜேன் அவ்வாறே செய்தாள்.

"ஆமாம், எனக்கு நினைவிருக்கிறது," என்று பாலீன் கூறினார். "மான்ட்ரெஸ்ஸார். அவர் ஓர் அமெரிக்கப் பத்திரிகையாளர் என்று ஞாபகம். நம்முடைய நோக்கத்திற்காக அவர் நிறையச் செய்துள்ளார். அவருடைய பத்திரிகைக்காக நான் ஒரு சிறு பேட்டி அளித்தாக வேண்டும். நாங்கள் தனியாகச் சில நிமிடங்களைச் செலவழிப்பதற்கு ஏற்றாற்போல அறையேதும் இங்கு இருக்கிறதா?"

உடனடியாக ஒரு சிறிய அறை பாலீனுக்காக ஒதுக்கப்பட்டது. மான்ட்ரெஸ்ஸாரை அழைத்து வரும்படி ஸ்டிரெப்டிச் பணிக்கப்பட்டார். ஸ்டிரெப்டிச் அவரை அழைத்து வந்து

அந்த அறையில் விட்டுவிட்டு அங்கிருந்து அகன்றார். அந்த அறையில் பாலீன் மற்றும் மான்ட்ரெஸ்ஸாருடன் அன்னாவும் இருந்தார். படுவேகமாக ஆடைகள் மாற்றிக் கொள்ளப்பட்டன.

மூன்று நிமிடங்களுக்குப் பிறகு அந்த அறையின் கதவு திறக்கப்பட்டது. பாலீன் அந்த அறையைவிட்டு வெளியே வந்தார். அவர் தன் முகத்தை மறைக்கும் விதத்தில் தன் கையிலிருந்த பூங்கொத்தைத் தூக்கிப் பிடித்திருந்தார்.

அவர் ஆன்செஸ்டர் சீமாட்டியிடம் ஓரிரு வார்த்தைகள் பிரெஞ்சில் பேசிவிட்டு அவரிடமிருந்து விடைபெற்றுக் கொண்டு, தனக்காகத் தயாராகக் காத்துக் கொண்டிருந்த தன்னுடைய காரில் ஏறினார். அன்னாவும் அதில் ஏறி அவருக்குப் பக்கத்தில் அமர்ந்து கொண்டார். கார் அங்கிருந்து கிளம்பிச் சென்றது.

“அப்படியானால், இது முடிந்துவிட்டதா?” என்று ஜேன் கேட்டாள். “பாலீன் திட்டப்படிச் செயல்பட்டுக் கொண்டிருப்பார் என்று நினைக்கிறீர்களா?”

“அவரை யாரும் கண்டுகொள்ள மாட்டார்கள். அவரால் எளிதாக அங்கிருந்து நழுவிவிட முடியும்.”

“அது உண்மைதான்,” என்று ஜேன் கூறினாள். “நான் என் பங்கை ஒழுங்காகச் செய்தேனா?”

“நீங்கள் உங்கள் பங்கைக் கச்சிதமாகச் செய்தீர்கள்.”

“ஸ்டிரெப்டிச் ஏன் நம்முடன் வரவில்லை?”

“அவர் அங்கேயே தங்க வேண்டியதாயிற்று. யாராவது பாலீனுக்குப் பாதுகாப்பாக இருக்க வேண்டுமல்லவா?”

“நம்மீது எவரும் வெடிகுண்டுகளை வீச மாட்டார்கள் என்று நான் நம்புகிறேன்,” என்று ஜேன் கவலையுடன் கூறினாள். “அன்னா, நாம் ஏன் முக்கியச் சாலையிலிருந்து விலகிச் செல்கிறோம்?”

கார் வேகமெடுத்து ஒரு சிறிய சாலையின் வழியாகப் பறக்கத் துவங்கியது.

ஜேன் முன்னால் சாய்ந்து ஓட்டுநரிடம் ஆட்சேபனை தெரிவித்தாள். ஆனால், அந்த ஓட்டுநர் சிரித்துக் கொண்டே வேகத்தை மேலும் அதிகப்படுத்தினார். ஜேன் மீண்டும் தன் இருக்கையில் பின்னால் சாய்ந்து உட்கார்ந்தாள்.

“உங்களுடைய ஒற்றர்களின் கணிப்பு சரிதான்,” என்று ஜேன் சிரித்துக் கொண்டே கூறினாள். “நாம் எந்த அளவு இழுத்தடிக்கிறோமோ, அந்த அளவுக்கு எளிதாகப் பாலீன் அங்கிருந்து பாதுகாப்பாகத் தப்பித்துச் சென்று லண்டனை அடைய முடியும்.”

ஆபத்து தலைதூக்கியதும் ஜேனின் உற்சாகம் அதிகரித்தது.

குண்டுவெடிப்பு நிகழக்கூடும் என்ற சாத்தியக்கூற்றை அவள் இரசிக்கவில்லை என்றாலும், இதுபோன்ற திருப்பங்கள், சாகசத்தை விரும்பிய அவளுடைய இயல்புக்கு நன்றாகவே தீனி போட்டன.

திடீரென்று அந்தக் காரின் பிரேக்குகள் அழுத்தப்பட்டன. அது கிறீச்சிட்டு நின்றது. காருக்கு அருகே ஒருவன் தோன்றினான். அவன் கையில் ஒரு துப்பாக்கி இருந்தது.

"கைகளைத் தலைக்கு மேல் தூக்குங்கள்!" என்று அவன் மிரட்டினான்.

அன்னா உடனடியாகத் தன் கைகளைத் தூக்கினார். ஆனால், ஜேன் தன் கைகளைத் தன் மடியிலேயே வைத்துக் கொண்டு, வெறுமனே அவனை வெறுப்புடன் நோக்கிக் கொண்டிருந்தாள்.

"இதற்கு என்ன அர்த்தம் என்று அவனிடம் கேளுங்கள்," என்று ஜேன் அன்னாவிடம் கூறினாள்.

ஆனால் அன்னா வாயைத் திறப்பதற்கு முன்பாக, அந்த நபரின் வாயிலிருந்து ஏதோ அந்நிய மொழியில் வார்த்தைகள் வந்து கொட்டின.

அவன் கூறியதில் ஒரு வார்த்தைகூட ஜேனுக்குப் புரியவில்லை. அவள் வெறுமனே தன் தோள்களைக் குலுக்கிவிட்டு அமர்ந்து கொண்டிருந்தாள். காரின் ஓட்டுநர் தன் இருக்கையிலிருந்து இறங்கி அந்த நபருக்கு அருகே சென்றான்.

"சீமாட்டியால் வண்டியிலிருந்து இறங்க முடியுமா?" என்று அவன் வாயெல்லாம் பல்லாகக் கேட்டான்.

தன் பூங்கொத்தைத் தன் முகத்திற்கு நேராகப் பிடித்துக் கொண்டு ஜேன் அந்தக் காரிலிருந்து இறங்கினாள். பின்னாலேயே அன்னாவும் இறங்கினார்.

"சீமாட்டி, இந்த வழியே வர முடியுமா?"

அந்த மனிதனின் குரலில் தொனித்த நையாண்டித்தனத்தை ஜேன் கண்டுகொள்ளவில்லை. ஆனால், தானாகவே, கார் நிறுத்தப்பட்டிருந்த இடத்திலிருந்து சுமார் நூறு மீட்டர் தூரத்திலிருந்த ஆளரவமற்ற வீடு ஒன்றை நோக்கி அவள் நடக்கத் துவங்கினாள். அத்தெரு அத்துடன் முடிந்திருந்தது. அதற்கு மேல் செல்வதற்கு அங்கு வழியிருக்கவில்லை.

தன் கையில் துப்பாக்கியை வைத்திருந்த நபர் அவர்கள் இருவர் பின்னாலும் வந்தான். அவர்கள் அந்த வீட்டின் படியேறியதும், அவன் அவர்களை இடிக்காத குறையாக அவர்களைக் கடந்து முன்னால் ஓடிச் சென்று, அந்த வீட்டின் இடப்பக்கம் இருந்த ஒரு கதவைத் திறந்தான். அது

ஒரு காலியான அறை. அதற்குள் ஒரு மேசையும் இரண்டு நாற்காலிகளும் போடப்பட்டிருந்தன.

அந்த அறைக்குள் நுழைந்த ஜேன், ஒரு நாற்காலியில் அமர்ந்தாள். அன்னாவும் அவளைப் பின்பற்றினாள். அந்த நபர் அறைக்கு வெளியே சென்று கதவை ஓங்கிச் சாத்திவிட்டு, அதைப் பூட்டினான்.

ஜேன் அந்த அறையின் சன்னலருகே சென்று வெளியே எட்டிப் பார்த்தாள்.

“என்னால் இந்தச் சன்னலில் ஏறி வெளியே குதித்துவிட முடியும் என்றாலும், வெகுதூரம் ஓடிப் போக முடியாது,” என்று அவள் குறிப்பிட்டாள். “அதனால் இப்போதைக்கு இங்கேயே தங்கியிருக்கலாம். அவர்கள் நமக்குச் சாப்பிட ஏதேனும் கொண்டு வருவார்களா?”

ஓர் அரை மணிநேரம் கழித்து அவளுடைய கேள்விக்கு பதில் கிடைத்தது.

இரண்டு ரொட்டித் துண்டுகளும் ஒரு பெரிய கோப்பையில் சூடான சூப்பும் அந்த மேசையில் வைக்கப்பட்டன.

அந்த அறையின் கதவு மீண்டும் மூடப்பட்டுப் பூட்டப்பட்டவுடன், “மேல்தட்டு மக்களுக்கான ஆடம்பரம் எதுவும் இங்குக் கிடைக்காதுபோலத் தெரிகிறது,” என்று உற்சாகமாகக் கூறிய ஜேன், “நீங்களும் சாப்பிட வருகிறீர்களா?” என்று அன்னாவை அழைத்தாள்.

கலவரமடைந்திருந்த அன்னா, உணவு பற்றிய யோசனையைப் புறந்தள்ளினார்.

“என்னால் எப்படிச் சாப்பிட முடியும்? பாலீன் எந்த ஆபத்தில் சிக்கிக் கொண்டிருக்கிறார் என்பது யாருக்குத் தெரியும்?”

“அவருக்கு ஒன்றும் நேர்ந்திருக்காது,” என்றாள் ஜேன். “இப்போது நான் என்னைக் குறித்துத்தான் கவலைப்பட்டுக் கொண்டிருக்கிறேன். தாங்கள் தவறான நபரைப் பிடித்து வைத்துள்ளோம் என்பதைத் தெரிந்து கொள்கின்றபோது, கடத்தல்காரர்கள் இதை எளிதாக எடுத்துக் கொள்ள மாட்டார்கள். இன்னும் சொல்லப் போனால், அவர்கள் மிக மோசமாக நடந்து கொள்ளக்கூடும். அதனால், நான் முடிந்தவரை என்னுடைய வேடத்தைத் தொடர வேண்டும். சந்தர்ப்பம் கிடைக்கின்றபோது, நாம் இங்கிருந்து தப்பியோடிவிட வேண்டும்.”

அன்னா அதற்குப் பதிலேதும் சொல்லவில்லை.

பசியோடு இருந்த ஜேன் அந்தக் கோப்பையிலிருந்த சூப் முழுவதையும் குடித்து முடித்தாள். அது ஒரு விநோதமான

வாசனையுடன் இருந்தது. ஆனால், அது சூடாகவும் சுவையாகவும் இருந்தது.

அதற்குப் பிறகு, அவள் தூக்கக்கலக்கமாக உணர்ந்தாள். அன்னா அமைதியாக அழுது கொண்டிருந்ததுபோலத் தோன்றியது. ஜேன் அந்த அசௌகரியமான நாற்காலியில் முடிந்த அளவுக்குத் தன்னை ஒரு சௌகரியமான நிலையில் வைத்துக் கொண்டாள். அவளுடைய தலை மெதுவாக அந்த மேசையின்மீது சாய்ந்தது.

பின் அவள் தூங்கிவிட்டாள்.

* * *

ஜேன் திடுக்கிட்டு விழித்தாள். தான் நீண்ட நேரம் தூங்கியிருந்ததை அவள் அறியவில்லை. அவளுடைய தலை கனமாகவும் அசௌகரியமாகவும் இருந்தது.

பின் திடீரென்று அவளுடைய பார்வையில் தென்பட்ட ஒரு விஷயம் அவளைத் தூக்கிவாரிப் போட்டது. அவளுடைய தூக்கம் முழுமையாகக் கலைந்து போனது.

அவள் இப்போது மீண்டும் தன்னுடைய சிவப்பு நிற ஆடையை அணிந்திருந்தாள்.

அவள் நிமிர்ந்து உட்கார்ந்து கொண்டு தன்னைச் சுற்றிலும் பார்த்தாள். அவள் இப்போதும் அதே காலி வீட்டில், காலியாக இருந்த அதே அறையில்தான் இருந்தாள். அவள் தூங்கச் செல்வதற்கு முன் அனைத்தும் எப்படி இருந்தனவோ, அப்படித்தான் இப்போதும் இருந்தன – இரண்டே இரண்டு விஷயங்களைத் தவிர. அன்னா இனியும் அங்கு இருக்கவில்லை என்பது ஒன்று. இரண்டாவது, அவளுடைய ஆடை. தான் எப்படி மீண்டும் அந்த ஆடைக்குள் வந்தோம் என்ற புதிர்.

'மொத்த விஷயத்தையும் நான் கனவு கண்டிருக்க முடியாது. அப்படிக் கனவு கண்டிருந்தால், நான் இப்போது இங்கு உட்கார்ந்து கொண்டிருக்க மாட்டேன்,' என்று ஜேன் தனக்குத் தானே கூறிக் கொண்டாள்.

அவள் சன்னல் வழியாகப் பார்த்தபோது, மற்றொரு முக்கியமான விஷயத்தையும் அவள் கவனித்தாள். அவள் தூங்கச் சென்றபோது, சன்னல் வழியாகச் சூரிய ஒளி வந்து கொட்டிக் கொண்டிருந்தது. ஆனால், இப்போது, சூரிய ஒளியில் காய்ந்து கொண்டிருந்த பாதையில் அந்த வீட்டின் நிழல் விழுந்திருந்தது.

'இந்த வீடு மேற்குத் திசை நோக்கி அமைந்துள்ளது,' என்று ஜேன் நினைவுகூர்ந்தாள். 'நான் தூங்கச் சென்றபோது,

அது மதிய நேரமாக இருந்தது. இப்போது காலை நேரம். அப்படியானால், அந்த சூப்பில் எனக்கு மயக்க மருந்து கொடுக்கப்பட்டிருக்க வேண்டும். அப்படியானால்? எனக்கு ஒன்றுமே புரியவில்லை. எல்லாமே பைத்தியக்காரத்தனமாக இருக்கிறது."

அவள் எழுந்து கதவருகே சென்றாள். கதவு பூட்டப்பட்டிருக்கவில்லை. அவள் அந்த வீட்டைச் சுற்றிப் பார்த்தாள். அது காலியாகவும் ஆளரவமற்றும் இருந்தது.

ஜேன், வலித்துக் கொண்டிருந்த தன் தலையைத் தன் கைகளால் இறுகப் பற்றிக் கொண்டு தெளிவாகச் சிந்திக்க முயன்றாள்.

பின் அந்த வீட்டின் முன்கதவோரம், கிழிக்கப்பட்டிருந்த நிலையில் ஒரு நாளிதழ் கிடந்ததை அவள் கண்டாள். அதன் தலைப்புச் செய்தி அவளுடைய கவனத்தைக் கவர்ந்தது.

"இங்கிலாந்தில் அமெரிக்கக் கொள்ளைக்காரி!" என்று அது அலறியது. "செந்நிற ஆடையணிந்த பெண்ணின் கைவரிசை! ஓரியன் ஹவுஸ் சந்தையில் பரபரப்பான கொள்ளை!"

ஜேன் தட்டுத்தடுமாறிச் சூரிய வெளிச்சத்திற்குள் சென்றாள். அந்த வீட்டின் வாசற்படியில் அமர்ந்து கொண்டு அவள் அச்செய்தியைப் படித்தாள். படிக்கப் படிக்க அவளுடைய கண்கள் மேலும் மேலும் விரிந்து கொண்டே சென்றன. அதில் கூறப்பட்டிருந்த விஷயங்கள் சுருக்கமானவையாக இருந்தன.

ஓரியன் ஹவுஸிலிருந்து பாலீன் கிளம்பியதும், சிவப்பு நிற ஆடையணிந்திருந்த ஒரு பெண்ணும் மூன்று ஆண்களும், ஏலம் விடுவதற்காகச் சேகரிக்கப்பட்டிருந்த நூறு முத்துகளைத் துப்பாக்கி முனையில் கொள்ளையடித்துவிட்டு, அங்கிருந்து ஒரு காரில் ஏறித் தப்பிச் சென்றுவிட்டனர். இதுவரை அவர்கள் பிடிபட்டிருக்கவில்லை.

அது ஒரு மாலைநேரப் பத்திரிகை. அதில் மற்றொரு முக்கியச் செய்தியும் வெளியிடப்பட்டிருந்தது. "செந்நிற ஆடை அணிந்திருந்த அந்தக் கொள்ளைக்காரி, நியூயார்க்கிலிருந்து வந்து பிளிட்ஸ் ஓட்டலில் தங்கியிருந்த மான்ட்ரெஸ்ஸார் என்று அறியப்படுகிறது."

'என் கதை முடிந்தது,' என்று ஜேன் தனக்குத் தானே கூறிக் கொண்டாள். 'என் கதை இத்துடன் காலி. இதில் ஏதோ ஒரு சூது இருந்து வந்திருந்ததை என் உள்ளுணர்வு எனக்கு உறுத்திக் கொண்டேதான் இருந்தது. நான்தான் அதைக் கவனிக்காமல் விட்டுவிட்டேன்.'

பின் அவள் அங்கிருந்து கிளம்பத் தீர்மானித்தாள். அப்போது ஒரு விநோதமான சத்தம் வெளிப்பட்டது. அது ஓர்

ஆணின் குரல். அவன் ஒரே வார்த்தையை மீண்டும் மீண்டும் கூறிக் கொண்டிருந்தான்.

"நாசமாகப் போகட்டும்!" என்று அக்குரல் அரற்றியது. "நாசமாகப் போகட்டும்! எல்லோரும் நாசமாகப் போகட்டும்!"

அந்தச் சத்தம் அவளை உற்சாகப்படுத்தியது. ஏனெனில், அவளுடைய மனநிலையும் துல்லியமாக அப்படித்தான் இருந்தது. அவள் படிகளில் இறங்கி ஓடினாள். அதன் ஒரு மூலையில் ஓர் இளைஞன் விழுந்து கிடந்தான். அவன் தன் தலையைத் தரையிலிருந்து நிமிர்த்த முயன்று கொண்டிருந்தான். அவனுடைய முகத்தில் வியப்பு ரேகை ஓடிக் கொண்டிருந்தது.

"ஐயோ! என் தலை இப்படி வலிக்கிறதே! நான்–"

அவன் தன் வாக்கியத்தைப் பாதியில் நிறுத்திவிட்டு ஜேனை வெறித்துப் பார்த்தான்.

"நான் கனவு கண்டு கொண்டிருக்க வேண்டும்," என்று அவன் ஒரு மெல்லிய குரலில் கூறினான்.

"நானும் இப்படித்தான் நினைத்தேன்," என்றாள் ஜேன். "ஆனால், நாம் கனவு கண்டு கொண்டிருக்கவில்லை. உங்களுடைய தலைக்கு என்னவாயிற்று?"

"யாரோ என் தலையில் தாக்கியிருந்திருக்கிறார்கள். நல்லவேளையாக, அவர்கள் ஒரு தடிமனான உருட்டுக் கட்டையால் தாக்கியிருக்கிறார்கள்."

அவன் கஷ்டப்பட்டுத் தன்னை நிமிர்த்திக் கொண்டு உட்கார்ந்தான். அவனுடைய முகம் சற்றுக் கோணியது.

"என் மூளை சிறிது நேரத்தில் இயல்பு நிலைக்குத் திரும்பிவிடும் என்று நான் நினைக்கிறேன். நான் அதே இடத்தில்தான் இருக்கிறேன் என்று நினைக்கிறேன்."

"நீங்கள் எப்படி இந்த இடத்திற்கு வந்து சேர்ந்தீர்கள்?" என்று ஜேன் கேட்டாள்.

"அது ஒரு நீண்ட கதை. ஆமாம், நீங்கள் அந்த டச்சஸ் அல்லர், அப்படித்தானே? அவர்களுடைய முழுப் பெயர் என்ன?"

"நான் டச்சஸ் அல்லள். நான் சாதாரணமானவள். என் பெயர் ஜேன் கிளீவ்லேண்ட்."

"ஆனால், நீங்கள் சாதாரணமானவர் அல்லர்," என்று கூறிய அந்த இளைஞன், அவளை பிரமிப்புடன் பார்த்தான்.

அதைக் கேட்டு நாணத்தில் ஜேனின் முகம் சிவந்தது.

"உங்களுக்குக் குடிப்பதற்குத் தண்ணீர் கொண்டு வரட்டுமா?" என்று ஜேன் நிச்சயமின்மையோடு கேட்டாள்.

"அதுதான் வழக்கம் என்று எனக்குத் தெரிகிறது," என்று அந்த இளைஞன் கூறினான். "உங்களால் கண்டுபிடிக்க

முடிந்தால், விஸ்கி கிடைக்குமா என்று பாருங்கள்."

ஜேனுக்கு அங்கு விஸ்கி எதுவும் கிடைக்கவில்லை. அதனால் அவள் அவனுக்குச் சிறிது தண்ணீர் கொடுத்தாள். அதைப் பருகிய அவன், தான் இப்போது முன்பைவிட நன்றாக உணர்ந்ததாகத் தெரிவித்தான்.

"நான் என்னுடைய சாகசக் கதையை முதலில் கூறட்டுமா அல்லது நீங்கள் உங்களுடைய கதையைக் கூறுகிறீர்களா?" என்று அவன் கேட்டான்.

"நீங்களே முதலில் கூறுங்கள்."

"கூறுவதற்கு என்னிடம் பெரிதாக எதுவும் இல்லை. டச்சஸ் அந்த அறைக்குள் சென்றபோது, உயரம் குறைவான குதிகால்களுடன்கூடிய காலணிகளை அணிந்திருந்தார். திரும்பி வந்தபோது, அதிக உயரமான குதிகால்களுடன்கூடிய காலணிகளை அவர் அணிந்திருந்தார். அது எனக்கு புதிராகப் பட்டது. எனக்குப் புதிரான விஷயங்கள் பிடிக்காது.

"அதனால், நான் அந்தக் காரை என் மோட்டார் சைக்கிளில் பின்தொடர்ந்து வந்தேன். நீங்கள் அந்த வீட்டிற்குள் அழைத்துச் செல்லப்பட்டதை நான் கவனித்தேன். சற்று நேரம் கழித்து, பெரிய பந்தயக் கார் ஒன்று வேகமாக வந்து இங்கு நின்றது. சிவப்பு நிற ஆடையணிந்த ஒரு பெண்ணும் மூன்று ஆண்களும் அதிலிருந்து இறங்கினர். அந்தப் பெண் அணிந்திருந்த காலணிகளின் குதிகால்கள் அதிக உயரமில்லாமல் இருந்தன. அவர்கள் இந்த வீட்டுக்குள் நுழைந்தனர். பின்னர் அந்தப் பெண் கருப்பு-வெள்ளை ஆடையில் வெளியே வந்தார். முதலில் வந்திருந்த காரில் அவர் ஏறினார். அவரோடு ஒரு முதிய பெண்மணியும், வெள்ளைத் தாடியுடன் இருந்த ஒரு நபரும் ஏறிக் கொண்டனர். அவர்கள் எல்லோரும் போய்விட்டனர் என்று கருதிக் கொண்டு, நான் அந்தச் சன்னல் வழியாக உள்ளே ஏறிக் குதித்து உங்களைக் காப்பாற்றலாம் என்று எண்ணினேன். அப்போது யாரோ என் பின்னாலிருந்து என் தலையைத் தாக்கினர். என் கதை அவ்வளவுதான். இப்போது நீங்கள் உங்களுடைய கதையைச் சொல்லுங்கள்."

ஜேன் தன்னுடைய சாகசத்தை விவரித்தாள்.

இறுதியில், "நீங்கள் என்னைத் தொடர்ந்து வந்திருந்தது என்னுடைய அதிர்ஷ்டம்தான்," என்று அவள் கூறினாள். "இல்லையென்றால், நான் எப்படிப்பட்ட பயங்கரமான சிக்கலில் மாட்டிக் கொண்டிருந்திருப்பேன் என்பதை உங்களால் பார்க்க முடிகிறதா? பாலீனுக்குக் கச்சிதமான பலியாடாக நான் கிடைத்திருந்திருப்பேன். அங்குத் திருட்டு நடப்பதற்கு முன்பாக, அவர் எல்லோர் முன்னிலையிலும்

ஓரியன் ஹவுஸிலிருந்து கிளம்பி லண்டனுக்குப் போய்ச் சேர்ந்திருப்பார். யாராவது என்னுடைய நம்ப முடியாத கதையைக் காது கொடுத்துக் கேட்டிருப்பார்களா?"

"ஆமாம். அது உண்மைதான். எவரும் நம்பியிருந்திருக்க மாட்டார்கள்."

அவர்கள் தங்களுடைய சொந்த சோகக் கதைகளின் விவரிப்பில் மூழ்கியிருந்ததால், தங்களைச் சுற்றி என்ன நடந்து கொண்டிருந்தது என்பதை அவர்கள் கவனிக்கத் தவறிவிட்டனர். அவர்கள் நிமிர்ந்து பார்த்தபோது, வருத்தம் தோய்ந்த முகத்துடன் ஓர் உயரமான நபர் அந்த வீட்டின் வெளிச்சுவரில் சாய்ந்து கொண்டு நின்று கொண்டிருந்ததைக் கண்டு அவர்கள் அதிர்ந்தனர். அந்த நபர் அவர்களை நோக்கித் தலையாட்டினார்.

"மிகவும் சுவாரசியமாக இருக்கிறது," என்று அவர் கூறினார்.

"நீங்கள் யார்?" என்று ஜேன் அதிகாரத்துடன் வினவினாள்.

அந்த சோகமான முகத்திற்குச் சொந்தக்காரரின் கண்களில் ஒரு சிறு மினுமினுப்பு தென்பட்டது.

அவர் மென்மையாக, "என் பெயர் ஃபாரெல். நான் காவல்துறையின் துப்பறியும் அதிகாரி," என்று தெரிவித்தார். அவர் அந்த இளைஞனைப் பார்த்தபடி, "நாங்கள் உங்களுடைய கதையையும், இந்த இளம் பெண்ணின் கதையையும் கேட்க ஆவலாக உள்ளோம். ஓரிரண்டு விஷயங்கள் தவிர்த்து, இந்தப் பெண்ணின் கதையை நம்புவது எங்களுக்குக் கடினமானதாக இருந்திருக்கும்."

"எடுத்துக்காட்டாக?"

"இன்று காலையில் பாரிஸ் நகரில் உண்மையான கிரான்ட் டச்சஸ் தன்னுடைய கார் ஓட்டுநருடன் ஓடிச் சென்றுவிட்டார் என்று நாங்கள் கேள்விப்பட்டோம்."

ஜேன் அதைக் கேட்டு ஆச்சரியத்தில் வாய் பிளந்தாள்.

"பிறகு, இந்த 'அமெரிக்கக் கொள்ளைக்காரி' இந்த நாட்டுக்கு வந்திருந்ததை நாங்கள் கேள்விப்பட்டோம். அதனால், ஏதோ கொள்ளை நடைபெறும் என்று நாங்கள் எதிர்பார்த்தோம். விரைவிலேயே நாங்கள் அவர்களைப் பிடித்துவிடுவோம். ஒரு நிமிடம் காத்திருங்கள். இதோ வந்துவிடுகிறேன்."

அவர் வாசற்படியேறி அந்த வீட்டுக்குள் நுழைந்தார்.

ஜேன் அந்த இளைஞனிடம், "நீங்கள் அந்தக் காலணிகளை நோட்டம் விட்டது பிரமாதம்," என்று கூறினாள்.

"அப்படியெல்லாம் இல்லை," என்றான் அந்த இளைஞன். "நான் காலணித் தொழில் சூழலில்தான் வளர்க்கப்பட்டேன். என் அப்பா காலணி உலகின் முடிசூடா மன்னன். நானும்

இத்தொழிலுக்குள் வர வேண்டும் என்று அவர் விரும்பினார். பின்னர் நான் திருமணம் செய்து கொண்டு மகிழ்ச்சியாக இருக்க வேண்டும் என்றும் அவர் ஆசைப்பட்டார். ஆனால், நான் ஓர் ஓவியனாக ஆக விரும்பினேன்," என்று கூறி அவன் பெருமூச்செறிந்தான்.

"ஓ! அப்படியா?" என்று ஜேன் கனிவுடன் கூறினாள்.

"ஆனால், நான் ஆறு ஆண்டுகளாக ஓவியத்தில் ஈடுபட்டு வருகிறேன். என்னால் பெரிதாக எதையும் சாதிக்க முடியவில்லை. நான் ஒரு மகாமட்டமான ஓவியன்போலும். எல்லாவற்றையும் மூட்டை கட்டி வைத்துவிட்டு ஒரு நல்ல பிள்ளையாக வீட்டுக்குச் சென்றுவிடலாம் என்று நான் யோசித்துக் கொண்டிருக்கிறேன். என்னை வரவேற்க என் வீடு காத்துக் கொண்டிருக்கிறது."

"என்ன இருந்தாலும் ஒரு வேலையில் இருப்பதுபோல வராது," என்று ஜேன் கூறினாள். "உங்களால் காலணித் தொழில்துறையில் எனக்கு ஒரு வேலை வாங்கித் தர முடியுமா?"

"அதைவிட மேலான ஒன்றை என்னால் உங்களுக்கு வழங்க முடியும் – நீங்கள் அதை ஏற்றுக் கொள்ளத் தயாராக இருக்கும்பட்சத்தில்!"

"ஓ! அது என்ன?"

"அதைப் பற்றி நான் பின்னர் சொல்கிறேன். நேற்றுவரை, திருமணம் செய்து கொள்ள எனக்கு ஆசை ஏற்படுத்திய எந்தவொரு பெண்ணையும் நான் பார்த்ததில்லை."

"நேற்றுவரை?"

"ஆமாம். அந்தச் சந்தையில் அவளை நான் பார்த்தேன். அவளைத் தவிர வேறு யாரையும் என்னால் கற்பனை செய்ய முடியாது."

பின் அவன் ஜேனைத் தீர்க்கமாக உற்றுப் பார்த்தான்.

"இந்த டெல்பினியம் மலர்கள் எவ்வளவு அழகாக இருக்கின்றன," என்று ஜேன் கூறினாள். அவளுடைய கன்னங்கள் சிவந்திருந்தன.

"அவை லூபின் மலர்கள்," என்றான் அந்த இளைஞன்.

"அவை என்னவாகவும் இருந்துவிட்டுப் போகட்டும். அதனால் நமக்கென்ன?" என்றாள் ஜேன்.

"ஆமாம். அது உண்மைதான்," என்று அந்த இளைஞன் ஒப்புக் கொண்டான். பின் அவன் அவளை மேலும் நெருங்கி உட்கார்ந்தான்.

டேவன்ஹைம் மாயமாய் மறைவு

எங்களுடைய நெடுங்கால நண்பரும் ஸ்காட்லாந்து யார்டு காவல்துறை ஆய்வாளருமான ஜாப், புவாரோவுடனும் என்னுடனும் சேர்ந்து தேநீர் அருந்துவதற்காக வரவிருந்தார். நாங்கள் இருவரும் தேநீர் மேசையைச் சுற்றி அமர்ந்து கொண்டு அவருடைய வருகைக்காகக் காத்துக் கொண்டிருந்தோம். எங்கள் வீட்டுப் பராமரிப்பாளர் தேநீர்க் கோப்பைகளை ஒழுங்காக அடுக்கி வைக்கும் பழக்கம் இல்லாதவர் என்பதால், புவாரோ அவற்றை நேர்த்தியாக அடுக்கி வைத்தார். பிறகு, உலோகத்தால் ஆன அந்தத் தேநீர்க் குடுவையின்மீது பெரிதாக சுவாசித்து, தன் பட்டுக் கைக்குட்டையால் அவர் அதைப் பளிச்சூட்டினார். அதற்கு அருகே ஒரு கொதிகலனில் சாக்லெட் பானம் வைக்கப்பட்டிருந்தது.

கீழே 'டக்-டக்' என்ற சத்தம் கேட்டது. அதற்குச் சில நிமிடங்கள் கழித்து, ஜாப் நாங்கள் அமர்ந்திருந்த அறைக்குள் சுறுசுறுப்பாக நுழைந்தார்.

அவர் எங்களுக்கு வணக்கம் சொல்லியவாறு, "நான் தாமதமாக வந்துவிடவில்லையே?" என்று கேட்டார். "உண்மையில், டேவன்ஹைம் விவகாரத்தை விசாரித்துக் கொண்டிருக்கின்ற மில்லருடன் நான் கதையாடிக் கொண்டிருந்தேன்."

நான் காதைத் தீட்டிக் கொண்டேன். டேவன்ஹைம் திடீரென்று காணாமல் போன விவகாரம்தான் கடந்த மூன்று நாட்களாகப் பத்திரிகைகளின் பக்கங்களை நிறைத்துக் கொண்டிருந்தது. பிரபல வங்கியும் நிதி நிறுவனமுமான 'டேவன்ஹைம் அன்ட் சால்மன்' நிறுவனத்தின் மூத்தத் தொழிற்கூட்டாளியாக டேவன்ஹைம் இருந்து வந்தார்.

கடைசியாக, கடந்த சனிக்கிழமையன்று அவர் தன் வீட்டிலிருந்து வெளியேறிய பிறகு, அவர் காணாமல் போய்விட்டார். அதனால், ஜாப், அது தொடர்பான சில சுவாரசியமான தகவல்களை எங்களோடு பகிர்ந்து கொள்வார் என்று நான் ஆவலுடன் காத்துக் கொண்டிருந்தேன்.

"இக்காலத்தில் எவரொருவராலும் திடீரென்று 'காணாமல் போவது' என்பது கிட்டத்தட்டச் சாத்தியமற்றது என்றே நான் நினைத்து வந்தேன்," என்று நான் கூறினேன்.

ரொட்டியும் வெண்ணையும் வைக்கப்பட்டிருந்த ஒரு சிறு தட்டை எட்டில் ஓர் அங்குல தூரத்திற்கு நகர்த்தி வைத்துவிட்டு, புவாரோ என்னிடம் இவ்வாறு கேட்டார்:

"சொல்வதைத் தெளிவாகச் சொல்லுங்கள், நண்பரே! 'காணாமல் போவது' என்று நீங்கள் எதைக் குறிப்பிடுகிறீர்கள்? எந்த வகை 'காணாமல் போவதைப்' பற்றி நீங்கள் பேசிக் கொண்டிருக்கிறீர்கள்?"

நான் சிரித்தவாறே, "அப்படியானால், 'காணாமல் போவது' பல வகைகளாகப் பிரிக்கப்பட்டுத் தனித்தனியாக முத்திரை குத்தப்பட்டுள்ளதா?" என்று கேட்டேன்.

அதைக் கேட்டு ஜாப்பும் சிரித்தார். புவாரோ எங்கள் இருவரையும் பார்த்துத் தன் புருவங்களை உயர்த்தினார்.

"அதிலென்ன சந்தேகம்? காணாமல் போவதை மூன்று வகைகளாகப் பிரிக்கலாம். முதலாவதும் பரவலானதுமான தானாகவே காணாமல் போவது ஒரு வகை. இரண்டாவது, நினைவு தவறுவதால் காணாமல் போவது. இது அரிதானது. எப்போதாவது நிஜமாகவும் இருக்கும். மூன்றாவது, கொலை. கொலை செய்யப்பட்ட ஓர் உடலைக் கிட்டத்தட்ட வெற்றிகரமாகக் காணாமல் போகச் செய்வது. இவை மூன்றுமே சாத்தியமில்லை என்று நீங்கள் சொல்கிறீர்களா?"

"ஆமாம். நான் அப்படித்தான் நம்புகிறேன். எவரொருவருக்கும் நினைவு தப்பலாம். ஆனால், அவரைத் தெரிந்த ஒருவரால் அவர் கண்டிப்பாக அடையாளம் காணப்பட்டுவிடுவார். டேவன்ஹைம் போன்ற பிரபல நபருக்கு இது முற்றிலும் பொருந்தும். அடுத்து, 'உடல்களை' அவ்வளவு எளிதில் மறைந்து போகச் செய்ய முடியாது. உடனேயோ அல்லது தாமதமாகவோ அவை ஏதேனும் ஓர் ஒதுக்குப்புறமான இடத்திலோ அல்லது ஒரு காரின் டிக்கியிலோ கண்டுபிடிக்கப்பட்டே தீரும். கொலை எப்போதும் வெளிப்பட்டே தீரும். அதேபோல, ஓடிப் போய்விடுகின்ற ஓர் எழுத்தர் அல்லது கடனாளி, கம்பியில்லா தந்தி பரவலாகியுள்ள இக்காலகட்டத்தில் எங்காவது ஓரிடத்தில் அடையாளம் காணப்பட்டே தீர்வார்.

ஒருவேளை அவர் அந்நிய நாடுகளுக்குச் செல்லக்கூடும். ஆனால், துறைமுகங்கள், இரயில்வே நிலையங்கள் போன்றவை கண்காணிக்கப்பட்டுக் கொண்டிருக்கின்றன. அவர் உள்நாட்டிலேயே தங்கியிருந்தாலும், ஒரு நாளிதழைப் படிக்கின்ற எல்லோருக்கும் அவருடைய உருவமும் தோற்றமும் தெரிந்திருக்கும். அப்படி ஓடிச் செல்கின்ற நபருக்கு எதிராக மொத்த மனித நாகரிகமும் திரண்டு நிற்கும்."

"நண்பரே," என்று துவக்கினார் புவாரோ. "இங்கு நீங்கள் ஒரு விஷயத்தைத் தவறாகப் புரிந்து கொண்டுள்ளீர்கள். தனியாகவோ அல்லது பிறரோடு சேர்ந்தோ காணாமல் போக முடிவு செய்கின்ற ஒருவன் கச்சிதக்காரனாக இருக்கக்கூடும் என்ற சாத்தியக்கூற்றை நீங்கள் கணக்கில் எடுத்துக் கொள்ளாமல் இருக்கிறீர்கள். அறிவாற்றல், திறமை, துல்லியமான திட்டமிடுதல் ஆகியவற்றை அவன் அந்த விஷயத்திற்குப் பயன்படுத்தக்கூடும். அப்படிப்பட்ட ஒருவன் காவல்துறையைக் குழப்புவதில் ஏன் வெற்றி பெறக்கூடாது என்று நான் கேட்கிறேன்."

ஜாப் என்னைப் பார்த்து வேடிக்கையாகக் கண்ணடித்துவிட்டு, புவாரோவை நோக்கி, "அது உங்களுக்குப் பொருந்தாது, அப்படித்தானே? அவனால் உங்களைக் குழப்ப முடியாது என்று நீங்கள் கூறுகிறீர்கள், இல்லையா?" என்று கேட்டார்.

புவாரோ தன்னை அடக்கமானவராகக் காட்டிக் கொள்ள முயன்று அதில் தோற்றுப் போனார். "நானும் அதில் அடக்கம்தான். இது போன்ற பிரச்சனைகளை நான் அறிவியலைக் கொண்டும், கணிதரீதியான துல்லியத்துடனும் அணுகுகிறேன் என்பது உண்மைதான். ஆனால், இன்றைய துப்பறிவாளர்களிடையே இது அரிதாகவே காணப்படுகிறது."

ஜாப்பின் புன்னகை இன்னும் அகலமாயிற்று.

"எனக்குத் தெரியாது," என்று ஜாப் கூறினார். "இதில் ஈடுபட்டிருக்கும் மில்லர் ஒரு புத்திசாலி. அவருடைய பார்வையிலிருந்து ஒரு காலடித்தடம், ஒரு சுருட்டுச் சாம்பல், ஒரு ரொட்டித் துண்டு போன்ற சின்னச் சின்ன விஷயங்கள்கூடத் தப்பாது என்று என்னால் உறுதி கூற முடியும். எல்லாவற்றையும் பார்த்துவிடுகின்ற கண்கள் அவருக்கு இருக்கின்றன."

"நண்பரே, லண்டன் குருவிகளுக்குக்கூடத்தான் அப்படிப்பட்டக் கூர்மையான பார்வை இருக்கிறது. ஆனால் அதற்காக, டேவன்ஹைமின் விவகாரத்தைத் தீர்த்து வைக்கும்படி ஒரு பழுப்புக் குருவியிடம் கேட்க முடியாது,

சரிதானே?"

"அதற்காக, நுணுக்கமான தகவல்கள் துப்புகளுக்கு இட்டுச் செல்லக்கூடும் என்பதை நீங்கள் மறுக்கிறீர்களா?"

"ஒருக்காலும் இல்லை. அவற்றுக்கென்று பயன்கள் இருக்கத்தான் செய்கின்றன. ஆனால், அவை அளவுக்கதிகமான முக்கியத்துவம் பெற்றுவிடக்கூடும் என்பதுதான் இங்குள்ள ஆபத்து. பெரும்பாலான தகவல்கள் முக்கியத்துவமற்றவை. ஒன்றிரண்டு வேண்டுமானால் முக்கியத்துவம் வாய்ந்தவையாக இருக்கலாம்." அவர் தன் முன்மண்டையைத் தட்டிக் காட்டியவாறு, "ஆனால், ஒருவர் தன் மூளையைத்தான் அதிக அளவு சார்ந்திருக்க வேண்டும். உணர்ச்சிகள் ஒருவரைத் தவறாக வழிநடத்தக்கூடும். அதனால், உண்மையை நீங்கள் வெளியே தேடக்கூடாது, அகத்தில்தான் தேட வேண்டும்," என்று கூறினார்.

"புவாரோ, உங்களுடைய நாற்காலியைவிட்டு நகராமலேயே உங்களால் ஒரு விவகாரத்தைத் தீர்த்து வைக்க முடியும் என்று நீங்கள் கூறத் துணிகிறீர்களா?"

"துல்லியமாக அதைத்தான் நான் கூறிக் கொண்டிருக்கிறேன் – உண்மைத் தகவல்கள் என்னிடம் ஒப்படைக்கப்படுகின்ற பட்சத்தில்! நான் என்னை நிபுணத்துவம் பெற்ற ஓர் ஆலோசகராகப் பார்க்கிறேன்."

ஜாப் தன் முழங்கால்களைத் தட்டினார். "சரி, இப்போது நான் உங்களுக்கு ஒரு சவால் விடுகிறேன். நீங்கள் இன்னும் ஒரு வாரத்திற்குள் டேவன்ஹைமை உயிருடனோ அல்லது பிணமாகவோ கண்டுபிடித்துக் கொடுத்தால், நான் உங்களுக்கு ஐந்து பவுன்ட் பணம் தருகிறேன்."

புவாரோ அது குறித்துச் சிறிது நேரம் யோசித்தார். "சரி, நண்பரே, நான் உங்களுடைய சவாலை ஏற்றுக் கொள்கிறேன். ஆங்கிலேயர்களாகிய உங்களுடைய நேர்மையான போட்டி மனப்பான்மையை நான் பாராட்டுகிறேன். இப்போது, விபரங்களைக் கொடுங்கள்."

"டேவன்ஹைம், கடந்த சனிக்கிழமையன்று மதியம் 12:40 மணிக்கு, வழக்கம்போல விக்டோரியாவிலிருந்து சிங்சைடுக்கு இரயிலில் சென்றார். அங்கு, 'த செடார்ஸ்' என்று அழைக்கப்படுகின்ற, தன்னுடைய அரண்மனை போன்ற வீட்டை அவர் அடைந்தார். மதிய உணவுக்குப் பிறகு, அவர் அங்குள்ள தோட்டங்களைச் சுற்றி உலாவினார். பிறகு அவர் தன்னுடைய தோட்டக்காரர்களுக்குப் பல விதமான உத்தரவுகளைப் பிறப்பித்தார். அப்போது, அவருடைய நடத்தை எப்போதும்போல இயல்பாக இருந்ததாக எல்லோரும்

ஒப்புக் கொள்கின்றனர். மாலையில் தேநீர் அருந்திய பிறகு, அவர் தன் மனைவியின் அறைக்குச் சென்று, தான் சில கடிதங்களை அஞ்சல்பெட்டியில் போட்டு வருவதற்காக கிராமத்திற்குக் காலாற நடந்து செல்லவிருந்ததாகக் கூறினார். அதோடு, தொழில் தொடர்பாகப் பேசுவதற்காக, லோவென் என்பவர் தன்னைப் பார்க்க வருவார் என்றும், தான் திரும்பி வருவதற்குள் அவர் வந்துவிட்டால், அவரைத் தன்னுடைய படிப்பறையில் உட்கார வைக்கும்படியும் அவர் கூறிச் சென்றார். பின் அவர் தன் வீட்டிலிருந்து புறப்பட்டு, சிறிது தூரம் நடந்து சென்று வெளிவாசல் வழியாக வெளியேறினார். அதிலிருந்து அவரைக் காணவில்லை. அக்கணத்திலிருந்து அவர் மாயமாய் மறைந்துவிட்டார்."

"மொத்தத்தில், இது ஒரு சிறிய சுவாரசியமான பிரச்சனை," என்று புவாரோ முணுமுணுத்தார். "மேலே சொல்லுங்கள்."

"சுமார் கால் மணிநேரம் கழித்து, ஓர் அடர்த்தியான கருப்பு மீசை வைத்திருந்த, உயரமான, கருப்பான ஒரு நபர் அந்த வீட்டின் அழைப்புமணியை அழுத்தினார். தன்னைச் சந்திக்க டேவன்ஹைம் நேரம் ஒதுக்கியிருந்ததாக அவர் தெரிவித்தார். தன் பெயர் லோவென் என்று அவர் கூறியதால், டேவன்ஹைமின் அறிவுறுத்தல்களின்படி, அவர் அந்த வீட்டின் படிப்பறையில் உட்கார வைக்கப்பட்டார். கிட்டத்தட்ட ஒரு மணிநேரத்திற்கு மேலாகியும் டேவன்ஹைம் வீடு திரும்பவில்லை. இறுதியில், லோவென் அந்த அறையிலிருந்த அழைப்புமணியை அழுத்தினார். தான் ஒரு இரயிலைப் பிடிக்க வேண்டியிருந்ததால், தன்னால் இதற்கு மேலும் காத்திருக்க முடியாது என்று அவர் தெரிவித்தார்.

"லோவென் வருவார் என்பது தெரிந்திருந்தும் டேவன்ஹைம் திரும்பி வராமல் இருந்தது ஒரு புதிராக இருந்ததால், தன் கணவர் திரும்பி வராததற்கு டேவன்ஹைமின் மனைவி லோவெனிடம் மன்னிப்புக் கேட்டுக் கொண்டார். தான் டேவன்ஹைமைச் சந்திக்க முடியாமல் போனது குறித்து லோவென் வருத்தம் தெரிவித்துவிட்டு அங்கிருந்து கிளம்பிவிட்டார்.

"எல்லோருக்கும் தெரிந்தபடி, டேவன்ஹைம் திரும்பி வரவேயில்லை. ஞாயிறு காலையில் காவல்துறையினருக்குத் தகவல் தெரிவிக்கப்பட்டது. ஆனால், அவர்களுக்கு இந்த விஷயத்தில் தலையும் புரியவில்லை, வாலும் புரியவில்லை. டேவன்ஹைம் காற்றில் கரைந்துவிட்டிருந்ததுபோலக் காணாமல் போயிருந்தார். அவர் அஞ்சல் அலுவலகத்திற்கும் செல்லவில்லை, அந்த கிராமத்திற்கும் செல்லவில்லை. அவர் எந்த இரயிலும் ஏறவில்லை என்று இரயில் நிலைய

ஊழியர்கள் உறுதியாகக் கூறியுள்ளனர். அவருடைய கார் அவருடைய வீட்டில்தான் இருந்தது. அவர் ஒரு வாடகைக் காரை அமர்த்தியிருந்தால், அவரைப் பற்றிய தகவல் கொடுப்பவர்களுக்கு ஒரு நல்ல சன்மானம் அளிக்கப்படும் என்ற அறிவிப்பின் காரணமாக அந்தக் காரின் ஓட்டுநர் இந்நேரத்திற்குக் கண்டிப்பாக அத்தகவலைச் சொல்லியிருந்திருப்பார் என்பது உறுதி. அங்கிருந்து ஐந்து மைல்கள் தொலைவிலிருந்த என்ட்ஃபீல்டு என்ற ஊரில் ஒரு சிறு பந்தயம் நடைபெற்றுக் கொண்டிருந்தது. அந்த ஊரின் இரயில் நிலையத்திற்கு டேவன்ஹைம் நடந்து சென்றிருந்தால், அங்கிருந்த கூட்டத்தில் யாருடைய பார்வையிலும் படாமல் அவரால் ஒரு இரயிலில் ஏறியிருக்க முடியும் என்பதை மறுப்பதற்கில்லை. அதைத் தொடர்ந்து அவருடைய புகைப்படமும் அவரைப் பற்றிய முழு விபரங்களும் அனைத்துப் பத்திரிகைகளிலும் பிரசுரிக்கப்பட்டன. ஆனாலும் அவரைப் பற்றிய எந்தவொரு தகவலையும் எவரும் தெரிவிக்கவில்லை. மறுபுறம், அவரைப் பற்றிய தகவல் தங்களிடம் இருந்ததாக, இங்கிலாந்து முழுவதிலிருந்தும் ஏகப்பட்டக் கடிதங்கள் வந்தன. ஆனால் அவை அனைத்துமே இதுவரை ஏமாற்றமளிப்பவையாகவே இருந்து வந்துள்ளன.

“திங்கட்கிழமை காலையன்று மற்றொரு பரபரப்பான தகவல் வெளிச்சத்திற்கு வந்தது. டேவன்ஹைமின் படிப்பறையின் திரைச்சீலை ஒன்றுக்குப் பின்னாலிருந்த பாதுகாப்புப் பெட்டகம் உடைக்கப்பட்டிருந்தது. அதிலிருந்த பொருட்கள் கலைக்கப்பட்டும் இருந்தன. அந்த அறையின் சன்னல்கள் உட்புறமாகப் பூட்டப்பட்டிருந்ததால், அது வெளியிலிருந்து மேற்கொள்ளப்பட்டத் திருட்டாக இருக்க வாய்ப்பில்லை என்று கருதப்பட்டது. வீட்டிலிருந்தவர்களில் ஒருவர் அத்திருடனின் கூட்டாளியாக இருந்திருந்து, திருட்டு நடந்த பிறகு அவர் அந்தச் சன்னல்களை உள்ளேயிருந்து பூட்டியிருந்தால் அது சாத்தியப்பட்டிருக்கலாம். மறுபுறம், ஞாயிற்றுக்கிழமை குறுக்கிட்டதாலும், அன்று அந்த வீடு ஒரே களேபரமாக இருந்ததாலும், அத்திருட்டு சனிக்கிழமையன்றே நடைபெற்றிருந்து திங்கட்கிழமைவரை கண்டுபிடிக்கப்படாமல் இருந்திருக்க வேண்டும்.”

“சரி, அந்த பாவப்பட்ட லோவென் கைது செய்யப்பட்டுள்ளாரா?” என்று புவாரோ கேட்டார்.

ஜாப் அதைக் கேட்டுப் புன்னகைத்தார். “இன்னும் கைது செய்யப்படவில்லை. ஆனால், அவர் தீவிரக் கண்காணிப்பில் இருக்கிறார்.”

அதற்குப் புவாரோ தலையாட்டினார். "அந்தப் பாதுகாப்புப் பெட்டகத்திலிருந்து என்ன எடுக்கப்பட்டது? அது குறித்து உங்களுக்கு ஏதாவது தெரியுமா?"

"அது குறித்து நாங்கள் டேவன்ஹைமின் மனைவியிடமும் அவருடைய நிறுவனத்தின் இளைய கூட்டாளிகளிடமும் விசாரித்துக் கொண்டிருக்கிறோம். ஒரு பெரிய பரிவர்த்தனை அப்போதுதான் நடந்து முடிந்திருந்ததால், பத்திரங்கள் மற்றும் பணநோட்டுகளின் வடிவில் ஒரு பெரும் தொகை அப்பெட்டகத்தில் வைக்கப்பட்டிருந்தது. அத்துடன், பெரும் விலைமதிப்பு வாய்ந்த நகைகளும் அதில் இருந்தன. டேவன்ஹைமின் மனைவி தன்னுடைய அனைத்து நகைகளையும் அதில்தான் வைத்திருந்தார். சமீப ஆண்டுகளில், நகைகளை வாங்குவது டேவன்ஹைமின் பெருவிருப்பங்களில் ஒன்றாக ஆகியிருந்தது. மிக விலையுயர்ந்த கற்களை மாதத்திற்கு ஒரு முறையாவது டேவன்ஹைம் தன் மனைவிக்குப் பரிசளிக்கத் தவறவில்லை. இப்போது அந்தப் பெட்டகத்திலிருந்த எல்லாமே திருடு போயுள்ளது."

"மொத்தத்தில், அது ஒரு மாபெரும் கொள்ளை," என்று புவாரோ சிந்தனையுடன் கூறினார். "சரி, லோவென் எப்படி? அவர் அன்று மாலையில் எதற்காக டேவன்ஹைமைச் சந்திக்க வந்தார் என்பது குறித்து ஏதாவது தகவல் கிடைத்ததா?"

"அவர்கள் இருவருக்கும் இடையே அவ்வளவு நல்ல உறவு நிலவியிருக்கவில்லை. லோவென், பங்குகளின் வருங்கால விலையுயர்வு குறித்துக் கணிப்பதில் ஈடுபட்டிருந்தார். சந்தையில் அவர் ஒன்றிரண்டு முறை டேவன்ஹைமை முறியடித்திருந்தார். ஆனால், அவர்கள் இருவரும் அதற்கு முன்பு சந்தித்துக் கொண்டதாகத் தகவல் இல்லை. தென்னமெரிக்க நிறுவனங்களின் பங்குகள் குறித்த ஒரு விவகாரம் தொடர்பாகத்தான் டேவன்ஹைம் லோவெனைச் சந்திக்க நேரம் ஒதுக்கியிருந்தார்."

"அப்படியானால், தென்னமெரிக்க விவகாரங்களில் டேவன்ஹைமுக்கு ஈடுபாடு இருந்ததா?"

"நான் அப்படித்தான் நினைக்கிறேன். கடந்த இலையுதிர்காலம் முழுவதையும் அவர் புவனெஸ் ஐரிஸில்தான் செலவழித்திருந்தார் என்று அவருடைய மனைவி தெரிவித்துள்ளார்."

"அவர்களுடைய வீட்டு நிலவரம் எப்படி? கணவன் மனைவிக்குள் நல்லுறவு நிலவி வந்ததா?"

"அவருடைய குடும்ப உறவு அமைதியாகவும் விவகாரங்களற்றும் இருந்தது என்று சொல்லலாம்.

டேவன்ஹைமின் மனைவி இனிமையானவர், ஆனால் புத்திசாலி கிடையாது. மொத்தத்தில், அவர் எந்த விஷயத்திலும் கணக்கில் எடுத்துக் கொள்ளப்படவில்லை என்றே நான் நினைக்கிறேன்."

"அப்படியெனில், நாம் மர்மத்திற்கான விடையை அங்கே தேடக்கூடாது. அவருக்கு எதிரிகள் இருந்தனரா?"

"தொழில் தொடர்பாக அவருக்குப் பல போட்டியாளர்கள் இருந்தனர். அவர்மீது நல்லெண்ணம் கொண்டிராதவர்கள் நிறையப் பேர் இருந்தனர். ஆனால், அவரைத் தீர்த்துக் கட்டும் அளவுக்கு யாரும் இருந்ததாகச் சொல்ல முடியாது. ஒருவேளை அவர்களில் யாரேனும் அவரைக் கொன்றிருந்தால், அவருடைய உடல் எங்கே?"

"அது சரிதான். ஹேஸ்டிங்ஸ் கூறுவதுபோல, வெளிச்சத்திற்கு வருவதற்கு விடாப்பிடியாக அடம் பிடிக்கின்ற குணம் பிணங்களுக்கு உண்டு."

"அப்புறம் ஒரு விஷயம். அவருடைய வீட்டிலிருந்த தோட்டக்காரர்களில் ஒருவர், யாரோ ஒருவர் வீட்டின் பக்கவாட்டு வழியாக ரோஜா தோட்டத்திற்குச் சென்றதைத் தான் பார்த்ததாகக் கூறியுள்ளார். டேவன்ஹைமின் படிப்பறையிலிருந்த பிரெஞ்சுக் கதவு வழியாக நேராக ரோஜா தோட்டத்திற்கு வர முடியும். டேவன்ஹைம் தன் வீட்டிற்குள் நுழைவதற்கும் அங்கிருந்து வெளியேறுவதற்கும் அந்தக் கதவை அடிக்கடிப் பயன்படுத்தி வந்திருந்தார். குறிப்பிட்ட அச்சமயத்தில் அந்தத் தோட்டக்காரர் சற்றுத் தள்ளி வேலை செய்து கொண்டிருந்ததால், அந்த நபர் தன் எஜமானரா அல்லது வேறு யாரோ ஒருவரா என்பதை அவரால் சொல்ல முடியவில்லை. அதோடு, அது எந்த நேரம் என்பதையும் அவரால் துல்லியமாகக் கூற முடியவில்லை. தோட்டக்காரர்கள் ஆறு மணிக்குத் தங்களுடைய வேலைகளை முடித்துவிட்டுச் சென்றுவிடுவதால், அது ஆறு மணிக்கு முன்புதான் நிகழ்ந்திருக்க வேண்டும்."

"டேவன்ஹைம் எப்போது வீட்டைவிட்டுச் சென்றார்?"

"சுமார் ஐந்தரை மணியளவில்."

"அந்த ரோஜா தோட்டத்திற்குப் பின்னால் என்ன இருக்கிறது?

"ஓர் ஏரி."

"போட்ஹவுஸுடன்கூடியதா?"

"அங்கு இரண்டு சிறிய படகுகள் நிறுத்தி வைக்கப்பட்டுள்ளன. புவாரோ, இதை நீங்கள் தற்கொலை என்ற கோணத்தில் பார்க்கிறீர்களா? அந்த ஏரியைப் பார்ப்பதற்காக மில்லர்

நாளைக்கு அங்குச் செல்லவிருக்கிறார் என்பதை உங்களிடம் கூறுவதில் எனக்கு எந்தத் தயக்கமும் இல்லை."

புவாரோ அதைக் கேட்டு மெலிதாகப் புன்முறுவல் பூத்தார். பிறகு அவர் என் பக்கம் திரும்பி, "ஹேஸ்டிங்ஸ், 'டெய்லி மெகாஃபோன்' பத்திரிகையின் ஒரு பிரதியை எனக்கு எடுத்துத் தருகிறீர்களா? காணாமல் போயுள்ள நபரின் மிகத் தெளிவான புகைப்படம் ஒன்று அதில் இடம் பெற்றிருந்ததாக எனக்கு ஞாபகம்," என்று கூறினார்.

நான் எழுந்து சென்று, புவாரோ கேட்டப் பத்திரிகையை எடுத்துக் கொடுத்தேன். அப்படத்தில் இடம் பெற்றிருந்த நபரின் அங்க அடையாளங்களைப் புவாரோ மிகவும் கவனமாக உற்று நோக்கிக் கொண்டிருந்தார்.

"உம்!" என்று புவாரோ முணுமுணுத்தார். "அலையலையாய் நீண்ட தலைமுடி, பெரிய மீசை, கூரான தாடி, மற்றும் அடர்த்தியான புருவங்கள். அவருக்குக் கருவிழிகளா?"

"ஆமாம்."

"தலைமுடியும் தாடியும் இலேசாக நரைத்திருந்தனவா?"

ஜாப் தலையசைத்து அதை ஆமோதித்தார். "அவற்றைப் பற்றிச் சொல்வதற்கு என்ன இருக்கிறது, புவாரோ? எல்லாம் தெளிவாகத்தானே இருக்கிறது?"

"இல்லை. மாறாக, அவை தெளிவற்று இருக்கின்றன."

அதைக் கேட்டு ஜாப் மகிழ்ச்சியடைந்ததுபோலக் காணப்பட்டார்.

"இந்தப் புதிரை அவிழ்ப்பதற்கான நம்பிக்கையை அது எனக்கு அளிக்கிறது," என்று புவாரோ சாந்தமாகக் கூறினார்.

"ஓகோ!"

"ஒரு விவகாரம் தெளிவற்று இருந்தால் அது நல்ல அறிகுறி என்று நான் கருதுவேன். ஒரு விஷயம் தெள்ளத் தெளிவாக இருந்தால், அதை நாம் சந்தேகப்பட வேண்டும். யாராவது அதை வேண்டுமென்றே ஜோடித்திருக்கக்கூடும்."

ஜாப் கிட்டத்தட்டப் பரிதாபமான ஒரு பார்வையைப் புவாரோவை நோக்கி வீசிவிட்டு, அவர் கூறியதை ஏற்றுக் கொள்ளாததுபோலத் தலையாட்டினார். "அவரவருக்கு அவரவர் வழி. உங்களுடைய பாதையை உங்களால் தெளிவாகப் பார்க்க முடிவது எப்படி மோசமானதாக இருக்க முடியும்?"

"நான் எதையும் பார்ப்பதில்லை," என்றார் புவாரோ. "நான் கண்களை மூடிக் கொண்டு சிந்திக்கிறேன்."

ஜாப் பெருமூச்செறிந்தார். "சிந்திப்பதற்கு உங்களுக்கு ஒரு வாரம் அவகாசம் இருக்கிறது."

“இந்த விவகாரத்தில் அவ்வப்போது உருவாகின்ற புதிய திருப்பங்களையும் புதிய கண்டுபிடிப்புகளையும் நீங்கள் எனக்குத் தெரிவிக்க வேண்டும். குறிப்பாக, கடினமாக உழைப்பதற்குப் பெயர்போன, ஒரு காட்டுப்பூனையின் பார்வை கொண்ட காவல்துறை ஆய்வாளர் மில்லரின் உழைப்பால் உருவாகின்ற விஷயங்கள்!”

“கண்டிப்பாக! அது நாம் ஏற்கனவே ஒப்புக் கொண்டதுதானே?”

நான் ஜாப்பை வழியனுப்புவதற்காக வாசல்வரை சென்றபோது, அவர் என்னிடம், “ஒரு குழந்தையிடமிருந்து திருடுவதுபோல இது அவமானகரமாக இருக்கிறது, சரிதானே?” என்று கேட்டார்.

அதை என்னால் ஒரு புன்னகையுடன் ஆமோதிக்காமல் இருக்க முடியவில்லை. நான் மீண்டும் புவாரோ இருந்த அறைக்குள் நுழைந்தபோது, என் புன்னகை என் உதடுகளில் ஒட்டியிருந்தது.

அதைப் பார்த்துவிட்டப் புவாரோ, “சரி, சரி, இந்தப் புவாரோவைக் கண்டால் உங்களுக்கு இளக்காரமாக இருக்கிறது, அப்படித்தானே?” என்று கேட்டார். பின்னர் அவர் தன் விரலை என்னை நோக்கி ஆட்டினார். “நீங்கள் என்னுடைய மூளையை நம்பவில்லை, இல்லையா? இப்போது நாம் இதைப் பற்றிப் பேசலாம். இது இன்னும் அரைகுறையாகத்தான் இருக்கிறது என்பதை நான் ஒப்புக் கொள்கிறேன். ஆனால், சுவாரசியத்திற்கு குறைச்சல் இல்லாத ஒன்றிரண்டு விஷயங்கள் இருக்கத்தான் செய்கின்றன.”

“அந்த ஏரி!” என்று நான் உற்சாகமாகக் கூறினேன்.

“ஏரியைவிட முக்கியமானது அதிலுள்ள போட்ஹவுஸ்.”

நான் புவாரோவைக் கடைக்கண்ணால் பார்த்தேன். அவர் தன் வழக்கமான புதிரான புன்னகையைத் தன் முகத்தில் படரவிட்டிருந்தார். அதனால் இப்போது அவரை மேலும் தோண்டித் துருவுவது பலனளிக்காது என்பது எனக்குப் புரிந்தது.

மறுநாள் இரவு ஒன்பது மணிக்கு ஜாப் எங்கள் வீட்டுக்கு வருகின்றவரை அவரிடமிருந்து எங்களுக்கு எந்தத் தகவலும் வரவில்லை. அவரைப் பார்த்தக் கணத்திலேயே, அவர் ஒரு முக்கியமான செய்தியை எங்களுடன் பகிர்ந்து கொள்ள ஆவலாக இருந்ததை என்னால் உணர்ந்து கொள்ள முடிந்தது.

“எல்லாம் சரியாகப் போய்க் கொண்டிருக்கிறதா, நண்பரே?” என்று புவாரோ ஜாப்பிடம் கேட்டார். “உங்களுடைய ஏரியில் டேவன்ஹைமின் உடலைக் கண்டுபிடித்துவிட்டீர்கள் என்று

மட்டும் என்னிடம் சொல்லிவிடாதீர்கள். ஏனெனில், நீங்கள் அப்படிக் கூறினால், நான் அதை நம்ப மாட்டேன்.”

“நாங்கள் அவருடைய உடலைக் கண்டுபிடிக்கவில்லை. ஆனால், அவருடைய ஆடைகளை நாங்கள் அங்குக் கண்டெடுத்தோம். அவர் காணாமல் போன அன்று அவர் அணிந்திருந்த அதேபோன்ற ஆடைகள் அவை. இதற்கு நீங்கள் என்ன சொல்கிறீர்கள்?”

“அவருடைய வீட்டிலிருந்து ஏதாவது ஆடைகள் காணாமல் போயிருக்கின்றனவா?”

“இல்லை. வேறு எதுவும் காணாமல் போகவில்லை என்று அவருடைய தனிப்பட்ட உதவியாளர் அடித்துச் சொல்கிறார். அவருடைய மற்ற ஆடைகளெல்லாம் அவருடைய உடையலமாரியில் பத்திரமாக இருக்கின்றன. மேலும் விஷயங்கள் இருக்கின்றன. நாங்கள் லோவெனைக் கைது செய்துள்ளோம். அந்த வீட்டில் படுக்கையறைச் சன்னல்களை மூடிப் பூட்ட வேண்டிய பொறுப்பில் இருந்த ஒரு வேலைக்காரி, சுமார் ஆறே கால் மணியளவில் லோவென் ரோஜா தோட்டத்திலிருந்து படிப்பறையை நோக்கிச் சென்று கொண்டிருந்ததைத் தான் பார்த்ததாகக் கூறினாள். லோவென் அந்த வீட்டிலிருந்து கிளம்புவதற்கு சுமார் பத்து நிமிடங்களுக்கு முன் நடந்த விஷயம் அது.”

“அதைப் பற்றி லோவென் என்ன கூறினார்?”

“தான் அந்தப் படிப்பறையைவிட்டு வேறு எங்கும் செல்லவில்லை என்று அவர் முதலில் மறுத்தார். ஆனால், அந்த வேலைக்காரி தான் கூறியதில் உறுதியாக இருந்ததால், அசாதாரணமான ரோஜா ஒன்றைப் பரிசோதிப்பதற்காகத் தான் வெளியே சென்றதைத் தான் மறந்துவிட்டிருந்ததாக அவர் தெரிவித்தார். ஆனால், அது ஒரு பலவீனமான கதையாக இருந்தது. அதோடு, லோவெனுக்கு எதிராகப் புதிய சான்றுகளும் கிடைத்துள்ளன. டேவன்ஹைம் எப்போதும் தன்னுடைய வலது கையின் சுண்டுவிரலில், ஒற்றை வைரம் பதிக்கப்பட்டத் தடிமனான மோதிரம் ஒன்றை அணிந்திருந்தார். அந்த மோதிரம் சனிக்கிழமையன்று இரவு லண்டனில் பில்லி கெல்லட் என்ற நபரால் அடகு வைக்கப்பட்டது. காவல்துறையினருக்கு ஏற்கனவே அறிமுகமானவன் அவன். கடந்த இலையுதிர்காலத்தின்போது அவன் ஒரு முதியவரின் கைக்கடிகாரத்தைத் திருடியபோது பிடிபட்டு அதற்காக மூன்று மாதங்கள் சிறையில் அடைக்கப்பட்டான். அவன் அந்த மோதிரத்தை ஐந்து இடங்களில் அடகு வைக்க முயன்று இறுதியில் ஓரிடத்தில் அதில் வெற்றி பெற்றிருந்தான். அந்தப்

பணத்தில் நன்றாகக் குடித்துவிட்டு, அவன் ஒரு காவல் அதிகாரியைத் தாக்கியபோது துரத்திப் பிடிக்கப்பட்டான். நான் மில்லருடன் சேர்ந்து அவனைப் பார்ப்பதற்காக 'பௌ' தெருவிலுள்ள சிறைக்குச் சென்றேன். அப்போது அவன் போதையிலிருந்து தெளிந்திருந்தான். அவனைக் கொலைக் குற்றத்தில் சிக்க வைத்துவிடுவோம் என்று நாங்கள் மிகவும் பயமுறுத்தியதில் அவன் கக்கிய கதை இது.

"அந்தச் சனிக்கிழமையன்று, என்ட்ஃபீல்டு பந்தயம் நடைபெற்ற இடத்திற்கு அவன் சென்றான். அவன் அங்குச் சூதாடச் செல்லவில்லை, மாறாக, ஜேப்படிகளை நடத்தவே சென்றிருந்தான் என்பது வெளிப்படை. ஆனால், அந்த நாள் அவனுக்கு ஓர் அதிர்ஷ்டங்கெட்ட நாளாக அமைந்திருந்தது. அதனால், அவன் அங்கிருந்து கிளம்பி, சிங்சைடு கிராமத்தை நோக்கி நடந்தான். அந்த கிராமத்தை அடைவதற்கு முன்பு, பாதையோரம் இருந்த ஒரு பள்ளத்தில் உட்கார்ந்து அவன் சிறிது நேரம் ஓய்வெடுத்தான். சில நிமிடங்கள் கழித்து அந்தப் பாதை வழியாக ஒருவர் அந்த கிராமத்திலிருந்து வந்து கொண்டிருந்ததை அவன் கவனித்தான். அந்த மனிதர் கருப்பாக இருந்ததாகவும், ஒரு பெரிய மீசை வைத்திருந்ததாகவும் அவன் கூறினான். அதோடு, அந்நபர் மேட்டுக்குடியைச் சேர்ந்த ஒருவர்போலக் காட்சியளித்ததாகவும் அவன் தெரிவித்தான்.

"கெல்லட் உட்கார்ந்திருந்த பள்ளத்திற்குப் பக்கத்தில் ஒரு கற்குவியல் இருந்ததால், அது அவனைப் பாதி மறைத்திருந்தது. அந்நபர் அந்தப் பாதையின் இருபுறமும் பார்த்துவிட்டு, அது ஆளரவமற்று இருந்ததை உணர்ந்து கொண்டு, தன் பாக்கெட்டுக்குள் கையைவிட்டு ஏதோ ஒரு சிறிய பொருளை வெளியே எடுத்து அந்தப் புதரோரம் வீசினார். பின்னர் அவர் அந்த இரயில் நிலையத்தை நோக்கிச் சென்றுவிட்டார். அந்தப் புதருக்குள் விழுந்த பொருள் 'கிளிங்' என்று சத்தம் போட்டதால், அதனால் கவரப்பட்டக் கெல்லட், அது என்னவென்று பார்க்க அதை நோக்கிச் சென்றான். ஒரு சிறு தேடலுக்குப் பிறகு அவன் அந்த மோதிரத்தைக் கண்டுபிடித்தான். இதுதான் கெல்லட் எங்களிடம் சொன்ன கதை! இதை லோவென் முற்றிலுமாக மறுத்துள்ளார். கெல்லட் போன்ற ஒரு நபரின் வார்த்தைகளைச் சிறிதளவுகூட நம்ப முடியாது என்பது உண்மை. மறுபுறம், அங்கு அவன் டேவன்ஹைமை வழி மறித்து, அவரிடமிருந்து அந்த மோதிரத்தைக் கொள்ளையடித்துவிட்டு, அங்கேயே அவரைக் கொன்றிருப்பதற்கு வாய்ப்பிருக்கிறது என்பதையும் மறுப்பதற்கில்லை."

அதை மறுப்பதுபோலப் புவாரோ தலையாட்டினார்.

“அதற்கு வாய்ப்பு மிகவும் குறைவே. ஒரு பிணத்தை மறைப்பதற்கான வளங்கள் அவனிடம் கிடையாது. ஒருவேளை அவன் அந்த இடத்தில் வைத்து அவரைக் கொன்றிருந்தான் என்றால், இந்நேரத்திற்கு அவருடைய உடல் கிடைத்திருந்திருக்கும். இரண்டாவதாக, அவன் அந்த மோதிரத்தை நேரடியாக அடகு வைக்க முயன்ற செயல், அவன் அதைக் கொலையின் மூலம் பெற்றிருக்கக்கூடும் என்ற சாத்தியக்கூற்றை இல்லாததாக ஆக்குகிறது. மூன்றாவதாக, உங்களுடைய குட்டித் திருடன் ஒரு கொலைகாரன் அல்லன். நான்காவதாக, அவன் சனிக்கிழமையிலிருந்தே சிறையில் இருப்பதால், லோவெனைப் பற்றிய துல்லியமான வர்ணிப்பை அவனால் கொடுக்க முடிவது சரியாகப் பொருந்தவில்லை.”

ஜாப் அதைத் தலையசைத்து ஒப்புக் கொண்டார். “நீங்கள் கூறுவது சரியில்லை என்று நான் கூற வரவில்லை. எது எப்படியோ, ஒரு சிறைப் பறவையின் வாக்குமூலத்தை நீதிமன்றம் ஏற்றுக் கொள்ளாது. அந்த மோதிரத்தை இதைவிடச் சிறப்பான முறையில் கைகழுவ லோவென் ஏன் முயற்சி செய்யவில்லை என்பதுதான் எனக்குப் புதிராக இருக்கிறது.”

புவாரோ தன் தோள்களைக் குலுக்கிவிட்டு, “அந்த மோதிரம் டேவன்ஹைம் வசித்து வந்த பகுதிக்கு அருகில் கிடைத்திருக்கும் பட்சத்தில், அதை வீசியெறிந்தது ஏன் டேவன்ஹைமாக இருக்கக்கூடாது என்று ஏன் வாதிடக்கூடாது?” என்று கேட்டார்.

“ஆனால், அதை ஏன் அவர் தன் விரலிலிருந்து கழற்றி எறிய வேண்டும்?” என்று நான் கேட்டேன்.

“அதற்கு ஏதாவது ஒரு தக்கக் காரணம் இருக்கலாம்,” என்று ஜாப் கூறினார். “அந்த ஏரியைத் தாண்டி ஒரு வாசல் வழியாகச் சென்றால், அருகிலுள்ள ஒரு குன்றை அடையலாம். அதில் சுமார் மூன்று நிமிடங்கள் நடந்தால், அது ஒரு சுண்ணாம்புக் காளவாய்க்கு இட்டுச் செல்லும். அதைப் பற்றி என்ன நினைக்கிறீர்கள்?”

“அடக் கடவுளே! உடலை உருத் தெரியாமல் சுட்டுப் பொசுக்கிய சுண்ணாம்பால் அந்த மோதிரத்தின் உலோகத்தைத் தொட்டுப் பார்த்திருக்கக்கூட முடியாது என்று கூற வருகிறீர்களா?” என்று நான் கேட்டேன்.

“ஆமாம், கண்டிப்பாக.”

“இது எல்லாவற்றையும் தெளிவுபடுத்துவதாக எனக்குப் படுகிறது. என்னவொரு கொடூரமான கொலை!” என்று நான் கூறினேன்.

நானும் ஜாப்பும் இதில் ஒரே நிலைப்பாட்டில் இருந்ததால்,

நாங்கள் இருவரும் திரும்பிப் புவாரோவைப் பார்த்தோம். அவர் ஒரு தீவிரச் சிந்தனையில் மூழ்கியிருந்தார். அவருடைய புருவங்கள் சுழித்திருந்தன. அவர் இது குறித்து என்ன சொல்லவிருந்தார் என்று நான் ஆவலுடன் காத்திருந்தேன். இறுதியில், புவாரோ பெருமூச்செறிந்துவிட்டுத் தன்னை ஆசுவாசப்படுத்திக் கொண்டார். பிறகு அவர் ஜாப்பின் பக்கம் திரும்பி இவ்வாறு கூறினார்:

"டேவன்ஹைமும் அவருடைய மனைவியும் ஒரே படுக்கையறையைப் பகிர்ந்து கொண்டனரா இல்லையா என்பது உங்களுக்குத் தெரியுமா?"

அவருடைய கேள்வி அநியாயத்திற்குப் பொருத்தமற்றதாக இருந்ததால், ஒரு கணத்திற்கு நானும் ஜாப்பும் புவாரோவை அமைதியாக வெறித்துப் பார்த்தோம். பின் ஜாப் வெடித்துச் சிரித்தார். "அடக் கடவுளே! புவாரோ, நீங்கள் ஏதாவது புரட்சிகரமான கண்டுபிடிப்பைப் பற்றிக் கூறுவீர்கள் என்றுதான் நான் எதிர்பார்த்திருந்தேன். ஆனால், இது என்ன கேள்வி? இருந்தாலும், உங்களுடைய கேள்விக்கான என்னுடைய பதில்: எனக்கு அது தெரியாது."

புவாரோ ஒரு புதிரான பிடிவாதத்துடன், "உங்களால் அதைக் கண்டுபிடிக்க முடியுமா?" என்று கேட்டார்.

"முடியும் - நீங்கள் நிஜமாகவே அதைத் தெரிந்து கொள்ள விரும்பினால்!"

"நன்றி, ஜாப். அதை நீங்கள் கண்டுபிடித்துக் கொடுத்தால் நான் உங்களுக்கு நன்றிக்கடன் பட்டிருப்பேன்." ஜாப் அவரை மேலும் சில நிமிடங்கள் உற்றுப் பார்த்தார். ஆனால், புவாரோ நாங்கள் இருவரும் அங்கு இருந்ததையே மறந்துவிட்டிருந்ததைப்போலக் காணப்பட்டார். அவர் சோகமாகத் தலையசைத்துவிட்டு, என்னிடம், "பாவம் டேவன்ஹைம்! போர் அவரால் தாங்கிக் கொள்ள முடியாத அளவு இருந்திருக்கிறது," என்று முணுமுணுத்துவிட்டு அந்த அறையிலிருந்து வெளியேறினார்.

புவாரோ தன் பகல்கனவிற்குள் முடங்கிக் கொண்டபோது, நான் ஒரு காகிதத்தை எடுத்து, அதில் சில குறிப்புகளை எழுதுவதில் மூழ்கினேன். திடீரென்று கேட்டப் புவாரோவின் குரலால் நான் திடுக்கிட்டேன். அவர் தன்னுடைய மோன நிலையிலிருந்து வெளியே வந்திருந்தார். இப்போது அவர் சுறுசுறுப்பாகவும் எச்சரிக்கையுணர்வுடனும் காணப்பட்டார்.

"ஹேஸ்டிங்ஸ், நீங்கள் என்ன செய்து கொண்டிருக்கிறீர்கள்?" என்று அவர் வினவினார்.

"இந்த விவகாரத்தில் எனக்கு சுவாரசியமாகப் பட்ட

விஷயங்களை நான் குறிப்பெடுத்துக் கொண்டிருந்தேன்."

"ஒருவழியாக நீங்களும் ஒழுங்குமுறையுடன் செயல்படத் தொடங்கிவிட்டீர்கள் போலிருக்கிறதே!" என்று புவாரோ ஊக்குவிக்கும் விதமாகக் கூறினார்.

நான் என் மகிழ்ச்சியை மறைத்துக் கொண்டேன். "நான் அவற்றை உங்களிடம் படித்துக் காட்டவா?"

"கண்டிப்பாக."

நான் தொண்டையைச் செருமிவிட்டுப் படிக்கத் தொடங்கினேன்.

"ஒன்று: பாதுகாப்புப் பெட்டகத்தை உடைத்த நபர் லோவெனாகத்தான் இருக்கவேண்டும் என்று, கிடைத்திருக்கின்ற அனைத்துச் சான்றுகளும் சுட்டிக்காட்டுகின்றன.

"இரண்டு: லோவெனுக்கு டேவன்ஹைமின்மீது வன்மம் இருந்து வந்திருக்கிறது.

"மூன்று: தான் அந்தப் படிப்பறையைவிட்டு வெளியே செல்லவேயில்லை என்று அவர் முதலில் பொய் கூறியிருந்திருக்கிறார்.

"நான்கு: நீங்கள் கெல்லட்டின் கதை உண்மையென்று நம்பினால், லோவெனுக்கு இதில் தொடர்பு இருப்பது சந்தேகத்திற்கு இடமின்றி நிரூபணமாகிறது."

நான் சிறிது இடைவெளிவிட்டேன். பின்னர், "புவாரோ, நீங்கள் என்ன நினைக்கிறீர்கள்?" என்று நான் கேட்டேன். நான் முக்கியமான விஷயங்களைத் தொட்டுவிட்டதாக நான் நம்பினேன்.

புவாரோ என்னைப் பரிதாபமாகப் பார்த்தவாறு, தன் தலையை மென்மையாக ஆட்டினார். "ஹேஸ்டிங்ஸ், நீங்கள் பாவம்! உங்களுக்கு இது சுட்டுப் போட்டாலும் வராது. நீங்கள் லோவெனை எதற்காகவும் பாராட்டாமல் விட்டுவிட்டதன் மூலம் முக்கியமான விஷயத்தைக் கோட்டைவிட்டுவிட்டீர்கள். அதோடு, உங்களுடைய தர்க்க நியாயம் தவறானது."

"எப்படி?"

"நான் இப்போது உங்களுடைய வாதங்களை ஒவ்வொன்றாக அலசுகிறேன்.

"ஒன்று: தனக்கு அந்தப் பாதுகாப்புப் பெட்டகத்தை உடைத்துத் திருடுவதற்கு ஒரு சந்தர்ப்பம் வாய்க்கும் என்பது லோவெனுக்கு முதலிலேயே தெரியாது. அவர் தொழில் தொடர்பான காரியத்திற்காக டேவன்ஹைமைச் சந்திக்க வந்திருந்தார். அச்சமயத்தில் டேவன்ஹைம் அங்கு இருக்க மாட்டார் என்பதையும், அந்தப் படிப்பறையில் தான் மட்டும் தனியாக இருப்போம் என்பதையும் அவரால் முன்கூட்டியே

அறிந்திருக்க முடியாது."

"தனக்குத் திடீரென்று கிடைத்திருந்த வாய்ப்பை அவர் பயன்படுத்தியிருக்கலாம், இல்லையா?" என்று நான் கேட்டேன்.

"அதை உடைப்பதற்கான கருவிகள்? நகர்ப்புறக் கனவான்கள், தங்களுக்கு ஒரு வாய்ப்புக் கிடைத்தால் ஒரு பெட்டகத்தை உடைக்கலாம் என்று கருதி தங்களுடன் அதற்கான கருவிகளை எடுத்துச் செல்ல மாட்டார்கள். தங்களிடமிருக்கின்ற பேனாக்கத்தியை வைத்துக் கொண்டு எவரொருவராலும் ஒரு பாதுகாப்புப் பெட்டகத்தைக் கண்டிப்பாகத் திறக்க முடியாது."

"சரி, சரி. நான் குறிப்பிட்ட இரண்டாவது அம்சம்?"

"லோவெனுக்கு டேவன்ஹைமின்மீது வன்மம் இருந்து வந்திருந்ததாக நீங்கள் கூறுகிறீர்கள். அவருக்கும் டேவன்ஹைமுக்கும் இடையே நடைபெற்றத் தொழிற்போட்டியில் அவர் ஓரிரு முறை வெற்றி பெற்றிருக்கலாம் என்பதை வைத்து நீங்கள் அந்த முடிவுக்கு வந்திருக்கிறீர்கள். தான் வெற்றி கொண்டிருந்த ஒரு மனிதன்மீது எதற்காக ஒருவர் வன்மம் கொள்ள வேண்டும்? உண்மையில், அது தலைகீழாகத்தான் இருந்திருக்க வேண்டும். அதாவது, டேவன்ஹைம்தான் லோவென்மீது வன்மம் கொண்டிருந்திருக்க வேண்டும்."

"தான் படிப்பறையைவிட்டு வெளியே செல்லவேயில்லை என்று லோவென் முதலில் பொய் சொல்லியிருந்தார் என்பதை உங்களால் மறுக்க முடியாது, இல்லையா?"

"ஆமாம். அது உண்மைதான். அவர் ஒருவேளை பயந்து போயிருந்திருக்கலாம். காணாமல் போன நபரின் ஆடைகள் இப்போதுதான் ஏரியில் கண்டுபிடிக்கப்பட்டுள்ளன என்பதையும் நீங்கள் நினைவில் கொள்ள வேண்டும். அவர் உண்மையைக் கூறியிருந்தால் நன்றாக இருந்திருக்கும் என்பது உண்மைதான்."

"நான்காவது அம்சம்?"

"அதைப் பொறுத்தவரை உங்களுடைய யோசனை சரிதான். கெல்லட்டின் கதை உண்மையாக இருக்கும் பட்சத்தில், லோவென் சந்தேகத்திற்கு இடமின்றி மாட்டிக் கொள்வார். ஆனால், இதுதான் மொத்த விவகாரத்தையும் சுவாரசியமாக ஆக்குகிறது."

"அப்படியானால், நான் ஒரு முக்கியமான விஷயத்தைக் கண்டுபிடித்திருந்தேனா?"

"இருக்கலாம். ஆனால், நீங்கள் முக்கியமான இரண்டு அம்சங்களைச் சுத்தமாக ஒதுக்கிவிட்டீர்கள். மொத்த

விவகாரத்திற்கும் துப்புக் கொடுக்கின்ற விஷயங்கள் அவை.”

“அவை என்ன?”

“முதலாவது: கடந்த சில ஆண்டுகளாக டேவன்ஹைம் நகைகளை வாங்கிக் குவிப்பதில் காட்டிய அதீத விருப்பம். இரண்டாவது, கடந்த இலையுதிர்காலத்தில் அவர் புவனெஸ் ஐரிஸுக்குச் சென்றது.”

“புவாரோ, நீங்கள் விளையாடுகிறீர்களா?”

“இல்லை. நான் நிஜமாகத்தான் சொல்கிறேன். ஜாப் ஏற்கனவே நான் கேட்டிருந்த ஒரு விஷயத்தை நினைவில் வைத்திருப்பார் என்று நினைக்கிறேன்.”

ஜாப் அதை நினைவில் வைத்திருந்தார் என்பது அடுத்த நாள் காலையில் நிரூபணமானது. அவர் புவோரோவுக்கு ஒரு தந்தி அனுப்பியிருந்தார். அதைப் பிரித்துப் படிக்குமாறு புவாரோ என்னைக் கேட்டுக் கொண்டார். அதில் இவ்வாறு எழுதப்பட்டிருந்தது:

கணவனும் மனைவியும் கடந்த குளிர்காலத்திலிருந்து தனித்தனிப் படுக்கையறைகளைப் பயன்படுத்திக் கொண்டிருந்தனர்.

“ஆகா!” என்று புவாரோ ஆர்ப்பரித்தார். “இப்போது நாம் ஜூன் மத்தியில் இருக்கிறோம். அப்படியானால், எல்லாம் தீர்க்கப்பட்டாகிவிட்டது.”

நான் புவாரோவை உற்றுப் பார்த்தேன்.

“ஹேஸ்டிங்ஸ், ‘டேவன்ஹைம் அன்ட் சால்மன்’ நிதி நிறுவனத்தில் நீங்கள் பணம் ஏதும் போட்டு வைத்திருக்கிறீர்களா?”

“இல்லை. ஏன் கேட்கிறீர்கள்?”

“அப்படிப் போட்டு வைத்திருந்தால், காலம் கடந்துவிடுவதற்கு முன்பாக அதை அங்கிருந்து எடுத்துவிடும்படி நான் உங்களுக்கு அறிவுரை வழங்குவேன்.”

“ஏன்? என்ன நடக்கும் என்று நீங்கள் எதிர்பார்க்கிறீர்கள்?”

“இன்னும் ஒரு சில நாட்களுக்குள் பரபரப்பான பெரிய சம்பவம் ஒன்று நிகழப் போகிறது. இப்போது நாம் ஜாப்புக்குப் பதில் தந்தி ஒன்றை அனுப்பி வைக்கலாம். ஒரு காகிதத்தையும் பேனாவையும் எடுத்துக் கொண்டு நான் கூறுவதை அதில் எழுதுங்கள்: ‘கேள்விக்குறிக்கு உள்ளாகியுள்ள நிறுவனத்தில் பணம் ஏதும் போட்டு வைத்திருந்தால், அதை உடனே எடுத்துவிடும்படி அறிவுறுத்துகிறேன்.’ இது அவருடைய ஆர்வத்தைத் தூண்டும். அவருடைய கண்கள் அகல விரியும்! ஆனால், இதன் அர்த்தத்தை அவர் நாளை அல்லது அதற்கு

மறுநாள்வரை புரிந்து கொள்ள மாட்டார்."

நான் இது குறித்து நம்பிக்கை இல்லாமல்தான் இருந்தேன். ஆனால், மறுநாள் விடியல், புவாரோவின் அற்புதமான ஆற்றலுக்கு என்னைத் தலைவணங்க வைத்தது. அனைத்துப் பத்திரிகைகளின் தலைப்புச் செய்திகளும் ஒரே விஷயத்தை அலறின. டேவன்ஹைம் நிதி நிறுவனம் திவாலாகியிருந்த செய்திதான் அது. அந்த நிதி நிறுவனத்தின் நிதி விவகாரங்கள் குறித்த இந்தத் திடுக்கிடும் செய்தி, டேவன்ஹைம் காணாமல் போனது குறித்தச் செய்திக்குப் புதிய வெளிச்சத்தைப் பாய்ச்சியது.

நாங்கள் எங்களுடைய காலை உணவைப் பாதி சாப்பிட்டுக் கொண்டிருந்தபோது, அந்த அறையின் கதவு படாரென்று திறந்தது. ஜாப் அடித்துப் பிடித்து உள்ளே ஓடிவந்தார். அவருடைய இடது கையில் அன்றைய நாளிதழும், வலது கையில் புவாரோ அனுப்பியிருந்த தந்தியும் இருந்தன. அவற்றை ஜாப் பெரும் சத்தத்துடன் எங்களுடைய மேசையின்மீது போட்டார்.

"உங்களுக்கு எப்படித் தெரியும், புவாரோ? எந்த வசியம் போட்டு அதை நீங்கள் கண்டுபிடித்தீர்கள்?"

புவாரோ அவரைச் சாந்தப்படுத்தும் விதமாகப் புன்னகைத்தார். "உங்களுடைய தந்தி வந்தவுடன் அது உறுதியானது. முதலிலிருந்து அந்தப் பாதுகாப்புப் பெட்டக உடைப்பில் ஏதோ ஓர் அசாதாரணமான விஷயம் இருந்ததுபோல எனக்குத் தோன்றியது. நகைகள், பணம், பத்திரங்கள் ஆகிய அனைத்தும் சௌகரியமாக ஒரே இடத்தில் தயாராக வைக்கப்பட்டிருந்தன. யாருக்காக? டேவன்ஹைம் மற்ற அனைவருக்கும் முன்பாகத் தன்னுடைய நலனை மட்டுமே முன்னிறுத்துகின்ற நபராக இருந்தார். அவர் காணாமல் போன விஷயத்தை அவரேதான் ஏற்பாடு செய்திருக்க வேண்டும் என்பது கிட்டத்தட்ட உறுதி. சமீப காலத்தில் அவரிடம் திடீரென்று தோன்றியிருந்த நகைப் பைத்தியம். தான் சுருட்டிய பணத்தை அவர் நகைகளாக மாற்றியிருந்தார். அதே நேரத்தில், தான் வாங்கிய நகைகளைப்போல அச்சசலாகத் தோற்றமளித்தப் போலிகளையும் அவர் வாங்கி வைத்திருக்க வேண்டும். உண்மையான நகைகளை அவர் வேறோர் இடத்தில் வேறொரு பெயரின் கீழ் பத்திரமாக வைத்திருக்க வேண்டும். தன்னைக் கண்டுபிடிப்பதற்கான கடைசி முயற்சியும் நிறுத்தப்பட்டப் பிறகு அவற்றை வெளியே எடுத்து அனுபவிக்க அவர் திட்டம் தீட்டியிருந்திருக்க வேண்டும். அவர் மற்ற ஏற்பாடுகள் அனைத்தையும் செய்து

முடித்தப் பிறகு, கடந்தகாலத்தில் தொழில்ரீதியாக ஓரிரு முறை தன்னை வீழ்த்தியிருந்த லோவெனைச் சந்திக்க அவர் ஏற்பாடு செய்கிறார். அவர் தன்னுடைய பாதுகாப்புப் பெட்டகத்தில் துளைகளைப் போட்டு வைக்கிறார். அன்றைய தினம் லோவென் வந்தால், அவரைத் தன்னுடைய படிப்பறையில் காக்க வைக்க வேண்டும் என்ற அறிவுறுத்தலைக் கொடுத்துவிட்டு அவர் தன் வீட்டைவிட்டுக் கிளம்புகிறார். அவர் எங்கே செல்கிறார்?” புவாரோ நிறுத்திவிட்டு, தன் கையை நீட்டி மற்றொரு அவித்த முட்டையை எடுத்துத் தன் தட்டில் வைத்தபோது முகஞ்சுளித்தார். “என்ன அநியாயம் இது! ஒவ்வொரு கோழியும் வெவ்வேறு அளவுகளில் முட்டையிடுகின்றன. இப்படிச் செய்தால், காலை உணவு மேசையில் எப்படி ஓர் ஒழுங்கு இருக்கும்? குறைந்தபட்சம் கடைகளிலாவது முட்டைகளை அவற்றின் அளவின்படி வகைப்படுத்தி வைக்கலாமல்லவா?”

ஜாப் பொறுமையிழந்து, “முட்டைகளைப் பற்றிய புலம்பல்கள் போதும்!” என்று சீறினார். “நீங்கள் ஆசைப்பட்டால், கோழிகள் சதுர வடிவில்கூட முட்டையிட்டுக் கொள்ளட்டும். நம்முடைய ஆள் தன் வீட்டைவிட்டுச் சென்றபோது எங்கே சென்றார் என்பதை முதலில் கூறுங்கள் – உங்களுக்குத் தெரிந்திருக்கும் பட்சத்தில்!”

“சரி. அவர் இரகசியமாகத் தங்கியிருக்கின்ற இடத்திற்குச் சென்றுவிட்டார். அவருடைய மூளையிலுள்ள சில அணுக்களில் ஏதேனும் ஒரு குறை இருக்கலாம். ஆனால், அவருடைய மூளையின் செயல்பாடு மிகத் தரமாக இருக்கிறது.”

“அவர் எங்குத் தங்கியிருக்கிறார் என்பது உங்களுக்குத் தெரியுமா?”

“நன்றாகவே தெரியும். அத்திட்டம் அபாரமானது.”

“கடவுளே! சொல்லித் தொலையுங்கள், புவாரோ!”

புவாரோ தன் தட்டில் விழுந்திருந்த முட்டை ஓடுகளை ஒவ்வொன்றாகப் பொறுக்கியெடுத்து, அவித்த முட்டைகளை வைப்பதற்கான முட்டைக் கோப்பையில் அவற்றைப் போட்டார். பின்னர், காலி முட்டைக்கூட்டை எடுத்து அதன்மீது தலைகீழாகக் கவிழ்த்தி வைத்தார். இதைச் செய்து முடித்தவுடன், அது குறித்துத் திருப்தியாகப் புன்னகைத்துவிட்டு, அவர் எங்கள் இருவரையும் பார்த்து அன்போடு பெரிதாகப் புன்னகைத்தார்.

“நண்பர்களே, நீங்கள் அறிவாளிகள். என்னிடம் நான் கேட்டுக் கொண்ட இந்தக் கேள்வியை நீங்கள் உங்களிடம் கேளுங்கள்: ‘நான் இந்த நபராக இருந்தால், எங்கே போய் ஒளிந்து கொள்வேன்?’ ஹேஸ்டிங்ஸ், நீங்கள் முதலில்

சொல்லுங்கள்."

"சரி. நான் எங்கும் ஓடிப் போக மாட்டேன். விஷயங்கள் எதைச் சுற்றி வட்டமிட்டுக் கொண்டிருக்கின்றனவோ, அங்கேயே, அதாவது லண்டனிலேயே இருந்து கொள்வேன். பேருந்து மற்றும் சுரங்க இரயில்களில் பயணிப்பேன். இப்படிச் செய்தால் பிறர் என்னை அடையாளம் கண்டு கொள்வதற்குப் பத்து சதவீத வாய்ப்பு மட்டுமே இருக்கும். கூட்டம் எனக்குப் பாதுகாப்பளிக்கும்."

புவாரோ அடுத்துத் தன்னுடைய கவனத்தை ஜாப்பிடம் திருப்பினார்.

"நான் ஹேஸ்டிங்ஸின் கருத்தோடு ஒத்துப் போகவில்லை. எவ்வளவு விரைவாக அங்கிருந்து கிளம்ப முடியுமோ அவ்வளவு விரைவாக நான் கிளம்பிவிடுவேன். எல்லாவற்றையும் திட்டமிடுவதற்கு, முன்பே எனக்கு ஏகப்பட்ட நேரம் இருந்திருக்கும். எனக்காக ஒரு பெரிய உல்லாசப் படகு காத்துக் கொண்டிருக்கலாம். களேபரம் துவங்குவதற்கு முன்பாகவே நான் உலகின் ஏதோ ஒரு கோடியில் இருக்கின்ற இடத்திற்குக் கம்பி நீட்டியிருப்பேன்."

நாங்கள் இருவரும் புவாரோவைப் பார்த்தோம். "புவாரோ, நீங்கள் என்ன சொல்கிறீர்கள்?"

சில கணங்களுக்கு அவர் மௌனமாக இருந்தார். பின் ஒரு விநோதமான புன்னகை அவருடைய உதடுகளில் நடனமாடியது.

"நண்பர்களே, நான் காவல்துறையின் கண்களிலிருந்து மறைந்திருக்க விரும்பினால், நான் எங்கு மறைந்திருப்பேன் தெரியுமா? ஒரு சிறைக்குள்!"

"என்ன சொல்கிறீர்கள்?"

"சிறையில் அடைப்பதற்காக நீங்கள் அவரைத் தேடிக் கொண்டிருக்கிறீர்கள். அதனால், அவர் ஏற்கனவே சிறையில் இருக்கிறாரா என்று நீங்கள் ஒருபோதும் பார்க்கப் போவதில்லை."

"நீங்கள் சொல்வதற்கு என்ன அர்த்தம்?"

"டேவன்ஹைமின் மனைவி பெரிய புத்திசாலி இல்லை என்று நீங்கள் என்னிடம் கூறினீர்கள். ஆனாலும் நீங்கள் அவரை லண்டனிலுள்ள 'பௌ தெரு' சிறைச்சாலைக்கு அழைத்துச் சென்று, அங்கு அடைக்கப்பட்டிருக்கின்ற கெல்லட்டின் முன்னால் கொண்டு போய் நிறுத்தினால், அப்பெண்மணியால் அவரைக் கண்டிப்பாக அடையாளம் கண்டுகொள்ள முடியும். கெல்லட் இப்போது தன்னுடைய மீசையையும், தாடியையும், அடர்த்தியான புருவங்களையும் வழித்துவிட்டுத் தன்னுடைய

தலைமுடியை ஒட்ட வெட்டியிருந்தாலும், அப்பெண்ணால் அவரை அடையாளம் கண்டுவிட முடியும். மொத்த உலகமுமே ஏமாற்றப்பட்டாலும், ஒரு மனைவியால் தன் கணவனை எப்போதும் அடையாளம் காண முடியும்."

"கெல்லட்டா? அவன் ஏற்கனவே காவல்துறையினருக்குப் பரிச்சயமானவன்தானே?"

"டேவன்ஹைம் ஒரு புத்திசாலியான மனிதர் என்று நான் கூறியிருந்தேன், இல்லையா? அதனால் அவர் தன்னுடைய போலியை வெகுகாலத்திற்கு முன்பே உருவாக்கியிருந்தார். கடந்த இலையுதிர்காலத்தில் அவர் புவனெஸ் ஐரிஸில் இருக்கவில்லை. அவர் மூன்று மாதங்கள் சிறையில் செலவழித்து 'பில்லி கெல்லட்' என்ற கதாபாத்திரத்தை உருவாக்கியிருந்தார். சரியான நேரம் வரும்போது, காவல்துறை அவர்மீது சந்தேகம் கொள்ளாமல் இருப்பதற்காக மேற்கொள்ளப்பட்டப் புத்திசாலித்தனமான ஏற்பாடு அது. அவர் பெரிய சொத்துக்காகவும் தன்னுடைய சுதந்திரத்திற்காகவும் திட்டமிட்டிருந்தார் என்பதை நீங்கள் நினைவில் கொள்ள வேண்டும். அதனால் விஷயங்களை முழுமையாகச் செய்வதற்கு மெனக்கெடுவது நல்லதுதான். ஆனால்–"

"ஆனால்?"

"ஆனால், பிறகு அவர் தன்னை முன்புபோலவே இருந்ததாகக் காட்டிக் கொள்வதற்காக, ஒட்டுமீசை, ஒட்டுத்தாடி, மற்றும் ஒட்டுப்புருவங்களை அவர் பயன்படுத்தினார். ஆனால், அவர் தன் மனைவியுடன் இவற்றுடன் ஒரே படுக்கையைப் பகிர்ந்து கொள்வது வம்பை விலை கொடுத்து வாங்குவதாகும். அதனால், அவர் வேறொரு படுக்கையறைக்கு மாறிக் கொண்டார். அதை நீங்கள் உறுதி செய்தீர்கள். கடந்த ஆறு மாதங்களாக, அல்லது அவர் புவனெஸ் ஐரிஸிலிருந்து திரும்பியதிலிருந்து, கணவனும் மனைவியும் தனித்தனிப் படுக்கையறைகளில் படுத்துக் கொண்டிருந்தனர் என்பதை நீங்கள் உறுதி செய்தீர்கள். அது எனக்கு விஷயங்களை உறுதிப்படுத்தியது. எல்லாம் கச்சிதமாகப் பொருந்தியது. தன் எஜமானரைப் போன்ற ஓர் உருவத்தைப் பார்த்ததாக அங்கிருந்த ஒரு தோட்டக்காரர் கூறியிருந்தது உண்மைதான். அவர் அத்தோட்டத்தின் வழியாக ஏரிக்கரையிலிருந்து போட்ஹவுஸுக்குச் சென்று, அங்கு மறைத்து வைக்கப்பட்டிருந்த கெல்லட்டின் ஆடைகளை அணிந்து கொண்டு, தன்னுடைய சொந்த ஆடைகளை நீருக்குள் வீசிவிட்டார். அதற்குப் பிறகு, திட்டமிட்டபடி, தன்னுடைய மோதிரத்தை வெளிப்படையாகத் தெரிகின்ற விதத்தில் அடகு வைத்தார், காவலர் ஒருவரைத் தாக்கினார், 'பௌ

தெரு' சிறைச்சாலைக்குள் தன்னைத் தானே பாதுகாப்பாக அடைத்துக் கொண்டார். கனவில்கூட அவரை அங்கு எவரும் தேடியிருந்திருக்க மாட்டார்கள்."

"இது சாத்தியமே இல்லை," என்று ஜாப் முணுமுணுத்தார்.

"டேவன்ஹைமின் மனைவியைக் கேளுங்கள்," என்று புவாரோ ஒரு புன்னகையுடன் கூறினார்.

அதற்கு அடுத்த நாள், புவாரோவுக்கு ஒரு பதிவுக் கடிதம் வந்தது. அதை அவர் திறந்து பார்த்தபோது, அதற்குள் ஓர் ஐந்து பவுன்ட் பணம் இருந்தது.

"இதை வைத்துக் கொண்டு நாம் என்ன செய்வது? பாவம் ஜாப். சரி, எனக்கு ஒரு யோசனை தோன்றுகிறது. நாம் மூவரும் சேர்ந்து இரவு உணவருந்தச் செல்லலாம். அது எனக்கு ஆறுதலளிக்கும். இது உண்மையிலேயே மிகவும் எளிதாக இருந்தது. ஒரு குழந்தையிடமிருந்துகூடத் திருடாதவன் நான். அப்படியிருக்கையில், ஜாப்பிடமிருந்து பணத்தை எளிதாகப் பிடுங்குவது எனக்கு அவமானமாகத் தோன்றுகிறது. ஹேஸ்டிங்ஸ், நீங்கள் ஏன் இப்படி விழுந்து விழுந்து சிரிக்கிறீர்கள்?"

இராஜாவின் மரகதக்கல்

ஜேம்ஸ் பான்ட் தன் கையில் வைத்திருந்த குட்டி மஞ்சள் புத்தகத்தை மிகுந்த பிரயாசையுடன் மீண்டும் குனிந்து பார்த்தான். அப்புத்தகத்தின் வெளிப்புறத்தில் ஓர் எளிய, ஆனால் அருமையான தலைப்பு பதிக்கப்பட்டிருந்தது: "நீங்கள் உங்களுடைய சம்பளத்தை ஆண்டுக்கு 300 பவுன்டுகள் அதிகரித்துக் கொள்ள விரும்புகிறீர்களா?" அப்புத்தகத்தின் விலை வெறும் ஒரு ஷில்லிங் மட்டுமே. ஜேம்ஸ் இப்போதுதான் அந்தப் புத்தகத்திலிருந்து இரண்டு பக்கங்களைப் படித்து முடித்திருந்தான். நீங்கள் உங்கள் மேலதிகாரியின் முகத்தைப் பார்த்துப் பேச வேண்டும், ஒரு சுறுசுறுப்பான ஆளுமையை வளர்த்துக் கொள்ள வேண்டும், ஆக்கபூர்வமான ஒரு சூழலை உருவாக்கிக் கொள்ள வேண்டும் போன்ற அறிவுறுத்தல்கள் அதில் இடம் பெற்றிருந்தன. இப்போது அதைவிட நுணுக்கமான விஷயத்திற்கு அவன் வந்து சேர்ந்திருந்தான். "வெளிப்படையாகச் செயலாற்றுவதற்கென்று ஒரு நேரம் இருக்கிறது, இரகசியமாகச் செயலாற்றுவதற்கென்றும் ஒரு நேரம் இருக்கிறது," என்று அந்த குட்டி மஞ்சள் புத்தகம் அவனுக்கு போதித்தது. "ஆற்றல் வாய்ந்த ஒரு மனிதன் தனக்குத் தெரிந்த அனைத்தையும் உளறிக் கொண்டிருக்க மாட்டான்." ஜேம்ஸ் அப்புத்தகத்தை மூடிவிட்டு, தன் தலையை நிமிர்த்தி, தூரத்தில் தெரிந்த நீலக் கடலின்மீது தன் பார்வையை ஓட்டினான். தான் ஓர் ஆற்றல் வாய்ந்த நபர் இல்லையோ என்ற பயங்கரமான சந்தேகம் அவனைப் புரட்டியெடுத்தது. ஆற்றல் வாய்ந்த ஒரு மனிதன், சூழ்நிலையைத் தன் கட்டுப்பாட்டில் வைத்திருப்பான், அதற்குப் பலிகடாவாக ஆக மாட்டான். அன்று காலையில் அறுபதாவது தடவையாக ஜேம்ஸ் தன்

தவறுகளை ஒத்திகை பார்த்துக் கொண்டிருந்தான்.

இது அவனுடைய விடுமுறை. அவனுடைய விடுமுறையா? ஹா, ஹா! அவன் காட்டுத்தனமாகச் சிரித்தான்... கிம்ப்டன்-ஆன்-ஸீ என்ற அந்த நவநாகரிகக் கடற்கரை உல்லாசபுரத்திற்கு வரும்படி அவனை முடுக்கிவிட்டது யார்? கிரேஸ். அவனுடைய சக்திக்கு மீறிச் செலவு செய்ய அவனைத் தூண்டியது யார்? கிரேஸ். அவனும் ஆர்வமாக அத்திட்டத்திற்கு ஒப்புக் கொண்டுவிட்டான். அவள் அவனை இங்கு வரவழைத்துவிட்டாள். அதன் விளைவு என்ன? கடற்கரையிலிருந்து ஒன்றரை மைல்கள் தள்ளியிருந்த மிகச் சாதாரணமான தங்கும் விடுதி ஒன்றில் அவன் தங்கியிருந்தான். கிரேஸும் அதைப் போன்ற மிகச் சாதாரணமானதொரு தங்கும் விடுதியில்தான் தங்கியிருந்திருக்க வேண்டும். (ஜேம்ஸ் தங்கியிருந்த விடுதியில் அவனோடு சேர்ந்து அவளும் தங்கக்கூடாது என்ற கண்டிப்பான விதி இருந்தது). ஆனால் அவள் அப்படிச் செய்யவில்லை. அவனை அம்போ என்று விட்டுவிட்டு, அவள் மட்டும் கடலைப் பார்த்தபடியிருந்த எஸ்பிளனாட் ஓட்டலில் தங்கிக் கொண்டாள்.

அவளுக்கு அந்த ஓட்டலில் நண்பர்கள் இருந்தனர்போலும். நண்பர்கள்! ஜேம்ஸ் மீண்டும் காட்டுத்தனமாகச் சிரித்தான். கடந்த மூன்றாண்டு காலமாக நீடித்த, மெதுவாக நகர்ந்து கொண்டிருந்த, கிரேஸுடனான காதல் வாழ்க்கையை நோக்கி அவனுடைய மனம் திரும்பியது. முதலில் அவன் அவள்மீது தன் பார்வையை நிலைப்படுத்தியபோது, அவள் அது குறித்து மகிழ்ந்தாள். அவள் மேட்டுக்குடியினர் நடத்திய கூட்டங்களில் பங்கேற்றுப் பிரபலமடைவதற்கு முந்தைய காலகட்டம் அது. அப்போது ஜேம்ஸின் கை ஓங்கியிருந்தது. ஆனால், இப்போது நிலைமை தலைகீழாக ஆகியிருந்தது. அவனைவிட இப்போது அவள் நன்றாகச் சம்பாதித்துக் கொண்டிருந்தாள். எஸ்பிளனாட் ஓட்டலில் நன்றாக உண்டு உறங்கிவிட்டு, தன்னை நேசித்தவனை அவள் அலட்சியப்படுத்திக் கொண்டிருந்தாள். இப்போது, கேடித்தனமான ஒரு முட்டாள் அவள்மீது காட்டிக் கொண்டிருந்த அக்கறையை அவள் ஊக்குவித்துக் கொண்டிருந்தாள். அவனுடைய பெயர் கிளாட் சோப்வொர்த். அவன் ஒரு கேடுகெட்டவன் என்று ஜேம்ஸ் உறுதியாக நம்பினான்.

ஜேம்ஸ் காலால் நிலத்தை உதைத்து, தொடுவானத்தை நோக்கி ஊளையிட்டான். கிம்ப்டன்-ஆன்-ஸீ. இந்த இடத்திற்கு எதற்காக அவன் வந்து தொலைத்தான்? அது அடிப்படையில் பணக்காரர்களுக்கும் பிரபலமானவர்களுக்குமான ஓரிடம்.

அந்த உல்லாசபுரியில் இரண்டு பெரிய ஓட்டல்களும், மைல் நீளத்திற்கு எண்ணற்ற, அழகான மாளிகை வீடுகளும் இருந்தன. அந்த வீடுகள் நவநாகரிக நடிகைகளுக்கும், பணக்கார யூதர்களுக்கும், பணக்காரப் பெண்களை மனைவியராகக் கொண்டிருந்த ஆங்கிலேய மேட்டுக்குடியினருக்கும் சொந்தமாக இருந்தன. அனைத்து வசதிகளோடும் இருந்த அந்த மாளிகைகளில் சிறியவற்றுக்கான வாராந்திர வாடகை இருபத்தைந்து கினிக்கள். அப்படியானால், பிரம்மாண்டமாக இருந்தவற்றுக்கு எவ்வளவு வாடகை இருக்கும் என்று ஒருவர் தன் கற்பனையை விரித்துக் கொள்ளலாம். அப்படிப்பட்ட மாளிகைகளில் ஒன்று, ஜேம்ஸ் அமர்ந்திருந்த இடத்திற்குப் பின்னால் இருந்தது. பிரபல விளையாட்டு வீரர் எட்வர்டு காம்பியன் பிரபுவுக்குச் சொந்தமானது அது. அந்த வீட்டில் தற்போது பல பிரபலங்கள் தங்கியிருந்தனர். பெரும் செல்வந்தரான, மரபுத்னாவின் இராஜாவும் அவர்களில் ஒருவர். அவரைப் பற்றிய அனைத்துச் செய்திகளையும் ஜேம்ஸ் அன்று காலையில் உள்ளூர் வாராந்தரியில் படித்திருந்தான். இந்தியாவில் அவருக்கு இருந்த சொத்துகள், அரண்மனைகள், அவருடைய நகைச் சேகரிப்புகள் போன்றவை அதில் விலாவாரியாகக் குறிப்பிடப்பட்டிருந்தன. குறிப்பாக, அவர் வசமிருந்த மிகப் பிரபலமானதொரு மரகதக்கல் அதில் தனியாகக் குறுப்பிடப்பட்டிருந்தது. அது ஒரு புறாமுட்டையின் அளவு இருக்கும் என்று சுட்டிக்காட்டப்பட்டிருந்தது. ஜேம்ஸ் நகர்ப்புறத்தில் வளர்ந்தவனாதலால், அவனுக்குப் புறாமுட்டையின் அளவு என்ன என்பது குறித்துக் குழப்பம் இருந்தது. ஆனால், அது அவன் மனத்தில் ஏற்படுத்தியிருந்த தாக்கம் சிறப்பாகவே இருந்தது.

“என்னிடம் மட்டும் அப்படிப்பட்ட ஒரு மரகதக்கல் இருந்தால், அதை நான் கிரேஸிடம் காட்டுவேன்,” என்று ஜேம்ஸ் மீண்டும் தொடுவானத்தைப் பார்த்துக் கத்தினான்.

அந்த உணர்வு பொத்தம் பொதுவானதாக இருந்தாலும், அவனுடைய பிரகடனம் அவனுக்கு ஒரு நல்ல உணர்வைக் கொடுத்தது. அவனுக்குப் பின்னாலிருந்து கேட்டப் பலருடைய சிரிப்புச் சத்தம் அவனைச் சுண்டியிழுத்தது. அவன் பின்னால் திரும்பிப் பார்த்தான். அங்கு கிரேஸ் நின்று கொண்டிருந்தாள். அவளுடன் கிளாரா சோப்வொர்த், ஆலிஸ் சோப்வொர்த், டோரத்தி சோப்வொர்த், கிளாட் சோப்வொர்த் (ஐயோ!) ஆகியோர் இருந்தனர். கிளாரா, ஆலிஸ், டோரத்தி ஆகிய மூன்று யுவதிகளும் ஒருவரோடு ஒருவர் கைகோர்த்துக் கொண்டு சத்தமின்றித் தங்களுக்குள் சிரித்துக் கொண்டிருந்தனர்.

"அந்நியரே, நலமா?" என்று கிரேஸ் துடுக்குத்தனமாகக் கேட்டாள்.

"நலம்தான்," என்றான் ஜேம்ஸ்.

வெறும் 'நலம்தான்' என்ற வார்த்தையை மட்டும் பதிலாகத் தெரிவிப்பது ஒரு துடிப்பான ஆளுமை அல்ல. அதனால் அவளுக்குச் சரியான பதிலடி கொடுக்கின்ற விதத்தில் தான் பேசியிருந்திருக்க வேண்டும் என்பதை அவன் உணர்ந்தான். கடும் வெறுப்புடன் அவன் கிளாடைப் பார்த்தான். கிளாட் ஓர் இசை நாடகத்தின் கதாநாயகனைப்போல அழகாக உடையணிந்திருந்தான். எங்கிருந்தாவது ஒரு நாய் ஓடி வந்து கிளாடின் வெள்ளை ஆடையின்மீது தன் முன்னங்கால்களைப் பதித்து அதை நாசம் செய்யாதா என்று ஜேம்ஸ் ஏங்கினான். ஜேம்ஸ், அடர் சாம்பல் நிறத்தில் இருந்த ஒரு பழைய உடையை அணிந்திருந்தான்.

காற்றை நன்றாக அனுபவித்தபடி, "காற்று அற்புதமாக வீசிக் கொண்டிருக்கிறது, இல்லையா?" என்றாள் கிளாரா. "உன் மனநிலைக்கு ஏற்றாற்போல இருப்பதுபோலத் தோன்றுகிறது."

அவள் சத்தமின்றிச் சிரித்தாள்.

"இது ஓசோன்," என்றாள் ஆலிஸ். "இது ஒரு தெம்பூட்டும் மருந்து போன்றது." அவளும் சத்தமின்றிச் சிரித்தாள்.

ஜேம்ஸ் இவ்வாறு எண்ணினான்:

'இவர்களுடைய மரமண்டைகளை நான் அடித்து நொறுக்க வேண்டும். எப்போதுமே பல்லைக் காட்டிக் கொண்டிருப்பதில் என்ன பயன்? அவர்கள் நகைச்சுவையாக எதையும் கூறவில்லையே.'

கிளாட் ஒரு நலிவுற்றக் குரலில் இவ்வாறு கூறினான்:

"நாம் கடலில் குளிக்கலாமா? அல்லது பனிமூட்டம் அதிகமாக இருக்கிறதா?"

கடல் குளியல் யோசனை சிலிர்ப்புடன் ஏற்றுக் கொள்ளப்பட்டது. ஜேம்ஸும் அவர்களோடு சேர்ந்து கொண்டான். ஒருவிதமான தந்திரத்தனத்துடன், கிரேஸை அவர்களிடமிருந்து தனியாகப் பிரிப்பதில் அவன் வெற்றி பெற்றான். அவன் அவளுடன் சேர்ந்து மற்ற அனைவருக்கும் பின்னால் நடந்து சென்றான்.

"இப்போதெல்லாம் உன்னை என்னால் பார்க்க முடிவதே இல்லையே," என்று அவன் அவளிடம் புகார் செய்தான்.

"இப்போது நாம் எல்லோரும் சேர்ந்துதானே இருக்கிறோம்? நீ விரும்பினால், மதியம் எங்களோடு சேர்ந்து உணவருந்த வரலாம்."

பின் அவள் ஜேம்ஸின் கால்களை சந்தேகத்துடன்

பார்த்தாள்.

"என்னவாயிற்று உனக்கு?" என்று அவன் மூர்க்கமாகக் கேட்டான். "உனக்குப் பொருத்தமான அளவு நான் புத்திசாலியாக இல்லையா?"

"நீ இன்னும் முயற்சி செய்ய வேண்டும் என்று நான் நினைக்கிறேன்," என்றாள் கிரேஸ். "இங்குள்ளவர்கள் அனைவரும் பெரும் புத்திசாலிகள். எடுத்துக்காட்டாக, கிளாட் சோப்வொர்த்."

"நான் அவனைப் பார்த்தேன்," என்று ஜேம்ஸ் சற்றுக் கடுமையாகக் கூறினான். "அவனைப்போல ஒரு மடையனை நான் இதுவரை பார்த்ததில்லை."

கிரேஸ் நிமிர்ந்து பார்த்தாள்.

"நீ என் நண்பர்களை இவ்வளவு கடுமையாக விமர்சிக்க வேண்டியதில்லை. அது ஒரு நாகரிகமான செயலல்ல. அந்த ஓட்டலில் தங்கியிருக்கின்ற மற்ற ஆண்களைப்போலவேதான் அவனும் உடையணிந்திருக்கிறான், அவ்வளவுதான்."

"ஹா, ஹா!" என்றான் ஜேம்ஸ். "அன்றொரு நாள், மேட்டுக்குடியினரைப் பற்றி எழுதுகின்ற ஒரு பத்திரிகையில், இங்கிலாந்திலேயே மிகவும் மோசமாக ஆடை அணிகின்ற நபர் ஏதோ ஒரு பிரபு என்று நான் படித்தேன்."

"இருந்துவிட்டுப் போகட்டும். என்னதான் இருந்தாலும் அவர் ஒரு பிரபு என்பதை மாற்ற முடியாதே?"

"என்னாலும் ஒரு நாள் பிரபுக்கள் அவையின் உறுப்பினராக ஆக முடிந்தால்?"

ஜேம்ஸ் தன் பாக்கெட்டிலிருந்த அந்தக் குட்டி மஞ்சள் புத்தகத்தில் தான் படித்திருந்ததை அவளிடம் ஒப்பித்தான். அவனைப்போல் கீழ்நிலையிலிருந்து தொடங்கி, பிரபுக்கள் அவையின் உறுப்பினர்களாக உயர்ந்தவர்களின் நீண்ட பட்டியலை அவன் அவள் முன் வைத்தான். அவள் வெறுமனே சிரித்தாள்.

"சரி. உன்னைக் கிம்ப்டன்-ஆன்-ஸீயின் பிரபுவாகக் கற்பனை செய்து கொள்!" என்று அவள் கூறினாள்.

ஜேம்ஸ் அவளைக் கோபமும் விரக்தியும் கலந்த ஒரு பார்வையுடன் நோக்கினான். அந்த இடத்தின் சூழல் அவளுடைய மண்டைக்குள் ஏறிவிட்டிருந்தது.

கிம்ப்டன் கடற்கரை ஒரு நீண்ட மணல்வெளியால் நிறைந்திருந்தது. சுமார் ஒன்றரை மைல் தூரத்திற்கு ஆங்காங்கே குளியலுக்கு ஆடை மாற்றிக் கொள்வதற்கான குடில்கள் அமைக்கப்பட்டிருந்தன. கிரேஸின் குழு, அப்படிப்பட்ட ஆறு குடில்களின் அருகே வந்ததும் நின்றது. அவற்றில்,

'எஸ்பிளனாட் ஓட்டல் விருந்தினர்களுக்கு மட்டும்' என்று கொட்டை எழுத்தில் எழுதப்பட்டிருந்தது.

"ஆகா, ஒருவழியாக நாம் வந்து சேர்ந்துவிட்டோம்," என்றாள் கிரேஸ். "ஆனால் ஜேம்ஸ், நீ இங்கு உடை மாற்றிக் கொள்ள அனுமதியில்லை. பொதுமக்கள் உடை மாற்றிக் கொள்வதற்கான கூடாரங்கள் அதோ, அங்கே இருக்கின்றன. நீ அங்கே போய் உடை மாற்றிக் கொண்டு கடலுக்குள் வா. நாம் அங்கே சந்திக்கலாம்."

"சரி, நாம் அங்கே சந்திக்கலாம்," என்று ஜேம்ஸ் கூறினான். கிரேஸ் சுட்டிக்காட்டிய கூடாரங்களை நோக்கி அவன் நடக்கத் துவங்கினான்.

பரிதாபமாகக் காட்சியளித்தப் பன்னிரண்டு கூடாரங்கள் அங்கு இருந்தன. அவற்றைக் காவல் காத்துக் கொண்டிருந்த ஒரு முதிய காவலாளியிடம் ஜேம்ஸ் ஒரு நாணயத்தைக் கொடுத்து ஒரு நுழைவுச்சீட்டைப் பெற்றுக் கொண்டான். அந்தக் காவலாளி, தலை துடைத்துக் கொள்வதற்கான துண்டு ஒன்றை ஜேம்ஸை நோக்கி எறிந்தான்.

பின் அவன் ஜேம்ஸிடம், "உன் முறை வரும்வரை காத்திரு," என்று கூறினான்.

அப்போதுதான் அங்கிருந்த கூட்டத்தை ஜேம்ஸ் பார்த்தான். அங்கிருந்த ஒவ்வொரு கூடாரத்திற்கு முன்னாலும் ஒரு வரிசை காத்துக் கொண்டிருந்தது. இருந்ததிலேயே மிகச் சிறிய வரிசையில் போய் அவன் நின்று கொண்டான். அந்தக் கூடாரத்திற்குள்ளிருந்து ஓர் அழகான இளம்பெண் வெளியே வந்தாள். மிகக் குறைவான ஆடையணிந்திருந்த அவள், நிதானமாக நடந்து சென்று, கடலையொட்டி, கடற்கரை மணல்மீது அமர்ந்தாள். அவள் இப்போதைக்கு அங்கிருந்து கிளம்புவதுபோலத் தெரியவில்லை.

'இது சரிப்பட்டு வரும் என்று தோன்றவில்லை,' என்று தனக்குத் தானே கூறிக் கொண்ட ஜேம்ஸ், வேறொரு வரிசைக்குத் தாவினான்.

சில நிமிடங்கள் கழித்து, அவன் நின்று கொண்டிருந்த கூடாரத்திற்குள்ளிருந்து ஓர் அப்பாவும் நான்கு குழந்தைகளும் வெளியே வந்தனர். எப்படி அவர்கள் அத்தனை பேரும் அதற்குள் புகுந்திருந்தனர் என்று ஜேம்ஸ் வியந்தான். அவர்கள் வெளியே வந்ததும் அதை நோக்கி ஓடிய இரண்டு பெண்கள், யார் முதலில் உள்ளே செல்வது என்று தங்களுக்குள் அடித்துக் கொண்டனர்.

அந்தக் காவலாளி வந்து தலையிட்டு, அவர்களில் ஒரு பெண்ணை உள்ளே அனுப்பி வைத்தான்.

ஜேம்ஸ் அவனிடம், “இன்னும் எவ்வளவு நேரம் நான் காத்துக் கொண்டிருக்க வேண்டும்?” என்று கேட்டான்.

அதற்கு அவன், “ஒரு மணிநேரம் அல்லது ஒன்றரை மணிநேரம் ஆகலாம். எனக்குத் தெரியாது,” என்று பதிலளித்தான்.

அப்போது கிரேஸூம் அவளுடைய கும்பலும் கடலை நோக்கி ஓடியதை ஜேம்ஸ் பார்த்தான்.

அவன் அந்தக் காவலாளியிடம், சற்றுத் தள்ளியிருந்த குடில்களைச் சுட்டிக்காட்டி, “அவை காலியாக இருப்பதுபோலத் தெரிகின்றனவே,” என்று கூறினான்.

அக்காவலாளி, “அவை பெரிய ஓட்டல்களில் தங்குபவர்களுக்கானவை,” என்று கூறினான்.

தான் ஏமாற்றப்பட்டுவிட்டோம் என்ற உணர்வோடு ஜேம்ஸ் அங்கிருந்து நகர்ந்து, கடற்கரையோரம் கோபமாக நடக்கத் துவங்கினான். அங்கு ஆங்காங்கே இருந்த குடில்களைப் பார்த்து அவன் பொருமினான். தாராளவாதியாக இருந்த அவன், ஒரே நிமிடத்தில் ஒரு சோசலிசவாதியாக மாறினான். பணக்காரர்களால் மட்டும் எப்படி ஒரு நிமிடம்கூட ஒரு கூட்டத்தில் காத்திருக்காமல், அவர்கள் விரும்பிய நேரத்தில் குளிக்க முடிகிறது? ‘நம்முடைய அமைப்புமுறையே சரியில்லை!’ என்று அவன் நினைத்துக் கொண்டான்.

கடலுக்குள்ளிருந்து கிரேஸின் மகிழ்ச்சிக் கூக்குரல் கேட்டது. கூடவே கிளாடின் குரலும் கேட்டது.

ஜேம்ஸ் தன்னைத் தானே நொந்து கொண்டு, தன் பற்களை நறநறவென்று கடித்தான்.

பிறகு, அவன் கடலுக்கு முதுகைக் காட்டியபடி நின்றான். தனக்கு முன்னே, பல தனிப்பட்ட ஓட்டல்கள் மற்றும் தங்கும் விடுதிகளின் குடில்கள் இருந்ததை அவன் பார்த்தான். அவற்றில் ஒன்றின் பெயர் பிரெஞ்சில் எழுதப்பட்டிருந்தது.

‘மை டிசையர்’ என்று எழுதப்பட்டிருந்த அந்தக் குடிலின் கதவு திறந்திருந்தது. அவன் அதையொட்டியிருந்த கடற்கரைப் பகுதியை மேலும் கீழும் பார்த்தான். அங்குப் பெரும்பாலும் அம்மாக்கள் தங்களுடைய குழந்தைகளை மேய்த்து கொண்டிருந்தனர். அப்போது பத்து மணிதான் ஆகியிருந்தது.

‘சீமான்களும் சீமாட்டிகளும் தங்கள் படுக்கைகளிலேயே காலை உணவை உட்கொண்டுவிட்டு, மெதுவாக ஆடி அசைந்து இங்கு வந்து சேர எப்படியும் பன்னிரண்டு மணிக்கு மேல் ஆகிவிடும்,’ என்று ஜேம்ஸ் தனக்குத் தானே கூறிக் கொண்டான்.

அவன் ஒரு முறை கடலைத் திரும்பிப் பார்த்தான். சற்று

தூரத்தில் கிரேஸின் கூச்சலும் கிளாடின் குரலும் அவனுக்குத் தெளிவாகக் கேட்டன.

ஜேம்ஸ் 'மை டிசையர்' குடிலின் கதவைத் திறந்து உள்ளே நுழைந்தான். ஒரு கணம் அவனை பயம் கவ்வியது. அங்குப் பல ஆடைகள் தொங்கிக் கொண்டிருந்தன. ஆனால், உற்றுக் கவனித்ததில், இடப்புறப் பகுதியில் இருந்த கொக்கிகளில் ஆண்களின் உடைகளும், வலப்புறப் பகுதியில் பெண்களின் ஆடைகளும் தொங்கிக் கொண்டிருந்ததைக் கண்டுகொண்டு, அவன் ஆண்கள் பகுதிக்குச் சென்றான். மூன்று நிமிடங்களில் அவன் தன் ஆடையை மாற்றிவிட்டுக் கடலுக்குள் சென்றான். தலை மட்டுமே வெளியே தெரிவதுபோல அவன் நீந்தத் துவங்கினான்.

அவனைப் பார்த்துவிட்ட கிரேஸ், "ஓ, வந்துவிட்டாயா? அங்கிருந்த கூட்டத்தைப் பார்த்துவிட்டு, நீ இங்கு வந்து சேர்வதற்குப் பல மணிநேரம் ஆகும் என்று நான் நினைத்தேன்," என்றாள்.

அவன் சற்று முன் படித்திருந்த அந்தக் குட்டி மஞ்சள் புத்தகத்தில் இடம் பெற்றிருந்த, "ஆற்றல் வாய்ந்த மனிதர்கள் சில நேரங்களில் இடமறிந்து செயலாற்றுவர்," என்ற வாசகத்தை அவன் நினைவுபடுத்திக் கொண்டான். அக்கணத்தில் அவனுடைய கோபம் சற்றுத் தணிந்திருந்தது.

அதனால், ஒரு குறிப்பிட்ட முறையில் நீச்சலடிக்க கிரேஸுக்குக் கற்றுக் கொடுத்துக் கொண்டிருந்த கிளாடிடம், "நீ தவறாகக் கற்றுக் கொடுத்துக் கொண்டிருக்கிறாய்," என்று அவன் துணிந்து கூறினான்.

அவனுடைய குரலில் தொனித்த உறுதியின் காரணமாக கிளாட் விலகிக் கொண்டான். ஆனால், ஜேம்ஸின் வெற்றி சில கணங்கள்கூட நீடிக்கவில்லை. கடல் நீர் மிகவும் குளிராக இருந்ததால், அது நீண்ட நேரக் கடலாடலுக்கு உகந்ததாக இருக்கவில்லை. ஏற்கனவே அந்த இளம் பெண்களின் நாடிகள் நீல நிறத்திற்கு மாறிக் கொண்டிருந்தன. அவர்களுடைய பற்கள் தந்தியடித்துக் கொண்டிருந்தன. அதனால், அவர்கள் கடலிலிருந்து வெளியேறத் துவங்கினர். ஜேம்ஸ் தன் ஆடைகளை விட்டிருந்த குடிலை நோக்கித் தன்னந்தனியாக நடந்தான். பின் தன்னுடைய துண்டால் அவன் தன் உடலைத் துவட்டினான். பிறகு தன் சட்டையை மாட்டிக் கொண்டு, தான் ஒரு துடிப்பான ஆளுமையை வெளிப்படுத்தியிருந்தமைக்காக அவன் தன்னைத் தானே மெச்சிக் கொண்டான்.

திடீரென்று அவன் பயத்தால் உறைந்து போனான். வெளியே இளம் பெண்களின் குரல்கள் கேட்டன.

ஆனால் அவை கிரேஸ் மற்றும் அவளுடைய குழுவினரின் குரல்களாக இருக்கவில்லை. அந்தக் குடிலுக்கு உண்மையான சொந்தக்காரர்கள் அங்கு வந்து கொண்டிருந்தனர் என்ற உண்மை அவனுக்கு உறைத்தது. அவன் முழுமையாக ஆடை அணிந்திருந்தாலாவது வெளியே வந்து அவர்களிடம் ஏதாவது விளக்கம் அளித்திருக்கக்கூடும். ஆனால், அப்போது அவன் அரைகுறை ஆடையில் இருந்ததால், அவசரமாக அந்தக் கதவருகே சென்று, அதன் தாழ்ப்பாளை உள்பக்கமாக இழுத்துப் பூட்டினான்.

வெளியே இரண்டு பெண்களின் குரல்கள் கேட்டன.

அவர்களில் ஒருத்தி, "இது திறந்திருக்கும் என்றுதானே பெக் கூறினான்," என்று கூறினாள்.

அதற்கு மற்றொருத்தி, "ஆனால், வாகில் அப்படிச் சொல்லவில்லையே?" என்றாள்.

முதலில் பேசியவள், "இப்போது நாம் அங்கே போய் சாவியை வாங்கிக் கொண்டு வர வேண்டும்," என்று கூறினாள்.

அவர்கள் திரும்பிச் சென்ற சத்தத்தைக் கேட்ட ஜேம்ஸ் ஓர் ஆசுவாசப் பெருமூச்சுவிட்டான். பின்னர் அவசர அவசரமாக அவன் தன் ஆடைகளை அணிந்து கொண்டான். இரண்டு நிமிடங்கள் கழித்து அவன் கடற்கரையோரம் நடைபோட்டுக் கொண்டிருந்தான். கால் மணிநேரத்தில் கிரேஸும் மற்றவர்களும் அவனுடன் இணைந்து கொண்டனர். மதியம் வரை, அந்தக் கடற்கரையில் கல்லெறிந்து விளையாடுதல், மணலில் எழுதுதல், வேடிக்கைப் பேச்சு போன்றவற்றில் அவர்கள் தங்கள் நேரத்தை ஓட்டினர். பின்னர் கிளாட் தன் கைக்கடிகாரத்தைப் பார்த்தான்.

"மதிய உணவு வேளை நெருங்கிவிட்டது," என்று அவன் அறிவித்தான். "நாம் இப்போதே இங்கிருந்து கிளம்புவது நல்லது."

"எனக்குக் கடுமையாகப் பசிக்கிறது," என்றாள் ஆலிஸ்.

மற்றப் பெண்களும் அதை எதிரொலித்தனர்.

"ஜேம்ஸ், நீயும் வருகிறாயா?" என்று கிரேஸ் கேட்டாள்.

அவளுடைய குரலின் தொனி ஜேம்ஸுக்குப் பிடிக்கவில்லை. அதனால் அதற்கு அவன் சூடாகப் பதிலளிக்கத் தீர்மானித்தான்.

"என்னுடைய ஆடைகள் உனக்குப் போதுமானவையாக இல்லாதிருக்கும் பட்சத்தில் நான் வரவில்லை," என்று அவன் கசப்புடன் கூறினான். "இது குறித்து நீ மிகவும் குறிப்பாக இருப்பதால், நான் வராமல் இருப்பதே நல்லது என்று எனக்குத் தோன்றுகிறது."

அதற்கு அவள் எதிர்ப்பு தெரிவித்துத் தன்னுடன் வரும்படி

வற்புறுத்துவாள் என்று ஜேம்ஸ் எதிர்பார்த்தான். ஆனால், கடலோரக் காற்று கிரேஸின் மனநிலையின்மீது தாக்கம் ஏற்படுத்தியிருந்தது. அதனால் அவள் வெறுமனே இவ்வாறு பதிலளித்தாள்:

“சரி. அதுதான் உன் விருப்பம் என்றால், அப்படியே இருக்கட்டும். நான் உன்னை மாலையில் சந்திக்கிறேன்.”

அதைக் கேட்டு ஜேம்ஸ் வாயடைத்துப் போனான்.

தன்னைத் தனியாக விட்டுவிட்டுச் சென்ற குழுவினரைப் பார்த்து அவன் பொருமினான்.

பின் ஆழ்ந்த யோசனையுடன் அவன் அந்த நகருக்குள் நடக்கத் துவங்கினான்.

அந்த உல்லாசபுரியில் இரண்டு உணவகங்கள் இருந்தன. அவை இரண்டுமே எப்போதும் கூட்டமாகவும், சூடாகவும், இரைச்சலாகவும் இருந்தன. இங்கும் வெகுநேரக் காத்திருப்புக்குப் பின்னர்தான் அவனுக்கு உட்கார இடம் கிடைத்தது. மெனு கார்டைப் பார்த்த அவன், தனக்குத் தானே இவ்வாறு கூறிக் கொண்டான்:

‘நான் எதை ஆர்டர் செய்ய நினைக்கிறேனோ, அது எனக்குக் கிடைக்கப் போவதில்லை. அப்படிப்பட்ட ஓர் அதிர்ஷ்டசாலி நான்.’

அடுத்து அவன் தன்னுடைய பேன்ட் பாக்கெட்டுக்குள் கைவிட்டபோது, பரிச்சயமில்லாத ஒரு பொருள் அவனுக்குத் தட்டுப்பட்டது. அது ஒரு கல்போல இருந்தது. அது ஓர் உருண்டையான கூழாங்கல்போலத் தோன்றியது.

‘நான் எதற்காக ஒரு கல்லை எடுத்து என் பேன்ட் பாக்கெட்டுக்குள் போட்டு வைக்க வேண்டும்?’ என்று அவன் யோசித்தான்.

ஜேம்ஸ் அதைச் சுற்றித் தன் விரல்களைப் படரவிட்டான். அவனிடமிருந்து ஆர்டர் எடுப்பதற்காக ஒரு பெண் அவனை நோக்கி வந்தாள்.

“பொறித்த மீன் மற்றும் உருளைக்கிழங்கு சிப்ஸ்,” என்று அவன் அவளிடம் கூறினான்.

“பொறித்த மீன் இல்லை,” என்று அவள் மோட்டுவளையைப் பார்த்தபடி கூறினாள்.

“பரவாயில்லை. அப்படியானால், மாட்டுக்கறி கொண்டுவாருங்கள்,” என்றான் அவன்.

“அதுவும் இல்லை.”

“இந்த மெனு கார்டில் அச்சிடப்பட்டுள்ளவற்றில் ஏதாவது இருக்கிறதா?” என்று ஜேம்ஸ் கேட்டான்.

அவள் மெனு கார்டில் குறிப்பிடப்பட்டிருந்த

ஆட்டுக்கறியைச் சுட்டிக்காட்டினாள். தலையெழுத்தே என்று ஜேம்ஸ் அதை ஆர்டர் செய்தான். உணவகங்களின் இந்த நிலை குறித்து அவன் தனக்குள் குமுறியபடி தன் கையைத் தன் பாக்கெட்டிலிருந்து வெளியே எடுத்தான். அவனுடைய கையுடன் சேர்ந்து அந்தக் கல்லும் வெளியே வந்தது. ஏதோ யோசனையுடன் அவன் தன் கையை விரித்து அதிலிருந்த பொருளைப் பார்த்தான். அது கொடுத்த அதிர்ச்சியில், மற்ற அனைத்துச் சில்லறை விஷயங்களும் அவனுடைய மனத்தைவிட்டுப் பறந்தோடிவிட்டன. தன் கையிலிருந்த அந்தப் பொருளை அவன் உற்றுப் பார்த்தான். அது ஒரு கூழாங்கல் அல்ல. அது ஒரு மரகதக்கல். பச்சை நிற மரகதக்கல். அது மிகப் பெரிய மரகதக்கல்லாக இருந்தது. அதை அவன் பீதியோடு பார்த்தான். அது ஒரு மரகதக்கல்லாக இருக்க முடியாது. அது கண்ணாடியில் செய்யப்பட்டதாக இருக்க வேண்டும். இவ்வளவு பெரிதாக ஒரு மரகதக்கல் இருக்க முடியாது. அதற்கு ஒரே ஒரு விதிவிலக்குதான் இருந்தது. அன்று காலையில் பத்திரிகையில் அவன் படித்திருந்த, 'ஒரு புறாமுட்டையின் அளவிலுள்ள, மரபுத்னா இராஜாவின் மரகதக்கல்லாக' அது இருந்தாலொழிய, அது நிச்சயமாக ஒரு மரகதக்கல்லாக இருக்க முடியாது. 'என் கையில் இருப்பது அந்த இராஜாவின் கல்லாக இருக்குமோ?' என்று அவன் யோசித்தான். அவனிடம் ஆர்டர் எடுத்திருந்த பெண் ஆட்டுக்கறியுடன் வந்தாள். ஜேம்ஸ் தன் கையை இறுக்கமாக மூடிக் கொண்டான். குளிரான மற்றும் சூடான அதிர்வுகள் அவனுடைய முதுகுத்தண்டைத் துளைத்துச் சென்றன. இப்போது அவன் ஓர் இக்கட்டான நிலையில் மாட்டிக் கொண்டிருந்தான். இது ஒருவேளை 'அந்த' மரகதக்கல்லாக இருந்தால்? அப்படியிருக்கச் சாத்தியம் இருந்ததா? அவன் தன் கையை இலேசாகத் திறந்து அந்தக் கல்லை மீண்டும் பார்த்தான். விலையுயர்ந்த கற்களைப் பற்றி ஜேம்ஸுக்கு எதுவும் தெரியாது. ஆனால், அவனுடைய கையிலிருந்த கல்லிலிருந்து புறப்பட்டுக் கொண்டிருந்த ஒளியை வைத்துப் பார்த்தபோது, அது உண்மையானதாகத்தான் அவனுக்குத் தெரிந்தது. பின் அவன் தன் முன் வைக்கப்பட்டிருந்த உணவைப் பார்த்தான். தான் இது குறித்துத் தீவிரமாகச் சிந்திக்க வேண்டும் என்று அவன் தீர்மானித்தான். இது உண்மையிலேயே அந்த இராஜாவின் மரகதக்கல்லாக இருந்தால், அதை வைத்துக் கொண்டு என்ன செய்வது என்று அவன் யோசித்தான். 'காவல்துறை' என்ற வார்த்தை அவனுடைய நினைவில் வந்து போனது. மதிப்புமிக்கப் பொருள் எதையாவது கண்டெடுத்தால் அதை

நீங்கள் காவல்துறையிடம் ஒப்படைக்க வேண்டும். இப்படிக் கூறப்பட்டுத்தான் அவன் வளர்க்கப்பட்டிருந்தான்.

அது சரிதான். ஆனால், அது எப்படி அவனுடைய பேன்ட் பாக்கெட்டுக்குள் வந்தது? அவன் காவல்துறையினரிடம் சென்றால், அவர்கள் கண்டிப்பாக அந்தக் கேள்வியை அவனிடம் கேட்பார்கள். அந்தக் கேள்விக்குத் தற்போது அவனிடம் பதிலேதும் இருக்கவில்லை. அது எப்படி அவனுடைய பாக்கெட்டுக்குள் புகுந்தது? அவன் குனிந்து தன் பேன்ட்டை உற்றுப் பார்த்தான். அது தொடர்பாக அவனுக்கு ஒரு சந்தேகம் முளைத்தது. அந்தப் பேன்ட் அடர் சாம்பல் நிறத்தில்தான் இருந்தது. ஆனால், அது தன்னுடைய பேன்ட் அல்ல என்பதை அவன் உணர்ந்தான். அந்தக் கண்டுபிடிப்பின் தாக்கம் ஏற்படுத்திய அதிர்ச்சியால் உறைந்து போய் அவன் தன் நாற்காலியில் பின்னுக்குச் சாய்ந்தான். என்ன நடந்திருக்க வேண்டும் என்பது அவனுக்கு இப்போது புரிந்தது. அந்தக் குடிலிலிருந்து உடனடியாகக் கிளம்ப வேண்டும் என்ற அவசரத்தில் அவன் வேறு யாருடைய பேன்ட்டையோ அணிந்து கொண்டிருந்திருக்கிறான். இப்போது அவன் தன் மனத்தில் அந்த இடத்தைக் காட்சிப்படுத்திப் பார்த்தபோது, தான் தன்னுடைய பேன்டை மாட்டியிருந்த கொக்கிக்குப் பக்கத்தில் மற்றொரு அடர் சாம்பல் நிறப் பேன்ட் தொங்கிக் கொண்டிருந்தது அவனுடைய நினைவுக்கு வந்தது. தான் தவறான பேன்ட்டை அணிந்து கொண்டு வந்திருக்க வேண்டும் என்பது இப்போது அவனுக்குத் தெளிவாகப் புரிந்துவிட்டிருந்தது. ஆனாலும், பல்லாயிரக்கணக்கான பவுன்ட் விலையுள்ள அந்த மரகதக்கல்லுக்கு அந்தப் பேன்ட் பாக்கெட்டில் என்ன வேலை? அதைப் பற்றி அவன் அதிகமாகச் சிந்தித்தபோது, அது அவனுடைய ஆர்வத்தை மேன்மேலும் அதிகரித்தது. தான் காவல்துறையினரிடம் சென்றால், இந்தப் பேன்ட் மாறாட்டத்தைப் பற்றித் தன்னால் விவரிக்க முடியும் என்று அவன் நம்பினான்.

ஆனால் அது மிகவும் அசௌகரியமாக இருக்கும். அவன் திருட்டுத்தனமாக ஒரு குளியல் குடிலுக்குள் சென்றிருந்ததை அவன் சொல்ல வேண்டி வரும். அது ஒரு பெரிய குற்றம் அல்ல என்றாலும், அவனுடைய தொடக்கமே தவறாக இருக்கும்.

"உங்களுக்கு வேறு எதாவது வேண்டுமா?"

முதலில் அவனிடம் ஆர்டர் எடுத்தப் பெண்தான் அக்கேள்வியைக் கேட்டாள். தனக்கு வேறு எதுவும் வேண்டாம் என்று கூறி, பில் கொண்டுவரும்படி ஜேம்ஸ் அவளிடம்

கேட்டுக் கொண்டான். அது வந்ததும் அதற்கான காசைக் கொடுத்துவிட்டு அவன் அங்கிருந்து வெளியேறினான். அடுத்து என்ன செய்ய வேண்டும் என்பதைத் தீர்மானிக்க முடியாமல் தடுமாறிக் கொண்டு அவன் அச்சாலையில் நின்றபோதுதான், அந்தச் சுவரொட்டி அவனுடைய பார்வையில் பட்டது. அந்த உல்லாசபுரிக்கு அருகே இருந்த ஹார்செஸ்டர் என்ற ஊரிலிருந்து வெளிவந்து கொண்டிருந்த மாலைநேரப் பத்திரிகையின் தலைப்புச் செய்திகள் அடங்கிய சுவரொட்டி அது. 'இராஜாவின் மரகதக்கல் களவு!' என்று அது அலறியது. "அடக் கடவுளே!" என்று முனகிய ஜேம்ஸ், அருகிலிருந்த ஒரு தூணில் சாய்ந்தான். தன்னை ஒருவாறு சமாளித்துக் கொண்டு, தன் பாக்கெட்டில் கைவிட்டு ஒரு 'பென்னி' நாணயத்தை எடுத்து அருகிலிருந்த ஒரு கடையில் அந்தப் பத்திரிகையின் பிரதி ஒன்றை வாங்கினான். அவன் தேடிய செய்தியைக் கண்டுபிடிக்க அவனுக்கு நேரமாகவில்லை. ஏனெனில், அது கொட்டை எழுத்துகளில் முதல் பக்கச் செய்தியாக வெளியிடப்பட்டிருந்தது. "எட்வர்டு பிரபுவின் மாளிகையில் பரபரப்பான கொள்ளை! வரலாற்று முக்கியத்துவம் வாய்ந்த மரகதக்கல் மாயமாய் மறைவு! இராஜா மரபுத்னாவுக்கு மாபெரும் இழப்பு!" அது குறித்தத் தகவல்கள் சுருக்கமாக அதில் இடம் பெற்றிருந்தன. முந்தைய நாள் மாலையில் எட்வர்டு அந்த மாளிகையில் தன் நண்பர்கள் பலருக்கு விருந்து வைத்திருந்தார். அப்போது அங்கிருந்த பெண்களிடம் தன்னுடைய மரகதக்கல்லைக் காட்ட விரும்பிய இராஜா தன் அறைக்குச் சென்றபோது, அது காணாமல் போயிருந்ததை அவர் கண்டறிந்தார். உடனடியாகக் காவல்துறையினருக்குத் தகவல் கொடுக்கப்பட்டது. இதுவரை அது குறித்த எந்தவிதமான தடயங்களும் சிக்கவில்லை. ஜேம்ஸ் தன் கையிலிருந்த அந்தப் பத்திரிகையைத் தரையில் போட்டான். திருடு போன அந்த மரகதக்கல் எப்படி அந்தக் குடிலுக்குள் இருந்த பழைய பேன்ட்டுக்குள் புகுந்தது என்பதுதான் அவனுக்கு இன்னும் புரியாத புதிராக இருந்தது. ஆனால், தான் காவல்துறையினரிடம் சென்றால், அவர்கள் தன்னுடைய கதையைச் சந்தேகிப்பதற்கு நிறைய சாத்தியக்கூறுகள் இருந்தன என்பது மட்டும் அவனுக்குத் தெள்ளத் தெளிவாகத் தெரிந்தது. இப்போது தான் என்ன செய்ய வேண்டும் என்று அவன் குழம்பினான். அவன் அந்த உல்லாசபுரியின் ஒரு முக்கியமான சாலையில், ஒரு இராஜாவினுடைய, திருடு போன ஒரு மரகதக்கல்லோடு நின்று கொண்டிருந்தான். ஒட்டுமொத்தக் காவல்துறையும் அதே கல்லைச் சல்லடை

போட்டுத் தேடிக் கொண்டிருந்தது. இப்போது அவனுக்கு முன்னால் இரண்டு வழிகள் இருந்தன. முதலாவது, நேராகக் காவல்துறையினரிடம் சென்று நடந்ததைச் சொல்வது. ஆனால் அதைத் தேர்ந்தெடுத்தால் அவன் தேவையற்றச் சிக்கல்களில் மாட்டிக் கொள்ள வாய்ப்புகள் இருந்தன. இரண்டாவது, எப்படியாவது அதைத் தன் கையிலிருந்து அப்புறப்படுத்திவிடுவது. அதை ஒரு பார்சலில் அந்த இராஜாவுக்கு அனுப்பிவிடலாமா என்று அவன் யோசித்தான். பின் அதுவும் சரிப்பட்டு வராது என்று அவன் தீர்மானித்தான். அவன் ஏகப்பட்டத் துப்பறியும் கதைகள் படித்திருந்தான். தான் அந்த மரகதக்கல்லை அந்த இராஜாவுக்கு அனுப்பி வைத்தால், அந்தப் பார்சலை ஆராய்கின்ற எந்தவொரு திறமைமிக்கத் துப்பறிவாளராலும், அரை மணிநேரத்திற்குள், அதை அனுப்பி வைத்தவரின் வயது, வேலை, தோற்றம், பழக்கவழக்கங்கள் போன்றவற்றைப் புட்டுப் புட்டு வைத்துவிட முடியும். அதற்குப் பிறகு சில மணிநேரத்திற்குள் அவன் தேடிக் கண்டுபிடிக்கப்பட்டுவிடுவான். அவன் இவ்வாறு யோசித்துக் கொண்டிருந்தபோதுதான், இந்தப் பிரச்சனையைத் தீர்ப்பதற்கு அவனுக்கு ஓர் எளிய வழி திடீரென்று புலப்பட்டது.

அது மதிய உணவு நேரம். கடற்கரையில் கூட்டம் அதிகமாக இருக்காது. தான் நேராக அந்த 'மை டிசையர்' குடிலுக்குச் சென்று, இந்தப் பேன்ட்டைக் கழற்றி அங்கு மாட்டிவிட்டு, தன்னுடைய பேன்ட்டை எடுத்து அணிந்து கொண்டு அங்கிருந்து தப்பி ஓடிவிட வேண்டும் என்று அவன் நினைத்தான். அவன் சுறுசுறுப்பாக அந்தக் குடிலை நோக்கி நடக்கத் துவங்கினான்.

ஆனாலும் அவனுடைய மனசாட்சி அவனை இடித்துரைத்துக் கொண்டிருந்தது. அந்த மரகதக்கல் அந்த இராஜாவிடம்தான் ஒப்படைக்கப்பட்டாக வேண்டும். மரகதக்கல்லைக் கொண்டிருந்த இந்தப் பேன்ட்டை 'மை டிசையர்' குடிலில் மாட்டிவிட்டு, தன்னுடைய சொந்தப் பேன்ட்டைப் பெற்றப் பிறகு, சொந்தமாகச் சில துப்பறியும் வேலைகளில் ஈடுபட வேண்டும் என்ற யோசனை அவனுக்குள் உதித்தது. அந்த யோசனையைச் செயல்படுத்த, முதலில், கடற்கரையில் தான் சந்தித்தக் காவலாளியிடம் அவன் சென்றான். அவனுக்கு இந்த உல்லாசபுரியைப் பற்றிப் பல தகவல்கள் தெரிந்திருக்கும் என்று ஜேம்ஸ் கணக்குப் போட்டான்.

ஜேம்ஸ் அந்தக் காவலாளியிடம், "என் நண்பர் சார்லஸ் லேம்ப்டன் என்பவருக்கு இந்தக் கடற்கரையில் ஒரு குடில் இருக்கிறது. அதற்கு 'மை டிசையர்' என்று பெயர்," என்று

கூறினான்.

கடலைப் பார்த்தவாறு தன் நாற்காலியில் அமர்ந்திருந்த அந்தக் காவலாளி, சிகரெட் புகைத்துக் கொண்டிருந்தான். அவன் ஜேம்ஸ் பக்கம் திரும்பாமலேயே பதிலளித்தான்.

“எனக்குத் தெரிந்தவரை ‘மை டிசையர்’ குடில் எட்வர்டு பிரபுவுக்குச் சொந்தமானது. எனக்குச் சார்லஸ் லேம்ப்டன் என்று யாரையும் தெரியாது. ஒருவேளை அவர் அக்குடிலின் புதிய எஜமானராக இருக்கலாம்.”

அவருக்கு நன்றி கூறிவிட்டு ஜேம்ஸ் அங்கிருந்து கிளம்பினான்.

அந்தத் தகவல் அவனை நிலைகுலைய வைத்துவிட்டது. கண்டிப்பாக அந்த இராஜா அந்த மரகதக்கல்லை ஞாபக மறதியாக அந்த நபரின் பாக்கெட்டுக்குள் போட்டிருக்க வாய்ப்பில்லை. எட்வர்டு பிரபு கொடுத்த விருந்துக்கு வந்திருந்த நபர்களில் யாரோ ஒருவர்தான் அதைத் திருடியிருக்க வேண்டும் என்று ஜேம்ஸுக்குத் தோன்றியது. அச்சூழல், அவன் படித்திருந்த சில கதைகளை அவனுக்கு நினைவுபடுத்தியது.

எது எப்படியோ, அவன் தன்னுடைய நிலைப்பாட்டில் உறுதியாக இருந்தான். அவன் எதிர்பார்த்திருந்ததைப்போலவே கடற்கரை அதிக ஆள் நடமாட்டம் இல்லாமல் இருந்தது. அதைவிட அதிர்ஷ்டகரமாக, ‘மை டிசையர்’ குடிலின் கதவு திறந்த நிலையில் இருந்தது. அதனால், அவன் அதற்குள் ஒரு கணத்தில் நுழைந்துவிட்டான். அங்கிருந்த கொக்கியில் தொங்கிக் கொண்டிருந்த தன்னுடைய பேன்ட்டை அவன் எடுத்துக் கொண்டிருந்தபோது, அவனுக்குப் பின்னாலிருந்து வந்த ஒரு குரல் கேட்டு அவன் துள்ளினான்.

“எப்படியோ நான் உன்னைப் பிடித்துவிட்டேன்,” என்றது அக்குரல்.

ஜேம்ஸ் திகைப்புடன் திரும்பிப் பார்த்தான். அக்குடிலின் வாசலில் ஓர் அந்நியர் நின்று கொண்டிருந்தார். சுமார் நாற்பது வயது மதிக்கத்தக்க அவர் நன்றாக உடையணிந்திருந்தார். அவருடைய முகம் தீவிரமாகவும் தீர்க்கமாகவும் இருந்தது.

“எப்படியோ நான் உன்னை பிடித்துவிட்டேன்,” என்று அந்த அந்நியர் மீண்டும் கூறினார்.

“நீங்கள் யார்?” என்று ஜேம்ஸ் தட்டுத் தடுமாறியபடி கேட்டான்.

“ஸ்காட்லாந்து யார்டைச் சேர்ந்த துப்பறியும் காவல் அதிகாரி. என் பெயர் மெர்ரிலீஸ்,” என்று அவர் கூறினார். “மரியாதையாக அந்த மரகதக்கல்லை என்னிடம்

கொடுத்துவிடு.”

“மரகதக்கல்லா?”

ஜேம்ஸ் நேரத்தைக் கடத்த முயன்றான்.

“நான் அப்படித்தானே சொன்னேன்? காது கேட்கவில்லையா?” என்றார் மெர்ரிலீஸ். வெட்டு ஒன்று, துண்டு இரண்டு என்ற ரீதியில் அவர் பேசினார். ஜேம்ஸ் தன்னை சுதாரித்துக் கொள்ள முயன்றான்.

“நீங்கள் என்ன சொல்லிக் கொண்டிருக்கிறீர்கள் என்பது எனக்குப் புரியவில்லை,” என்று ஜேம்ஸ் தன் குரலில் கண்ணியத்தைக் குழைக்க முயன்றான்.

“இளைஞனே, நான் என்ன சொல்லிக் கொண்டிருக்கிறேன் என்பது உனக்குத் தெரியும் என்று நான் நினைக்கிறேன்.”

“இந்த மொத்த விவகாரமும் ஒரு தவறு. அதை என்னால் எளிதாக விளக்க முடியும்–” என்று கூறி ஜேம்ஸ் இடைவெளிவிட்டான்.

மெர்ரிலீஸின் முகத்தில் களைப்பின் அறிகுறி தென்பட்டது.

“மாட்டிக் கொள்பவர்கள் அனைவரும் சொல்கின்ற கதைதான் இது,” என்றார் மெர்ரிலீஸ். “நீ கடற்கரையில் நடந்து கொண்டிருந்தபோது அதைக் கண்டெடுத்ததாகக் கூறப் போகிறாய், இல்லையா?”

தன்னுடைய கதை, அவர் கூறிக் கொண்டிருந்த கதைக்கு நெருக்கமாக இருந்ததை ஜேம்ஸ் உணர்ந்தான். ஆனாலும் அவன் நேரத்தைக் கடத்த முயன்றான்.

“நீங்கள் யார் என்று கூறுகிறீர்களோ, அது உண்மை என்று நான் எப்படி நம்புவது?” என்று ஜேம்ஸ் பலவீனமாக வேண்டினான்.

மெர்ரிலீஸ் தன் கோட்டை ஒரு கணம் விலக்கி, தன் அடையாள அட்டையைக் காட்டினார். அதில் இங்கிலாந்துப் பேரரசர் எட்வர்டின் முகம் ஜேம்ஸை உற்றுப் பார்த்தது.

இப்போது அந்த நபர் கிட்டத்தட்ட சகஜமான ஒரு குரலில், “இப்போது நீ யாரோடு மோதிக் கொண்டிருக்கிறாய் என்பது புரிகிறதா?” என்று கேட்டார். “நீ தொழிலுக்குப் புதிதா? அதை என்னால் உடனே கண்டுபிடித்துவிட முடியும். இதுதான் உன்னுடைய முதல் திருட்டு, சரிதானே?”

ஜேம்ஸ் தலையை ஆட்டினான்.

“அதுவரை நான் ஊகித்திருந்தேன். இப்போது நீயாக அதை என்னிடம் கொடுக்கிறாயா? அல்லது நான் உன்னைச் சோதனையிடவா?”

ஜேம்ஸ் ஒருவழியாகத் தன் குரலை மீட்டெடுத்திருந்தான்.

“அது என்னிடம் இங்கு இல்லை,” என்று ஜேம்ஸ் கூறினான்.

அவன் தீவிரமாக யோசித்துக் கொண்டிருந்தான்.

"உன்னுடைய தங்கும் விடுதியில் வைத்திருக்கிறாயா?"

ஜேம்ஸ் தலையை ஆட்டினான்.

"அப்படியானால், நாம் இருவரும் சேர்ந்து அங்குச் செல்லலாம்."

அவர் தன் கைகளை ஜேம்ஸின் கைகளோடு பிணைத்துக் கொண்டார்.

"நீ எங்கும் தப்பி ஓட என்னால் அனுமதிக்க முடியாது," என்று அவர் மென்மையாகக் கூறினார். "இப்போது நாம் இருவரும் சேர்ந்து உன்னுடைய தங்கும் விடுதிக்குச் செல்லலாம். அங்குச் சென்றவுடன் அந்தக் கல்லை நீ என்னிடம் கொடுத்துவிடு."

ஜேம்ஸ் தடுமாற்றத்துடன் பேசினான்.

"நீங்கள் கூறியபடி நான் நடந்து கொண்டால், என்னை விட்டுவிடுவீர்களா?" என்று அவன் நடுக்கத்துடன் கேட்டான்.

அதைக் கேட்ட மெர்ரிலீஸ் சிறிது அசௌகரியம் அடைந்ததைப்போலக் காணப்பட்டார்.

"அந்தக் கல் எப்படித் திருடப்பட்டது என்பதை நாங்கள் கண்டுபிடித்துவிட்டோம். இதில் தொடர்புடைய பெண் யார் என்பதும் எங்களுக்குத் தெரியும். ஆனால், அந்த இராஜா இதை வெளியே தெரியாமல் மூடி மறைக்கவே விரும்புகிறார். இந்த இந்திய ஆட்சியாளர்கள் எப்படி நடந்து கொள்வார்கள் என்பதைப் பற்றி நீ அறிந்திருக்கக்கூடும்," என்று மெர்ரிலீஸ் விவரித்தார்.

இந்திய ஆட்சியாளர்களைப் பற்றி ஜேம்ஸுக்கு எதுவும் தெரியாது. ஆனால், தான் அதை நன்றாக அறிந்து வைத்திருந்தவன்போல அவன் தலையாட்டினான்.

"இது முறையற்றது," என்று மெர்ரிலீஸ் கூறினார். "ஆனால், எந்தவிதமான குற்றமும் சாட்டப்படாமல் நீ விடுவிக்கப்படலாம்."

மீண்டும் ஜேம்ஸ் தலையசைத்தான். அவர்கள் இப்போது அந்த நகரத்தை நோக்கி நடந்து கொண்டிருந்தனர். ஜேம்ஸ் வழிகாட்டிக் கொண்டிருந்தான். ஆனால், ஜேம்ஸைப் பிடித்திருந்த பிடியை மெர்ரிலீஸ் விடவில்லை.

திடீரென்று ஜேம்ஸ் தயங்கினான். மெர்ரிலீஸ் சுற்றிலும் பார்த்துவிட்டுச் சிரித்தார். அவர்கள் ஒரு காவல் நிலையத்தைக் கடந்து சென்று கொண்டிருந்தனர். ஜேம்ஸ் அதை நோக்கி வேதனை கலந்த ஒரு பார்வையை வீசியதை அவர் பார்த்துவிட்டார்.

"நான் உனக்கு முதலில் ஒரு வாய்ப்புக் கொடுக்கப் போகிறேன்," என்று அவர் உற்சாகமாகக் கூறினார்.

அக்கணத்தில்தான் எதிர்பாராத விஷயங்கள் அரங்கேறத் துவங்கின. ஜேம்ஸ் அந்த நபரைத் தன்னுடைய மறுகையால் பிடித்துக் கொண்டு, தன் அடிவயிற்றிலிருந்து பயங்கரமானதொரு கூக்குரல் எழுப்பினான்:

"திருடன்! உதவுங்கள். திருடன்! உதவுங்கள்."

ஒரு நிமிடத்திற்குள் அவர்களைச் சுற்றி ஒரு கூட்டம் சேர்ந்துவிட்டது. மெர்ரிலீஸ் ஜேம்ஸின் பிடியிலிருந்து தன் கையை விடுவிக்க முயன்று கொண்டிருந்தார்.

"இவன் என் பாக்கெட்டிலிருந்து திருடிவிட்டான்!" என்று ஜேம்ஸ் கத்தினான்.

"ஏய், முட்டாளே! என்ன உளறுகிறாய்?" என்று மெர்ரிலீஸ் பதிலுக்குக் கத்தினார்.

அந்த இடத்திற்கு வந்த காவலர் ஒருவர் விஷயத்தைத் தன் கையில் எடுத்துக் கொண்டார். மெர்ரிலீஸூம் ஜேம்ஸூம் காவல் நிலையத்திற்குள் அழைத்துச் செல்லப்பட்டனர். அங்குச் சென்றவுடன் ஜேம்ஸ் தன் புகாரை மீண்டும் கூறினான்.

"இவன் என் பாக்கெட்டிலிருந்து ஒரு பொருளைத் திருடிவிட்டான். அவனுடைய வலது பாக்கெட்டில் என்னுடைய பர்ஸ் இருக்கிறது," என்று ஜேம்ஸ் பரவசமாகக் கூறினான்.

மெர்ரிலீஸ், "இவனுக்குப் பைத்தியம் பிடித்திருக்கிறது," என்று முணுமுணுத்தார். அவர் அந்தக் காவல் நிலையத்திலிருந்த அதிகாரியிடம், "நீங்களே சோதித்துப் பார்த்து, இவன் கூறுவது உண்மையா என்று கண்டுபிடித்துக் கொள்ளுங்கள்," என்று கூறினார்.

அந்த அதிகாரி சைகை காட்டியதும் அந்தக் காவலர் மரியாதையுடன் மெர்ரிலீஸின் கோட்டுப் பாக்கெட்டுக்குள் தன் கையை நுழைத்தார். அந்தப் பாக்கெட்டுக்குள் இருந்த பொருளை அவர் வெளியே எடுத்துப் பார்த்தபோது, அவர் வியப்பினால் வாய் பிளந்தார்.

"அடக் கடவுளே!" என்று அந்தக் காவல் அதிகாரி தன்னிலை மறந்து கத்தினார். "இதுதான் அந்த இராஜாவின் மரகதக்கல்லாக இருக்க வேண்டும்!"

மற்ற அனைவரையும்விட அதிகமாக அதிர்ச்சியடைந்தது மெர்ரிலீஸ்தான்.

"இது அநியாயம்!" என்று மெர்ரிலீஸ் கத்தினார். "நாங்கள் இருவரும் ஒன்றாக நடந்து வந்து கொண்டிருந்தபோது, இவன் இதை என் பாக்கெட்டில் போட்டிருக்க வேண்டும். இது ஒரு சதி."

மெர்ரிலீஸின் அதிகாரமிக்க ஆளுமை அந்தக் காவல்

அதிகாரியைத் தடுமாற வைத்தது. அவருடைய சந்தேகம் ஜேம்ஸின்மீது திரும்பியது. அவர் அந்தக் காவலரின் காதில் எதையோ முணுமுணுத்தார். அந்தக் காவலர் உடனே அந்தக் காவல் நிலையத்தைவிட்டு வெளியேறினார்.

அந்தக் காவல் அதிகாரி, அவர்கள் இருவரின் பக்கம் திரும்பி, "இப்போது நீங்கள் இருவரும் ஒருவர் பின் ஒருவராக உங்களுடைய வாக்குமூலங்களை எனக்கு அளியுங்கள்," என்று கூறினார்.

"என்ன நடந்தது என்று நான் கூறுகிறேன்," என்று ஜேம்ஸ் தொடங்கினான். "நான் கடற்கரையோரம் நடந்து வந்து கொண்டிருந்தபோது, இந்த நபர் என்னை அணுகி, எனக்குத் தெரிந்தவர்போல நடித்தார். இவரை அதற்கு முன்பு நான் எங்கும் பார்த்த ஞாபகம் எனக்கு இருக்கவில்லை. ஆனால், நாகரிகம் கருதி, அதை நான் இவருடைய முகத்திற்கு நேரே கூறாமல் இருந்தேன். நாங்கள் இருவரும் சேர்ந்து நடந்தோம். நாங்கள் இந்தக் காவல் நிலையத்தைக் கடந்து கொண்டிருந்தபோது, இவருடைய கை என் பாக்கெட்டிற்குள் நுழைந்ததைக் கண்டதும் எனக்கு இவர்மீது சந்தேகம் வந்தது. உடனடியாக நான் இவருடைய கைகளைக் கெட்டியாகப் பிடித்துக் கொண்டு உதவி கேட்டுக் கத்தினேன்."

அந்தக் காவல் அதிகாரி தன்னுடைய பார்வையை மெர்ரிலீஸ் பக்கம் திருப்பினார்.

"இப்போது உங்களுடைய முறை."

மெர்ரிலீஸ் சிறிது அசௌகரியமாக இருந்ததுபோலத் தோன்றினார்.

"இவருடைய கதை கிட்டத்தட்டச் சரிதான்," என்று அவர் மெதுவாகத் தொடங்கினார். "ஆனால், முழுவதும் சரியில்லை. அவர் கூறியதுபோலன்றி, நான் இவரை அணுகவில்லை. இவர்தான் என்னை அணுகி என்னிடம் தன்னைப் பரிச்சயம் செய்து கொண்டார். நாங்கள் நடந்து கொண்டிருந்தபோது, இவர்தான் அந்த மரகதக்கல்லை என் பாக்கெட்டிற்குள் போட்டிருந்திருக்க வேண்டும் என்பதில் எந்தவிதமான சந்தேகமும் கிடையாது."

அந்தக் காவல் அதிகாரி எழுதுவதை நிறுத்தினார்.

"சரி," என்று ஒரு நடுநிலையான குரலில் அவர் கூறினார். "இன்னும் ஒரு நிமிடத்தில் ஒருவர் இங்கே வருவார். இதன் அடிவரை செல்ல அவர் நமக்கு உதவுவார்."

இதைக் கேட்டு மெர்ரிலீஸ் தன் புருவங்களைக் குறுக்கினார்.

"என்னால் இதற்கு மேல் காத்திருக்க முடியாது," என்று மெர்ரிலீஸ் முணுமுணுத்தார். "எனக்கு வேறொரு முக்கியமான

வேலை இருக்கிறது. நான் அந்த மரகதக்கல்லைத் திருடி என் பாக்கெட்டில் வைத்துக் கொண்டு அலைந்து கொண்டிருப்பேன் என்று நீங்கள் நம்புகிறீர்களா?"

"அப்படியிருக்க வாய்ப்பில்லைதான் என்பதை நான் ஒப்புக் கொள்கிறேன்," என்று அந்தக் காவல் அதிகாரி கூறினார். "நான் இதை விசாரித்து முடிக்கின்றவரை நீங்கள் ஐந்து அல்லது பத்து நிமிடங்கள் காத்திருந்துதான் ஆக வேண்டும்." சரியாக அக்கணத்தில் அக்காவல் நிலையத்திற்குள் நுழைந்து கொண்டிருந்த நபரைப் பார்த்து, அந்தக் காவல் அதிகாரி, "ஆகா! இதோ பிரபுவே வந்துவிட்டார்!" என்று கூறினார்.

நாற்பது வயது மதிக்கத்தக்க ஒரு நபர் உள்ளே வந்தார். அவர் ஒரு பழைய பேன்ட்டும் பழைய சுவெட்டரும் அணிந்திருந்தார்.

"நீங்கள் அந்த மரகதக்கல்லைக் கைப்பற்றிவிட்டீர்கள் என்று தெரிகிறது. அபாரம். நல்ல செய்தி. ஆமாம், இவர்கள் யார்?" என்று அவர் கேட்டார்.

அவருடைய பார்வை முதலில் ஜேம்ஸின்மீது விழுந்தது. பின்னர் அது மெர்ரிலீஸை நோக்கி நகர்ந்தது. அவருடைய பார்வையைக் கண்டதும், மெர்ரிலீஸின் தோரணை மாறி அவருடைய ஆளுமை சுருங்கத் துவங்கியதுபோல இருந்தது.

"என்னவாயிற்று, ஜோன்ஸ்?"என்று எட்வர்டு இரைந்தார்.

"பிரபு, இவரை உங்களுக்குத் தெரியுமா?" என்று அந்தக் காவல் அதிகாரி கேட்டார்.

"நன்றாகவே தெரியும்," என்று எட்வர்டு சுரத்தில்லாமல் கூறினார். "இவன் என்னுடைய தனிப்பட்ட உதவியாளன். ஒரு மாதத்திற்கு முன்புதான் இவன் என்னிடம் வேலைக்குச் சேர்ந்தான். துப்புத் துலக்குவதற்காக லண்டனிலிருந்து அனுப்பி வைக்கப்பட்டிருந்த ஒருவர் உடனடியாக இவன்மீது சந்தேகம் கொண்டார். பிறகு இவனுடைய உடைமைகள் சோதிக்கப்பட்டன. ஆனால் அந்த மரகதக்கல் அவற்றில் எதிலும் இருக்கவில்லை."

"அதை இவன் தன் கோட்டுப் பாக்கெட்டில் வைத்துக் கொண்டு அலைந்திருக்கிறான்," என்று அந்தக் காவல் அதிகாரி அறிவித்தார். பின்னர் ஜேம்ஸின் பக்கம் திரும்பி, "இந்தக் கனவான்தான் இவனைப் பிடித்துக் கொடுத்தார்," என்று அந்த அதிகாரி கூறினார்.

அடுத்த நிமிடம், எட்வர்டு ஜேம்ஸை வெகுவாகப் பாராட்டி அவனுடன் கைகுலுக்கினார்.

"அப்படியானால், நீங்கள் முதலிலிருந்தே இந்த நபரைச் சந்தேகித்தீர்களா?" என்று அவர் ஜேம்ஸிடம் கேட்டார்.

"ஆமாம்," என்று ஜேம்ஸ் தெரிவித்தான். "இவரைக் காவல் நிலையத்திற்குள் கொண்டுவருவதற்காக, இவர் என்னிடமிருந்து திருடிவிட்டதாக நான் நாடகமாட வேண்டியதாயிற்று."

"இது அபாரம்," என்றார் எட்வர்டு. "உண்மையிலேயே அபாரம். இப்போது மதிய உணவுக்கான நேரம் கடந்துவிட்டது. ஆனால், நீங்கள் இன்னும் சாப்பிட்டிருக்கவில்லை என்றால், வந்து எங்களுடன் உணவருந்த வேண்டும் என்று நான் உங்களை அழைக்கிறேன்."

"நான் இன்னும் சாப்பிடவில்லை," என்று ஜேம்ஸ் கூறினான். "ஆனால்–"

"இதற்கு மேல் எதுவும் பேசாதீர்கள்," என்று எட்வர்டு கூறினார். "தன்னுடைய மரகதக்கல்லை மீட்டுக்கொடுத்ததற்காக உங்களுக்கு நன்றி சொல்ல இராஜா விரும்புவார். ஆனால், எனக்கு இன்னும் நீங்கள் சொல்லிய கதை பிடிபடவில்லை."

அவர்கள் இருவரும் காவல் நிலையத்தைவிட்டு வெளியேறி, படிக்கட்டில் நின்று கொண்டிருந்தனர்.

அப்போது ஜேம்ஸ், "நான் உங்களிடம் உண்மையான கதையைச் சொல்லிவிடுவதுதான் சரியாக இருக்கும்," என்றான்.

பின்னர் அவன் அதைக் கூறினான். அதைக் கேட்டு எட்வர்டு இன்னும் அதிக சுவாரசியமடைந்தார்.

"என் வாழ்க்கையில் நான் இதுவரை கேட்டிருந்த கதைகளிலேயே இதுதான் மிகவும் சுவாரசியமான கதை," என்று எட்வர்டு அறிவித்தார். "இப்போது எனக்கு எல்லாம் புரிகிறது. ஜோன்ஸ் அந்தக் கல்லைத் திருடியதும், காவல் துறையினர் தன் வீட்டைச் சல்லடை போட்டுத் தேடுவார்கள் என்பதை ஊகித்துக் கொண்டு, அதைக் கடற்கரையிலுள்ள குடிலில் அவன் மறைத்து வைத்துவிட்டிருக்கிறான். அந்தக் குடிலில் இருந்த அந்தப் பழைய பேன்ட்டை நான் எப்போதாவது மீன்பிடிக்கச் செல்கின்றபோது அணிவதுண்டு. அதனால் அதை எவரும் தொட மாட்டார்கள். அதனால் தேடல் வேட்டை அடங்கியதும், நிதானமாக வந்து அந்த மரகதக்கல்லை எடுத்துக் கொள்ளலாம் என்று ஜோன்ஸ் திட்டம் போட்டிருக்க வேண்டும். அதனால், அங்கு அவன் வந்து அதைத் தேடியபோது, அது காணாமல் போய்விட்டது அவனுக்குக் கடும் அதிர்ச்சி ஏற்படுத்தியிருக்க வேண்டும். ஆனால், அவன் ஒரு துப்பறிவாளனாக நாடகமாடியதை நீங்கள் எப்படிக் கண்டுபிடித்தீர்கள் என்பது மட்டும் எனக்குப் புரியவில்லை."

'வெளிப்படையாகச் செயலாற்றுவதற்கென்று ஒரு நேரம் இருக்கிறது, இரகசியமாகச் செயலாற்றுவதற்கென்றும் ஒரு

நேரம் இருக்கிறது என்பதை ஆற்றல்மிக்க நபர்கள் அறிந்து வைத்துள்ளனர்,' என்று ஜேம்ஸ் நினைத்துக் கொண்டான்.

ஜேம்ஸ் தனக்குத் தானே புன்னகைத்துக் கொண்டான். அவனுடைய கை விரல்கள், அவனுடைய கோட்டின் காலர் மடிப்பில் இடம்பெற்றிருந்த முத்திரையைத் தொட்டுப் பார்த்தன. பெரிதாகப் பிரபலமடைந்திருக்காத, சைக்கிளிங் கிளப்பின் முத்திரை அது. அதன் பெயர் மெர்ட்டன் பார்க் சூப்பர் சைக்கிளிங் கிளப். ஆனால், பெரும் வியப்பு ஏற்படுத்துகின்ற விதத்தில், அதே முத்திரையை, மெர்ரிலீஸ் என்று தன்னை அழைத்துக் கொண்ட ஜோன்ஸின் கோட்டிலும் அவன் பார்த்திருந்தான்.

"ஹலோ, ஜேம்ஸ்!" என்று ஒரு குரல் கேட்டது.

சத்தம் வந்தத் திசையை நோக்கி அவன் திரும்பிப் பார்த்தான். அந்தச் சாலையின் மறுமுனையிலிருந்து கிரேஸூம் சோப்வொர்த் யுவதிகளும் அவனை அழைத்துக் கொண்டிருந்தனர். அவன் எட்வர்டை நோக்கித் திரும்பினான்.

"தயவு செய்து எனக்காக ஒரு நிமிடம் காத்திருக்க முடியுமா? இதோ வந்துவிடுகிறேன்," என்று அவன் அவரிடம் கேட்டுக் கொண்டான்.

"நாங்கள் ஒரு திரைப்படம் பார்க்கப் போய்க் கொண்டிருக்கிறோம். நீயும் எங்களுடன் வருகிறாயா?" என்று கிரேஸ் கேட்டாள்.

"என்னை மன்னித்துக் கொள். நான் எட்வர்டு பிரபுவுடன் உணவருந்தச் சென்று கொண்டிருக்கிறேன்," என்று கூறிய ஜேம்ஸ், சாலையின் மறுபுறம் நின்று கொண்டிருந்த எட்வர்டைச் சுட்டிக்காட்டி, "அதோ, அந்த சௌகரியமான பழைய உடைகளில் நின்று கொண்டிருக்கிறாரே, அவர்தான் எட்வர்டு பிரபு. இராஜா மரபுத்னாவிடம் என்னை அறிமுகப்படுத்தி வைக்க அவர் என்னை அழைத்துச் சென்று கொண்டிருக்கிறார்," என்று கூறினான்.

பின் அவன் தன் தொப்பியை இலேசாக உயர்த்தி அவர்களுக்கு வணக்கம் தெரிவித்துவிட்டு, எட்வர்டு பிரபுவுடன் மீண்டும் சேர்ந்து கொண்டான்.

டெல்ஃபியிலுள்ள ஆரக்கிள்[1]

திருமதி வில்லார்டு ஜே. பீட்டர்ஸுக்கு கிரேக்க நாட்டைப் பற்றி எந்த அக்கறையும் கிடையாது. அந்நாட்டிலுள்ள டெல்ஃபி நகரைப் பற்றியும் தனிப்பட்ட முறையில் அவருக்குப் பெரிய அபிப்பிராயம் எதுவும் கிடையாது.

திருமதி பீட்டர்ஸின் ஆன்மிக வீடுகள், பாரீஸ், லண்டன், 'த ரிவியெரா' ஆகிய இடங்களில் இருந்தன. ஓட்டல் வாழ்க்கையை வெகுவாக இரசித்து மகிழ்ந்த ஒரு பெண்மணி அவர். ஆனால் ஓட்டல் படுக்கையறை எப்படி இருக்க வேண்டும் என்பதற்கு அவர் ஒரு யோசனையைக் கொண்டிருந்தார். அறையெங்கும் ஒரு மிருதுவான கம்பளம் விரிக்கப்பட்டிருக்க வேண்டும்; படுக்கை ஆடம்பரமானதாக இருக்க வேண்டும்; படுக்கைக்கு அருகேயுள்ள இரவு விளக்கு உட்பட, பல விதமான அலங்கார விளக்குகள் அந்த அறையை அலங்கரித்திருக்க வேண்டும்; குளிர்ந்த நீரும் வெந்நீரும் எந்நேரமும் தாராளமாகக் கிடைத்துக் கொண்டிருக்க வேண்டும்; ஓட்டலின் சமையலறையை அழைத்து, தேநீர், உணவு, காக்டெயில்கள் போன்றவற்றை ஆர்டர் செய்வதற்கும் வெளியேயுள்ள நபர்களை அழைத்துப் பேசுவதற்கும் வசதியாகப் படுக்கைக்கு அருகேயே ஒரு தொலைபேசி இருக்க வேண்டும்.

டெல்ஃபியிலுள்ள ஓட்டலில் இவை எதுவுமே இருக்கவில்லை. சன்னலைத் திறந்தால் ஓர் அற்புதமான காட்சி தெரிந்தது; படுக்கை சுத்தமாக இருந்தது; சுவர்கள் வெள்ளையடிக்கப்பட்டிருந்தன; ஒரு நாற்காலியும்,

---

1 *பழங்கால கிரேக்கத்தில் இருந்த இவர்கள், முக்காலத்தையும் உணர்ந்தவர்கள் எனக் கருதப்பட்டனர். அவர்களுடைய தீர்க்கதரிசன சக்தியினால் தங்கள் எதிர்காலம் குறித்துப் பலர் அவர்களிடம் ஆலோசனை கேட்டதாகக் கருதப்படுகிறது.*

பல இழுப்பறைகளைக் கொண்ட ஒரு மேசையும், கை கழுவுவதற்கான ஒரு வாஷ்பேசினும் இருந்தன; குளிப்பதற்குத் தேவையான தண்ணீருக்கு முன்கூட்டியே சொல்லி வைத்துவிட வேண்டும்; சில சமயங்களில், வெந்நீர் கிடைப்பதில் சிக்கல் இருந்தது.

தான் டெல்ஃபிக்குச் சென்றிருந்ததைத் தம்பட்டம் அடித்துக் கொள்வது நன்றாகத்தான் இருக்கும் என்று அவர் நினைத்துக் கொண்டார். புராதன கிரேக்கம் குறித்த விஷயங்களில் ஈடுபாடு காட்ட அவர் கடுமையாக முயற்சி செய்தார். ஆனால் அது தனக்குக் கடினமாக இருந்ததை அவர் உணர்ந்தார். அங்கிருந்த சிற்பங்கள் முழுமையற்று இருந்தன. பல சிலைகள், தலையில்லா முண்டங்களாக இருந்தன; வேறு சில, கைகளையும் கால்களையும் இழந்த பிண்டங்களாக இருந்தன. அவருடைய காலஞ்சென்ற கணவர் திரு வில்லார்டு பீட்டர்ஸின் கல்லறையில் நிறுவப்பட்டிருந்த, இறக்கைகளுடன்கூடிய அழகான பளிங்கு தேவதைச் சிலைகளையே தனிப்பட்ட முறையில் அவர் விரும்பினார்.

ஆனால், தன் மகன் வில்லார்டு (சமீப காலம்வரை அவன் வில்லார்டு ஜூனியர் என்றே அழைக்கப்பட்டான். அது அப்பெண்மணிக்குத் துளிகூடப் பிடிக்கவில்லை) தன்னை வெறுக்கக்கூடும் என்று அஞ்சி, அவர் தன்னுடைய இந்தத் தனிப்பட்ட அபிப்பிராயங்கள் அனைத்தையும் கவனமாகத் தனக்குள்ளேயே வைத்துக் கொண்டார். தன் மகன் பொருட்டுத்தான் அவர் கிரேக்கத்திற்கு வந்து, எப்போதும் முனகிக் கொண்டிருந்த வேலைக்காரியையும் மட்டமான ஓட்டுநரையும் பொறுத்துக் கொண்டு, இந்தக் குளிரான, அசௌகரியமான அறையில் தங்கியிருந்தார்.

வில்லார்டுக்குப் பதினெட்டு வயது. ஒல்லியாகவும், வெளுத்தும், அஜீரணக் கோளாறுடனும் இருந்த அவன், மூக்குக்கண்ணாடி அணிந்திருந்தான். அவனை அவர் தன் தலைமீது வைத்துக் கூத்தாடினார். அவனுக்குத்தான் இந்த விநோதமான, புராதனகாலக் கலைகளின்மீது அதீத ஆர்வம் இருந்தது. அவன்தான் கிரேக்க நாடு முழுவதும் தன் தாயாரைத் தன்னுடன் இழுத்து வந்திருந்தான்.

அவர்கள் ஒலிம்பியாவுக்குப் போய் வந்தனர். அது ஒரே சோகமயமாக இருந்ததாக அவருக்குத் தோன்றியது. பார்த்தெனான் அவருக்குப் பிடித்திருந்தது, ஆனால் ஏதென்ஸ் ஒரு மட்டமான நகரம் என்று அவர் கருதினார். கொரிந்த், மைசீன் ஆகிய இடங்களுக்குச் சென்றது, அவருக்கும் சரி, அவருடைய ஓட்டுநருக்கும் சரி, ஒரு பெரும் தொல்லையாக

இருந்தது.

டெல்ஃபிதான் இருப்பதிலேயே மிக மோசமாக இருந்தது. வெறுமனே அங்கிருந்த பல சாலைகளின் வழியாக நடந்து அங்கிருந்த சிதிலங்களைப் பார்த்துக் கொண்டிருப்பதைத் தவிர அங்கு வேறு எதுவும் செய்ய முடியாது. வில்லார்டு அவற்றின் முன்னால் மணிக்கணக்கில் மண்டியிட்டு அமர்ந்து அவற்றிலிருந்த கிரேக்க எழுத்துகளைப் படித்துப் புரிந்து கொள்ள முயன்று கொண்டிருந்தான். அவ்வப்போது, "அம்மா! இதைக் கேளுங்கள்! இது அற்புதமாக இருக்கிறதல்லவா?" என்று கூறிக் கொண்டிருந்தான். பின்னர் அவன் வேறொன்றைப் படிப்பான். அவை திருமதி பீட்டர்ஸுக்குத் துளிகூட சுவாரசியமூட்டவில்லை.

இன்று காலையில், வில்லார்டு, பைசான்டைன் சித்திரங்களைப் பார்க்கச் சென்றுவிட்டான். திருமதி பீட்டர்ஸ் அதில் தனக்கு விருப்பமில்லை என்று கூறிவிட்டுத் தன்னுடைய ஓட்டல் அறையிலேயே தங்கிவிட்டார்.

"எனக்குப் புரிகிறது, அம்மா. இவற்றுக்குப் பதிலாக நீங்கள் தனியாக ஒரு நாடகத்தைப் பார்க்க ஆசைப்படுகிறீர்கள் என்பதை நான் அறிவேன்," என்றான் வில்லார்டு.

"ஆமாம். அது சரிதான்."

"இந்த இடம் உங்களுக்கு சலிப்பு ஏற்படுத்தும் என்பது நான் அறிந்ததுதான்."

இப்போது தனியாக இருந்த அவர், ஒரு பெருமூச்சுடன் எழுந்து காலை உணவு உட்கொள்ளத் தயாரானார்.

அவர் அந்த ஓட்டலின் உணவருந்தும் அறைக்கு வந்தபோது, அங்கு நான்கு பேர் மட்டுமே இருந்தனர். அங்கிருந்த ஓர் அம்மாவும் அவருடைய மகளும் நடனத்தில் சுயவெளிப்பாட்டுக் கலையைப் பற்றித் தங்களுக்கிடையே பேசிக் கொண்டிருந்தனர். மூன்றாமவர், நடுத்தர வயதில் குண்டாக இருந்த தாம்சன். திருமதி பீட்டர்ஸ் இரயிலிருந்து இறங்கியபோது அவருடைய பெட்டியை இறக்க உதவியவர் அவர். நான்காவது நபர் புதியவர். அவரும் நடுத்தர வயதில்தான் இருந்தார். ஆனால் அவருடைய தலை வழுக்கை விழுந்திருந்தது. அவர் முந்தைய நாள் மாலையில்தான் வந்திருந்தார்.

மற்றவர்கள் சாப்பிட்டுவிட்டுப் போய்விட்டதால், திருமதி பீட்டர்ஸ், கடைசியாக வந்த நபருடன் பேசிக் கொண்டிருந்தார். திருமதி பீட்டர்ஸுக்குப் பேசப் பிடிக்கும். அவர் பிறரிடம் சகஜமாகப் பழகினார். ஆனால், தாம்சன் உரையாடலை ஊக்குவிக்கவில்லை. அந்த அம்மாவும்

பெண்ணும் மேட்டுக்குடித்தனமாக நடந்து கொண்டனர். அந்தப் பெண்ணாவது பரவாயில்லை, அவள் வில்லார்டுடன் பேசினாள்.

அந்தப் புதியவர் பழகுவதற்கு இனிமையானவராக இருந்தார். அவர் அதிகப்பிரசங்கித்தனமாக நடந்து கொள்ளவில்லை. அதே நேரத்தில், அவர் விஷயம் அறிந்தவராக இருந்தார். அவர் கிரேக்கர்களைப் பற்றிய பல சுவையான தகவல்களைப் பகிர்ந்து கொண்டார். அவற்றைக் கேட்டப் பிறகு, திருமதி பீட்டர்ஸுக்கு, கிரேக்கர்கள், அலுப்பூட்டும் வரலாற்றுப் புத்தகங்களிலிருந்து குதித்தவர்கள் அல்லர், அவர்கள் நிஜமான மனிதர்கள் என்ற எண்ணம் தோன்றியது.

திருமதி பீட்டர்ஸ் தன் மகனைப் பற்றியும், அவன் எவ்வளவு புத்திசாலி என்பதைப் பற்றியும் தன்னுடைய புதிய நண்பரிடம் பெருமையாகப் பேசினார். ‘கலாச்சாரம்’ அவனுடைய நடுப்பெயராக இருந்திருக்க வேண்டும் என்றுகூட அவர் சொன்னார். அந்த நபரிடம் காணப்பட்ட ஏதோ ஓர் அம்சம் அவரிடம் பேசுவதை எளிதாக்கியிருந்தது.

ஆனால் அந்த நபரின் பெயர் என்ன என்பதையோ அல்லது அவர் என்ன செய்து கொண்டிருந்தார் என்பதையோ திருமதி பீட்டர்ஸ் அறியவில்லை. தான் பயணங்கள் மேற்கொண்டிருந்ததாகவும், தொழிலிலிருந்து (என்ன தொழில்?) முழுமையாக ஓய்வெடுத்துக் கொண்டிருந்ததாகவும் தெரிவித்ததைத் தவிர, அந்நபர் தன்னைப் பற்றி வேறு எதுவும் கூறவில்லை.

மொத்தத்தில், திருமதி பீட்டர்ஸ் எதிர்பார்த்திருந்ததைவிட அன்றைய நாள் மிக வேகமாக ஓடி மறைந்தது. அந்த அம்மாவும், அவருடைய பெண்ணும், தாம்சனும் திருமதி பீட்டர்ஸைத் தொடர்ந்து கண்டுகொள்ளாமல் இருந்தனர். திருமதி பீட்டர்ஸ் தன்னுடைய புதிய நண்பருடன் அந்த ஊரிலிருந்த ஓர் அருங்காட்சியகத்திற்குச் சென்றுவிட்டு வெளியே வந்து கொண்டிருந்தபோது, எதிரில் வந்த தாம்சன் உடனே வேறு திசையை நோக்கி நடையைக் கட்டினார்.

திருமதி பீட்டர்ஸின் புதிய நண்பர் தாம்சனின் இச்செய்கையைப் பார்த்து முகம் சுளித்தார்.

“அவர் ஏன் இப்படி நடந்து கொள்கிறார் என்று தெரியவில்லை,” என்று அவர் குறிப்பிட்டார்.

அந்த நபரின் பெயர் தாம்சன் என்று கூறிய திருமதி பீட்டர்ஸால், அதைத் தவிர வேறு எதுவும் கூற முடியவில்லை.

அதைக் கேட்ட அப்புதிய நண்பர், “தாம்சனா? அந்தப் பெயரை நான் கேள்விப்பட்டதில்லை. ஆனால் அவருடைய

முகம் பரிச்சயமானதாக இருக்கிறது. ஆனால் அவரை நான் எங்கே பார்த்திருந்தேன் என்பது எனக்கு நினைவில்லை," என்று கூறினார்.

அன்று மாலையில், நிழலாக இருந்த ஓரிடத்தில் திருமதி பீட்டர்ஸ் ஒரு குட்டித் தூக்கம் போட்டார். அன்று அவர் படிப்பதற்கு எடுத்துச் சென்ற புத்தகம் அவருடைய மகன் பரிந்துரைத்திருந்த கிரேக்கக் கலை தொடர்பான புத்தகம் அல்ல. மாறாக, அது 'த ரிவர் லாஞ்ச் மிஸ்டரி' என்ற புத்தகமாகும். அதில் நான்கு கொலைகளும், மூன்று கடத்தல்களும், பல பயங்கரமான குற்றவாளிக் கும்பல்களும் இடம் பெற்றிருந்தன. அவற்றைப் படித்தது திருமதி பீட்டர்ஸுக்கு உற்சாகமளித்தது.

அவர் ஓட்டலுக்குத் திரும்பியபோது மாலை நான்கு மணி ஆகியிருந்தது. அதற்குள் வில்லார்டு கண்டிப்பாக வந்திருப்பான் என்று அவர் எதிர்பார்த்திருந்தார். ஆனால் அவன் இன்னும் வந்திருக்கவில்லை. அந்த ஓட்டலின் முதலாளி அவரிடம் ஒரு சிறு கடிதத்தைக் கொடுத்தார். அதைத் திருமதி பீட்டர்ஸிடம் சேர்ப்பிக்கும்படி யாரோ ஒருவன் அவரிடம் கொடுத்துச் சென்றிருந்தான். திருமதி பீட்டர்ஸ் அக்கடிதத்தைப் பற்றி வெகுநேரம் மறந்துவிட்டார்.

பின்னர் அதை அவர் திறந்து படித்தபோது, அது சுருக்கமானதாகவும் கெட்ட செய்தியைக் கொண்டதாகவும் இருந்தது. அதன் முதல் சில வார்த்தைகளைப் படித்த உடனேயே அவருடைய முகம் வெளுத்துவிட்டது. தன் கைகளின் நடுக்கத்தைச் சமாளிக்க, அவர் தன்னுடைய ஒரு கையால் மற்றொரு கையை அழுத்திப் பிடித்தார். அக்கடிதத்திலிருந்த கையெழுத்தில் அந்நிய மொழித்தனம் இருந்தாலும், அது ஆங்கிலத்தில் இருந்தது.

> *ஹலோ, உங்கள் மகன் எங்களுடைய பாதுகாப்பில் பத்திரமாக இருக்கிறான். உங்களுக்குக் கொடுக்கப்படும் உத்தரவுகளை நீங்கள் ஒழுங்காகப் பின்பற்றினால், அந்த இளைஞனுக்கு எந்தக் கெடுதலும் நேராது. அவனுக்காக நீங்கள் பத்தாயிரம் பவுன்ட் பிணைப்பணம் வழங்க வேண்டும். இதைப் பற்றி நீங்கள் உங்கள் ஓட்டலின் முதலாளியிடமோ அல்லது காவல்துறையிடமோ அல்லது வேறு யாரிடமோ பேசினால், உங்கள் மகன் கொல்லப்படுவான். பணம் எப்படிக் கொடுக்கப்பட வேண்டும் என்பதற்கான அறிவுறுத்தல்கள் நாளை உங்களுக்குத் தெரிவிக்கப்படும். இதற்குக் கீழ்ப்படியாவிட்டால், முதலில் அந்த இளைஞனின் காதுகள் வெட்டப்பட்டு உங்களுக்கு அனுப்பி வைக்கப்படும். அதற்குப் பிறகும் நீங்கள் பணம் கொடுக்காவிட்டால், அவன் கொல்லப்படுவான். இதை வெற்று அச்சுறுத்தல் என்று*

எண்ணிவிட வேண்டாம். இது குறித்து நன்றாகச் சிந்தியுங்கள். ஆனால், எவரிடமும் மூச்சுவிடாதீர்கள்.

—'கருப்புப் புருவத்தான்' டிமெட்ரியஸ்

திருமதி பீட்டர்ஸின் மனநிலையை வர்ணிக்க முயற்சிப்பது வெட்டி வேலை. அவருக்கு வந்திருந்த கடிதம் அபத்தமானதாகவும் சிறுபிள்ளைத்தனமானதாகவும் இருந்தாலும், அதில் பயங்கர ஆபத்தும் அடங்கியிருந்தது.

தான் உடனே காவல்துறையினரை அணுகலாமா என்று அவர் நினைத்தார். தான் அப்படிச் செய்து, அதன் விளைவாக-நினைத்த உடனேயே அவருடைய உடல் நடுங்கியது.

அவர் உடனே தன் அறையிலிருந்து கிளம்பி அந்த ஓட்டலின் முதலாளியைப் பார்க்கச் சென்றார். அந்த முதலாளி நன்றாக ஆங்கிலம் பேசக்கூடியவர் என்பது அதற்கு ஒரு காரணம்.

"இரவு நெருங்கிக் கொண்டிருக்கிறது. என் மகனை இன்னும் காணவில்லை."

பழகுவதற்கு இனிமையான அந்த நபர், திருமதி பீட்டர்ஸை நோக்கிப் புன்னகைத்தார். "உண்மைதான். ஆனால், வில்லார்டு, கோவேறு கழுதைகள் வேண்டாம் என்று கூறிவிட்டார். அவர் நடந்தே செல்ல விரும்பினார். இந்நேரத்திற்கு அவர் இங்கு வந்து சேர்ந்திருக்க வேண்டும். ஒருவேளை, வழியில் வேறு ஏதேனும் அவருடைய கவனத்தைக் கவர்ந்திருக்கும் என்று நான் நினைக்கிறேன்."

திருமதி பீட்டர்ஸ் திடீரென்று, "இந்தப் பகுதியில் மோசமான மக்கள் இருக்கிறார்களா?" என்று கேட்டார்.

அப்பகுதியைச் சேர்ந்த மக்கள் அனைவரும் நல்லவர்கள் என்றும், அமைதி விரும்பிகள் என்றும், அந்நிய நாட்டவருடன் நல்லுறவு பேணுபவர்கள் என்றும் அந்த முதலாளி உறுதியளித்தார்.

தன் மகனைக் குறித்த அச்சுறுத்தல்களை அவரிடம் கூறிவிட திருமதி பீட்டர்ஸின் நாக்குத் துடித்தது. ஆனால், அவர் கஷ்டப்பட்டுத் தன்னை அடக்கிக் கொண்டார். அக்கடிதத்தில் இடம் பெற்றிருந்த வார்த்தைகள் அவரைக் கட்டிப் போட்டன. அவை வெற்று வேட்டுகளாக இருக்கலாம். ஆனால், அவை ஒருவேளை உண்மையாக இருந்துவிட்டால்? ஒரு முறை, அமெரிக்காவில் அவருடைய தோழி ஒருத்தியின் குழந்தை கடத்தப்பட்டபோது, அப்பெண் உடனடியாகக் காவல்துறையினரை அணுகினாள். கடத்தல்காரர்கள் உடனே அவளுடைய குழந்தையைக் கொன்றுவிட்டனர். இப்படிப்பட்டக் காரியங்களும் நிகழத்தான் செய்தன.

திருமதி பீட்டர்ஸ் பெரும் பதற்றத்தில் இருந்தார். இப்போது என்ன செய்வது? பத்தாயிரம் பவுன்டுகள். அமெரிக்க டாலரில் நாற்பதாயிரத்திலிருந்து ஐம்பதாயிரம்வரை இருக்குமா? அந்தத் தொகையை வில்லார்டின் பாதுகாப்போடு ஒப்பிட முடியுமா? ஆனால், அவ்வளவு பெரிய தொகையை அவரால் எப்படிப் புரட்ட முடியும்? பணமாக வங்கியிலிருந்து எடுப்பதில் ஏகப்பட்டப் பிரச்சனைகள் இருந்தன. அவரிடம் சில நூறு பவுன்டுகளுக்கான வங்கி உத்தரவாதக் கடிதங்கள் மட்டுமே இருந்தன.

இதைக் கடத்தல்காரர்கள் புரிந்து கொள்வார்களா? அவர்கள் நியாயமாக நடந்து கொள்வார்களா? அவர்கள் காத்திருப்பார்களா?

அவருடைய அறைக்கு ஒரு பணிப்பெண் வந்தபோது, அவர் அவளை உடனே தன் அறையைவிட்டுத் துரத்திவிட்டார். இரவு உணவு தயாராகிவிட்டதற்கான அறிவிப்பு மணி ஒலித்தபோது, வேறு வழியில்லாமல் அவர் தன் அறையிலிருந்து கிளம்பிச் சென்றார். அங்கு அவர் இயந்திரத்தனமாக எதையோ கொறித்தார். அங்கு வேறு யாரும் அவருடைய கண்களில் படவில்லை.

இறுதியாக அவருடைய மேசைக்குப் பழம் கொண்டுவரப்பட்டபோது, அத்துடன் ஒரு குறிப்புச் சீட்டும் இருந்தது. அதைப் பார்த்ததும் அவருடைய வேதனை அதிகரித்தது. ஆனால் அதில் இடம் பெற்றிருந்த கையெழுத்து முற்றிலும் வித்தியாசமாக இருந்தது. தான் பார்க்க பயந்து கொண்டிருந்த கையெழுத்தாக அது இருக்கவில்லை. ஆங்கிலேய எழுத்தர் ஒருவரின் கையெழுத்துபோல அது தெளிவாக இருந்தது. திருமதி பீட்டர்ஸ் அதை எந்தவிதமான ஆர்வமும் இல்லாமல்தான் திறந்தார். ஆனால் அதில் இடம் பெற்றிருந்த வார்த்தைகள் அவருடைய ஆர்வத்தைக் கிளறுபவையாக இருந்தன:

> *டெல்ஃபியில் இனியும் உங்களால் ஆரக்கிள்களுடன் கலந்தாலோசிக்க முடியாமல் இருக்கலாம் என்றாலும், பார்க்கர் பைன் என்பவரை நீங்கள் கலந்தாலோசிக்கலாம்.*

அந்தக் குறிப்புக்குக் கீழே ஒரு பத்திரிகை விளம்பரமும் ஒரு புகைப்படமும் இணைக்கப்பட்டிருந்தன. அப்புகைப்படம், திருமதி பீட்டர்ஸ் அன்று காலையில் சந்தித்திருந்த வழுக்கைத் தலை நண்பருடையது.

திருமதி பீட்டர்ஸ் அந்த விளம்பரத்தை இரண்டு முறை

படித்தார்.

நீங்கள் மகிழ்ச்சியாக இல்லையா? அப்படியெனில், பார்க்கர் பைனைத் தொடர்பு கொள்ளுங்கள்.

மகிழ்ச்சி? இப்போது அவரளவு மகிழ்ச்சியற்று இருந்தவர்கள் வேறு யாரேனும் இருக்க முடியுமா? அந்த விளம்பரம் அவருடைய பிரார்த்தனைக்கான பதில்போல இருந்தது.

அவர் தன் கைப்பையில் வைத்திருந்த ஒரு காகிதத்தில், அவசர அவசரமாகப் பின்வருமாறு எழுதினார்:

எனக்கு உதவுங்கள். பத்து நிமிடங்களில் இந்த ஓட்டலுக்கு வெளியே என்னை உங்களால் சந்திக்க முடியுமா?

அதை அவர் ஒரு கடித உறையிலிட்டு, அங்கு உணவு பரிமாறிக் கொண்டிருந்தவரை அழைத்து, சன்னலோரமாக அமர்ந்திருந்த நபரிடம் அக்கடிதத்தைக் கொடுக்குமாறு கேட்டுக் கொண்டார். பத்து நிமிடங்கள் கழித்து, வெளியே குளிராக இருந்ததால், விலங்கு உரோமத்தால் ஆன ஒரு கோட்டை அணிந்து கொண்டு அவர் அந்த ஓட்டலைவிட்டு வெளியேறி, அந்தச் சாலையோரமாகச் சிறிது தூரம் நடந்தார். பார்க்கர் அங்கு அவருக்காகக் காத்துக் கொண்டிருந்தார்.

"இந்த நேரத்தில் நீங்கள் இங்கு இருப்பதற்குக் கடவுளின் அனுக்கிரகம்தான் காரணம்," என்று திருமதி பீட்டர்ஸ் மூச்சுவாங்கியபடி கூறினார். "ஆனால், நான் இப்படிப்பட்ட ஒரு பயங்கரமான பிரச்சனையில் மாட்டிக் கொண்டிருப்பதை நீங்கள் எப்படி ஊகித்தீர்கள்? நான் அதைத் தெரிந்து கொள்ள விரும்புகிறேன்."

"உங்களுடைய முகபாவத்தை வைத்துத்தான்," என்று பார்க்கர் மென்மையாகக் கூறினார். "உங்களுடைய முகத்தைப் பார்த்தவுடனேயே, ஏதோ நடந்துள்ளது என்பதை நான் தெரிந்து கொண்டேன். அது என்ன என்பதை நீங்கள்தான் கூற வேண்டும்."

திருமதி பீட்டர்ஸ், மடை திறந்த வெள்ளமாய் அனைத்தையும் அவரிடம் கொட்டினார். கடத்தல்காரர்களிடமிருந்து தனக்கு வந்திருந்த கடிதத்தையும் அவர் பார்க்கரிடம் கொடுத்தார். பார்க்கர் அதைத் தன்னிடமிருந்த கையடக்க டார்ச் விளக்கொளியில் படித்தார்.

"உம். இது ஒரு குறிப்பிடத்தக்க ஆவணம்," என்றார் பார்க்கர். "இதில் சில முக்கியமான அம்சங்கள்–"

இதுபோன்ற நுணுக்கமான விஷயங்களைக் கேட்டுக் கொண்டிருப்பதற்கான பொறுமை அப்போது திருமதி பீட்டர்ஸுக்கு இருக்கவில்லை. வில்லார்டு குறித்துத் தான் என்ன செய்ய வேண்டும் என்ற எண்ணம்தான் அவருடைய மனத்தில் மேலோங்கியிருந்தது.

பார்க்கர் அவரை அமைதிப்படுத்தும் விதமாகப் பேசினார். கிரேக்கக் கொள்ளைக்காரரர்கள் பற்றிய நல்லவிதமான பிம்பத்தை அவர் அவரிடம் ஏற்படுத்தினார். குறிப்பாக, வில்லார்டைப் போன்ற 'பொன்முட்டையிடும் வாத்து' ஒன்று அவர்களிடம் வசமாக மாட்டியிருந்தபோது, அவர்கள் அஜாக்கிரதையாக நடந்து கொள்ள மாட்டார்கள் என்று அவர் அவர்களுக்கு வக்காலத்து வாங்கினார். திருமதி பீட்டர்ஸ் படிப்படியாக அமைதியடைந்தார்.

"இப்போது நான் என்ன செய்ய வேண்டும்?" என்று அவர் புலம்பினார்.

"நீங்கள் காவல்துறையினரை அணுக வேண்டாம் என்று முடிவெடுத்தால், நாளை காலைவரை காத்திருங்கள்," என்று பார்க்கர் கூறினார்.

திருமதி பீட்டர்ஸ் பயக் கூச்சல் ஒன்றை எழுப்பி அவருடைய பேச்சில் குறுக்கிட்டார். காவல்துறையினரை அணுகினால் அவர்கள் வில்லார்டை உடனே கொன்றுவிடக்கூடும்!

"வில்லார்டு மீண்டும் பத்திரமாக என்னிடம் வந்து சேர்வான் என்று நீங்கள் நினைக்கிறீர்களா?"

"அதில் உங்களுக்கு எந்த சந்தேகமும் வேண்டாம்," என்று பார்க்கர் ஆறுதலளிக்கும் விதமாகப் பேசினார். "இங்குள்ள ஒரே பிரச்சனை அவர்கள் கேட்கின்ற பிணைப்பணத்தை அவர்களுக்குக் கொடுக்காமல் அவனைப் பத்திரமாக மீட்டெடுக்க முடியுமா என்பதுதான்."

"எனக்கு என் மகன் திரும்பவும் வேண்டும், அவ்வளவுதான்."

"சரி, சரி," என்று பார்க்கர் ஆறுதலாகக் கூறினார். "ஆமாம், இந்தக் கடிதத்தை உங்களிடம் கொடுத்தது யார்?"

"அது இந்த ஓட்டல் முதலாளியின் மூலமாக எனக்கு வந்து சேர்ந்தது. யாரோ ஓர் அந்நியர் அதைத் தன்னிடம் கொடுத்ததாக அவர் கூறினார்."

"ஓ, அப்படியா? இங்கு நமக்குச் சில வாய்ப்புகள் இருக்கின்றன. நாளைக்குக் கடிதம் கொண்டு வருகின்ற நபரைப் பின்தொடர நாம் ஏற்பாடு செய்யலாம். ஆமாம், உங்கள் மகனைப் பற்றி இங்குள்ளவர்களிடம் நீங்கள் என்ன சொல்லப் போகிறீர்கள்?"

"நான் அது குறித்து இன்னும் யோசிக்கவில்லை."

"அப்படியானால், நாம் ஒன்று செய்யலாம். உங்களுடைய மகன் திரும்பி வராதது குறித்த உங்களுடைய கவலையை மற்றவர்களோடு பகிர்ந்து கொள்ளுங்கள். அவரைத் தேடி ஒரு தேடல் குழுவை அனுப்பி வைக்கலாம்."

"இதைக் கேள்விப்பட்டால், அவர்கள்–" திருமதி பீட்டர்ஸுக்குத் தொண்டை அடைத்தது.

"அப்படியெல்லாம் எதுவும் நேர்ந்துவிடாது. கடத்தலைப் பற்றியும், பிணைப்பணத்தைப் பற்றியும் நீங்கள் யாரிடமும் மூச்சுவிடாதவரை அவர்கள் மோசமாக நடந்து கொள்ள மாட்டார்கள். அதே நேரத்தில், உங்களுடைய மகன் இன்னும் திரும்பி வராமல் இருப்பது குறித்து நீங்கள் மௌனம் சாதிப்பதும் இயல்பான நடத்தையாக இருக்காது."

"இந்த மொத்த விஷயத்தையும் நான் உங்களுடைய கரங்களில் ஒப்படைத்துவிடலாமா?"

"இதுதான் என் தொழிலே!" என்றார் பார்க்கர்.

அவர்கள் இருவரும் ஓட்டலுக்குத் திரும்பி வந்து கொண்டிருந்தபோது, ஒரு குண்டான நபர்மீது கிட்டத்தட்ட மோதிவிட்டனர்.

"அது யார்?" என்று பார்க்கர் கேட்டார்.

"அது தாம்சனாக இருக்கலாம் என்று நான் நினைக்கிறேன்."

"ஓ!" என்று பார்க்கர் ஒரு தீவிர யோசனையுடன் கூறினார். "அப்படியானால், இதற்குக் காரணம் தாம்சன்தானா? அவராகத்தான் இருக்க வேண்டும்."

* * *

திருமதி பீட்டர்ஸ் அன்று இரவு படுக்கச் சென்றபோது, மறுநாள் கடிதம் கொண்டுவரவிருந்தவனைப் பின்தொடர்வது குறித்துப் பார்க்கர் கூறியது ஒரு நல்ல யோசனைதான் என்ற நினைப்புடன் கண்ணயர்ந்தார். அதைக் கொண்டு வருகின்ற நபருக்கும் கடத்தல்காரர்களுக்கும் கண்டிப்பாகத் தொடர்பு இருக்கும். அந்த ஆறுதலான நினைப்புடன், அவர் எதிர்பார்த்திருந்ததைவிட விரைவாகவே அவர் தூங்கிவிட்டார்.

அவர் மறுநாள் காலையில் எழுந்து உடை மாற்றிக் கொண்டிருந்தபோது, சன்னலுக்கு அருகே தரையில் ஏதோ கிடந்ததை அவர் பார்த்தார். அவர் குனிந்து அதை எடுத்தார். அவருடைய இதயம் ஒரு கணம் தன் துடிப்பை நிறுத்தியது. அதே கையெழுத்து, அதே மலிவான கடித உறை. அதை அவர் பிரித்துப் படித்தார்:

ஹலோ, நாங்கள் கூறியிருந்த விஷயம் குறித்து நீங்கள் அசைபோட்டீர்களா? உங்கள் மகன் பாதுகாப்பாகவும் நன்றாகவும் இருக்கிறான் - இப்போதுவரை! ஆனால், நாங்கள் பணத்தைப் பெற்றாக வேண்டும். அவ்வளவு பெரிய தொகையை ஏற்பாடு செய்வது உங்களுக்கு எளிதாக இருக்காது என்பதை நாங்கள் அறிவோம். ஆனால், உங்களிடம் ஒரு வைர நெக்லஸ் இருக்கிறது என்பது எங்களுக்குத் தெரிய வந்துள்ளது. மிகவும் விலையுயர்ந்த கற்கள்! பணத்திற்குப் பதிலாக அதைக் கொடுத்தால் நாங்கள் திருப்திப்பட்டுக் கொள்வோம். நீங்கள் செய்ய வேண்டியது இதுதான்: நீங்களோ அல்லது நீங்கள் அனுப்புகின்ற வேறொரு நபரோ அந்த வைர நெக்லஸை எடுத்துக் கொண்டு விளையாட்டு அரங்கிற்கு வர வேண்டும். பின் அந்த அரங்கிற்கு அருகே இருக்கின்ற ஒரு பெரிய பாறைக்கு அருகே அமைந்துள்ள ஒரு மரத்திற்குச் செல்ல வேண்டும். பல கண்கள் உங்களைக் கண்காணித்துக் கொண்டிருக்கும். ஒரே ஒரு நபர் வருவதற்கு மட்டுமே அனுமதியுண்டு. அங்கு வைத்து உங்களுடைய மகன் அந்த நகைக்காகப் பண்டமாற்று செய்யப்படுவான். அதற்கான நேரம்: நாளை அதிகாலை ஆறு மணி. இதற்குப் பிறகு நீங்கள் காவல்துறைக்குத் தகவல் தெரிவித்தால், உங்களுடைய கார் இரயில் நிலையத்திற்குச் செல்கின்றபோது நாங்கள் உங்களுடைய மகனைச் சுட்டுக் கொன்றுவிடுவோம்.

இது எங்களுடைய கடைசிக் கடிதம். நாளை காலையில் வைர நெக்லஸ் எங்களிடம் வந்து சேரவில்லை என்றால், உங்களுடைய மகனின் காதுகள் உங்களிடம் வந்து சேரும். அதற்கு அடுத்த நாள் அவன் கொல்லப்படுவான்.

– வணக்கத்துடன் டிமெட்ரியஸ்

திருமதி பீட்டர்ஸ் உடனே அக்கடிதத்தை எடுத்துக் கொண்டு பார்க்கரிடம் ஓடினார். பார்க்கர் அதைக் கவனமாகப் படித்தார்.

“இதில் கூறப்பட்டுள்ள வைர நெக்லஸ் பற்றிய தகவல் உண்மையா?” என்று பார்க்கர் கேட்டார்.

“ஆமாம், உண்மைதான். என் கணவர் அதை ஒரு இலட்சம் டாலர்கள் கொடுத்து வாங்கினார்.”

“நம்முடைய திருடர்கள் அனைத்து விஷயங்களையும் அறிந்தவர்களாக இருக்கிறார்களே,” என்றார் பார்க்கர்.

“நீங்கள் சொல்வதற்கு என்ன அர்த்தம்?”

“இந்த விவகாரம் குறித்தச் சில அம்சங்களை நான் அலசிக் கொண்டிருக்கிறேன்.”

“இதற்கெல்லாம் நமக்கு நேரமில்லை. நான் என் மகனைத் திரும்பப் பெற்றாக வேண்டும்.”

“ஆனால், நீங்கள் துடிப்பானதொரு மனுஷி. இப்படிப் பிறர்

உங்களை ஏமாற்றி வலுக்கட்டாயமாகப் பணம் பறிப்பதை எப்படி உங்களால் சீரணித்துக் கொள்ள முடிகிறது? சில கேடுகெட்டவர்களுக்கு இப்படி அடிபணிந்து வைர நகையைத் தூக்கி எறிவதை நீங்கள் உண்மையிலேயே விரும்புகிறீர்களா?"

"அந்தக் கோணத்தில் பார்த்தால் அது சரிதான்." திருமதி பீட்டர்ஸுக்குள் இருந்த துடிப்பான பெண்மணிக்கும் அம்மாவுக்கும் ஒரு கைகலப்பு ஏற்பட்டது. "நான் அப்படியெல்லாம் விட்டுவிடப் போவதில்லை. என் மகன் திரும்பி வந்ததும் நான் இங்குள்ள மொத்தக் காவல்துறையையும் அவர்கள் மேல் ஏவிவிடப் போகிறேன். தேவையெனில், இரயில் நிலையத்திற்குச் செல்வதற்கு, குண்டுகளால் துளைக்கப்பட முடியாத ஒரு காரை வாடகைக்கு அமர்த்திக் கொள்வேன்." கோபத்தாலும் பழிவாங்கும் எண்ணத்தாலும் அவருடைய முகம் சிவந்தது.

"அவர்கள் உங்களுடைய இந்த நடவடிக்கையை எப்படியும் எதிர்பார்த்திருப்பர். அதனால், அதற்கு மாற்று ஏற்பாடு எதையாவது அவர்கள் செய்வர்," என்று பார்க்கர் கூறினார்.

"அப்படியானால், என்ன செய்யலாம் என்று நீங்கள் கூறுகிறீர்கள்?"

அதைக் கேட்டுப் பார்க்கர் புன்னகைத்தார். "நான் அதற்கு ஒரு திட்டம் வைத்திருக்கிறேன்." அவர்கள் உட்கார்ந்திருந்த உணவறையைச் சுற்றிலும் அவர் பார்த்தார். அது காலியாக இருந்தது. அதன் இரண்டு கதவுகளும் மூடப்பட்டிருந்தன. "ஏதென்ஸில் ஒரு நகைக்கடைக்காரரை எனக்குத் தெரியும். அவர் செயற்கை வைரங்களில் ஒரு நிபுணர்." பின் பார்க்கர் தன் குரலை மேலும் தணித்துக் கொண்டார். "அவரை உடனடியாகத் தொலைபேசியில் தொடர்பு கொண்டு இங்கு வரச் சொல்கிறேன். அவர் வரும்போது தன்னுடன் பல செயற்கைக் கற்களைக் கொண்டு வரட்டும்."

"நீங்கள் என்ன சொல்கிறீர்கள்?"

"அவர் உங்களுடைய நெக்லஸில், வைரங்களை அகற்றிவிட்டு இந்தச் செயற்கைக் கற்களைப் பொருத்தித் தருவார்."

"இது ஓர் அபாரமான யோசனையாக இருக்கிறது," என்று கூறிய திருமதி பீட்டர்ஸ், அவரை வியப்புடன் பார்த்தார்.

"உஷ்! இவ்வளவு சத்தமாகப் பேசாதீர்கள். நீங்கள் எனக்காக ஒரு காரியம் செய்ய வேண்டும்," என்று பார்க்கர் கூறினார்.

"கண்டிப்பாகச் செய்கிறேன்."

"நான் அவருடன் தொலைபேசியில் பேசிக் கொண்டிருக்கின்றபோது, அருகே யாரும் வராமல் பார்த்துக்

கொள்ளுங்கள்."

அதற்குத் திருமதி பீட்டர்ஸ் சரியென்று தலையசைத்தார்.

தொலைபேசி அந்த ஓட்டல் மேலாளரின் அறையில் இருந்தது. அவர் தொடர்பு ஏற்படுத்திக் கொடுத்துவிட்டு, அங்கிருந்து வெளியேறினார். அவர் வெளியே வந்தபோது, அறையின் வாசலில் திருமதி பீட்டர்ஸ் நின்று கொண்டிருந்ததை அவர் பார்த்தார்.

"நான் பார்க்கருக்காகக் காத்துக் கொண்டிருக்கிறேன். நாங்கள் இருவரும் சேர்ந்து வெளியே செல்லவிருக்கிறோம்," என்று திருமதி பீட்டர்ஸ் கூறினார்.

"சரி," என்று அந்த மேலாளர் பதிலளித்தார்.

அந்த அறையில் அப்போது தாம்சனும் இருந்தார். அவர்கள் இருந்த இடத்தை நோக்கி வந்த தாம்சன், அந்த மேலாளருடன் உரையாடத் தொடங்கினார்.

"இந்த டெல்ஃபி நகரில் ஏதாவது ஒரு பெரிய மாளிகை வீடு வாடகைக்குக் கிடைக்குமா?" என்று தாம்சன் அந்த மேலாளரிடம் கேட்டார்.

"இந்த ஊரின் மறுகோடியில் ஒன்று இருக்கிறது. அது ஓர் அமெரிக்கப் பெண்மணிக்குச் சொந்தமானது. அது இப்போது மூடப்பட்டுள்ளது. ஆங்கிலேய ஓவியக் கலைஞர் ஒருவருக்குச் சொந்தமான ஒன்று மலைமுகட்டில் இருக்கிறது."

இந்த இடத்தில், திருமதி பீட்டர்ஸ், வேண்டுமென்றே அந்த உரையாடலில் புகுந்தார். இயற்கையாகவே அவருடைய குரல் பெரிதாகத்தான் இருந்தது. அவர் அதை மேலும் பெரிதாக்கிக் கொண்டார். "இங்கு ஒரு மாளிகை வீடு இருந்தால் நானும் வாங்கிக் கொள்வேன். இந்த இடம் இயற்கை எழிலோடும் அமைதியாகவும் இருக்கிறது."

இந்த ரீதியில், பார்க்கர் அந்த அறையிலிருந்து வெளியே வரும்வரை திருமதி பீட்டர்ஸ் பேசிக் கொண்டேயிருந்தார். பார்க்கர் தொலைபேசியில் பேசி முடித்துவிட்டு வெளியே வந்தபோது, திருமதி பீட்டர்ஸின் நடத்தையை அங்கீகரிப்பதுபோல அவர் அவரை நோக்கி இலேசாகப் புன்னகைத்தார்.

தாம்சன் ஓட்டலைவிட்டு வெளியேறி அந்த அம்மாவோடும் அவருடைய பெண்ணோடும் சேர்ந்து கொண்டார்.

எல்லாம் சுமூகமாக நடந்தேறின. அந்த நகைக்கடைக்காரரர் இரவு உணவுக்குச் சிறிது நேரத்திற்கு முன்பு வந்தார். அவர் வந்த காரில் அவருடன் பல சுற்றுலாப் பயணிகளும் வந்திருந்தனர். திருமதி பீட்டர்ஸ் தன்னுடைய வைர நெக்லஸை எடுத்துக் கொண்டு அவருடைய அறைக்குச் சென்றார். அந்த

வைரக்கற்களைப் பார்த்தவுடன் ஒரு சிறு கனைப்பின் மூலம் அந்நபர் தன் ஒப்புதலைத் தெரிவித்தார். பின் அவர் பிரெஞ்சு மொழியில் பேசினார்.

"மேடம், நீங்கள் கவலைப்படாதீர்கள். நான் இதைப் பார்த்துக் கொள்கிறேன்," என்று அவர் கூறினார். பிறகு, அவர் தன் பையிலிருந்து சில கருவிகளை வெளியே எடுத்துத் தன் வேலையைத் துவக்கினார்.

இரவு சுமார் பதினொரு மணியளவில், பார்க்கர், திருமதி பீட்டர்ஸின் அறைக் கதவைத் தட்டினார்.

தோலால் ஆன ஒரு சிறு பையை அவர் திருமதி பீட்டர்ஸிடம் கொடுத்தார். அப்பெண்மணி அதை வாங்கி அதன் உள்ளே உற்றுப் பார்த்தார்.

"என் வைரங்கள்!"

"உஷ்! சத்தம் போடாதீர்கள். இதையும் பிடியுங்கள். இது போலிக் கற்கள் பதிக்கப்பட்ட நெக்லஸ். இது எப்படி இருக்கிறது?"

"பிரமாதம்!"

"அரிஸ்டோபுலஸ் கெட்டிக்காரரர்."

"அவர்கள் சந்தேகிக்க மாட்டார்களா?"

"அவர்கள் எப்படிச் சந்தேகிப்பார்கள்? உங்களிடம் அந்த நகை இருப்பதை அவர்கள் அறிவர். அதை நீங்கள் அவர்களிடம் கொடுக்கப் போகிறீர்கள். இதில் நீங்கள் தந்திரம் செய்துள்ளதாக அவர்கள் எப்படிச் சந்தேகிப்பார்கள்?"

"இது பிரமாதமாக இருக்கிறது," என்று திருமதி பீட்டர்ஸ் மீண்டும் கூறினார். தன் நெக்லஸைப் பார்க்கரிடம் கொடுத்து, "இதை உங்களால் அவர்களிடம் கொண்டு சென்று கொடுக்க முடியுமா? அல்லது நான் உங்களை அளவுக்கதிகமாகத் தொந்தரவு செய்கிறேனா?"

"அதில் ஒன்றும் பிரச்சனையில்லை. நான் கொண்டு போய்க் கொடுத்துவிடுகிறேன். அந்தக் கடிதத்தை என்னிடம் கொடுங்கள். அங்கு எப்படிச் சென்றடைவது என்பது அதில் குறிப்பிடப்பட்டுள்ளது. சரி. நீங்கள் நிம்மதியாகத் தூங்குங்கள். நாளை காலையில் உங்கள் மகன் உங்களுடன் சேர்ந்து உணவருந்த வந்துவிடுவான்."

"அப்படி நடந்தால் நன்றாகத்தான் இருக்கும்."

"கவலைப்படாதீர்கள். எல்லாவற்றையும் என்னிடம் விட்டுவிடுங்கள்."

திருமதி பீட்டர்ஸ் அன்று இரவு நிம்மதியாகத் தூங்கவில்லை. அவர் தப்பித் தவறிக் கண்ணயர்ந்தபோது, பயங்கரமான கனவுகள் வந்து அவரை விழிக்க வைத்தன. அக்கனவுகளில்,

குண்டுகளால் துளைக்க முடியாத கார்களில் வந்த கொள்ளைக்காரர்கள், பைஜாமாவுடன் ஓடிக் கொண்டிருந்த வில்லார்டைத் தங்களுடைய துப்பாக்கிகளால் சுட்டுக் கொன்றனர்.

கடைசியில் ஒருவழியாகப் பொழுது விடிந்தது. திருமதி பீட்டர்ஸ் எழுந்து, குளித்து முடித்து, ஆடை மாற்றிக் கொண்டு காத்திருந்தார்.

ஏழு மணிக்கு அவருடைய கதவு தட்டப்பட்டது. அவருடைய தொண்டை கடுமையாக வறண்டு போயிருந்ததால், அவருக்குக் குரலே எழும்பவில்லை.

"உள்ளே வாருங்கள்," என்று அவர் கூறினார்.

கதவு திறந்தது. தாம்சன் உள்ளே நுழைந்தார். திருமதி பீட்டர்ஸ் அவரை வெறித்துப் பார்த்தார். அவரிடமிருந்து வார்த்தைகள் எதுவும் வரவில்லை. ஏதோ ஆபத்துக்கான முன்னறிவிப்பாக அது அவருக்குத் தோன்றியது. ஆனால், தாம்சனின் குரல் இயல்பாக இருந்தது.

"இனிய காலை வணக்கம், திருமதி பீட்டர்ஸ்," என்று அவர் கூறினார்.

"உங்களுக்கு என்ன தைரியம்? இப்படி உள்ளே வருவதற்கு–"

"இவ்வளவு அதிகாலையில் உங்களுடைய அறைக்குள் நுழைந்ததற்கு என்னை மன்னித்துவிடுங்கள்," என்று தாம்சன் கூறினார். "ஆனால் ஒரு பண்டமாற்று தொடர்பாக நான் உங்களுடன் பேச வேண்டியுள்ளது."

திருமதி பீட்டர்ஸ், குற்றம் சாட்டும் கண்களோடு தன் படுக்கையில் முன்னே நகர்ந்து உட்கார்ந்தார். "அப்படியானால், என் மகனை நீங்கள்தான் கடத்தியிருக்கிறீர்கள், கொள்ளைக்காரர்கள் அல்லர்."

"கண்டிப்பாக அது கொள்ளைக்காரர்கள் கிடையாது. அது நம்புகின்றபடி மேற்கொள்ளப்படவில்லை."

திருமதி பீட்டர்ஸுக்கு ஒரே ஒரு கவலைதான் இருந்தது. "என் மகன் எங்கே இருக்கிறான்?" என்று அவர் அதிகாரத்துடன் கேட்டார். அவருடைய கண்கள் ஒரு கோபக்காரப் பெண்புலியின் கண்களைப்போலத் தகித்தன.

"உண்மையைச் சொல்ல வேண்டுமென்றால், அவன் இந்த அறைக்கு வெளியே நின்று கொண்டிருக்கிறான்," என்று தாம்சன் கூறினார்.

"வில்லார்டு!"

திருமதி பீட்டர்ஸின் அறைக் கதவு படாரென்று திறந்தது. சவரம் செய்யப்படாத முகத்துடனும், வெளிறிய தோற்றத்துடனும் இருந்த வில்லார்டு, உள்ளே ஓடி வந்து

தன் அம்மாவைக் கட்டிப் பிடித்துக் கொண்டான். தாம்சன் அவர்களைக் கனிவுடன் பார்த்துக் கொண்டிருந்தார்.

தன் நிலையிலிருந்து சட்டென்று மீண்ட திருமதி பீட்டர்ஸ், தாம்சனிடம் திரும்பி, “எது எப்படியோ, நான் சட்டப்படி உங்கள்மீது நடவடிக்கை எடுக்கப் போகிறேன்,” என்று அறிவித்தார்.

“அம்மா, நீங்கள் எல்லாவற்றையும் தவறாகப் புரிந்து கொண்டுள்ளீர்கள்,” என்று வில்லார்டு கூறினான். “இவர்தான் என்னைக் காப்பாற்றினார்.”

“நீ எங்கு இருந்தாய்?”

“இங்கிருந்து ஒரு மைல் தூரத்தில், மலைமுகட்டிலுள்ள ஒரு மாளிகை வீட்டில்.”

“உங்களுடைய சொத்தை உங்களிடம் மீண்டும் ஒப்படைக்க என்னை அனுமதியுங்கள்,” என்று தாம்சன் கூறினார்.

கை துடைக்கப் பயன்படுத்தப்படுகின்ற ஒரு காகிதக் கைக்குட்டையில் சுற்றப்பட்டிருந்த ஒரு பொருளை அவர் திருமதி பீட்டர்ஸிடம் கொடுத்தார். திருமதி பீட்டர்ஸ் அதை விரித்துப் பார்த்தபோது, அதில் அவருடைய வைர நெக்லஸ் இருந்தது.

“உங்கள் வசம் இருக்கும் கற்கள் அடங்கிய சிறு தோல் பையை இனி நீங்கள் சீண்ட வேண்டியதில்லை,” என்று தாம்சன் ஒரு புன்னகையுடன் கூறினார். உண்மையான வைரக்கற்கள் உங்களுடைய நெக்லஸில்தான் இருக்கின்றன. நீங்கள் வைத்திருக்கின்ற பையில் இருக்கின்ற வைரங்கள் போலியானவை. உங்களுடைய நண்பர் கூறியதுபோல, அரிஸ்டோபுலஸ் உண்மையிலேயே கெட்டிக்காரர்தான்.”

“நீங்கள் சொல்வது எனக்குத் தலையும் புரியவில்லை, வாலும் புரியவில்லை,” என்றார் திருமதி பீட்டர்ஸ்.

“நீங்கள் இதை என்னுடைய கோணத்திலிருந்து பார்க்க வேண்டும்,” என்றார் தாம்சன். “ஒரு குறிப்பிட்டப் பெயர் பயன்படுக்கப்பட்டது என் கவனத்தை ஈர்த்தது. அதனால், நான் உங்களையும் உங்களுடைய நண்பரையும் பின்தொடர்ந்தேன். உங்களுடைய சுவாரசியமான உரையாடல் முழுவதையும் நான் ஒட்டுக்கேட்டேன். அதை ஒப்புக் கொள்வதில் எனக்கு எந்தத் தயக்கமும் இல்லை. உங்கள் உரையாடலால் சந்தேகம் கொண்ட நான், இந்த ஓட்டலின் மேலாளரிடம் அதைப் பகிர்ந்து கொண்டேன். அதனால், உங்களுடைய புதிய நண்பர் எந்தத் தொலைபேசி எண்ணுக்கு அழைப்பு விடுத்துப் பேசினாரோ, அந்த எண்ணை இந்த ஓட்டலின் மேலாளர் குறித்துக் கொண்டார். அதோடு, இன்றைய காலை

உணவின்போது உங்களுடைய உரையாடலைக் கேட்பதற்காக உணவு பரிமாறுபவர் ஒருவரையும் அவர் ஏற்பாடு செய்தார்.

"அவர்கள் போட்டிருந்த திட்டம் கச்சிதமாக வேலை செய்து கொண்டிருந்தது. நீங்கள் புத்திசாலித்தனமான இரண்டு நகைத் திருடர்களின் வலையில் விழுந்துவிட்டிருந்தீர்கள். அவர்கள் உங்களுடைய வைர நெக்லஸைப் பற்றித் தெரிந்து வைத்திருந்ததால், அவர்கள் உங்களைப் பின்தொடர்ந்து இங்கு வந்தனர். அவர்கள் உங்களுடைய மகனைக் கடத்தி, உங்களுக்கு அந்த வேடிக்கையான 'கொள்ளைக்காரர்களின்' கடிதங்களையும் எழுதினர். இந்தச் சதியைத் திட்டமிட்ட அதே நபரின் உதவியை நீங்களே நாடுகின்ற விதத்தில் அவர்கள் ஏற்பாடுகளைச் செய்தனர்.

"அதற்குப் பிறகு விஷயங்கள் எளிதாக நடந்தேறின. அந்த நபர் உங்களிடம் போலியான வைரக்கற்களைக் கொடுத்துவிட்டு, தன் சகாவுடன் இங்கிருந்து கம்பி நீட்டிவிட்டார். இன்று காலையில் உங்கள் மகன் உங்களிடம் வந்து சேரவில்லை என்றால் நீங்கள் தவித்துப் போவீர்கள். உங்களுடைய நண்பரைக் காணோம் என்றால், அவரும் சேர்த்துக் கடத்தப்பட்டுவிட்டதாக நீங்கள் நினைத்துக் கொள்வீர்கள். உங்கள் மகனை அடைத்து வைத்திருந்த இடத்திற்கு நாளைக்கு ஒருவரை அனுப்பி வைக்க அவர்கள் ஏற்பாடு செய்திருந்தனர். அந்த நபர் அங்குச் செல்கின்றபோது, அங்கு உங்களுடைய மகனை அவர் கண்டுபிடித்திருப்பார். நடந்த எல்லாவற்றையும் நீங்களும் ஒருவாறு ஊகித்திருப்பீர்கள். ஆனால் அதற்குள் வில்லன்கள் வெகுதூரம் போய்விட்டிருப்பார்கள்."

"ஆனால் இப்போது?"

"இப்போது அவர்கள் 'உள்ளே' இருக்கின்றனர். நான் அதற்கு ஏற்பாடு செய்துவிட்டேன்."

"அந்த வில்லன் என்னிடம் தேனொழுகப் பேசி என் நம்பிக்கையைச் சம்பாதித்திருந்தான்," என்று திருமதி பீட்டர்ஸ் கோபத்துடன் நினைவுகூர்ந்தார்.

"அவன் நல்லவன் அல்லன்," என்று தாம்சனும் ஒப்புக் கொண்டார்.

"இதை நீங்கள் எப்படிக் கண்டுபிடித்தீர்கள்? அது மிகவும் புத்திசாலித்தனமான செயல்," என்று வில்லார்டு பிரமிப்புடன் கூறினான்.

தாம்சன் அதை மறுத்துத் தலையாட்டினார். "அப்படியெல்லாம் ஒன்றுமில்லை. நீங்கள் இரகசியமாகப் பயணம் மேற்கொண்டிருக்கின்றபோது, உங்களுடைய சொந்தப் பெயர் பிறரால் பயன்படுத்தப்படுவதை நீங்கள்

கேட்கின்றபோது–"

திருமதி பீட்டர்ஸ் அவரை உற்றுப் பார்த்தார். திடீரென்று அவரிடம், "நீங்கள் யார்?" என்று கேட்டார்.

"என் பெயர் பார்க்கர் பைன்," என்றார் அந்தக் கனவான்.

ஒரு நயவஞ்சக அந்நியனின் சாகசப் பயணம்

டாமி பெரிதாகக் கொட்டாவி விட்டபடி, “இன்று மிகவும் மந்தமான நாளாக இருந்தது, இல்லையா?” என்று கேட்டான்.

“கிட்டத்தட்டத் தேநீர் நேரமாகிவிட்டது,” என்று டப்பென்ஸூம் கொட்டாவி விட்டபடி கூறினாள்.

சர்வதேசத் துப்பறியும் நிறுவனத்தின் தொழில் மந்தமாகத்தான் இருந்தது. பன்றி இறைச்சி வியாபாரியிடமிருந்து ஆவலாக எதிர்பார்க்கப்பட்டக் கடிதமும் இன்னும் வந்து சேர்ந்திருக்கவில்லை. ஒழுங்கான வழக்குகளும் பெரிதாக வரவில்லை.

அலுவலகச் சிப்பந்தி ஆல்பர்ட், ஒரு பார்சலைக் கொண்டு வந்து மேசைமீது வைத்தான்.

“இதில் என்ன இருக்கப் போகிறது? இரஷ்ய சீமாட்டியின் முத்துகள் இருக்கப் போகின்றனவா? அல்லது பிளன்ட்டின் ‘புத்திசாலித் துப்பறிவாளர்கள்’ நிறுவனத்தைச் சின்னாபின்னமாக்கப் போகின்ற வெடிகுண்டு இருக்கப் போகிறதா?” என்று டாமி முணுமுணுத்தான்.

டப்பென்ஸ் அந்தப் பார்சலைப் பிரித்துத் திறந்தபடி, “இது உண்மையில் ஃபிரான்சிஸ் ஹவிலான்டிற்கு என்னுடைய திருமணப் பரிசு. நன்றாக இருக்கிறதா?” என்று கேட்டாள்.

அவள் நீட்டிய வெள்ளி சிகரெட் டப்பாவை டாமி வாங்கிப் பார்த்தான். அதில், ‘ஃபிரான்சிஸூக்கு, டப்பன்ஸிடமிருந்து’ என்று அவளுடைய கையெழுத்தில் செதுக்கப்பட்டிருந்தது. அதை அவன் ஒரு முறை திறந்து மூடிவிட்டு, அது நன்றாக இருந்தது என்பதைத் தெரிவிக்கின்ற அர்த்தத்தில் தலையாட்டினான்.

“டப்பென்ஸ், காசைக் கரியாக்குவது உனக்குப் பிடிக்கும்

என்பது எனக்குத் தெரியும்," என்று டாமி கூறினான். "அடுத்த மாதம் என்னுடைய பிறந்த நாள் வருகிறது. அதற்கு இதைப் போன்ற ஒன்றை வாங்கிக் கொடு. ஆனால், அது தங்கத்தில் செய்யப்பட்டிருக்க வேண்டும். இவ்வளவு அழகான ஒரு பரிசை, போயும் போயும் அந்த ஃபிரான்சிஸுக்கு வாங்கிக் கொடுக்கிறாயே? கடவுளின் படைப்பில் ஒரு கேடுகெட்டப் பிறவி அவன்."

"உலகப் போரின்போது, அவன் ஒரு ஜெனரலாக இருந்தான். நான் அவனுக்கு ஓட்டுநராக இருந்தேன். இதை நீ மறந்துவிட்டுப் பேசுகிறாய். அது ஒரு பொற்காலம்."

"ஆமாம். அது உண்மைதான். அழகழகான பெண்கள் மருத்துவமனையில் வந்து என்னுடன் கைகுலுக்கிச் செல்வர். ஆனால், நான் அவர்கள் அனைவருக்கும் திருமணப் பரிசு அனுப்புவதில்லை. டப்பென்ஸ், மணப்பெண் உன் பரிசைச் சீண்டக்கூட மாட்டாள் என்று நான் நினைக்கிறேன்."

டப்பென்ஸ் அவனுடைய விமர்சனங்களைச் சிறிதும் கண்டுகொள்ளாமல், "இது பாக்கெட்டில் வைத்துக் கொள்ள ஏற்றதாகச் சிறியதாகவும் அழகாகவும் இருக்கிறது, இல்லையா?" என்று கேட்டாள்.

டாமி அதைத் தன்னுடைய பாக்கெட்டுக்குள் போட்டுக் கொண்டான்.

"நிஜமாகவே பாக்கெட்டுக்குப் பொருத்தமாக இருக்கிறது," என்று அவன் சிலாகித்தான். "இதோ, ஆல்பர்ட் கடிதங்களை எடுத்து வந்து கொண்டிருக்கிறான். அவற்றில் என்ன இருக்கிறது என்று பார்க்கலாம்."

அவர்கள் அக்கடிதங்களை வகைபிரித்துக் கொண்டிருந்தனர். திடீரென்று, டாமி உற்சாகமாக விசிலடித்துக் கொண்டே அக்கடிதங்களில் ஒன்றைத் தூக்கிப் பிடித்தான்.

"இது ஒரு நீல நிற உறையில் இருக்கிறது. இதில் இரஷ்ய அஞ்சல் தலை இருக்கிறது. நம்முடைய சீஃப் என்ன சொல்லியிருக்கிறார்? இது போன்ற கடிதங்களையே நாம் கவனிக்க வேண்டும்."

"இறுதியில் சுவாரசியமாக ஏதோ ஒன்று நடைபெறுகிறது. நீ இதைப் பிரித்துப் படி. இதோ நான் வந்துவிடுகிறேன். தேநீருக்குப் பால் வேண்டும். அதை வாங்கி வர ஆல்பர்ட்டை அனுப்புகிறேன்," என்று கூறிவிட்டு, டப்பென்ஸ் வெளியறைக்குச் சென்றாள்.

அவள் அங்கிருந்து திரும்பி வந்தபோது, டாமி தன் கையில் நீல நிறக் காகிதம் ஒன்றை வைத்திருந்தான்.

"இது வரிக்கு வரி நம்முடைய சீஃப் கூறியபடியே இருக்கிறது."

டப்பென்ஸ் அக்கடிதத்தை அவனிடமிருந்து வாங்கிப் படித்தாள்.

அது கிரெகோர் ஃபியோடோர்ஸ்கி என்ற நபரிடமிருந்து வந்திருந்தது. அது செயற்கைத்தனமான ஆங்கிலத்தில் எழுதப்பட்டிருந்தது. அவர் தன் மனைவி குறித்து அதில் கவலை தெரிவித்திருந்தார். சர்வதேசத் துப்பறியும் நிறுவனம் அவளைக் கண்டுபிடிப்பதற்கு எவ்வளவு வேண்டுமானாலும் செலவு செய்யத் தான் அனுமதித்ததாக அவர் அதில் குறிப்பிட்டிருந்தார். பன்றி இறைச்சித் தொழிலில் தற்போது நிறைய சிக்கல்கள் ஏற்பட்டிருந்ததால், தற்சமயம் தன்னால் இரஷ்யாவைவிட்டு வெளியேற முடியாது என்று அவர் அதில் குறிப்பிட்டிருந்தார்.

அக்கடிதத்தை நீவி, அதிலிருந்த சுருக்கங்களை நீக்கி, அதை மேசையின்மீது வைத்த டப்பென்ஸ், "இதன் உண்மையான அர்த்தம் என்ன?" என்று கேட்டாள்.

"அது ஏதாவது குறியீடாக இருக்கலாம்," என்றான் டாமி. "அது நம்முடைய பிரச்சனை அல்ல. இதை நாம் உடனடியாக நம்முடைய சீஃபிடம் கொடுத்துவிட வேண்டும். அதற்கு முன்பு நாம் செய்ய வேண்டிய ஒரே காரியம் அந்த அஞ்சல் தலையைத் தண்ணீரில் நனைத்து அதற்குப் பின்புறம் 16 என்ற எண் இருக்கிறதா என்று பார்க்க வேண்டும், அவ்வளவுதான்."

"சரி," என்று டப்பென்ஸ் கூறினாள். "ஆனால் நான்–"

அவள் பாதியில் அப்படியே நிறுத்திவிட்டாள். அதைக் கண்டு வியப்புற்ற டாமி, நிமிர்ந்து பார்த்தபோது, அந்த அறையின் வாசலை அடைத்தவாறு ஒரு குண்டான உருவம் நின்று கொண்டிருந்ததைக் கவனித்தான்.

அங்கு நின்று கொண்டிருந்த நபர் வாட்டசாட்டமாக இருந்தார். அவர் ஒரு வட்ட வடிவத் தலையையும் ஒரு வலிமையான தாடையையும் கொண்டிருந்தார். அவருக்கு சுமார் நாற்பத்தைந்து வயது இருந்திருக்கக்கூடும்.

தன் தொப்பியைத் தன் கையில் பிடித்தவாறு அவர்களை நோக்கி நகர்ந்து வந்த அவர், "என்னை மன்னித்துக் கொள்ளுங்கள். வெளி அலுவலகத்தில் யாரும் இல்லை. அதனால்தான் நான் இங்கு வந்தேன். இது பிளன்ட்டின் சர்வதேசத் துப்பறியும் நிறுவனம்தானே?" என்று கேட்டார்.

"ஆமாம்."

"அப்படியானால், நீங்கள்தான் பிளன்டா? தியோடர் பிளன்ட்?"

"ஆமாம். நான்தான் பிளன்ட். இது என்னுடைய செயலாளர் மிஸ் ராபின்சன். நீங்கள் என்னிடம் ஆலோசனை பெற

விரும்புகிறீர்களா?"

டப்பென்ஸ் நளினமாகத் தலையைச் சாய்த்தாள், ஆனால் அவள் தொடர்ந்து அந்த அந்நியரையே உற்றுக் கவனித்துக் கொண்டிருந்தாள். அந்த நபர் எவ்வளவு நேரம் அங்கு நின்று கொண்டிருந்தாரோ, தாங்கள் பேசிக் கொண்டிருந்தவற்றில் எவையெல்லாம் அவருக்குக் கேட்டனவோ என்று அவள் யோசித்தாள். அந்த நபர் டாமியுடன் பேசிக் கொண்டிருந்தபோதிலும், அவருடைய பார்வை, தன் கையிலிருந்த நீல நிறக் காகிதத்தின்மீதே இருந்ததை அவள் கவனிக்கத் தவறவில்லை.

டாமியின் அதட்டல் குரல் அவளை இந்த உலகிற்கு இழுந்து வந்தது.

"மிஸ் ராபின்சன், நான் கூறுவதைக் குறிப்பெடுத்துக் கொள்ளுங்கள். சார், நீங்கள் எதற்காக என்னுடைய ஆலோசனையைப் பெற விரும்புகிறீர்கள் என்பதை நான் தெரிந்து கொள்ளலாமா?"

டப்பென்ஸ் தன் குறிப்பேட்டையும் பென்சிலையும் கையில் எடுத்துக் கொண்டாள்.

அந்தப் பெரிய உருவத்திற்குச் சொந்தக்காரரர் ஒரு கரடுமுரடான குரலில் பேசத் துவங்கினார்.

"என் பெயர் போவர். டாக்டர் சார்லஸ் போவர். நான் ஹாம்ப்ஸ்டெட் பகுதியில் வசித்து வருகிறேன். நான் அங்கேயே என்னுடைய மருத்துவத் தொழிலையும் நடத்தி வருகிறேன். சமீபத்தில் நடந்த சில விநோதமான சம்பவங்கள் காரணமாகத்தான் நான் உங்களை நாடி வந்துள்ளேன்."

"மேலே சொல்லுங்கள், போவர்."

"கடந்த வாரத்தில் மட்டும் இரண்டு முறை, அவசர அழைப்பு என்று கூறப்பட்டு நான் தொலைபேசிக்கு அழைக்கப்பட்டேன். ஆனால், அவை இரண்டுமே போலி அழைப்புகள். முதன்முறை நிகழ்ந்தபோது, அதை நான் அவ்வளவாகக் கண்டுகொள்ளாமல் விட்டுவிட்டேன். இரண்டாம் முறை நான் சென்று திரும்பியபோது, என்னுடைய மேசையில் வைக்கப்பட்டிருந்த ஆவணங்கள் நகர்த்தி வைக்கப்பட்டிருந்தன. இப்போது நினைத்துப் பார்த்தால், முதன்முறையும் அப்படித்தான் நேர்ந்திருந்தது என்று நான் நம்புகிறேன். என்னுடைய மேசைமீது இருந்த ஆவணங்கள் யாராலோ தேடப்பட்டிருந்தன என்ற முடிவுக்கு நான் வந்துள்ளேன்."

அந்த இடத்தில் நிறுத்திவிட்டு, அவர் டாமியைப் பார்த்தார்.

"இதைப் பற்றி நீங்கள் என்ன நினைக்கிறீர்கள்?"

“முதலில் எனக்குத் தகவல்கள் தேவை. உங்களுடைய மேசைமீது நீங்கள் எந்த மாதிரியான ஆவணங்களை வைத்திருந்தீர்கள்?”

“என்னுடைய தனிப்பட்ட ஆவணங்கள்.”

“அது சரி. அவற்றில் என்ன இருந்தது? ஒரு சாதாரணத் திருடனுக்கு அல்லது குறிப்பிட்ட வேறு யாரோ ஒருவருக்கு அதனால் என்ன பயன் கிடைக்கும்?”

“சாதாரணத் திருடனுக்கு அவை எந்தவிதத்திலும் பயன்படாது. கடந்த பல ஆண்டுகளாக நான் ஆல்கலாய்டுகள் பற்றி ஆய்வுகள் மேற்கொண்டு வருகிறேன். அதனால், அவை தொடர்பான தொழில்நுட்ப அறிவு கொண்டவர்களுக்கு, ஆல்கலாய்டுகள் குறித்த என்னுடைய குறிப்புகள் பயனுள்ளவையாக இருக்கலாம். இந்த ஆல்கலாய்டுகள் வீரியமிக்கக் கடும் நச்சுகள். அதோடு, முக்கியமாக, அவை எந்தவிதமான சுவடுகளையும் விட்டுச் செல்லாது. அவை எந்தவிதமான எதிர்வினைகளையும் ஆற்றாது.”

“அப்படியானால், இந்த இரகசியங்கள் விலைமதிப்பு மிக்கவை, சரிதானே?”

“ஆமாம். அவை மோசமான நபர்களின் கைகளில் கிடைத்தால்...”

“நீங்கள் யாரையாவது சந்தேகிக்கிறீர்களா?”

போவர் தன்னுடைய பெரும் தோள்களைக் குலுக்கினார்.

“எனக்குத் தெரிந்தவரை, என் வீட்டை உடைத்து யாரும் உள்ளே புகுந்திருக்கவில்லை. அப்படியெனில், என் வீட்டிலுள்ள யாரோ ஒருவர்தான் அதற்குக் காரணமாக இருக்க வேண்டும். ஆனால் அதை என்னால் நம்ப முடியவில்லை.” அவர் திடீரென்று தன் பேச்சைப் பாதியில் நிறுத்திவிட்டார். பின் அவர் அதை மீண்டும் தொடர்ந்தபோது, அவருடைய குரல் தீவிரமானதாக இருந்தது.

“பிளன்ட், என்னை நான் உங்களுடைய கைகளில் முழுமையாக ஒப்படைத்துவிடுகிறேன். இது விஷயமாக நான் காவல்துறையினரிடம் செல்ல நிச்சயமாக விரும்பவில்லை. என்னிடம் மூன்று வேலையாட்கள் இருக்கின்றனர். அவர்கள் யாரையும் நான் சந்தேகிக்கவில்லை. அவர்கள் நீண்டகாலமாக என்னிடம் விசுவாசமாகப் பணியாற்றி வந்துள்ளனர். ஆனாலும் யாருக்குத் தெரியும்? என்னுடன் இரண்டு மருமகன்கள் வசித்து வருகின்றனர். ஒருவன் பெயர் ஹென்ரி. அவன் நல்லவன். மிகவும் நல்லவன். அவன் ஒரு கடின உழைப்பாளி. அந்த இளைஞன் இதுவரை எனக்கு எந்தப் பிரச்சனையையும் உருவாக்கியதில்லை. மற்றொருவன் பெயர்

பெர்ட்ரம். அவனைப் பற்றிக் கூறுவதற்கு வருத்தமாகத்தான் இருக்கிறது. அவன் வேறு மாதிரியான குணநலன்களைக் கொண்டவன். சோம்பேறி, ஊதாரி, கட்டுப்பாடற்றவன்."

"ஓ, அப்படியா?" என்று டாமி ஏதோ யோசித்தபடியே கூறினான். "உங்களுடைய மருமகன் பெர்ட்ரமுக்கு இதில் தொடர்பு இருக்கலாம் என்று நீங்கள் சந்தேகப்படுகிறீர்கள். ஆனால், நான் இதில் உங்களோடு உடன்படவில்லை. நான் ஹென்ரியைச் சந்தேகிக்கிறேன்."

"ஏன் அப்படி?"

"என்னுடைய அனுபவத்தில், சந்தேகத்திற்கு இடமான நபர்கள் எப்போதும் அப்பாவிகளாகத்தான் இருப்பர். அதனால் நான் ஹென்ரியைத்தான் நிச்சயமாக சந்தேகிக்கிறேன்."

திடீரென்று, டப்பென்ஸ், மரியாதை கலந்த ஒரு குரலில், "குறுக்கிடுவதற்கு என்னை மன்னித்துக் கொள்ளுங்கள், பிளன்ட். ஆல்கலாய்டுகள் பற்றிய குறிப்புகளைத் தன்னுடைய மற்ற ஆவணங்களுடன் கலந்து வைத்திருந்ததாக போவர் குறிப்பிட்டார், அப்படித்தானே?" என்று கேட்டாள்.

போவர் குறுக்கிட்டு, "இல்லை, இளம்பெண்ணே. அந்த ஆவணங்களை நான் என் மேசையின் இரகசிய இழுப்பறை ஒன்றில் வைத்திருக்கிறேன். அந்த இழுப்பறை துல்லியமாக எங்கே இருக்கிறது என்பது எனக்கு மட்டுமே தெரியும். அதனால் இதுவரை நடந்த தேடல்களின்போது அந்த ஆவணங்கள் கண்டுபிடிக்கப்படவில்லை," என்று கூறினார்.

"இதில் துல்லியமாக நான் என்ன செய்ய வேண்டும் என்று நீங்கள் விரும்புகிறீர்கள்?" என்று டாமி கேட்டான். "மேலும் தேடல்கள் தொடரும் என்று நீங்கள் சந்தேகிக்கிறீர்களா?"

"ஆமாம். அப்படித்தான் நான் நினைக்கிறேன். அப்படி நான் எண்ணுவதற்கு எனக்குப் போதுமான காரணங்கள் இருக்கின்றன. இன்று காலையில் எனக்கு ஒரு தந்தி வந்தது. என்னுடைய நோயாளிகளில் ஒருவர் அதை எனக்கு அனுப்பியிருந்தார். அவரை நான் ஒரு சில வாரங்களுக்கு முன்பாகத்தான், போர்ன்மவுத் மருத்துவமனைக்கு அனுப்பி வைத்திருந்தேன். அவர் தன் உயிருக்குப் போராடிக் கொண்டிருந்ததாகவும், நான் உடனே அங்கு வர வேண்டும் என்றும் அந்தத் தந்தி தெரிவித்தது. நான் ஏற்கனவே உங்களிடம் கூறியிருந்த விவகாரங்களினால் நான் உடனே சந்தேகம் கொண்டு, அவருக்கு ஒரு தந்தி அனுப்பினேன். அதோடு, அவர் எனக்கு பதில் தந்தி அனுப்புவதற்குத் தேவையான பணத்தையும் நான் முதலிலேயே செலுத்தியிருந்தேன். தான் நலமாக இருந்ததாகவும், தான் எனக்கு எந்தவிதமான

தந்தியையும் அனுப்பியிருக்கவில்லை என்றும் அவர் அந்த பதில் தந்தியில் தெரிவித்திருந்தார். முதலில் வந்திருந்த தந்தியை நம்பி நான் போர்ன்மவுத்துக்குச் சென்றிருந்தால், அந்த நபர் அல்லது நபர்கள், எங்கள் வீட்டில் எல்லோரும் தூங்கிய பிறகு தங்களுடைய கைவரிசையைக் காட்டியிருப்பர் என்று நான் சந்தேகப்பட்டேன். அதனால், நான் போர்ன்மவுத்துக்குச் செல்வதாக அறிவித்துவிட்டு இங்கு வந்துவிட்டேன். இன்று இரவு சுமார் 11 மணிக்கு என்னை என்னுடைய வீட்டிற்கு வெளியே நீங்கள் சந்தித்தால், இந்த விவகாரத்தை நாம் இருவரும் சேர்ந்து மேலும் தோண்டித் துருவலாம்."

கடித உறைகளைக் கிழிப்பதற்கான கத்தியால் டாமி தன்னுடைய மேசையில் தாளம் போட்டபடி, "அவர்களைக் கையும் களவுமாகப் பிடித்துவிடலாம் என்று நீங்கள் நம்புகிறீர்கள். உங்களுடைய திட்டம் சிறப்பானதாகவே எனக்குப் படுகிறது. அதில் எந்தச் சிக்கலும் இருப்பதாக எனக்குத் தெரியவில்லை. உங்களுடைய முகவரி?" என்று கேட்டான்.

"த லார்ச்சஸ், ஹேங்மேன்ஸ் சந்து. அது கொஞ்சம் ஒதுக்குப்புறமாக இருக்கும்."

"சரி," என்றான் டாமி.

போவர் தன் இருக்கையைவிட்டு எழுந்தார்.

"அப்படியானால், நான் உங்களை எதிர்பார்க்கிறேன், பிளன்ட். நீங்கள் என் வீட்டுக்கு அருகே பதினொரு மணிக்கு ஐந்து நிமிடங்கள் முன்னால் வந்துவிடுங்கள்."

"சரி. பதினொரு மணிக்கு ஐந்து நிமிடங்களுக்கு முன்னால் நான் அங்கு இருப்பேன். போய் வாருங்கள்."

டாமி மேசையில் இருந்த அழைப்புமணியை அழுத்திவிட்டு எழுந்தான். போவரை அங்கிருந்து அழைத்துச் செல்வதற்காக ஆல்பர்ட் அந்த அறையின் வாசலில் தோன்றினான். போவர் ஒரு பக்கமாகச் சாய்ந்து நடந்தார். ஆனாலும் அவர் திடகாத்திரமாக இருந்தார் என்பது அவருடைய நடையில் வெளிப்பட்டது.

"ஓர் அவலட்சணமான வாடிக்கையாளர்," என்று டாமி தனக்குள் முணுமுணுத்துக் கொண்டான். "டப்பென்ஸ், இவரைப் பற்றி நீ என்ன நினைக்கிறாய்?"

"நான் உனக்கு ஒரே வார்த்தையில் பதில் சொல்கிறேன்," என்று டப்பென்ஸ் கூறினாள். "கிளப்ஃபுட்!"[1]

"என்ன சொல்கிறாய்?"

---

1 ஜார்ஜ் வாலன்டைன் வில்லியம்ஸ் என்ற கதாசிரியரின் கதையில் வரும் வில்லன்.

" 'கிளப்ஃபுட்' என்று கூறினேன். அசாதாரணமான ஆல்கலாய்டுகளாம். அவற்றைத் திருட முயற்சியாம். இதைவிட அதிக பலவீனமான கதையை நான் கேட்டதில்லை."

"எனக்கும் அது நம்பும்படியானதாகத் தோன்றவில்லை," என்று அவளுடைய கணவன் கூறினான்.

"அவனுடைய கண்கள் அந்த நீல நிறக் கடிதத்தில் மேய்ந்து கொண்டிருந்ததை நீ கவனித்தாயா? டாமி, இவனும் அந்தக் கும்பலில் ஒருவனாக இருக்க வேண்டும். நீ உண்மையான பிளன்ட் இல்லை என்பதை அவர்கள் கண்டுபிடித்துவிட்டிருக்க வேண்டும். இப்போது அவர்கள் நம்மைக் கொல்லத் திட்டமிட்டுள்ளனர்."

"சரி, அப்படியானால், நாம் நம்முடைய அடையாளத்தை மாற்றிக் கொள்ளலாம்," என்று கூறிய டாமி, அருகிலிருந்த அலமாரியில் அடுக்கி வைக்கப்பட்டிருந்த நாவல்கள்மீது ஒரு பாசமான பார்வையை ஓடவிட்டான். "இவற்றிலிருந்து இரண்டு கதாபாத்திரங்களின் பெயர்களை நாம் தேர்ந்தெடுத்துக் கொள்ளலாம்," என்ற டாமி, இறுதியாக, "நாம் ஒக்வுட்[2] சகோதரர்களாகப் பெயர் மாற்றம் செய்து கொள்ளலாம். நான் டெஸ்மன்ட் ஒக்வுட்," என்று கூறினான்.

டப்பென்ஸ் தன் தோள்களைக் குலுக்கினாள்.

"சரி. உன் வழிப்படியே செல்வோம். அப்படியானால், நான் விரைவில் ஃபிரான்சிஸ் ஒக்வுட்டாக மாறிவிடுகிறேன்," என்றாள் டப்பென்ஸ். "அச்சகோதரர்களில் ஃபிரான்சிஸ்தான் அதிகப் புத்திசாலி. டெஸ்மன்ட் எப்போதும் சிக்கலில் மாட்டிக் கொள்வான். ஃபிரான்சிஸ்தான் கடைசி நேரத்தில் வந்து அவனைக் காப்பாற்றுவான்."

"ஆனால், நான் அக்கதையில் வருகின்ற டெஸ்மன்ட்போல இருக்க மாட்டேன். நான் 'சூப்பர் டெஸ்மன்டாக' இருப்பேன். நான் ஹாம்ப்ஸ்டெட்டிலுள்ள லார்ச்சஸைச் சென்றடையும்போது–"

டப்பென்ஸ் அவனுடைய பேச்சை இரக்கமின்றி இடைமறித்தாள்.

"நீ இன்று இரவு லார்ச்செஸுக்குப் போகப் போகிறாயா?"

"ஆமாம்."

"உன்னுடைய கண்களை மூடிக் கொண்டு, உனக்காக விரிக்கப்பட்டுள்ள வலையில் போய் விழப் போகிறாயா?"

"இல்லை. நான் என் கண்களைத் திறந்து கொண்டு, எனக்காக விரிக்கப்பட்டுள்ள வலையை நோக்கிச் செல்லப் போகிறேன். இரண்டுக்கும் ஏகப்பட்ட வேறுபாடுகள்

---

2 இவர்களும் ஜார்ஜ் வாலன்டைன் வில்லியம்ஸின் கதாபாத்திரங்கள்.

இருக்கின்றன. நம்முடைய நண்பர் டாக்டர் போவர், இன்று அவர் எதிர்பார்த்திராத ஒன்றைச் சந்திக்கப் போகிறார்."

"எனக்கு இது சுத்தமாகப் பிடிக்கவில்லை," என்றாள் டப்பென்ஸ். "டெஸ்மன்ட் தன்னுடைய 'சீஃபின்' உத்தரவுகளை மதிக்காமல் தான்தோன்றித்தனமாக நடந்து கொள்கின்றபோது அவனுக்கு என்ன நேர்கிறது என்பது உனக்குத் தெரியாதா? நமக்குக் கொடுக்கப்பட்டுள்ள உத்தரவுகள் தெளிவானவை. குறிப்பிட்டக் கடிதம் வந்தவுடன் அதை அனுப்பி வைக்க வேண்டும், ஏதாவது வித்தியாசமாக நடந்தால் அதைப் பற்றிச் செய்தி அனுப்ப வேண்டும்."

"நீதான் சரியாகப் புரிந்து கொள்ளவில்லை என்று நான் நினைக்கிறேன்," என்றான் டாமி. "யாராவது வந்து 16 என்ற எண்ணைப் பற்றிக் கூறினால்தான் நாம் அதைப் பற்றிய செய்தியை அனுப்பி வைக்க வேண்டும். இதுவரை அப்படி யாரும் வரவில்லையே!"

"இது வெறும் வார்த்தை விளையாட்டு," என்றாள் டப்பென்ஸ்.

"அப்படியில்லை. தனியாகச் சென்று சாகசங்களில் ஈடுபடுவது எனக்குப் பிடிக்கும். நீ கவலைப்படாதே. எனக்கு எதுவும் ஆகாது. நான் என்னுடைய துப்பாக்கியை எடுத்துச் செல்லப் போகிறேன். நான் இப்படி வருவேன் என்று அவர்கள் எதிர்பார்க்க மாட்டார்கள். இதற்காக 'சீஃப்' என் முதுகில் தட்டிக் கொடுக்கப் போகிறார்."

"எனக்கு இந்த ஏற்பாடு பிடிக்கவில்லை. போவர் ஒரு கொரில்லாவைப்போல இருக்கிறான்."

"ஆனால், நான் என்னுடன் எடுத்துச் செல்லவிருக்கின்ற துப்பாக்கியை நீ கணக்கில் எடுத்துக் கொள்ளத் தவறுகிறாய்."

அந்த அறையின் கதவு திறந்தது. ஆல்பர்ட் உள்ளே நுழைந்து கதவைச் சாத்தினான். அவனுடைய கையில் ஒரு கடித உறை இருந்தது.

"ஒருவர் உங்களைப் பார்க்க வந்துள்ளார்," என்றான் ஆல்பர்ட். "வழக்கம்போல, நீங்கள் ஸ்காட்லான்ட் யார்டு அதிகாரி ஒருவருடன் உரையாடிக் கொண்டிருக்கிறீர்கள் என்று நான் அளந்துவிட்டக் கதை இவரிடம் பலிக்கவில்லை. ஏனெனில், 'நானே ஸ்காட்லாந்து யார்டிலிருந்துதான் வருகிறேன்,' என்று அவர் கூறினார். பின்னர் தன்னுடைய முகவரி அட்டையை எடுத்து அதில் எதையோ எழுதி இந்தக் கடித உறையினுள் போட்டுக் கொடுத்திருக்கிறார்."

டாமி அந்தக் கடித உறையைக் கிழித்துத் திறந்தான். அதிலிருந்த அட்டையைப் படித்தபோது அவனுடைய

முகத்தில் ஒரு புன்னகை முளைத்தது.

"ஆல்பர்ட், அவர் உன்னைக் கலாட்டா பண்ணுவதற்காக அப்படிச் சொல்லவில்லை. அவர் உண்மையிலேயே ஸ்காட்லாந்து யார்டிலிருந்துதான் வந்திருக்கிறார்," என்றான் டாமி. "அவரை உள்ளே அனுப்பி வை."

டாமி அந்த அட்டையை டப்பென்ஸை நோக்கி விட்டெறிந்தான். அதில் அவருடைய பெயர் துப்பறியும் காவல் ஆய்வாளர் டிம்சர்ச் என்று பொறிக்கப்பட்டிருந்தது. அதன் குறுக்காகப் பென்சிலில் 'மேரியாட்டின் நண்பர்' என்று எழுதப்பட்டிருந்தது.

அடுத்த நிமிடம் அந்த ஸ்காட்லாந்து யார்டு அதிகாரி உள்ளே வந்தார். உருவத்தில் அவர் மேரியாட்டைப்போலவே குள்ளமாகவும், வலுவாகவும், புத்திசாலித்தனமான கண்களுடனும் இருந்தார்.

அந்த அதிகாரி, "இனிய மாலை வணக்கம்," என்று சுறுசுறுப்பாகக் கூறினார். "மேரியாட் சவுத் வேல்ஸுக்குச் சென்றிருக்கிறார். அவர் போவதற்கு முன்பாக, உங்கள் இருவர்மீதும் இந்த இடத்தின்மீதும் ஒரு கண் வைத்திருக்கும்படி என்னிடம் கூறினார்." டாமி குறுக்கிட்டுப் பேச முயன்றபோது, அவர் அதை ஒதுக்கித் தள்ளிவிட்டுத் தன் பேச்சைத் தொடர்ந்தார். "எங்களுக்கு உங்களைப் பற்றி எல்லாம் தெரியும். ஆனால், இது எங்களுடைய பிரிவுக்குத் தொடர்பில்லாத விஷயம் என்பதால், நாங்கள் இதில் குறுக்கிடுவதில்லை. ஆனால், சமீபத்தில் சில காரியங்கள் அரங்கேறத் துவங்கியுள்ளன. இன்று மதியம் இங்கு ஒரு நபர் வந்திருந்தார். அவர் தன்னை எந்தப் பெயரில் அழைத்துக் கொண்டார் என்று எனக்குத் தெரியாது. அவருடைய உண்மையான பெயரும் எனக்குத் தெரியாது. ஆனால், அவரைப் பற்றிய சில விஷயங்கள் எனக்குத் தெரியும். அந்த நபர் இன்று இரவு உங்களை ஏதாவது ஓரிடத்திற்கு வரச் சொன்னாரா?"

"ஆமாம்," என்று டாமி கூறினான்.

"அப்படியானால், நான் சந்தேகப்பட்டது சரிதான். அவர் உங்களை '16, வெஸ்னல்ஹாம் சாலை, ஃபின்ஸ்பரி பார்க்' என்ற முகவரிக்கு வரச் சொன்னாரா?"

"இல்லை. உங்கள் கணக்குத் தப்பு. அவர் என்னை ஹாம்ப்ஸ்டெட்டிலுள்ள லார்ச்சஸுக்கு வரச் சொன்னார்."

அதைக் கேட்டு டிம்சர்ச் நிஜமாகவே திடுக்கிட்டார். அவர் இதை எதிர்பார்த்திருக்கவில்லைபோலும்.

"எனக்கு ஒன்றும் புரியவில்லை," என்று அவர்

முணுமுணுத்தார். "இது ஒரு புதிய இடமாக இருக்க வேண்டும். அவர் உங்களை எங்கு வரச் சொன்னார்? ஹாம்ப்ஸ்டெட்டிலுள்ள லார்ச்சஸுக்கா?"

"ஆமாம். இன்று இரவு பதினொரு மணிக்கு."

"நீங்கள் அங்கே போகாதீர்கள்."

"பார்த்தீர்களா, நானும் இதைத்தானே சொன்னேன்!" என்று டப்பென்ஸ் வெடித்தாள்.

டாமி முகம் சிவந்தான்.

"டிம்சர்ச், நீங்கள்–" என்று டாமி கோபமாகத் துவக்கினான்.

டிம்சர்ச் தன் கையை உயர்த்தி அவனை அடக்கினார்.

"நான் சொல்வதை முதலில் காது கொடுத்துக் கேளுங்கள். நீங்கள் இன்று இரவு இருக்க வேண்டிய இடம் உங்களுடைய இந்த அலுவலகம்தான்."

"என்ன சொல்கிறீர்கள்?" என்று டப்பென்ஸ் வியப்புடன் கேட்டாள்.

"எனக்கு எப்படித் தெரியும் என்று கேட்காதீர்கள். இன்று, பிரபலமான அந்த 'நீல நிறக் கடிதங்களில்' ஒன்று உங்களுக்கு வந்திருக்கிறது. இன்று இங்கு வந்தவன், இன்றிரவு நீங்கள் இங்கு இல்லாதிருப்பதை உறுதி செய்து கொள்வதற்காக உங்களுக்குத் தூண்டில் போட்டு, உங்களை ஹாம்ப்ஸ்டெட்டுக்கு அழைத்திருக்கிறான். நீங்கள் அங்குச் சென்றிருக்கின்றபோது, அவன் இங்கு வந்து ஆற அமர உங்களுடைய அலுவலகத்தில் அந்தக் கடிதத்தைத் தேடத் திட்டமிட்டுள்ளான்."

"அக்கடிதம் இந்த அலுவலகத்தில்தான் இருக்கும் என்று அவன் ஏன் நினைக்க வேண்டும்? அதை நான் என்னுடன் எடுத்துச் சென்றிருக்கலாம் அல்லது வேறு யாரிடமாவது கொடுத்து வைத்திருந்திருக்கலாமே?"

"அப்படி நீங்கள் செய்யக்கூடும் என்பதை அவன் அறிந்திராமல் இருக்கலாம். நீங்கள் உண்மையான பிளன்ட் அல்லர் என்பதை அவன் மோப்பம் பிடித்திருக்கலாம். ஆனால், ஒருவேளை நீங்கள் பிளன்ட்டின் தொழிலை விலைக்கு வாங்கியுள்ள நபராக இருக்கலாம் என்று அவன் நினைத்திருக்கலாம். அப்படியிருக்கும் பட்சத்தில், சாதாரணமான அலுவலகங்களில் நடைபெறுவதுபோல, அந்தக் கடிதம் கோப்பில் போடப்பட்டு அலுவலகத்தில்தானே வைக்கப்பட்டிருக்கும்?"

"ஓ, எனக்குப் புரிகிறது," என்றாள் டப்பென்ஸ்.

"அவனுடைய யோசனை சரிதான் என்பதுபோல நாம் நடந்து கொள்ள வேண்டும். அப்படிச் செய்தால், நாம் இன்றிரவு அவனை இங்கேயே வைத்துக் கையும் களவுமாகப்

பிடிக்கலாம்."

"அப்படியானால், இதுதான் திட்டமா?"

"ஆமாம். இது ஓர் அரிய வாய்ப்பு. சரி, இப்போது மணி ஆறு ஆகிறது. நீங்கள் வழக்கமாக எத்தனை மணிக்கு அலுவலகத்திலிருந்து கிளம்புவீர்கள்?"

"ஆறு மணிக்கு."

"இன்றும் நீங்கள் வழக்கம்போலக் கிளம்புங்கள். ஆனால், விரைவில், யாருக்கும் தெரியாமல் மீண்டும் இங்கு வந்துவிடுங்கள். அவர்கள் இரவு பதினொரு மணிக்கு முன்பாக வர மாட்டார்கள் என்று நான் நினைக்கிறேன். ஆனால், ஒருவேளை அதற்கு முன்பு வந்துவிட்டால்? அதற்காகத்தான் இந்த ஏற்பாடு. இப்போது நான் வெளியே சென்று, இந்த இடத்தை யாராவது கண்காணித்துக் கொண்டிருக்கிறார்களா என்று பார்த்து வருகிறேன்."

டிம்சர்ச் வெளியேறினார். டாமி உடனடியாக டப்பென்ஸுடன் ஒரு வாக்குவாதத்தைத் துவக்கினான்.

அது சிறிது நேரம் நீடித்தது. ஒரு கட்டத்தில் அந்த விவாதம் சூடாகவும் கசப்பாகவும் ஆனது. இறுதியில், டப்பென்ஸ் சரணடைந்தாள்.

"சரி, சரி. நான் விட்டுக்கொடுக்கிறேன்," என்று அவள் கூறினாள். "நான் வீட்டுக்குச் சென்று நல்ல பெண்ணாக அங்கு உட்கார்ந்திருக்கிறேன். நீ ஒரு துப்பறிவாளருடன் சேர்ந்து கயவர்களையும் கேடுகெட்டவர்களையும் கையாண்டு கொள். உனக்கு வேட்டு இருக்கிறது. சரியான சமயம் வரும்போது உன்னை நான் பார்த்துக் கொள்கிறேன்."

அக்கட்டத்தில் டிம்சர்ச் திரும்பி வந்தார்.

"இந்த இடத்தில் யாரும் இருப்பதுபோலத் தெரியவில்லை. ஆனால், எதையும் உறுதியாகக் கூற முடியாது. அதனால் நீங்கள் இருவரும் வழக்கம்போல இங்கிருந்து கிளம்பிவிடுங்கள். நீங்கள் இங்கிருந்து கிளம்பிய பிறகு அவர்கள் இந்த இடத்தைத் தொடர்ந்து கவனித்துக் கொண்டிருக்க மாட்டார்கள்."

டாமி ஆல்பர்ட்டை அழைத்து, அந்த இடத்தைப் பூட்டுமாறு உத்தரவிட்டான்.

பின்னர் அவர்கள் நான்கு பேரும் அங்கிருந்து கிளம்பி, அவர்கள் வழக்கமாகக் கார் நிறுத்தும் இடத்திற்குச் சென்றனர். காரை டப்பென்ஸ் ஓட்டினாள். அவளுக்கு அருகே ஆல்பர்ட் அமர்ந்திருந்தான். டாமியும் டிம்சர்ச்சும் பின் இருக்கைகளில் அமர்ந்திருந்தனர்.

அவர்கள் ஆக்ஸ்ஃபோர்டு தெருவை அடைந்தபோது, அவர்களுடைய கார் போக்குவரத்து நெரிசலில் மாட்டிக்

கொண்டது. டப்பென்ஸ் பின்புறமாக இலேசாகக் கழுத்தை வளைத்துத் தலையை ஆட்டினாள். டாமியும் டிம்சர்ச்சும் காரின் பின்பக்கக் கதவுகளைத் திறந்து நடுரோட்டில் இறங்கினர். அவர்கள் இறங்கிய உடனே, டப்பென்ஸ் காரைக் கிளப்பிச் சென்றுவிட்டாள்.

* * *

அவர்கள் ஹேல்ஹாம் தெருவை அடைந்தபோது, "இப்போது நாம் உடனடியாக அங்குத் திரும்பிச் செல்ல வேண்டாம்," என்று டிம்சர்ச் கூறினார். "உங்கள் அலுவலகத்தின் சாவி உங்களிடம் இருக்கிறது, இல்லையா?"

டாமி ஆமென்று தலையசைத்தான்.

"அப்படியானால், நாம் இரவு உணவை இங்கே முடித்துக் கொள்ளலாம். இது கொஞ்சம் சீக்கிரம்தான். ஆனாலும் பரவாயில்லை. இங்கு நேர் எதிரே ஓர் உணவகம் இருக்கிறது. நாம் அதன் சன்னலோரமாக அமர்ந்து இந்த இடத்தைக் கண்காணித்துக் கொண்டிருக்கலாம்."

டிம்சர்ச்சின் பரிந்துரையின்படி அவர்கள் ஒரு நல்ல சாப்பாட்டைச் சாப்பிட்டனர். டிம்சர்ச் ஒரு சுவாரசியமான நபராக இருந்ததாக டாமி கருதினான். அவர் பெரும்பாலும் சர்வதேச உளவாளிகளோடு சேர்ந்து பணியாற்றி வந்ததால், கேட்பவரைச் சொக்க வைக்கின்ற கதைகள் அவரிடம் ஏராளமாக இருந்தன.

அவர்கள் அந்த உணவகத்தில் இரவு எட்டு மணிவரை இருந்தனர். பின் அங்கிருந்து கிளம்பலாம் என்று டிம்சர்ச் கூறினார்.

"இப்போது நன்றாக இருட்டிவிட்டது. யாருடைய பார்வையிலும் படாமல் நம்மால் உங்களுடைய அலுவலகத்திற்குள் எளிதாக நுழைந்துவிட முடியும்."

அவர் கூறியபடியே அந்த இடம் இருட்டாக இருந்தது. காலியாக இருந்த அத்தெருவின் குறுக்காக நடந்து அதன் மறுமுனையை அடைந்து, அதை மேலும் கீழுமாகப் பார்த்துவிட்டு டாமியின் அலுவலகக் கட்டடத்திற்குள் அவர்கள் நுழைந்தனர். பின் அவர்கள் இருவரும் மாடிப்படியேறி அவனுடைய அலுவலகத்தை அடைந்தனர். டாமி சாவியை வெளியே எடுத்துக் கதவில் நுழைத்தான்.

அக்கணத்தில், டாமிக்கு ஒரு சீட்டியொலி கேட்டது. அது டிம்சர்ச்சிடமிருந்து வந்ததாக டாமி நினைத்தான்.

"நீங்கள் எதற்காகச் சீட்டியடிக்கிறீர்கள்?" என்று அவன்

அவரிடம் கோபமாகக் கேட்டான்.

"நான் சீட்டியடிக்கவில்லை," என்று டிம்சர்ச் உண்மையான வியப்போடு கூறினார். "நீங்கள்தான் சீட்டியடித்ததாக நான் நினைத்தேன்."

"அப்படியானால், வேறு யாரோ–" என்று டாமி தொடங்கினான்.

அதற்கு மேல் அவனால் பேச முடியவில்லை. பின்னாலிருந்து வலுவான கரங்கள் அவனை இழுத்துப் பிடித்தன. அவன் வாயைத் திறந்து கத்துவதற்கு முன்பாக, இனிமையான வாசனையுடன் இருந்த ஒரு துணி அவனுடைய வாயையும் மூக்கையும் மூடியது.

அவன் திமிறினான். அதனால் ஒரு பயனும் ஏற்படவில்லை. குளோரோஃபார்ம் தன் வேலையைச் செவ்வனே செய்தது. அவனுக்குத் தலை சுற்றத் துவங்கியது. அவனுக்கு முன்னால் இருந்த தரை மேலும் கீழுமாக ஆடியது. முதலில் மூச்சுத்திணறல் ஏற்பட்டது. பிறகு அவன் தன் சுயநினைவை இழந்தான்.

அவன் கண்விழித்துப் பார்த்தபோது, அவனுக்கு நினைவு முழுமையாகத் திரும்பியிருந்தது. அவனுக்குக் குறைவான குளோரோஃபார்ம் கொடுக்கப்பட்டிருந்தது. இப்போது அவனுடைய வாயிலிருந்து சத்தம் வராமல் இருப்பதற்காக அவனுடைய வாய்க்குள் ஒரு துணிப்பந்து அடைக்கப்பட்டது.

அப்போது அவன் அவனுடைய அலுவலகத்தின் ஒரு மூலையில் பாதி உட்கார்ந்த நிலையில் கிடத்தப்பட்டிருந்தான். இரண்டு நபர்கள் அவனுடைய மேசையிலிருந்த ஆவணங்களை அலசிக் கொண்டிருந்தனர். அவர்கள் அடிக்கடி ஏதாவது ஒரு கெட்ட வார்த்தையை உதிர்த்துக் கொண்டிருந்தனர்.

"நாம் இந்த இடத்தைத் தலைகீழாகப் புரட்டிப் பார்த்துவிட்டோம். அது இங்கு இல்லை," என்று அவர்களில் உயரமாக இருந்த நபர் ஒரு கரகரப்பான குரலில் கூறினான்.

"அது இவனுடைய உடையில் இல்லை. அது வேறு எங்கும் போயிருக்க முடியாது. அதனால் கண்டிப்பாக அது இங்கேதான் இருந்தாக வேண்டும்," என்று அந்த மற்றொரு நபர் உறுமினார்.

அந்நபர் பேசிக் கொண்டே திரும்பினார். அது டிம்சர்ச் என்பதைக் கண்டு டாமி உறைந்து போனான். டாமியின் வியப்படைந்த முகத்தைப் பார்த்த அவர், தன் பற்கள் அனைத்தும் தெரியும் விதத்தில் அகலமாகச் சிரித்தார்.

"நம்முடைய இளம் நண்பர் கண்விழித்துவிட்டார்," என்று டிம்சர்ச் கூறினார். "ஆனால், அவர் கொஞ்சம் வியப்பில் இருக்கிறார். சர்வதேசத் துப்பறியும் நிறுவனத்தில்

ஏதோ சரியில்லை என்று நாங்கள் சந்தேகப்பட்டோம். அது என்னவென்று கண்டுபிடிக்க நான் முன்வந்தேன். இந்தப் புதிய பிளன்ட் ஓர் உளவாளியாக இருந்தால், என்னைப் பார்த்தால் சந்தேகிக்கக்கூடும் என்பதால் நான் என்னுடைய நண்பர் கார்ல் பாயரை முதலில் அனுப்பினேன். நம்புவதற்குக் கடினமான ஒரு கதையைக் கூறி ஓரளவு சந்தேகத்திற்கிடமாக நடந்து கொள்ளும்படி கார்ல் அறிவுறுத்தப்பட்டார். அவரும் அப்படியே நடந்து கொண்டார். அவர் அந்த இடத்தைவிட்டு அகன்றதும், நான் அரங்கில் நுழைந்தேன். உள்ளே நுழைவதற்கு ஸ்காட்லாந்து யார்டு காவல் அதிகாரி மேரியாட்டின் பெயரைப் பயன்படுத்தினேன். மற்றவை எல்லாம் எளிதாகிவிட்டன."

இவ்வாறு கூறிவிட்டு டிம்சர்ச் சிரித்தார்.

டாமி எண்ணற்ற விஷயங்களைக் கூறத் துடித்தான். ஆனால், அவனுடைய வாய் அடைக்கப்பட்டிருந்ததால் அவனால் எதுவும் கூற முடியவில்லை. கட்டப்பட்டிருந்த கைகளையும் கால்களையும் விடுவித்துக் கொள்ளவும் அவன் போராடினான். அது குறித்தும் அவனால் எதுவும் செய்ய முடியவில்லை.

ஆனால், எல்லாவற்றையும்விட, தன் கண் முன்னால் அந்த நபரிடம் ஏற்பட்ட மாறுதல்தான் அவனைப் பிரமிக்க வைத்தது. அவர் டிம்சர்ச் என்ற ஸ்காட்லாந்து யார்டு அதிகாரியாக இருந்தபோது ஓர் அப்பழுக்கற்ற ஆங்கிலேயராக இருந்தார். ஆனால், இப்போது, செம்மையாக ஆங்கிலத்தில் பேசிய ஓர் அந்நிய நாட்டவராக அவர் உருமாறியிருந்தார்.

டிம்சர்ச் தன்னுடன் இருந்த, முரட்டுத்தனமாகக் காட்சியளித்த நபரிடம், "காகின்ஸ், நீ தயாராக இரு. நான் இப்போது நம்முடைய நண்பரின் வாயில் அடைக்கப்பட்டுள்ள துணியை உருவப் போகிறேன்," என்று கூறினார். பின்னர் அவர் டாமியின் பக்கம் திரும்பி, "நீங்கள் கத்தினால் என்ன நடக்கும் என்று உங்களுக்குத் தெரியும் என்று நான் நினைக்கிறேன். நீங்கள் அந்த அளவுக்கு முட்டாளாக இருப்பீர்கள் என்று நான் நினைக்கவில்லை," என்று கூறினார்.

டாமியின் வாயில் அடைக்கப்பட்டிருந்த துணியை அவர் மெதுவாக உருவிவிட்டுப் பின்னே சென்றார்.

டாமி, இறுகிப் போயிருந்த தன் தாடையைத் தளர்த்திவிட்டு. உலர்ந்து போயிருந்த தன் வாயைத் தன் நாவால் தடவினான். அவன் இரண்டு முறை எச்சில் விழுங்கினான், ஆனால் எதுவும் பேசவில்லை.

"நீங்கள் அடக்கி வாசிப்பதை நான் வரவேற்கிறேன். நீங்கள் இருக்கின்ற நிலை உங்களுக்குப் புரிந்திருக்கும் என்று நான்

நினைக்கிறேன். நீங்கள் கூறுவதற்கு எதுவும் இல்லையா?"

"இருக்கலாம். ஆனால் அதற்கு நீங்கள் காத்திருக்க வேண்டும்."

"சரி. நான் நேரடியாகவே விஷயத்திற்கு வருகிறேன். எங்கே அந்தக் கடிதம்?"

"எனக்குத் தெரியாது," என்று டாமி உற்சாகமாகக் கூறினான். "அது என்னிடம் இல்லை. அதை நீங்களும் அறிவீர்கள். நான் உங்கள் நிலையில் இருந்தால் மேலும் தேடுவேன்."

டிம்சர்ச்சின் முகம் இருண்டது.

"நீங்கள் இடக்கு மடக்காகப் பேசலாம். ஆனால், அங்கு மூலையில் இருக்கின்ற ஒரு சதுரப் பெட்டி உங்கள் கண்களில் படுகிறதல்லவா? அது காகின்ஸின் சித்திரவதைப் பெட்டி. அதில் கந்தக அமிலம் இருக்கிறது, சீக்கிரமாகச் சூடாகக்கூடிய கம்பிகள் இருக்கின்றன."

டாமி தன் தலையை சோகமாக ஆட்டினான்.

"எங்களுடைய எடைபோடுதலில் தவறு நடந்துள்ளது," என்று டாமி முணுமுணுத்தான். நானும் டப்பென்ஸும் இந்தக் கதையை கிளப்ஃபுட் கதை என்று வர்ணித்தோம். ஆனால், இது புல்-டாக் டிரம்மன்ட்[3] கதையாக அல்லவா இருக்கிறது! நீங்கள்தான் கார்ல் பீட்டர்சன்[4]."

"நீங்கள் என்ன உளறிக் கொண்டிருக்கிறீர்கள்?" என்று டிம்சர்ச் எரிந்து விழுந்தார்.

"ஆகா! உங்களுக்குச் செவ்விலக்கியங்களில் பரிச்சயம் இல்லை என்பது புலனாகிறது. வருத்தத்திற்குரிய விஷயம்," என்றான் டாமி.

"ஏய், மடையனே! நான் சொல்கின்றபடி நடந்து கொள்ளப் போகிறாயா அல்லது அந்தச் சித்திரவதைப் பெட்டியைத் திறக்கும்படி காகின்ஸிடம் சொல்லவா?"

"ஆத்திரம் அடையாதீர்கள். நீங்கள் சொல்கின்றபடி நான் கண்டிப்பாகச் செய்வேன் - அது என்ன என்று நீங்கள் சொல்லிய பிறகு! கை, கால்கள் கட்டப்பட்ட நிலையில் இப்படிச் சுருண்டு கிடக்க எனக்கு மட்டும் பிடித்திருக்கிறதா என்ன? காயப்படுவது எனக்குப் பிடிக்காது."

டிம்சர்ச் அவனை இகழ்ச்சியுடன் பார்த்தார்.

"அடக் கடவுளே! இந்த ஆங்கிலேயர்கள் என்ன இவ்வளவு கோழைகளாக இருக்கின்றனர்?"

"இது கோழைத்தனம் அல்ல! இது பொதுப்புத்தி. எதார்த்தத்தை உணர்தல். கந்தக அமிலத்தை ஓர் ஓரமாக

3 எச்.சி. மெக்நீல் என்ற நூலாசிரியரின் கதாநாயகன்.

4 அதே எச்.சி. மெக்நீல் கதைகளின் வில்லன்.

எடுத்து வைத்துவிடுங்கள். நாம் பேசித் தீர்த்துக் கொள்ளலாம்.”

“எனக்கு அந்தக் கடிதம் வேண்டும்.”

“அது என்னிடம் இல்லை என்று நான் ஏற்கனவே கூறிவிட்டேனே.”

“அது எங்களுக்கும் புரிந்துவிட்டது. அது இப்போது யார் வசம் இருக்கும் என்பதும் எங்களுக்குப் புரிந்துவிட்டது. அந்தப் பெண்!”

“நீங்கள் சொல்வது சரியாக இருக்கக்கூடும். உங்களுடைய நண்பர் கார்ல் எங்களை பயமுறுத்திக் கொண்டிருந்தபோது, அவள் அதைத் தன் கைப்பையில் ஒளித்து வைத்திருந்திருக்க வேண்டும்.”

“பரவாயில்லையே! நீ அதை மறுக்காமல் இருக்கிறாய். புத்திசாலித்தனமான காரியம். நீ டப்பென்ஸ் என்று அழைக்கின்ற அந்த பெண்ணுக்கு, அக்கடிதத்தை எடுத்துக் கொண்டு உடனடியாக இங்கே வரும்படி ஒரு குறிப்பு எழுது.”

“என்னால் அதைச் செய்ய முடியாது...” என்று டாமி தொடங்கினான்.

டாமி அந்த வாக்கியத்தை முடிப்பதற்கு முன்பாக டிம்சர்ச் குறுக்கிட்டார்.

“ஓ, அப்படியா? முடியாதா? அதையும் பார்த்துவிடலாம். காகின்ஸ்!”

“இவ்வளவு அவசரப்பட வேண்டாம்,” என்று டாமி கூறினான். “என்னை முழுவதுமாகப் பேசவிடுங்கள். என் கைகளை நீங்கள் அவிழ்த்துவிடாதவரை என்னால் எழுத முடியாது என்றுதான் நான் கூற வந்தேன். என் முழங்கையைக் கொண்டு அல்லது என் மூக்கைக் கொண்டு கடிதம் எழுதுகின்ற விநோதப் பிறவியல்ல நான்.”

“அப்படியானால், கடிதம் எழுத நீ தயாராக இருக்கிறாய், இல்லையா?”

“ஆமாம். இதைத்தானே நான் சொல்லிக் கொண்டிருக்கிறேன். நீங்கள் டப்பென்ஸை எதுவும் செய்ய மாட்டீர்கள் என்று நம்புகிறேன்.”

“எங்களுக்கு அந்தக் கடிதம் மட்டும்தான் வேண்டும்,” என்றார் டிம்சர்ச். ஆனால் அவருடைய முகத்தில் ஓர் இனிமையற்றப் புன்னகை படர்ந்தது.

டிம்சர்ச் தலையாட்டியதும், அந்த முரடன் காகின்ஸ், டாமியின் முன் குனிந்து அவனுடைய கைக்கட்டுகளையும் கால்கட்டுகளையும் அவிழ்த்தான். டாமி தன் கைகளை முன்னும் பின்னும் ஆட்டினான்.

“இப்போது பரவாயில்லை,” என்று டாமி உற்சாகமாகக்

கூறினான். "காகின்ஸ், என் பேனாவை எடுத்துத் தருகிறீர்களா? அது என் மேசையின்மீது இருக்கிறது என்று நினைக்கிறேன்."

காகின்ஸ் முனகிக் கொண்டே சென்று ஒரு பேனாவையும் ஒரு காகிதத்தையும் எடுத்து அவனிடம் கொண்டு வந்து கொடுத்தான்.

"அதில் என்ன எழுதுகிறாய் என்பதில் கவனமாக இரு," என்று அச்சுறுத்தும் வகையில் டிம்சர்ச் கூறினார். "அதை நாங்கள் உன்னிடமே விட்டுவிடுகிறோம். ஆனால், இதில் தோல்வி ஏற்பட்டால், சாவுதான். அதுவும், மெதுவான சாவு."

"அப்படியெனில், நான் என்னால் முடிந்த அளவு சிறப்பாகச் செயல்படுகிறேன்," என்றான் டாமி.

அவன் ஒரு சில நிமிடங்கள் யோசித்துவிட்டு, பின்னர் கடகடவென்று எழுதத் துவங்கினான்.

தான் எழுதி முடித்தக் கடிதத்தை அவன் டிம்சர்ச்சிடம் கொடுத்து, "இது போதுமா என்று பாருங்கள்," என்று கூறினான்.

அன்புள்ள டப்பென்ஸ்,

உன்னிடம் இருக்கின்ற அந்த நீல நிறக் கடிதத்தை எடுத்துக் கொண்டு நீ இங்கே உடனடியாக வர முடியுமா?

அதன் புதிரை நாங்கள் இங்கே வைத்து இப்போதே விடுவிக்க விரும்புகிறோம்.

அவசரத்தில் இருக்கின்ற,

ஃபிரான்சிஸ்.

புருவங்களை உயர்த்தியவாறு, "ஃபிரான்சிஸ்? என்று கேட்டார் அந்தப் போலியான காவல் அதிகாரி. "அந்தப் பெயரில்தான் அவள் உன்னை அழைப்பாளா?"

"என் பெயரிடும் சடங்கிற்கு நீங்கள் வரவில்லை என்பதால், அது என்னுடைய உண்மையான பெயரா, இல்லையா என்பதை உங்களால் கண்டுபிடிக்க முடியாது. ஆனால், என்னுடைய பாக்கெட்டிலிருந்து நீங்கள் எடுத்து வைத்துள்ள வெள்ளி சிகரெட் டப்பாவில் பொறிக்கப்பட்டுள்ள பெயர், நான் உண்மையைதான் கூறிக் கொண்டிருக்கிறேன் என்பதை நிரூபிக்கும்."

டிம்சர்ச், மேசைக்கு அருகே சென்று, அதன்மீது இருந்த வெள்ளி சிகரெட் டப்பாவை எடுத்து, அதில் எழுதப்பட்டிருந்த 'ஃபிரான்சிஸுக்கு, டப்பென்ஸிடமிருந்து' என்ற வாசகத்தைப் படித்தார். பின் ஒரு இலேசான புன்னகையுடன் அவர் அதைக்

கீழே வைத்தார்.

"நீங்கள் விவேகத்துடன் நடந்து கொள்வது எனக்கு மகிழ்ச்சியளிக்கிறது," என்று டிம்சர்ச் கூறினார். பின் அவர் காகின்ஸ் பக்கம் திரும்பி, "காகின்ஸ், வாசலில் நிற்கும் வாசிலியிடம் இதைக் கொடு. உடனே அங்கே சென்று அவளைக் கூட்டிவரச் சொல்."

அடுத்த இருபது நிமிடங்கள் மெதுவாகச் சென்றன. அதற்கு அடுத்தப் பத்து நிமிடங்கள் இன்னும் மெதுவாக ஊர்ந்தன. நேரம் ஆக ஆக, அந்த அறையின் குறுக்கும் நெடுக்குமாக நடந்து கொண்டிருந்த டிம்சர்ச்சின் முகம் மேன்மேலும் இருண்டு கொண்டேயிருந்தது. பின் அவர் டாமியை நோக்கி அச்சுறுத்தும் விதமாகத் திரும்பினார்.

"நீ மட்டும் எங்களை முட்டாளாக்கத் திட்டமிட்டிருந்தால்!" என்று அவர் உறுமினார்.

"இப்போது நம்மிடம் மட்டும் ஒரு சீட்டுக்கட்டு இருந்திருந்தால், ஓர் ஆட்டம் போட்டு நேரத்தை எளிதாகக் கடத்தியிருக்கலாம்," என்று டாமி நீட்டி முழக்கிப் பேசினான். "பெண்கள் எப்போதும் பிறரைக் காக்க வைப்பர். இதற்காக, டப்பென்ஸ் இங்கு வருகின்றபோது நீங்கள் அவளிடம் இனிமையற்ற முறையில் நடந்து கொள்ள மாட்டீர்கள் என்று நம்புகிறேன்."

"இல்லை, இல்லை," என்றார் டிம்சர்ச். "நீங்கள் இருவரும் ஒரே இடத்திற்குச் செல்வதற்கு ஏற்பாடு செய்கிறோம்."

'கிழித்தாய், மடையனே,' என்று டாமி தனக்குள் முனகிக் கொண்டான்.

திடீரென்று, வெளி அறையிலிருந்து ஏதோ சத்தம் கேட்டது. டாமி இதுவரை பார்த்திராத ஒருவன் அந்த அறைக்குள் தன் தலையை மட்டும் நுழைத்து, இரஷ்ய மொழியில் எதையோ கூறினான்.

"நல்லது," என்றார் டிம்சர்ச். "அவள் வந்து கொண்டிருக்கிறாள். தனியாக வருகிறாள்."

ஒரு கணத்திற்கு டாமியை இலேசான பதற்றம் தொற்றிக் கொண்டது.

அடுத்த நிமிடம் டப்பென்ஸின் குரல் கேட்டது.

"ஓ, டிம்சர்ச், நீங்கள் இங்கேதான் இருக்கிறீர்களா? நான் அந்தக் கடிதத்தைக் கொண்டு வந்திருக்கிறேன். ஃபிரான்சிஸ் எங்கே?"

அவள் பேசிக் கொண்டே அந்த அறைக்குள் நுழைந்த உடனேயே, வாசிலி அவளுக்குப் பின்புறமாகப் பாய்ந்து அவளுடைய வாயைப் பொத்தினான். டிம்சர்ச் அவளுடைய

கைப்பையைப் பறித்து, அதில் இருந்தவற்றையெல்லாம் தரையில் கொட்டி அவசர அவசரமாகத் தேடினார்.

திடீரென்று அவரிடமிருந்து ஒரு மகிழ்ச்சிக் கூச்சல் வெளிப்பட்டது. அவருடைய கையில், இரஷ்ய அஞ்சல் தலையுடன் இருந்த ஒரு நீல நிறக் கடித உறை இருந்தது. காகின்ஸ் கர்ண கடூரமாகக் கத்தினான்.

அந்த வெற்றிக் களிப்பின் உச்சக் கணத்தில், டப்பென்ஸின் அறைக்குச் செல்கின்ற கதவு சத்தமில்லாமல் திறந்தது. அதற்குள்ளிருந்து மேரியாட்டும் இன்னும் இரண்டு பேரும் துப்பாக்கிகளை நீட்டியபடி வந்தனர். "கைகளைத் தூக்குங்கள்!" என்ற சத்தமான உத்தரவு மேரியாட்டிடமிருந்து வெளிப்பட்டது.

அங்குச் சண்டை எதுவும் நடைபெறவில்லை. அங்கிருந்தவர்கள் சாதகமற்ற நிலையில் இருந்தனர். டிம்சர்ச்சின் துப்பாக்கி மேசைமீது கிடந்தது. மற்ற இருவரிடமும் ஆயுதங்கள் எதுவும் இருக்கவில்லை.

அவர்களில் கடைசி நபருக்குக் கைவிலங்கை மாட்டிவிட்டவாறு, "நல்ல அறுவடை," என்று மேரியாட் கூறினார். "காலப்போக்கில் இன்னும் அதிகமான நபர்களைப் பிடிப்போம் என்று நான் நம்புகிறேன்."

டிம்சர்ச் கோபம் கொப்பளிக்க டப்பென்ஸை வெறித்துப் பார்த்தார்.

"ஏய், குட்டிச்சாத்தானே! நீதானே இவர்களிடம் என்னை மாட்டிவிட்டுள்ளாய்?" என்று அவர் உறுமினார்.

டப்பென்ஸ் சிரித்தாள்.

"எல்லாமே என் செயல் கிடையாது. நீங்கள் *16* என்ற எண்ணை உரையாடலுக்குள் கொண்டு வந்தபோதே நான் சுதாரித்திருக்க வேண்டும். ஆனால், நான் அப்படிச் செய்யவில்லை. ஆனால், டாமியின் கடிதம்தான் எல்லாவற்றையும் முடித்து வைத்தது. நான் மேரியாட்டைத் தொலைபேசியில் அழைத்து, இந்த அலுவலகத்தின் மாற்றுச் சாவியோடு ஆல்பர்ட்டை அவரிடம் அனுப்பி வைத்தேன். இங்கு நான் வெறும் நீல நிறக் கடித உறையோடு மட்டும் வந்தேன். நான் உங்கள் இருவரையும்விட்டுக் கிளம்பியதும், அந்தக் கடிதத்தை மேரியாட்டுக்கு நான் உடனடியாக அனுப்பி வைத்துவிட்டேன்."

அவள் கூறியதில் ஒரு வார்த்தை டிம்சர்ச்சின் கவனத்தைக் கவர்ந்தது.

"டாமியா?" என்று அவர் கேட்டார்.

டாமி எழுந்து அவர்களை நோக்கி வந்தான்.

டாமி டப்பென்ஸின் கைகளைப் பிடித்துக் கொண்டு, "கலக்கிவிட்டாய், ஃபிரான்சிஸ் சகோதரா," என்று கூறினான். பின் அவன் டிம்சர்ச்சின் பக்கம் திரும்பி இவ்வாறு கூறினான்: "நான் ஏற்கனவே உங்களிடம் கூறியிருந்ததுபோல, நீங்கள் செவ்விலக்கியங்களைப் படிக்க வேண்டும்."

நம்புதற்கரிய திருட்டு

அங்கு வந்திருந்தவர்களுக்கு அழகான கேக் பரிமாறப்பட்டுக் கொண்டிருந்தபோது, அதை ஏற்பாடு செய்திருந்த மேஃபீல்டு பிரபு தன் வலப்பக்கம் அமர்ந்திருந்த ஜூலியா காரிங்டன் சீமாட்டியின் பக்கம் இரகசியமாகச் சாய்ந்தார். மிகச் சிறந்த விருந்தோம்பி என்று பெயரெடுத்திருந்த மேஃபீல்டு, தன் நற்பெயரைக் காப்பாற்றிக் கொள்வதற்கு வெகுவாக முயன்றிருந்தார். அவர் திருமணமாகாதவராக இருந்தபோதிலும், அவருடைய வசீகரம் பெண்களை எப்போதும் ஈர்த்தது.

ஜூலியாவுக்கு சுமார் நாற்பது வயது இருக்கும். உயரமாகவும் மாநிறத்திலும் இருந்த அவர், எப்போதும் உற்சாகமாக இருந்தார். அவர் ஒல்லியாக இருந்தபோதிலும், அழகாக இருந்தார். குறிப்பாக, அவருடைய கைகளும் பாதங்களும் மிகவும் வசீகரமாக இருந்தன. ஆனால் அவர் எப்போதும் பதற்றமாகவே இருந்தார்.

அந்த வட்டமான சாப்பாட்டு மேசையில் அவருக்கு நேர் எதிரே, ஜூலியாவின் கணவரான, விமானப் படையைச் சேர்ந்த மார்ஷல் சர் ஜார்ஜ் காரிங்டன் அமர்ந்திருந்தார். அவர் தன் இராணுவ வாழ்க்கையைக் கடற்படையில்தான் துவக்கியிருந்தார். அதனால், அவர் அப்பணியிலிருந்து ஓய்வு பெற்றிருந்தும்கூட, கடற்படையினரின் பேச்சுவழக்கு அவருக்குள்ளிருந்து அவ்வப்போது எட்டிப் பார்த்தது. அவர், மேஃபீல்டுக்கு இடப்பக்கமாக அமர்ந்திருந்த திருமதி வான்டர்லினுடன் சேர்ந்து சிரித்துக் கொண்டும் அவரைச் சீண்டிக் கொண்டும் இருந்தார்.

பொன்னிறத் தலைமுடியைக் கொண்டிருந்த வான்டர்லின் மிகவும் அழகான தோற்றமுடையவராக இருந்தார்.

அவருடைய பேச்சு அமெரிக்க உச்சரிப்புடன் இருந்தாலும், இனிமையானதாக இருந்தது.

ஜார்ஜுக்கு மறுபுறம், பாராளுமன்ற உறுப்பினரான திருமதி மக்காட்டா அமர்ந்திருந்தார். வீட்டு வசதி, கைக்குழந்தைகள் நலன் போன்ற விஷயங்களில் அவர் ஒரு வல்லுநர். வாக்கியங்களைப் பேசுவதற்குப் பதிலாக அவர் அவற்றைக் குரைத்து வெளியே தள்ளினார். பொதுவாக, அவர் பழகுவதற்குக் கடினமானவராக இருந்தார். ஜார்ஜ், மக்காட்டாவின் பக்கம் திரும்பாமல் வான்டர்லினுடன் அரட்டையடித்துக் கொண்டிருந்ததில் வியப்பில்லை.

அதனால் வேறு வழியில்லாமல், மக்காட்டா, தனக்கு அருகேயிருந்த ரெஜ்ஜி காரிங்டனுடன் பேசலானார்.

இருபத்தொரு வயதான ரெஜ்ஜிக்கு, வீட்டு வசதி, கைக்குழந்தைகள் நலன் போன்றவற்றில் துளிகூட ஆர்வம் இருக்கவில்லை. இன்னும் சொல்லப் போனால், அவனுக்கு அரசியலிலேயே ஆர்வம் கிடையாது. மேஃபீல்டின் தனிப்பட்ட உதவியாளரான கார்லைல், ரெஜ்ஜிக்கும் அவனுடைய அம்மாவுக்கும் இடையே அமர்ந்திருந்தார். அறிவார்ந்தவராக இருந்த கார்லைல், மிகக் குறைவாகவே பேசினார். ஆனால், தேவையெனில், அனைத்து வகை உரையாடல்களிலும் கலந்து கொள்வதற்கான திறன் அவருக்கு இருந்தது. ரெஜ்ஜி மக்காட்டாவின் உரையாடலுக்குள் மாட்டிக் கொண்டு திணறியதைக் கண்ட கார்லைல், மக்காட்டாவிடம், 'குழந்தைகளுக்கான உடற்பயிற்சி' குறித்து ஒரு கேள்வியைக் கேட்டு அவரைத் திசை திருப்பினார்.

மேஃபீல்டின் தலைமைச் சமையற்காரரும் அவருடைய இரண்டு உதவியாளர்களும் அந்த உணவு மேசையைச் சுற்றிப் பம்பரமாகச் சுழன்று கொண்டிருந்தனர். தன் தலைமைச் சமையற்காரருக்கு மேஃபீல்டு ஒரு கொழுத்தச் சம்பளம் வழங்கிக் கொண்டிருந்தார்.

உணவு மேசை வட்டவடிவமாக இருந்தபோதிலும், அந்த விருந்தை வழங்கிக் கொண்டிருந்தவர் யார் என்பதைத் தெரிவிக்கின்ற விதத்தில் மேஃபீல்டு அதில் நடுநாயகமாக உட்கார்ந்திருந்தார். அவர் ஒரு வாட்டசாட்டமான உருவத்தையும், அடர்த்தியான வெள்ளித் தலைமுடியையும் கொண்டிருந்தார். அவருடைய மூக்கு பெரிதாகவும் நேராகவும் இருந்தது. கேலிச் சித்திரங்கள் வரைவதற்கு ஏற்றதொரு முகமாக அது இருந்தது. சர் சார்லஸ் மெக்லாஃப்லினைப்போலவே, மேஃபீல்டும், அரசியல் வாழ்க்கை ஒரு புறம் இருந்தாலும், தொழில்வாழ்க்கையையும் ஒரு புறம் வெற்றிகரமாக நடத்திக்

கொண்டிருந்தார். அவர் ஒரு பெரிய பொறியியல் நிறுவனத்தை நடத்திக் கொண்டிருந்தார். அவரே ஒரு தலைசிறந்த பொறியாளரும்கூட. ஓராண்டுக்கு முன்னர்தான், ‘பிரபு’ பட்டம் அவருக்கு வழங்கப்பட்டிருந்தது. அதோடு, புதிதாக உருவாக்கப்பட்டிருந்த தளவாடத் துறையின் அமைச்சராகவும் அவர் நியமிக்கப்பட்டிருந்தார்.

அந்த விருந்தின் முடிவில் எல்லோருக்கும் இனிப்பு வழங்கப்பட்டது. மீண்டும் ஒரு சுற்று ஒயின் வழங்கப்பட்டது. வான்டர்லினின் கண்சாடையைப் பார்த்துவிட்டு ஜூலியா எழுந்தார். அங்கிருந்த மூன்று பெண்களும் அந்த அறையைவிட்டு வெளியேறினர்.

இப்போது ஆண்கள் மட்டுமே இருந்த அந்த அறையில் மீண்டும் ஒரு முறை ஒயின் பரிமாறப்பட்டது. அவர்கள் பல விஷயங்களைப் பற்றிப் பேசினர். பின்னர் ஜார்ஜ் இவ்வாறு கூறினார்:

“ரெஜ்ஜி, நீ வேண்டுமானால் வரவேற்பறைக்குப் போய் மற்றவர்களுடன் சேர்ந்து கொள்.”

அந்த இளைஞனுக்குப் புரிந்துவிட்டது. அவன் அங்கிருந்து புறப்பட்டான்.

“மேஃபீல்டு பிரபு, எனக்கும் சில வேலைகள் இருக்கின்றன...” என்று கார்லைல் இழுத்தார்.

மேஃபீல்டு அதை அங்கீகரித்துத் தலையசைத்தார். ரெஜ்ஜியும் கார்லைலும் அங்கிருந்து வெளியேறினர். வேலைக்காரர்கள் சிறிது நேரத்திற்கு முன்பே சென்றுவிட்டனர். இரண்டு பெரிய தலைகள் மட்டுமே அங்கிருந்தன.

அவர்களுடைய பேச்சு, அரசியல், ஐரோப்பா, போர், தொழிற்துறை போன்றவற்றைத் தொட்டது.

திடீரென்று ஜார்ஜ் பேச்சை மாற்றினார்.

“திருமதி வான்டர்லின் ஒரு வசீகரமான பெண்மணி.”

“அவர் எதற்காக இங்கு வந்திருக்கிறார் என்று நீங்கள் யோசிக்கிறீர்களா?” என்று மேஃபீல்டு கேட்டார்.

ஜார்ஜ் சிறிது குழப்பமடைந்ததுபோலக் காணப்பட்டார்.

“அப்படியெல்லாம் இல்லை.”

“மழுப்பாதீர்கள், ஜார்ஜ்! நான் அவருடைய சமீபத்திய பலியாடா என்று நீங்கள் யோசித்துக் கொண்டிருக்கிறீர்கள், அப்படித்தானே?”

“ஒரு விதத்தில் உண்மைதான். குறிப்பாக, இந்த வார இறுதியில் அவர் இங்கு வந்துள்ளது எனக்கு விநோதமாகத் தோன்றுகிறது.”

மேஃபீல்டு தலையை அசைத்தார். பின், “இரையைச்

சுற்றித்தானே வல்லூறுகள் வட்டமிடும். இங்கு ஒரு நல்ல இரை இருக்கிறது. வான்டர்லின் தலையாய பருந்து!" என்று அவர் கூறினார்.

ஜார்ஜ் திடீரென்று இவ்வாறு கேட்டார்:

"உங்களுக்கு இந்த வான்டர்லின் பெண்மணியைப் பற்றி ஏதாவது தெரியுமா?"

மேஃபீல்ட் மெதுவாகத் தன் சுருட்டைப் பற்ற வைத்துவிட்டு, ஆழமாக யோசித்துவிட்டுப் பேசினார்:

"வான்டர்லினைப் பற்றி எனக்கு என்ன தெரியும்? அவர் ஓர் அமெரிக்கர் என்பது எனக்குத் தெரியும். அவருக்கு மூன்று கணவன்மார்கள் இருந்தனர் என்பது எனக்குத் தெரியும். ஒருவர் இத்தாலியர், இன்னொருவர் ஜெர்மானியர், மூன்றாமவர் இரஷ்யர். அந்தத் திருமணங்களின் விளைவாக, அவர் அம்மூன்று நாடுகளிலும் தொடர்பு வட்டங்களை ஏற்படுத்தியுள்ளார். அவர் விலையுயர்ந்த ஆடைகளை அணிகிறார், ஆடம்பரமான வாழ்க்கையை வாழ்ந்து கொண்டிருக்கிறார் என்பது எனக்குத் தெரியும். இவற்றுக்கெல்லாம் அவருக்கு எங்கிருந்து பணம் வருகிறது என்பது குறித்து ஒரு நிச்சயமின்மை நிலவுவதும் எனக்குத் தெரியும்."

ஒரு பெரிய புன்னகையுடன் ஜார்ஜ் இவ்வாறு முணுமுணுத்தார்:

"மேஃபீல்டு, உங்களுடைய ஒற்றர்கள் சுறுசுறுப்பாகத்தான் இருக்கிறார்கள்."

மேஃபீல்டு தொடர்ந்து பேசினார். "கிறங்கடிக்கின்ற அழகைக் கொண்டிருக்கின்ற வான்டர்லின், பிறர் பேசுவதைப் பொறுமையாகக் கேட்கின்ற ஒருவரும்கூட. தங்களை சுவாரசியமானவர்களாகக் காட்டிக் கொள்வதற்காக அவரிடம் தேவைக்கு அதிகமாக உளறிக் கொட்டிய பல அதிகாரிகளின் தொழில்வாழ்க்கை அதனால் பாதிக்கப்பட்டுள்ளது. வான்டர்லைனின் பெரும்பான்மையான தொடர்புகள் இராணுவத்தினருடனானவையே. கடந்த குளிர்காலத்தின்போது, எங்களுடைய மிகப் பெரிய தளவாட உற்பத்தி நிறுவனங்களில் ஒன்றின் அருகே அவர் வேட்டையாடிக் கொண்டிருந்தார். அப்போது, தேவையில்லாத நபர்களுடனெல்லாம் அவர் நட்புறவை உருவாக்கினார். அவர் ஒரு குறிப்பிட்ட ஐரோப்பிய நாட்டுக்குப் பயனுள்ள ஒரு நபராக இருந்துள்ளார். அது எந்த அரசாங்கம் என்று நான் வாய்விட்டுச் சொல்லாமல் இருப்பது நல்லது," என்று கூறிய மேஃபீல்டு, தன் சுருட்டால் காற்றில் ஒரு வட்டத்தை வரைந்தார். "ஒருவேளை, ஒன்றுக்கு மேற்பட்ட ஐரோப்பிய

நாடுகளுக்கு அவர் விசுவாசமாக இருக்கக்கூடும்.”

ஜார்ஜ் ஒரு நீண்ட பெருமூச்சுவிட்டார்.

“நீங்கள் என் மனத்திலிருந்து ஒரு பெரும் பாரத்தை இறக்கி வைத்துவிட்டீர்கள்.”

“என்ன ஜார்ஜ், நான் அவருடைய வலையில் விழுந்துவிட்டதாக நீங்கள் நினைத்தீர்களா? இன்னொன்று, அவர் ஒன்றும் ஓர் இளம்பெண் அல்லர். உங்களுடைய இளம் விமானப்படை அதிகாரிகள் அதைக் கண்டுபிடிக்காமல் போகக்கூடும். ஆனால், நான் அப்படியல்லன். எனக்கு ஐம்பத்தாறு வயது ஆகிறது. இன்னும் நான்கு ஆண்டுகளில், ‘கிழவன்’ என்ற பட்டப்பெயர் எனக்குக் கிடைத்துவிடும்.”

“நான் ஒரு முட்டாள்,” என்று ஜார்ஜ் மன்னிப்புக் கேட்கும் ஒரு தொனியில் கூறினார். “இது விநோதமாக இருந்ததால் நான் அப்படி–”

“ஒரு நெருக்கமான, குடும்பரீதியான விருந்தில் அவர் எங்கிருந்து முளைத்தார் என்று நீங்கள் யோசித்திருக்கிறீர்கள். அதிலும் குறிப்பாக, நம்முடைய விமானத்துறையில் நிகழ்ந்துள்ள ஒரு புரட்சிகரமான கண்டுபிடிப்பைப் பற்றி அதிகாரபூர்வமற்ற ஓர் உரையாடலை நாம் நிகழ்த்தவிருக்கும்போது இவர் ஏன் வந்தார் என்று நீங்கள் எண்ணியிருக்கிறீர்கள், சரிதானே?”

அது சரிதான் என்பதுபோல ஜார்ஜ் தலையாட்டினார்.

மேஃபீல்டு புன்னகைத்துக் கொண்டே, “இதுதான் தூண்டில் புழு,” என்று கூறினார்.

“தூண்டில் புழுவா?”

“ஜார்ஜ், அந்தப் பெண் பல நடவடிக்கைகளில் ஈடுபட்டாலும், நமக்கு இதுவரை அதற்கான ஆதாரம் எதுவும் கிடைக்கவில்லை. அவர் மிகவும் கவனமாக இருந்து வந்துள்ளார். அதனால், நாம் அவரைக் கவர்ந்திழுப்பதற்குப் பெரிதாக எதையாவது கொடுக்க முன்வர வேண்டும்.”

“அதாவது, புதிய குண்டுவீசும் விமானத்தின் விபரங்கள் போன்ற பெரிய விஷயம், அப்படித்தானே?”

“ஆமாம். அவர் தன்னை வெளிப்படுத்தத் துணிகின்ற அளவுக்கு அது பெரிதாக இருக்க வேண்டும். அதற்கு அவர் துணிகின்றபோது, அவர் நம்மிடம் மாட்டிக் கொள்வார்.”

ஜார்ஜ் முனகினார்.

“இது ஒரு நல்ல திட்டமாக இருக்கிறது என்பதை நான் ஒப்புக் கொள்கிறேன். ஆனால், அவர் இதற்குத் துணியவில்லை என்றால்?”

“அப்படி நடந்தால், அதைத் துரதிர்ஷ்டம் என்றுதான் அழைக்க வேண்டும்,” என்று மேஃபீல்டு கூறினார். “ஆனால்,

அவர் கண்டிப்பாக இதற்குத் துணிவார் என்று நான் நம்புகிறேன்."

மேஃபீல்டு எழுந்தார்.

"நாம்போய்வரவேற்பறையில் காத்திருக்கின்றபெண்களுடன் சேர்ந்து கொள்ளலாம். 'பிரிட்ஜ்' சீட்டாட்டம் ஆடுவதற்கான வாய்ப்பை உங்கள் மனைவிக்கு நாம் மறுக்கக்கூடாது."

அதைக் கேட்டு ஜார்ஜ் முனகினார்.

"ஜூலியாவுக்கு அளவுக்கதிகமாகச் சீட்டாடப் பிடிக்கும். அந்த விளையாட்டுக்கு அவள் கிட்டத்தட்ட அடிமையாகியிருக்கிறாள். பெரிய தொகைகளைப் பந்தயம் வைத்துச் சீட்டாடுவது அவளுக்குக் கட்டுப்படியாகாது என்று நான் அவளிடம் சொல்லியிருக்கிறேன். ஆனால், அவள் ஒரு பிறவிச் சூதாடி."

ஜார்ஜ் அந்த மேசையைச் சுற்றி வந்து மேஃபீல்டுடன் சேர்ந்து கொண்டார்.

"மேஃபீல்டு, உங்களுடைய திட்டம் வேலை செய்ய வேண்டும் என்று நான் உளமார விரும்புகிறேன்."

* * *

வரவேற்பறையில் உரையாடல்கள் அவ்வளவு சிறப்பாகச் சென்று கொண்டிருக்கவில்லை. பெண்களுக்கு இடையே தனித்து விடப்படுகின்றபோது வான்டர்லின் அனுகூலமற்ற ஒரு நிலையிலேயே இருந்தார். அவருடைய வசீகரமான, அனுதாபத்துடன்கூடிய அணுகுமுறை, ஆண்கள் மத்தியில் சிறப்பாக எடுபட்டபோதிலும், என்ன காரணத்தாலோ அது பெண்கள் மத்தியில் செல்லுபடியாகவில்லை. ஜூலியா சீமாட்டியின் மனப்போக்கு, ஒன்று, மிகச் சிறப்பானதாக இருக்கும் அல்லது படுமோசமானதாக இருக்கும். இன்று அது மோசமாக இருந்தது. அவருக்கு வான்டர்லினைப் பிடிக்கவில்லை. மக்காட்டாவின் பேச்சு அவருக்கு சலிப்பூட்டியது. தன் உணர்வுகளை வெளிப்படையாகக் காட்டிக் கொள்ளவும் அவர் தயங்கவில்லை. உரையாடலில் தொய்வு ஏற்பட்டது. அதை மக்காட்டாதான் காப்பாற்றினார்.

மக்காட்டா, அக்கறையுள்ள, தெளிவான நோக்கத்தைக் கொண்டிருந்த ஒரு பெண்மணி. வான்டர்லினைப் பார்த்தவுடனேயே, அவர் ஓர் ஒட்டுண்ணி என்பதையும், அவர் பயனற்றவர் என்பதையும் மக்காட்டா கண்டுபிடித்துவிட்டார். அடுத்துத் தான் ஏற்பாடு செய்யவிருந்த ஒரு நன்கொடை சேகரிப்பு நிகழ்ச்சி குறித்து ஜூலியாவை ஆர்வம் கொள்ள

வைக்க அவர் முயன்றார். அதற்கு ஜூலியா பட்டும் படாமலும் பதிலளித்துவிட்டு, ஒன்றிரண்டு கொட்டாவிகளை விட்டுவிட்டு, தன் சொந்த யோசனைகளுக்குள்ளும் கவலைகளுக்குள்ளும் மூழ்கிவிட்டார். 'மேஃபீல்டும் ஜார்ஜும் ஏன் இன்னும் வரவில்லை? இந்த ஆண்களைக் கையாள்வது களைப்பேற்படுத்தும் செயலாக இருக்கிறதே!'

இறுதியில் அந்த மூன்று பெண்களும் மௌனமாக அமர்ந்திருந்தபோது, மேஃபீல்டும் ஜார்ஜும் அங்கு வந்து சேர்ந்தனர்.

மேஃபீல்டு இவ்வாறு நினைத்துக் கொண்டார்:

'ஏனோ இன்று ஜூலியா சுரத்தில்லாமல் காணப்படுகிறார். அவர் அதிகப் பதற்றத்தோடும் கவலையோடும் இருக்கிறார்.'

பிறகு அவர் ஓர் உரத்தக் குரலில், "ஒரு சீட்டாட்டம் போடலாமா?" என்று கேட்டார்.

உடனே ஜூலியாவின் முகம் பிரகாசமடைந்தது.

அக்கணத்தில் ரெஜ்ஜி அந்த அறைக்குள் நுழைந்தான். ஜூலியா, வான்டர்லின், ஜார்ஜ், ரெஜ்ஜி ஆகிய நால்வரும் சீட்டு மேசையில் விளையாட அமர்ந்தனர். மேஃபீல்டு மக்காட்டாவுடன் அரட்டையடிக்க உட்கார்ந்தார்.

இரண்டு சுற்று ஆட்டம் முடிவடைந்திருந்தபோது, ஜார்ஜ் சுவர்க்கடிகாரத்தைப் பார்த்தார்.

"இன்னோர் ஆட்டத்திற்கு நேரம் இருக்காதுபோலத் தோன்றுகிறது," என்றார் அவர்.

அதைக் கேட்டு அவருடைய மனைவி எரிச்சலுடன் அவரைப் பார்த்தார்.

"மணி பத்தே முக்கால்தான் ஆகிறது. விரைவாக ஓர் ஆட்டம் போட்டுவிடலாம்."

"சீட்டாட்டம் என்றைக்கு விரைவில் முடிந்திருக்கிறது?" என்று நல்லவிதமாகச் சொன்ன ஜார்ஜ், "எனக்கும் மேஃபீல்டுக்கும் ஒரு சின்ன வேலை இருக்கிறது," என்றார்.

திருமதி வான்டர்லின் முணுமுணுத்தார்:

"எப்போதும் வேலை வேலை என்று அலைந்து கொண்டிருந்தால், எப்போதுதான் நீங்கள் ஓய்வெடுப்பீர்கள்?"

"வாரத்திற்கு நாற்பத்தெட்டு மணி நேரம் என்ற ஏற்பாடு எங்களுக்குப் போதாது," என்றார் ஜார்ஜ்.

திருமதி வான்டர்லின் முணுமுணுத்தார்:

"நான் ஒரு சாதாரணமான அமெரிக்கப் பெண்மணி என்பது குறித்து நான் அவமானமாக உணர்கிறேன். ஆனால், ஒரு நாட்டின் தலைவிதியையே நிர்ணயிக்கின்ற ஆற்றல்வாய்ந்த மனிதர்களைச் சந்திக்கின்றபோது, நான் மிகவும் துடிப்பாக

உணர்கிறேன். ஜார்ஜ், நான் சொல்வது உங்களுக்கு நாகரிகமற்றதாகத் தோன்றக்கூடும்."

"என்னால் உங்களை ஒரு 'சாதாரணமான பெண்மணியாகவோ' அல்லது 'நாகரிகமற்றவராகவோ' ஒருபோதும் எண்ண முடியாது," என்றார் ஜார்ஜ்.

அவர் புன்னகை ததும்பும் கண்களோடு வான்டர்லினைப் பார்த்தார். அவருடைய குரலில் இழையோடிய எள்ளலை வான்டர்லின் கவனிக்கத் தவறவில்லை. வான்டர்லின் ரெஜ்ஜியின் பக்கம் திரும்பி, அவனிடம் இவ்வாறு கூறினார்:

"சீட்டாட்டத்தில் நீ ஒரு நல்ல பங்காளி. நம்மால் இதைத் தொடர முடியாமல் போனது துரதிர்ஷ்டம்தான்."

அதைக் கேட்டு வெட்கமும், அதே நேரத்தில், திருப்தியும் அடைந்த ரெஜ்ஜி இவ்வாறு முணுமுணுத்தான்:

"எனக்கு அதிர்ஷ்டவசமாக நல்ல சீட்டுகள் வந்தன."

"அப்படியெல்லாம் இல்லை. நீ உண்மையிலேயே சிறப்பாகத்தான் ஆடினாய்."

ஜூலியா திடீரென்று அங்கிருந்து எழுந்தார்.

'இவள் விஷயங்களை நன்றாகக் குழைக்கிறாள்,' என்று ஜூலியா வெறுப்புடன் நினைத்துக் கொண்டார்.

பின் ஜூலியாவின் பார்வை தன் மகன்மீது விழுந்தபோது அது மென்மையடைந்தது. 'இவன் எல்லாவற்றையும் அப்படியே நம்பிவிடுகிறான். இவன் எவ்வளவு தூரம் அறியாமையில் உழன்று கொண்டிருக்கிறான்! இவன் இயல்பாகவே இனிமையானவன். ஆனால் ஜார்ஜ் அவனைச் சுத்தமாகப் புரிந்து கொள்ளவேயில்லை. எடைபோடுவதில் ஆண்கள் கண்டிப்புடன் இருக்கின்றனர். ஒரு காலத்தில் தாங்களும் இளைஞர்களாக இருந்தவர்கள்தாம் என்பதை அவர்கள் மறந்துவிடுகின்றனர். ரெஜ்ஜி விஷயத்தில் ஜார்ஜ் அளவுக்கதிகமாகக் கடுமையாக நடந்து கொள்கிறார்,' என்று ஜூலியா நினைத்தார்.

மக்காட்டா எழுந்தார். பிறகு மற்றவர்களும் எழுந்து கொண்டு, தூங்குவதற்காகத் தத்தம் அறைகளை நோக்கிச் சென்றனர்.

அந்த மூன்று பெண்மணிகளும் அந்த அறையைவிட்டு அகன்றதும், மேஃபீல்டு ஜார்ஜுக்கு ஒரு கோப்பையில் மதுவை ஊற்றிக் கொடுத்துவிட்டுத் தனக்கும் ஒரு கோப்பையில் சிறிதளவு ஊற்றிக் கொண்டார். அக்கணத்தில் கார்லைல் அந்த அறையின் வாசலில் தோன்றினார்.

"கார்லைல், திட்டங்கள், வரைபடங்கள் உட்பட, அந்த ஆவணங்களையும் கோப்புகளையும் வெளியே

எடுத்து வையுங்கள். நானும் ஜார்ஜும் சிறிது நேரத்தில் வந்துவிடுகிறோம்," என்று கார்லைலிடம் கூறிய மேஃபீல்டு, ஜார்ஜின் பக்கம் திரும்பி, "வெளியே மழை நின்றுவிட்டது, நாம் சிறிது நேரம் வெளியே நடந்துவிட்டு வரலாம்," என்று கூறினார்.

கார்லைல் அந்த அறையிலிருந்து வெளியேறிக் கொண்டிருந்தபோது, அவர் கிட்டத்தட்ட வான்டர்லின்மீது மோதவிருந்தார்.

வான்டர்லின் அவர்களை நோக்கி வந்து கொண்டிருந்தார்.

"என் புத்தகம். சாப்பிடுவதற்கு முன்பு நான் அதைப் படித்துக் கொண்டிருந்தேன்," என்று அவர் கூறினார்.

ரெஜ்ஜி துள்ளிக் குதித்து முன்னால் ஓடி வந்தான். அவனுடைய கையில் ஒரு புத்தகம் இருந்தது.

"இதுவா என்று பாருங்கள். இது சோபாவில் கிடந்தது."

"ஆமாம், இதுதான். மிக்க நன்றி."

அவர் புன்னகைத்துவிட்டு, மீண்டும் விடைபெற்றுக் கொண்டு அந்த அறையைவிட்டு அகன்றார்.

ரெஜ்ஜி ஒரு துப்பறியும் நாவலைக் கையில் எடுத்துக் கொண்டு அங்கிருந்து நகர்ந்தான்.

மேஃபீல்டும் ஜார்ஜும் அந்த அறையின் பின்புறமாக இருந்த ஒரு கதவைத் திறந்து கொண்டு முற்றத்தை அடைந்தனர்.

அது ஓர் அழகான இரவு. வானம் தெளிவாக இருந்தது. நட்சத்திரங்கள் இறைந்து கிடந்தன.

ஜார்ஜ் வெளியேயிருந்த சுத்தமான காற்றை ஆழமாக உள்ளே இழுத்தார்.

"ஆனாலும் அந்தப் பெண்மணி அநியாயத்திற்கு வாசனைத் திரவியங்களைப் பயன்படுத்துகிறார்!" என்று அவர் முறையிட்டார்.

மேஃபீல்டு அதைக் கேட்டு நகைத்தார்.

"ஆனால், அது ஒரு மலிவான திரவியம் அல்ல. சந்தையிலுள்ள மிகவும் விலையுயர்ந்த வாசனைத் திரவியங்களில் அதுவும் ஒன்று."

ஜார்ஜ் அதைக் கேட்டு முகம் சுளித்தார்.

"அதற்காக ஒருவர் நன்றி பாராட்ட வேண்டுமா?"

"ஆமாம். ஏனெனில், மலிவான வாசனைத் திரவியங்களில் குளித்தெழுந்து வருகின்ற ஒரு பெண்மணி, மனிதகுலத்தின் சாபம்."

ஜார்ஜ் வானத்தை நிமிர்ந்து பார்த்தார்.

"வானம் இவ்வளவு தெளிவாக இருப்பது அதிசயமாகத்தான் இருக்கிறது. நாம் சாப்பிட்டுக் கொண்டிருந்தபோது, மழை

வெளுத்து வாங்கிக் கொண்டிருந்தது."

அவர்கள் இருவரும் அந்த முற்றத்தில் மெதுவாக நடைபோட்டனர்.

அந்த வீட்டின் நீளத்திற்கு அந்த முற்றம் நீண்டிருந்தது. அதையொட்டியிருந்த புல்வெளி மெதுவாகச் சரிந்து கொண்டே சென்று ஓர் அடர்காட்டில் முடிவடைந்தது. அக்காட்சி அற்புதமாக இருந்தது.

ஜார்ஜ் ஒரு சுருட்டைப் பற்ற வைத்தார்.

"அந்த உலோகம்–" என்று அவர் துவக்கினார்.

அவர்களுடைய உரையாடல் தொழில்நுட்பத்தைச் சுற்றிப் படர்ந்தது.

அவர்கள் ஐந்தாவது தடவையாக அந்த முற்றத்தின் முழு நீளத்திற்கு நடந்து முடித்தப் பிறகு, மேஃபீல்டு ஒரு பெருமூச்சுடன் இவ்வாறு கூறினார்:

"சரி, நாம் நம் வேலையைத் தொடங்கலாம்."

"ஆமாம், நாம் செய்து முடிக்க வேண்டிய வேலைகள் இருக்கின்றன," என்று ஜார்ஜ் அதை ஆமோதித்தார்.

அவர்கள் வீட்டுக்குள் நுழைவதற்காகத் திரும்பியபோது, மேஃபீல்டு திடீரென்று வியப்பில் கத்தினார்:

"ஹலோ, அதைப் பாருங்கள்!"

"எதைப் பார்க்கச் சொல்கிறீர்கள்?" என்று ஜார்ஜ் கேட்டார்.

"என்னுடைய படிப்பறை வாசலிலிருந்து யாரோ ஒருவன் முற்றத்திற்குள் நழுவியதுபோல எனக்குத் தெரிந்தது."

"என்ன உளறுகிறீர்கள்? எனக்கு எதுவும் தெரியவில்லை."

"நான் பார்த்தேன். அல்லது பார்த்ததுபோலத் தோன்றியது."

"நான் இந்த முற்றத்தில் நேராகத்தான் பார்த்துக் கொண்டிருந்தேன். எனக்கு எதுவும் தென்படவில்லை. என் பார்வையிலிருந்து எதுவும் தப்பாது. தினசரிகளைப் படிக்கும்போது, சற்றுத் தள்ளி வைத்துப் படிக்க வேண்டியிருக்கும். மற்றபடி என் பார்வையில் பிரச்சனை எதுவும் கிடையாது."

மேஃபீல்டு அதைக் கேட்டு மென்மையாகச் சிரித்தார்.

"அந்த விஷயத்தில் நான் உங்களைவிட மேல். என்னால் மூக்குக்கண்ணாடியின்றி தினசரிகளை வாசிக்க முடியும்."

"ஆனால், பாராளுமன்றத்தில் இருக்கின்றபோது எதிர்வரிசையில் இருப்பவர்களைப் பிரித்தறிய முடியாமல் நீங்கள் திணறுவீர்கள். அல்லது நீங்கள் அணிந்துள்ள மூக்குக்கண்ணாடி, பிறரை பயமுறுத்துவதற்கு மட்டுமா?"

அவர்கள் இருவரும் சிரித்துக் கொண்டே மேஃபீல்டின் படிப்பறைக்குள் நுழைந்தனர். முற்றத்திலிருந்து அந்த

அறைக்குள் நுழைவதற்கான கதவு திறந்திருந்தது.

கார்லைல் அங்கிருந்த பாதுகாப்புப் பெட்டகத்திற்கு அருகே ஒரு கோப்பில் சில ஆவணங்களைச் சுறுசுறுப்பாகப் போட்டுக் கொண்டிருந்தார்.

மேஃபீல்டும் ஜாஜூம் உள்ளே நுழைந்தபோது, கார்லைல் அவர்களை நிமிர்ந்து பார்த்தார்.

“கார்லைல், எல்லாம் தயாராக இருக்கிறதா?”

“ஆமாம். அனைத்தையும் நான் உங்கள் மேசைமீது வைத்துள்ளேன்.”

கார்லைல் குறிப்பிட்ட மேசை, உட்கார்ந்து எழுதுவதற்கான ஒன்று. அது அந்த அறையின் சன்னலையொட்டி ஒரு மூலையில் போடப்பட்டிருந்தது. மேஃபீல்டு அதற்கு அருகே சென்று அங்கிருந்த ஆவணங்களை ஒழுங்குபடுத்தினார்.

“இன்றைய இரவு அற்புதமாக இருக்கிறது,” என்று ஜார்ஜ் கூறினார்.

“ஆமாம். இவ்வளவு மழைக்குப் பிறகு வானம் இவ்வளவு தெளிவாகியுள்ளது ஓர் அதிசயம்தான்,” என்று கார்லைல் குறிப்பிட்டார்.

தான் பார்த்துக் கொண்டிருந்த கோப்பை வைத்துவிட்டு, கார்லைல் மேஃபீல்டிடம் இவ்வாறு கேட்டார்:

“இது தவிர எனக்கு வேறு ஏதாவது வேலை இருக்கிறதா?”

“இல்லை. நானே இவற்றை எடுத்து உள்ளே வைத்துவிடுகிறேன். ஒருவேளை எங்களுக்கு அதிக நேரம் ஆகலாம். நீங்கள் போய்க் கொள்ளுங்கள்.”

அதைக் கேட்டக் கார்லைல், அவர்கள் இருவரிடமிருந்தும் விடைபெற்றுக் கொண்டார்.

அவர் அந்த அறையிலிருந்து வெளியேறிக் கொண்டிருந்த தருணத்தில், மேஃபீல்டு அவரிடம் அதிகாரத்துடன் இவ்வாறு கேட்டார்:

“கார்லைல், இருப்பதிலேயே மிக முக்கியமான ஆவணங்களை நீங்கள் மறந்துவிட்டீர்கள்.”

“நீங்கள் என்ன சொல்கிறீர்கள்?”

“குண்டுபோடுகின்ற விமானத்தின் திட்ட வரைபடங்கள், கார்லைல்.”

மேஃபீல்டின் உதவியாளர் திருதிருவென விழித்தார்.

“நான் எடுத்து வைத்துள்ளவற்றில் மேலே இருப்பது அந்த ஆவணங்கள்தாம்.”

“அப்படி எதுவும் இங்கு இல்லை.”

“சற்று முன்புதான் நான் அவற்றை அங்கு வைத்தேன்.”

“சரி, நீங்களே வந்து அவற்றைத் தேடிக் கொடுத்துவிடுங்கள்.”

கார்லைல் வியப்புடன் அந்த மேசைக்கு அருகே வந்து மேஃபீல்டின் பக்கத்தில் நின்றார்.

சற்றுப் பொறுமையிழந்திருந்த மேஃபீல்டு, அங்கிருந்த ஆவணக் குவியலைச் சுட்டிக்காட்டினார். கார்லைல் அக்குவியலில் எவ்வளவு தேடியும் அந்த வரைபடங்கள் கிடைக்கவில்லை. அவருடைய வியப்பு அதிகரித்துக் கொண்டே போனது.

"அவை இங்கு இல்லை என்பது இப்போதாவது உங்களுக்குப் புரிகிறதா?"

கார்லைல் தடுமாற்றத்துடன் பேசினார்:

"என்னால் நம்ப முடியவில்லை. இப்போது – மூன்று நிமிடங்களுக்கு முன்புதான் நான் அவற்றை இங்கு வைத்தேன்."

"ஒருவேளை நீங்கள் அவற்றைப் பாதுகாப்புப் பெட்டகத்திலிருந்து வெளியே எடுக்காமலேயே இருந்திருக்கக்கூடும்," என்று மேஃபீல்டு கூறினார்.

"எனக்கு எதுவும் புரியவில்லை. அந்த வரைபடங்களை நான் இந்த மேசைமீது வைத்தது எனக்கு நன்றாக நினைவிருக்கிறது."

மேஃபீல்டு அவரைத் தாண்டி வேகமாகச் சென்று, திறந்திருந்த அந்தப் பாதுகாப்புப் பெட்டகத்தை அணுகினார். அவர் தேடிக் கொண்டிருந்த வரைபடங்கள் அங்கு இருக்கவில்லை என்பதைக் கண்டுபிடிக்க ஒரு சில நிமிடங்களே போதுமானவையாக இருந்தன.

அந்த மூன்று பேரும் நம்ப முடியாமல் மீண்டும் அந்த மேசைக்கு அருகே வந்து, அங்கிருந்த ஆவணங்களை மீண்டும் அலசினர்.

"அடக் கடவுளே! அவை போய்விட்டன!" என்று மேஃபீல்டு அலறினார்.

"இது சாத்தியமே இல்லை!" என்று கார்லைல் கதறினார்.

"இந்த அறைக்குள் யார் வந்தார்கள்?"

"யாரும் வரவில்லை."

"அந்த வரைபடங்கள் காற்றில் கரைந்து போயிருக்காது. யாரோதான் அவற்றை எடுத்திருக்க வேண்டும். இந்த அறைக்கு வான்டர்லின் வந்தாரா?"

"இல்லை."

"வரவில்லை என்பதை என்னால் உறுதி செய்ய முடியும்," என்று கூறிய ஜார்ஜ், அந்த அறையின் காற்றை ஆழமாக சுவாசித்தார். "அப்படி அவர் இங்கு வந்திருந்தால், அவர் பயன்படுத்துகின்ற வாசனைத் திரவியத்தின் வாசம் இங்கு இருந்திருக்கும்."

"இங்கு யாரும் வரவில்லை," என்று கார்லைல் உறுதியாகக்

கூறினார். "எனக்கு ஒன்றுமே புரியவில்லை."

"கார்லைல், இங்கே பாருங்கள். நாம் இந்த விவகாரத்தின் அடியாழம்வரை சென்றாக வேண்டும். அந்த வரைபடங்கள் பாதுகாப்புப் பெட்டகத்தில் இல்லை என்பது உறுதிதானா?"

"ஆமாம்."

"நீங்கள் உண்மையிலேயே அவற்றைப் பார்த்தீர்களா? அல்லது, மற்ற ஆவணங்களோடு அவையும் இருக்கும் என்று நீங்கள் அனுமானித்துக் கொண்டீர்களா?"

"நான் அனுமானிக்கவில்லை. நான் அவற்றை எடுத்து வந்து இந்த மேசைமீது வைத்தேன்."

"இந்த அறைக்குள் யாரும் வரவில்லை என்று நீங்கள் கூறுகிறீர்கள். நீங்கள் இந்த அறையைவிட்டு வெளியே சென்றீர்களா?"

"இல்லை – ஆமாம்."

"ஓ! இப்போது நமக்கு ஏதோ ஒன்று தென்படுவதுபோலத் தோன்றுகிறது," என்று ஜார்ஜ் அரற்றினார்.

மேஃபீல்டு கண்டிப்புடன் கேட்டார்.

"எதற்காக நீங்கள் இந்த அறையைவிட்டு–?"

அவர் தன் வாக்கியத்தை முடிக்கும் முன்பாகவே கார்லைல் குறுக்கிட்டார். "சாதாரணமாக, முக்கியமான ஆவணங்கள் ஓர் அறையில் வைக்கப்பட்டிருக்கின்றபோது, நான் அந்த அறையைவிட்டு வெளியே போவதைப் பற்றி என் கனவில்கூட நினைக்க மாட்டேன். ஆனால், ஒரு பெண்ணின் அலறல் சத்தம் கேட்டபோது–"

"ஒரு பெண்ணின் அலறல் சத்தமா?" என்று மேஃபீல்டு ஒரு வியப்பான குரலில் கேட்டார்.

"ஆமாம். அது என்னை நிலைகுலைய வைத்துவிட்டது. நான் இந்த ஆவணங்களை மேசையின்மீது அடுக்கி வைத்துக் கொண்டிருந்தபோது அக்குரல் கேட்டது. அதனால் நான் வரவேற்பறையை நோக்கி ஓடினேன்."

"யார் கத்தியது?"

"வான்டர்லினின் பிரெஞ்சு வேலைக்காரி. அவள் மாடிப்படிகளில் பாதியில் நின்று கொண்டிருந்தாள். அவளுடைய முகம் வெளிறிப் போயிருந்தது. அவளுடைய உடல் வெடவெடவென நடுங்கிக் கொண்டிருந்தது. தான் ஒரு பேயைப் பார்த்ததாக அவள் கூறினாள்."

"என்ன, பேயா?"

"ஆமாம். உயரமான ஒரு பெண்மணி வெள்ளை உடையில் சத்தமே இல்லாமல் காற்றில் மிதந்து சென்றாளாம்."

"இது என்னப் பைத்தியக்காரத்தனமான கதை?"

"ஆமாம். இதைத்தான் நானும் அவளிடம் கூறினேன். அதற்குப் பிறகு அவள் தன் செயல் குறித்து அவமானமாக உணர்ந்ததுபோல எனக்குத் தோன்றியது. பின் அவள் படியேறி மேலே சென்றுவிட்டாள். நான் இந்த அறைக்குத் திரும்பிவிட்டேன்."

"எவ்வளவு நேரத்திற்கு முன்பு அது நிகழ்ந்தது?"

"நீங்கள் இந்த அறைக்குள் நுழைவதற்கு ஓரிரு நிமிடங்களுக்கு முன்பு."

"நீங்கள் இந்த அறையிலிருந்து எவ்வளவு நேரம் வெளியே சென்றிருந்தீர்கள்?"

அது குறித்துக் கார்லைல் சிறிது யோசித்தார்.

"இரண்டு நிமிடங்கள். மிஞ்சிப் போனால், மூன்று நிமிடங்கள்."

"அது போதுமான நேரம்தான்," என்று மேஃபீல்டு முணுமுணுத்தார். திடீரென்று அவர் ஜார்ஜின் கையை இறுக்கமாகப் பற்றினார்.

"ஜார்ஜ், முன்பு இந்த அறையின் வாசலிலிருந்து யாரோ வெளியேறியதை நான் பார்த்ததாகச் சொன்னேன், இல்லையா? கார்லைல் இந்த அறையைவிட்டுச் சென்ற உடனேயே அவன் இங்கே வந்து அந்த வரைபடங்களை எடுத்துச் சென்றிருக்கிறான்."

"என்னவொரு திருட்டு வேலை!" என்று ஜார்ஜ் கூறினார்.

பின் அவர் மேஃபீல்டின் கையைப் பிடித்திழுத்து, "இது ஒரு பெரும் பிரச்சனை. இது குறித்து நாம் என்ன செய்யப் போகிறோம்?" என்று கேட்டார்.

* * *

"மேஃபீல்டு, இதை முயற்சி செய்தாவது பாருங்கள்," என்று ஜார்ஜ் கூறினார்.

இது அரை மணிநேரம் கழித்து நடந்த உரையாடல். அவர்கள் இருவரும் மேஃபீல்டின் படிப்பறையில் அமர்ந்திருந்தனர். ஒரு குறிப்பிட்ட வழியைப் பின்பற்றுமாறு ஜார்ஜ் நீண்ட நேரமாக மேஃபீல்டை நச்சரித்துக் கொண்டிருந்தார்.

முதலில் அது குறித்து அசைந்து கொடுக்காமலிருந்த மேஃபீல்டு, படிப்படியாக இறங்கி வந்து கொண்டிருந்தார்.

"இதற்குப் போய் நீங்கள் ஏன் இவ்வளவு யோசிக்கிறீர்கள்?" என்று ஜார்ஜ் கேட்டார்.

"எதற்காக ஓர் அந்நியரை உள்ளே கொண்டு வர வேண்டும்? அவரைப் பற்றி நமக்கு எதுவும் தெரியாது," என்று மேஃபீல்டு

கூறினார்.

"எனக்கு அவரைப் பற்றி நன்றாகவே தெரியும். அவர் அற்புதமானவர்."

"உம்."

"இங்கு நமக்கு இரகசியம் காக்கப்பட்டாக வேண்டும். இது வெளியே கசிந்தால்—"

" 'வெளியே கசியும்போது' என்று கூற வருகிறீர்களா?"

"வெளியே தெரியாமலேயே இதைச் செய்துவிட முடியும். இந்த ஹெர்கியூல் புவாரோ—"

"அவர் இங்கு வருவார். ஒரு மந்திரவாதி தன் தொப்பியிலிருந்து ஒரு முயலை வெளியே எடுப்பதுபோல, காணாமல் போன நம்முடைய வரைபடங்களை அவர் எடுத்துக் கொடுப்பார். அப்படித்தானே?"

"அவர் உண்மையை வெளிக் கொண்டு வருவார். நமக்கு உண்மைதானே தேவை? இதற்கான அனைத்துப் பொறுப்புகளையும் நானே எடுத்துக் கொள்கிறேன்."

இறுதியில் மேஃபீல்டு மெதுவாக இவ்வாறு கூறினார்:

"சரி, உங்கள் விருப்பத்திற்கே விட்டுவிடுகிறேன். ஆனாலும் எனக்கு நம்பிக்கையில்லை."

ஜார்ஜ் தொலைபேசியைக் கையிலெடுத்தார்.

"நான் அவரை அழைக்கப் போகிறேன் – இப்போதே!"

"இந்த நேரத்தில் அவர் தூங்கிக் கொண்டிருப்பார்."

"தூங்கியிருந்தால் பரவாயில்லை. அவரை எழுப்பிவிடலாம். இந்தப் பெண் இப்படித் தப்பித்துச் செல்வதற்கு நீங்கள் அனுமதிக்கக்கூடாது."

"வான்டர்லினைச் சொல்கிறீர்களா?"

"ஆமாம். அவருக்கு இதில் தொடர்பு இருக்கிறது என்று நீங்கள் நம்புகிறீர்கள், இல்லையா?"

"நம்புகிறேன். அவர் நம்மைவிடப் புத்திசாலித்தனமாகச் செயல்பட்டிருக்கிறார் என்பதை ஒப்புக் கொள்வது கடினமாகத்தான் இருக்கிறது. இதில் அவர் தொடர்பு கொண்டிருக்கிறார் என்பது நம் இருவருக்கும் தெரிந்திருந்தாலும், அதை நிரூபிக்க முடியாத நிலையில் நாம் இருக்கிறோம்."

"பெண்கள் சாத்தான்கள்," என்று ஜார்ஜ் உணர்ச்சிவசப்பட்டுக் கூறினார்.

"அவர் தன் வேலைக்காரியை அலறுவதுபோல நடிக்க வைத்துக் கார்லைலை வெளியே இழுத்திருக்க வேண்டும். இதற்கிடையே அவருடைய மற்றொரு கூட்டாளி இந்த அறைக்குள் வந்து அந்த வரைபடங்களை எடுத்துச் சென்றிருக்க வேண்டும். ஆனால் இது எதையும் நம்மால் நிரூபிக்க

முடியாதே!"

"புவாரோவால் முடியலாம்."

திடீரென்று மேஃபீல்டு சிரித்தார்.

"ஜார்ஜ், இப்படி ஒரு பிரெஞ்சுக்காரர்மீது - அவர் எவ்வளவுதான் புத்திசாலியாக இருந்தாலும் - நம்பிக்கை வைப்பது எனக்கு வேடிக்கையாக இருக்கிறது."

"அவர் ஒரு பிரெஞ்சுக்காரர் அல்லர். அவர் ஒரு பெல்ஜியக்காரர்."

"சரி. உங்களுடைய பெல்ஜியக்காரரை இங்கு வரவழையுங்கள். அவர் முயற்சி செய்து பார்க்கட்டும். ஆனால், நம்மைவிட அதிகமாக அவர் எதையும் கண்டுபிடித்துவிடுவார் என்று எனக்கு நம்பிக்கையில்லை."

ஜார்ஜ் அதற்கு பதிலேதும் சொல்லாமல் தொலைபேசியை நோக்கித் தன் கையை நீட்டினார்.

* * *

புவாரோ தன் கண்களை மூடித் திறந்தவாறு தனக்கு முன்னால் அமர்ந்திருந்த இருவரையும் மாற்றி மாற்றிப் பார்த்துக் கொண்டிருந்தார். தனக்கு வந்த கொட்டாவியை அவர் நாசூக்காக அடக்கிக் கொண்டார்.

அப்போது மணி அதிகாலை இரண்டரை இருக்கும். அவர் தூக்கத்திலிருந்து எழுப்பப்பட்டு, இருளில் ஒரு பெரிய ரோல்ஸ் ராய்ஸ் காரில் இங்கு அவசரமாக அழைத்து வரப்பட்டிருந்தார். மேஃபீல்டும் ஜார்ஜும் ஒருவர் மாற்றி ஒருவர் சொல்லிக் கொண்டிருந்ததை அவர் இப்போதுதான் கேட்டு முடித்திருந்தார்.

"நாங்கள் அனைத்துத் தகவல்களையும் உங்களிடம் கூறிவிட்டோம்," என்று மேஃபீல்டு கூறினார்.

பிறகு, அவர் பின்னால் சாய்ந்து அமர்ந்து கொண்டு, ஒரு கண்ணில் மட்டும் அணியப்படுகின்ற கண்ணாடி ஒன்றை அணிந்து கொண்டார். அதன் வழியாக, அவருடைய புத்திசாலித்தனமான நீலக் கண்கள் புவாரோவை ஊடுருவிப் பார்த்துக் கொண்டிருந்தன. அதில் ஒரு சந்தேகத்தன்மையும் ஒளிந்து கொண்டிருந்தது. புவாரோ தன் பார்வையை ஜார்ஜை நோக்கித் திருப்பினார்.

ஜார்ஜ் முன்னால் சாய்ந்து உட்கார்ந்து, சிறுவர்களுக்கு இருக்கின்ற ஒருவிதமான நம்பிக்கை கலந்த எதிர்பார்ப்புடன் புவாரோவைப் பார்த்துக் கொண்டிருந்தார்.

புவாரோ மெதுவாக இவ்வாறு கூறினார்:

"அனைத்துத் தகவல்களையும் நீங்கள் கூறிவிட்டீர்கள் என்பது உண்மைதான். வேலைக்காரி கூச்சல் போடுகிறாள்; அதைக் கேட்டு உதவியாளர் அங்கு ஓடிச் செல்கிறார்; பெயர் குறிப்பிடப்படாத ஒரு நபர் இந்த அறைக்குள் நுழைகிறார்; வரைபடங்கள் அந்த மேசையின் மேற்புறத்தில் கிடக்கின்றன; அந்நபர் அவற்றை எடுத்துச் சென்றுவிடுகிறார். இந்தத் தகவல்கள் மிகவும் சௌகரியமாக அமைந்துள்ளன."

புவாரோ அந்தக்கடைசிவரியை உச்சரித்தவிதம்மேஃபீல்டின் கவனத்தைக் கவர்ந்தது. அவர் நிமிர்ந்து உட்கார்ந்தார். அவர் தன்னுடைய ஒற்றைக் கண் கண்ணாடியைக் கழற்றினார். அவருக்குள் ஒரு புது விழிப்புணர்வு புகுந்து கொண்டதுபோலத் தோன்றியது.

"நீங்கள் சொல்வது எனக்குப் புரியவில்லை," என்றார் மேஃபீல்டு.

"இந்த தகவல்கள் எல்லாம் மிகவும் சௌகரியமாக அமைந்துள்ளன என்று சொன்னேன். அதாவது, திருடனுக்கு வசதியாக அமைந்துள்ளன என்ற கண்ணோட்டத்தில் நான் அப்படிக் கூறினேன். ஆமாம், நீங்கள் பார்த்த உருவம் ஓர் ஆண் என்று உங்களால் உறுதியாகக் கூற முடியுமா?"

முடியாது என்று கூறும் விதமாக மேஃபீல்டு தலையாட்டினார்.

"அவ்வளவு உறுதியாக என்னால் சொல்ல முடியாது. அது ஒரு நிழலுருவமாக இருந்தது. இன்னும் சொல்லப் போனால், அப்படி ஓர் உருவத்தை நான் பார்த்தேனா என்றுகூட என்னால் உறுதியாகச் சொல்ல முடியாது."

புவாரோ தன் கவனத்தை ஜார்ஜின் பக்கம் திருப்பினார்.

"ஜார்ஜ், அது ஆணா, பெண்ணா என்று உங்களால் சொல்ல முடியுமா?"

"நான் யாரையும் பார்க்கவில்லை."

புவாரோ யோசனையுடன் தலையாட்டினார். பின் அவர் திடீரென்று துள்ளியெழுந்து அந்த எழுது மேசைக்குச் சென்றார்.

"அந்த வரைபடங்கள் அங்கு இல்லை என்று என்னால் உறுதியாகக் கூற முடியும்," என்று மேஃபீல்டு கூறினார். "நாங்கள் மூவரும் ஒரு டஜன் தடவைக்கு மேல் அவற்றை அலசிப் பார்த்துவிட்டோம்."

"மூவரும்? இதில் உங்களுடைய செயலாளரும் அடக்கமா?"

"ஆமாம். அவர் பெயர் கார்லைல்."

புவாரோ திடீரென்று திரும்பினார்.

"மேஃபீல்டு, நீங்கள் அந்த மேசைக்கு அருகே முதலில்

சென்றபோது எந்த ஆவணம் மேலாக இருந்தது?"

மேஃபீல்டு தன்னுடைய புருவங்களை நெறித்தார். விஷயங்களை நினைவுபடுத்திக் கொள்கின்ற முயற்சி அதில் இருந்தது.

"உம்... அது எங்களுடைய விமானப் படை நிறுத்தப்பட்டுள்ள இடங்கள் குறித்த ஓர் உத்தேசமான குறிப்பாவணம்."

புவாரோ இலாவகமாக ஓர் ஆவணத்தை அந்த மேசையிலிருந்து உருவி எடுத்து அதை மேஃபீல்டிடம் கொண்டு வந்து காட்டினார்.

"இதுதானா என்று பாருங்கள்."

"ஆமாம், இதுதான்."

அடுத்து, புவாரோ அதை ஜார்ஜிடம் கொண்டு வந்து கொடுத்தார்.

"இந்த ஆவணம் அந்த மேசையில் இருந்ததா?"

அதைக் கையில் வாங்கிக் கொண்ட ஜார்ஜ் அதைச் சற்றுத் தள்ளி வைத்துப் பார்த்தார். பின்னர் தன் மூக்குக்கண்ணாடியை அணிந்து கொண்டு அதை நோக்கினார்.

"ஆமாம். நான் அவர்கள் இருவரோடும் சேர்ந்து பார்த்தேன். இதுதான் மேசையின் மேல்பக்கமாக இருந்தது."

புவாரோ யோசனையுடன் தலையாட்டினார். பின்னர் அவர் அந்த ஆவணத்தை மேசையின்மீது வைத்தார். மேஃபீல்டு அவரைச் சிறிது விநோதமாகப் பார்த்தார்.

"வேறு ஏதாவது கேள்விகள் இருக்கின்றனவா–?" என்று மேஃபீல்டு துவக்கினார்.

"ஆமாம், ஒரு கேள்வி இருக்கிறது. கார்லைல்தான் அந்தக் கேள்வி."

அது மேஃபீல்டைச் சிறிது அதிர வைத்தது.

"கார்லைல் சந்தேகத்திற்கு அப்பாற்பட்டவர். கடந்த ஒன்பது ஆண்டுகளாக அவர் என்னுடைய நம்பிக்கைக்குப் பாத்திரமான செயலாளராக என்னுடன் இருந்து வந்துள்ளார். என்னுடைய அனைத்து ஆவணங்களையும் அவரால் எளிதில் அணுக முடியும். எவருக்கும் சந்தேகம் வராதபடி, டிரேசிங் காகிதங்களைக் கொண்டு, அவற்றில் வரையப்பட்டிருப்பதை அவரால் எளிதாகப் பிரதியெடுத்திருக்க முடியும்."

"உங்களுடைய கண்ணோட்டத்தை நான் ஏற்றுக் கொள்கிறேன்," என்று புவாரோ கூறினார். "அவர் குற்றவாளியாக இருந்தால், இப்படிப்பட்ட ஒரு ஏடாகூடமான திருட்டு நாடகத்தை அவர் அரங்கேற்றியிருக்க வேண்டிய தேவை இல்லைதான்."

"அவருக்கு என்னால் உத்தரவாதம் அளிக்க முடியும்,"

என்று மேஃபீல்டு கூறினார்.

"கார்லைல் பிரச்சனைக்குரியவர் அல்லர்," என்று ஜார்ஜ் கூறினார்.

"இந்த வான்டர்லின் எப்படி? அவர் பிரச்சனைக்குரியவரா?" என்று புவாரோ கேட்டார்.

"ஆமாம்," என்று ஜார்ஜ் கூறினார்.

"வான்டர்லினின் நடவடிக்கைகள் குறித்து எந்த சந்தேகமும் இருக்க முடியாது. அவை தொடர்பான கூடுதல் தகவல்களை வெளியுறவுத் துறையிடமிருந்து உங்களால் பெற்றுக் கொள்ள முடியும்," என்று மேஃபீல்டு கூறினார்.

"அந்த வேலைக்காரி? இதில் அவளும் வான்டர்லினுக்கு உடந்தையாக இருந்திருக்கிறாள், அப்படித்தானே?"

"அதில் எந்த சந்தேகமும் இல்லை," என்றார் ஜார்ஜ்.

"அப்படித்தான் ஊகிக்கத் தோன்றுகிறது," என்று மேஃபீல்டு எச்சரிக்கையுடன் கூறினார்.

அங்கு ஓர் இடைவெளி ஏற்பட்டது. புவாரோ பெருமூச்செறிந்தார். பின்னர் ஏதோ யோசனையுடன், அந்த மேசையிலிருந்த சில பொருட்களைத் தன் வலது கரத்தால் அவர் இடம் மாற்றி வைத்தார். பிறகு அவர் இவ்வாறு கூறினார்:

"இந்த ஆவணங்கள் பணத்தைப் பிரதிபலிக்கின்றனவா? அதாவது, களவாடப்பட்ட ஆவணங்கள் பெரும் பண மதிப்பு வாய்ந்தவையா?"

"ஆமாம் – சிலருடைய கைகளைச் சென்றடையும் பட்சத்தில்!"

"எடுத்துக்காட்டாக?"

ஜார்ஜ் இரண்டு ஐரோப்பிய நாடுகளின் பெயர்களைக் கூறினார்.

புவாரோ தலையசைத்தார்.

"இது எல்லோருக்கும் தெரிந்த உண்மை என்று எடுத்துக் கொள்ளலாமா?"

"இது வான்டர்லினுக்குக் கண்டிப்பாகத் தெரிந்த உண்மையாக இருக்கும்."

"எல்லோருக்கும் தெரிந்த உண்மையா இது என்றுதான் நான் கேட்டேன்."

"அப்படித்தான் நான் கருதுகிறேன்."

"ஓரளவு புத்திசாலியாக இருக்கின்ற எவரொருவராலும் இந்த வரைபடங்கள் மதிப்புவாய்ந்தவை என்பதை ஊகிக்க முடியும், இல்லையா?"

"ஆனால்–" என்று மேஃபீல்டு இழுத்தார். அவர் சிறிது

அசௌகரியமாக உணர்ந்தார்.

புவாரோ தன் கையை உயர்த்தி அவருடைய பேச்சை நிறுத்தினார்.

“நான் எல்லா கோணங்களிலிருந்தும் விஷயங்களைப் பார்க்க முயல்கிறேன், அவ்வளவுதான்.”

திடீரென்று அவர் எழுந்து, வெளியே முற்றத்திற்குச் சென்றார். அதன் மறுமுனைக்குச் சென்று, ஒரு டார்ச் லைட்டின் உதவியுடன், கீழேயிருந்த புல்வெளியின் எல்லைப் பகுதியை அவர் ஆராய்ந்தார்.

அந்த இரண்டு நபர்களும் அவரையே பார்த்துக் கொண்டிருந்தனர்.

பின் அவர் உள்ளே வந்து உட்கார்ந்தார்.

“மேஃபீல்டு, உங்களுடைய படிப்பறையிலிருந்து வெளியேறிய நபரை நீங்கள் துரத்திச் செல்லவில்லை, அப்படித்தானே?”

மேஃபீல்டு தன் தோள்களைக் குலுக்கியவாறு இவ்வாறு கூறினார்:

“அவன் தோட்டத்தின் கீழ்ப்பகுதியை அடைந்திருந்தால், அவனால் எளிதாக அங்கிருந்து முக்கியச் சாலைக்குச் சென்றிருக்க முடியும். அங்கு அவனுக்கு ஒரு கார் காத்துக் கொண்டிருந்திருக்கும் பட்சத்தில் அவன் இந்நேரம் வெகுதூரம் சென்றிருக்கக்கூடும்.”

“ஆனால் காவல்துறையினர்–” என்று புவாரோ துவக்கினார்.

ஜார்ஜ் புவாரோவை இடைமறித்துக் கூறினார்:

“புவாரோ, இந்தச் செய்தி வெளியே தெரிந்துவிடக்கூடாது என்பதை நீங்கள் மறந்துவிட்டீர்கள். இந்த வரைபடங்கள் திருடு போயுள்ள விஷயம் வெளியே கசிந்தால், அதனால் எங்களுடைய கட்சிக்கு மிக மோசமான அவப்பெயர் ஏற்படும்.”

“ஆமாம்,” என்றார் புவாரோ. “அரசியலை நாம் கணக்கில் எடுத்துக் கொண்டுதான் ஆக வேண்டும். இதை நாம் இரகசியமாகத்தான் கையாள வேண்டும். அதனால்தான் நீங்கள் காவல்துறைக்குப் போவதற்குப் பதிலாக என்னிடம் வந்துள்ளீர்கள். இது ஒன்றும் சிரமமானதல்ல.”

“இதைக் கண்டுபிடித்துவிடலாம் என்று நீங்கள் நம்புகிறீர்களா?” என்று மேஃபீல்டு நம்ப முடியாமல் கேட்டார்.

புவாரோ தன் தோள்களைக் குலுக்கினார்.

“ஏன் முடியாது? ஒருவர் இதைப் பகுத்தறிவுடன் அலச வேண்டும், அவ்வளவுதான்.”

அவர் சில கணங்கள் மௌனமாக இருந்துவிட்டு இவ்வாறு கூறினார்:

“இப்போது நான் கார்லைலுடன் பேச விரும்புகிறேன்.”

“கண்டிப்பாக,” என்று கூறி மேஃபீல்டு எழுந்தார். “காத்திருக்கும்படி நான் அவரிடம் கூறியிருந்தேன். அவர் இங்கு எங்காவதுதான் இருப்பார்.”

மேஃபீல்டு அந்த அறையைவிட்டு அகன்றார்.

புவாரோ ஜார்ஜைப் பார்த்தார்.

“நீங்கள் முற்றத்தில் பார்த்த உருவம்?”

“புவாரோ, அவனைப் பற்றி என்னிடம் கேட்காதீர்கள். நான் அவனைப் பார்க்கவில்லை. அதனால் அவனை என்னால் விவரிக்க முடியாது.”

புவாரோ முன்பக்கமாகச் சரிந்து உட்கார்ந்தார்.

“நீங்கள் அப்படித்தான் முன்பே கூறினீர்கள். ஆனால், உண்மையில் அது அப்படியில்லை, சரிதானே?”

“நீங்கள் என்ன சொல்கிறீர்கள்?” என்று ஜார்ஜ் கேட்டார்.

“அதை நான் எப்படி விவரிப்பது? உங்களுடைய அவநம்பிக்கை ஆழமானதாக இருக்கிறது.”

ஜார்ஜ் எதையோ கூற வாயெடுத்தார், ஆனால் அப்படியே நிறுத்திக் கொண்டார்.

“நீங்கள் இருவருமே அதே முற்றத்தில்தான் இருந்தீர்கள். ஓர் அறையிலிருந்து முற்றத்திற்கு ஓர் உருவம் வருவதை மேஃபீல்டு பார்க்கிறார். உங்களால் அந்த உருவத்தை ஏன் பார்க்க முடியாமல் போனது?”

ஜார்ஜ் அவரை வெறித்துப் பார்த்தார்.

“நீங்கள் சரியான கேள்வியைத்தான் கேட்டிருக்கிறீர்கள். நான் முதலிலிருந்தே இது குறித்துத்தான் கவலைப்பட்டுக் கொண்டிருந்தேன். எவரும் அந்த அறையிலிருந்து முற்றத்திற்குள் வரவில்லை என்று என்னால் சத்தியம் செய்ய முடியும். மேஃபீல்டு எதையோ கற்பனை செய்திருப்பார் என்று முதலில் நான் நினைத்தேன். ஒரு மரக் கிளையின் நிழல் போன்ற ஏதாவது ஒன்றை அவர் பார்த்திருப்பார் என்று நான் நினைத்தேன். அதற்குப் பிறகு இங்கு உள்ளே நுழைந்து இத்திருட்டைப் பற்றித் தெரிந்து கொண்டவுடன்தான், மேஃபீல்டு பார்த்திருந்தது ஓர் உண்மையான உருவமாக இருக்கலாம் என்று எனக்குத் தோன்றியது. ஆனாலும்–”

புவாரோ புன்னகைத்தார்.

“ஆனாலும் நீங்கள் எதையும் பார்த்திருக்கவில்லை என்று இதயபூர்வமாக நம்புகிறீர்கள், அப்படித்தானே?”

“ஆமாம். நீங்கள் கூறுவது சரிதான்.”

புவாரோவின் புன்னகை பெரிதாயிற்று.

“நீங்கள் புத்திசாலிதான்.”

ஜார்ஜ் திடீரென்று கேட்டார்:

“புல்தரையில் கால்தடங்கள் எதுவுமில்லை, அப்படித்தானே?”

“ஆமாம். மேஃபீல்டு ஏதோ ஓர் உருவத்தைப் பார்த்ததாக நினைக்கிறார். வீட்டிற்குள் வந்தவுடன், ஒரு திருட்டு நடந்திருப்பது தெரிய வருகிறது. அதன் காரணமாக அவருடைய நினைப்பு உண்மையாகிறது. பொதுவாக, புல்தரையில் பதிந்திருக்கின்ற காலடித்தடங்கள் போன்ற விஷயங்கள் குறித்து நான் பெரிதாக அலட்டிக் கொள்வதில்லை. ஆனால், நீங்கள் அந்த உருவத்தைப் பார்க்கவில்லை என்ற எதார்த்தத்தின் காரணமாக அது முக்கியத்துவம் பெறுகிறது. அந்தப் புல்தரையில் உண்மையிலேயே எந்தக் காலடித்தடமும் இல்லை. இன்று மாலை கடுமையாக மழை பெய்துள்ளது. உண்மையிலேயே ஒருவர் முற்றத்திலிருந்து புல்தரைக்கு நடந்து சென்றிருந்தால், அவருடைய காலடித்தடம் கண்டிப்பாகப் பதிந்திருக்கும்.”

ஜார்ஜ் அவரை வெறித்துப் பார்த்தார். “ஆனால், ஆனால்–”

“இது நம்மை வீட்டுக்குள் இருக்கின்ற நபர்களிடம் அழைத்து வருகிறது.”

அந்த அறையின் கதவு திறக்கப்பட்டு மேஃபீல்டும் கார்லைலும் உள்ளே வந்ததும், புவாரோ தன் பேச்சை அப்படியே நிறுத்திக் கொண்டார்.

கார்லைலின் முகம் இப்போதும் வெளுத்துப் போயும் கவலையுடனும் இருந்தாலும், அவர் ஓரளவு நிதானமடைந்திருந்தார். அவர் தன் மூக்குக்கண்ணாடியைச் சரி செய்து கொண்டு, புவாரோவின் முன் அமர்ந்து அவரை ஒரு கேள்விக்குறியுடன் பார்த்தார்.

“அந்த அலறல் சத்தம் கேட்பதற்கு முன்புவரை, நீங்கள் இந்த அறையில் எவ்வளவு நேரம் இருந்தீர்கள்?”

கார்லைல் அது குறித்து யோசித்தார்.

“ஐந்திலிருந்து பத்து நிமிடங்கள்வரை இருக்கும்.”

“அதற்கு முன்புவரை வேறு எந்தவிதமான தொந்தரவும் இருக்கவில்லையா?”

“இல்லை.”

“இன்று நடைபெற்ற விருந்தின் பெரும்பகுதி ஒரு குறிப்பிட்ட அறையில் நடைபெற்றதாக நான் அறிகிறேன்.”

“ஆமாம், வரவேற்பறையில்.”

புவாரோ தன் குறிப்பேட்டை உற்றுப் பார்த்துக் கொண்டார்.

“அங்கு மேஃபீல்டு, ஜார்ஜ், அவருடைய மனைவி, மகன், வான்டர்லின், மக்காட்டா ஆகியோருடன் நீங்களும் இருந்தீர்கள், அப்படித்தானே?”

“நான் வரவேற்பறையில் இருக்கவில்லை. நான் இந்த

அறையில் வேலை பார்த்துக் கொண்டிருந்தேன்."

புவாரோ மேஃபீல்டை ஏறிட்டுப் பார்த்தார்.

"யார் முதலில் படுக்கச் சென்றது?"

"ஜூலியா என்று நினைக்கிறேன். சரியாகச் சொல்ல வேண்டுமென்றால், அந்த மூன்று பெண்களும் ஒன்றாக அந்த அறையைவிட்டுச் சென்றனர்."

"அதற்குப் பிறகு?"

"கார்லைல் உள்ளே நுழைந்தார். ஆவணங்களை எடுத்து வைக்குமாறு நான் அவரிடம் கேட்டுக் கொண்டு, நானும் ஜார்ஜும் சிறிது நேரத்தில் வந்துவிடுவோம் என்று கூறினேன்."

"அப்போதுதான் நீங்கள் முற்றத்தில் நடக்கச் செல்லலாம் என்று முடிவெடுத்தீர்களா?"

"ஆமாம்."

"நீங்கள் உங்களுடைய படிப்பறையில் வேலை பார்க்கவிருந்ததை வான்டர்லினின் காதுபடச் சொன்னீர்களா?"

"ஆமாம். அப்படிச் சொல்லப்பட்டது உண்மைதான்."

"ஆனால், நீங்கள் அந்த ஆவணங்களை எடுத்து வரும்படி கார்லைலிடம் கூறியபோது வான்டர்லின் அந்த அறையில் இருக்கவில்லை, அப்படித்தானே?"

"ஆமாம். அவர் இருக்கவில்லை."

அப்போது கார்லைல் இடையில் புகுந்தார். "ஆவணங்களை எடுத்து வரும்படி நீங்கள் என்னிடம் கூறியவுடன் நான் வெளியே சென்றபோது, நான் வான்டர்லினுடன் கிட்டத்தட்ட மோதியிருந்தேன். அவர் தவறுதலாக அந்த அறையில் விட்டுச் சென்றிருந்த தன்னுடைய புத்தகத்தை எடுப்பதற்காக வந்திருந்தார்."

"மேஃபீல்டு கூறியது வான்டர்லினின் காதுகளில் விழுந்திருக்கலாம் என்று நீங்கள் கருதுகிறீர்களா?" என்று புவாரோ கார்லைலிடம் கேட்டார்.

"ஆமாம். அதற்கான சாத்தியம் இருக்கிறது."

"மேஃபீல்டு, வான்டர்லின் தேடிய புத்தகத்தை நீங்கள் கண்டுபிடித்துக் கொடுத்தீர்களா?" என்று புவாரோ கேட்டார்.

"ரெஜ்ஜி அதை அவரிடம் கொடுத்தான்."

"ஒரு புத்தகத்தைக் காணவில்லை என்று சொல்லிக் கொண்டு ஓர் அறைக்குள் மீண்டும் நுழைவது பழைய உத்தி என்றாலும், அது பலனளிக்கக்கூடியது."

"அது வேண்டுமென்றே செய்யப்பட்டது என்று நீங்கள் நினைக்கிறீர்களா?"

அதற்குப் புவாரோ தன் தோள்களைக் குலுக்கினார்.

"அதற்குப் பிறகு நீங்கள் இருவரும் முற்றத்திற்குச்

சென்றுவிட்டீர்கள். வான்டர்லின் எங்குச் சென்றார்?"

"அவர் தன் புத்தகத்தை வாங்கிக் கொண்டு போய்விட்டார்."

"ரெஜ்ஜி? அவனும் படுக்கச் சென்றுவிட்டானா?"

"ஆமாம்."

"கார்லைல், நீங்கள் இங்கு வருகிறீர்கள். ஐந்து அல்லது பத்து நிமிடங்கள் கழித்து ஓர் அலறல் உங்களுக்குக் கேட்கிறது. சரி. நீங்கள் அந்தக் காட்சியை நடித்துக் காட்டினால் இன்னும் எளிமையாகப் புரியுமே?"

கார்லைல் சிறிது அசௌகரியத்துடன் எழுந்தார்.

"இப்போது நான் அலறுகிறேன்," என்று புவாரோ அவரிடம் கூறினார். புவாரோ தன் வாயைத் திறந்து ஒரு பிளிறலை வெளிவிட்டார். தன் புன்னகையை மறைத்துக் கொள்வதற்காக, மேஃபீல்டு தன் முகத்தை வேறு பக்கம் திருப்பிக் கொண்டார். கார்லைல் மிகவும் அசௌகரியம் அடைந்திருந்ததுபோலத் தெரிந்தார்.

"இப்போது முன்னே செல்லுங்கள். நான் கத்தியது அதற்காகத்தான்," என்று புவாரோ கார்லைலிடம் கூறினார்.

கார்லைல் இறுக்கமாக நடந்து சென்று அந்த அறைக்கு வெளியே இருந்த மாடிப்படிகளின் முன்னால் போய் நின்றார். புவாரோ அவரைப் பின்தொடர்ந்து சென்றார். மற்ற இருவரும் அவரைத் தொடர்ந்து அந்த அறையைவிட்டு வெளியே வந்தனர்.

"நீங்கள் வெளியே ஓடி வந்ததும் இந்த அறையின் கதவைச் சாத்தினீர்களா அல்லது அப்படியே திறந்து வைத்துவிட்டு வந்தீர்களா?"

"எனக்குச் சரியாக நினைவில்லை. கதவைத் திறந்து வைத்துவிட்டுத்தான் வந்ததாக நான் நினைக்கிறேன்."

"பரவாயில்லை. அடுத்து நீங்கள் என்ன செய்தீர்கள்?"

இப்போதும் கார்லைல் ஓர் இறுக்கத்துடன் அந்த மாடிப்படிகளின் கீழே நின்று கொண்டு மேலே பார்த்தார்.

புவாரோ இவ்வாறு கூறினார்:

"அந்த வேலைக்காரி இந்தப் படிகள்மீது நின்று கொண்டிருந்ததாக நீங்கள் கூறினீர்கள். அவள் துல்லியமாக எங்கே நின்று கொண்டிருந்தாள்?"

"கிட்டத்தட்டப் பாதி வழியில்."

"அவள் பயந்து போயிருந்தாளா?"

"ஆமாம்."

"சரி," என்று கூறிவிட்டு, புவாரோ கடகடவென அந்த மாடிப்படிகளில் ஏறிச் சென்று நடுவில் நின்று கொண்டார். "இந்த இடத்திலா?"

“இல்லை. ஓரிரு படிகள் மேலே.”

“இப்படியா?” என்று கூறிய புவாரோ ஒருவிதமாக நின்றார்.

“அப்படியில்லை.”

“பின் எப்படி?”

“அவள் தன் கைகளைத் தன் தலைமீது வைத்திருந்தாள்.”

“தன் கைகளைத் தன் ‘தலைமீது’ வைத்திருந்தாளா? இது சுவாரசியமாக இருக்கிறதே!” புவாரோ தன்னுடைய இரண்டு கைகளையும் தன் தலைமீது தன் காதுகளுக்குச் சற்று மேலே வைத்துக் கொண்டு, “இப்படியா?” என்று கேட்டார்.

“ஆமாம். அப்படித்தான்.”

“ஆகா! அவள் அழகாக இருந்தாள், அப்படித்தானே?”

“அப்படியா? நான் கவனிக்கவில்லை.”

கார்லைலின் குரல் அடக்கி வைக்கப்பட்டதுபோலத் தோன்றியது.

“ஆகா! நீங்கள் கவனிக்கவில்லையா? நீங்கள் ஓர் இளைஞர். பெண்கள் அழகாக இருந்தால் இளைஞர்கள் கவனிப்பார்கள், இல்லையா?”

“இருக்கலாம். ஆனால், நான் கவனிக்கவில்லை என்பதை நான் மீண்டும் வலியுறுத்த விரும்புகிறேன்.”

கார்லைல் தன் எஜமானரை நோக்கி, வேதனை கலந்த ஒரு பார்வையை வீசினார். ஜார்ஜ் இலேசாகச் செருமினார்.

“புவாரோ உங்களைக் களைப்படைய வைப்பதில் குறியாக இருக்கிறார்,” என்று ஜார்ஜ் கூறினார்.

புவாரோ கீழே இறங்கி வந்து கொண்டிருந்தபோது, “ஒரு பெண் அழகாக இருந்தால், நான் அதைக் கவனிக்கத் தவற மாட்டேன்,” என்று கூறினார்.

கால்லைல் அதை மௌனமாக எதிர்கொண்ட விதம் குறிப்பிடத்தக்கதாக இருந்தது. புவாரோ தொடர்ந்து பேசினார்:

“அப்போதுதான் தான் ஒரு பேயைப் பார்த்திருந்ததாக ஒரு கதையை அவள் உங்களிடம் கூறினாள், இல்லையா?”

“ஆமாம்.”

“நீங்கள் அதை நம்பினீர்களா?”

“இல்லை. சுத்தமாக நம்பவில்லை.”

“பேய்கள்மீது உங்களுக்கு நம்பிக்கை உண்டா என்று நான் கேட்கவில்லை. தான் ஏதோ ஒன்றைப் பார்த்ததாக அவள் கூறியதை நீங்கள் நம்பினீர்களா என்றுதான் நான் கேட்டேன்.”

“ஓ, அதுவா? அதைப் பற்றி என்னால் எதுவும் கூற முடியாது. ஆனால் அவளுக்கு மேல்மூச்சு வாங்கிக் கொண்டிருந்தது. அவள் வேதனையில் இருந்தாள்.”

“அப்போது நீங்கள் அவளுடைய எஜமானியம்மாவைப்

பார்க்கவில்லை அல்லது அவருடைய குரலைக் கேட்கவில்லை?"

"சரியாகச் சொல்ல வேண்டுமென்றால், நான் அவரைப் பார்த்தேன். மாடியிலுள்ள தன்னுடைய அறையிலிருந்து அவர் வெளியே ஓடி வந்து, 'லியோனி,' என்று கத்தினார்."

"அதற்குப் பிறகு?"

"அந்தப் பெண் வான்டர்லினை நோக்கி ஓடினாள். நான் படிப்பறைக்கு வந்துவிட்டேன்."

"நீங்கள் மாடிப்படிகளுக்குக்கீழே நின்றுகொண்டிருந்தபோது, நீங்கள் திறந்து வைத்திருந்த கதவின் வழியாக யாராவது படிப்பறைக்குள் நுழைந்திருக்க வாய்ப்பிருக்கிறதா?"

இல்லை என்பதுபோலக் கார்லைல் தலையசைத்தார்.

"என்னைக் கடக்காமல் அந்த அறைக்குள் யாராலும் சென்றிருக்க முடியாது. படிப்பறை அந்தக் கோடியில் இருப்பதை உங்களாலும் பார்க்க முடியும்."

புவாரோ யோசனையுடன் தலையாட்டினார். கார்லைல் ஒரு துல்லியமான, கவனமான குரலில் தொடர்ந்து பேசினார்:

"திருடன் படிப்பறையைவிட்டு வெளியேறியதை மேஃபீல்டு பார்த்துவிட்டிருந்தது நல்லதாகப் போயிற்று. இல்லையெனில், நான் ஓர் இக்கட்டான நிலையில் மாட்டிக் கொண்டிருந்திருப்பேன்."

அப்போது இடையில் புகுந்த மேஃபீல்டு, "அபத்தமாகப் பேசாதீர்கள், கார்லைல்," என்று பொறுமையிழந்த ஒரு குரலில் கூறினார். "எக்காரணம் கொண்டும் நான் உங்கள்மீது சந்தேகப்பட்டிருக்க மாட்டேன்."

"நீங்கள் அப்படிக் கூறுவது உங்களுடைய பெருந்தன்மையைக் காட்டுகிறது. ஆனால், எதார்த்த நிலையை மாற்ற முடியாதுதானே? என்மீது சந்தேகப் பார்வை விழுவதற்கு இங்கு வாய்ப்பிருக்கிறது என்பதை என்னால் உணர முடிகிறது. நீங்கள் என் உடைமைகளையும் என்னையும் சோதனையிட்டுக் கொள்ளலாம்."

"கார்லைல், அபத்தமாகப் பேசாதீர்கள்!" என்று மேஃபீல்டு மீண்டும் கூறினார்.

புவாரோ இவ்வாறு முணுமுணுத்தார்:

"உங்கள் உடைமைகள் சோதனையிடப்படுவதை நீங்கள் நிஜமாகவே விரும்புகிறீர்களா?"

"நிச்சயமாக!" என்று கார்லைல் கூறினார்.

புவாரோ அவரை ஓரிரு நிமிடங்கள் யோசனையுடன் உற்றுப் பார்த்தார். பின்னர், "ஓ, அப்படியா!" என்று கூறினார்.

பின்னர் அவர் கார்லைலிடம் இவ்வாறு கேட்டார்:

"வான்டர்லினின் அறை எங்கிருக்கிறது?"

“அது படிப்பறைக்கு நேர் மேலே மாடியில் இருக்கிறது.”

“அந்த அறையில் இருக்கின்ற சன்னல், முற்றத்தைப் பார்த்தபடி இருக்கிறதா?”

“ஆமாம்.”

புவாரோ மீண்டும் தலையை ஆட்டிவிட்டு இவ்வாறு கூறினார்:

“நாம் இப்போது வரவேற்பறைக்குச் செல்லலாம்.”

அங்குச் சென்ற பிறகு, அவர் அந்த அறையில் அங்குமிங்கும் நடந்தார்; சன்னல்களின் கதவுகளைப் பரிசோதித்தார்; சீட்டுக்கட்டு மேசையின்மீது குறிக்கப்பட்டிருந்த விளையாட்டு மதிப்பெண்களை நோக்கினார். இறுதியாக மேஃபீல்டை நோக்கி அவர் இவ்வாறு கூறினார்:

“இந்த விவகாரம் வெளிப்பார்வைக்குத் தெரிவதைவிட அதிகச் சிக்கலானது. ஆனால் ஒன்று மட்டும் உறுதி. திருடப்பட்ட வரைபடங்கள் இந்த வீட்டைவிட்டு வெளியேறியிருக்கவில்லை.”

மேஃபீல்டு அவரை வெறித்துப் பார்த்தார்.

“ஆனால், படிப்பறையைவிட்டு ஒருவன் வெளியேறியதை நான் பார்த்தேனே!–”

“அப்படி எவனும் கிடையாது.”

“ஆனால், நான் பார்த்தேன்–”

“நான் உங்களை மரியாதைக் குறைவாக நினைப்பதாக நீங்கள் கருதக்கூடாது. நீங்கள் யாரையோ பார்த்திருந்ததாகக் கற்பனை செய்துள்ளீர்கள். ஒரு மரக்கிளையின் நிழல் உங்களை அப்படி நம்ப வைத்திருந்தது. அதற்குப் பிறகு ஒரு திருட்டு நடந்ததால், உங்கள் மனத்தில் தோன்றிய கற்பனைக் காட்சிக்கு அது உண்மை என்ற முத்திரையைக் குத்திவிட்டது.”

“என்னுடைய சொந்தக் கண்களின் சாட்சி–”

ஜார்ஜ் நடுவில் புகுந்து, “மேஃபீல்டு, உங்களுடைய கண்களால் என்னுடைய கண்களுக்கு அருகே நெருங்கக்கூட முடியாது,” என்று கூறினார்.

“இதை நான் சொல்வதற்கு நீங்கள் என்னை அனுமதிக்க வேண்டும். முற்றத்தைக் கடந்து யாரும் புல்வெளிக்குச் செல்லவில்லை என்பது உறுதி,” என்று புவாரோ கூறினார்.

இப்போது மிகவும் வெளுத்துப் போயிருந்த கார்லைல், ஓர் இறுக்கமான குரலில் இவ்வாறு கூறினார்:

“புவாரோ கூறுவது சரியாக இருக்கும்பட்சத்தில், சந்தேகம் தானாகவே என்மீதுதான் திரும்பும்.”

மேஃபீல்டு துள்ளியெழுந்தார்.

“அபத்தம்! புவாரோ என்ன வேண்டுமானாலும் யோசித்துக்

கொள்ளட்டும். நான் அதனோடு உடன்படவில்லை. கார்லைல், நீங்கள் ஒரு நிரபராதி என்று நான் நம்புகிறேன். இன்னும் சொல்லப் போனால், நான் அதற்கு உத்தரவாதமும் அளிப்பேன்."

புவாரோ மெதுவாக முணுமுணுத்தார்:

"நான் கார்லைலைச் சந்தேகிப்பதாக நான் கூறவே இல்லையே!"

"ஆனால், என்னைத் தவிர வேறு எவரும் அதைத் திருடியிருக்க வாய்ப்பில்லை என்பதை நீங்கள் தெளிவாக்கிவிட்டீர்கள்."

"இல்லவே இல்லை! கண்டிப்பாக இல்லை!"

"ஆனால், என்னைக் கடந்து படிப்பறைக்கு எவரும் செல்லவில்லை என்று நான் உங்களிடம் ஏற்கனவே கூறிவிட்டேனே!"

"அது உண்மைதான். ஆனால், படிப்பறையின் சன்னல் வழியாக வேறு யாராவது அந்த அறைக்குள் வந்திருக்கலாம், இல்லையா?"

"ஆனால், அப்படி நடைபெறவில்லை என்று நீங்கள்தானே சற்று முன்பு கூறினீர்கள்?" என்று மேஃபீல்டு கேட்டார்.

"இல்லை. நான் அப்படிக் கூறவில்லை. புல்வெளியில் காலடித்தடத்தைப் பதிக்காமல் அந்த அறைக்கு வெளியேயிருந்து யாராலும் உள்ளே வந்து போயிருக்க முடியாது என்றுதான் நான் கூறினேன். ஆனால், இந்த வீட்டிற்கு உள்ளேயிருந்து அது நடைபெற்றிருக்கலாம். இந்த வீட்டில் உள்ளவர்களில் யாராவது ஒருவர் தங்களுடைய அறையிலிருந்து சன்னல் வழியாக முற்றத்திற்கு வந்து இந்த அறைக்குள் புகுந்து அந்த ஆவணங்களைத் திருடிக் கொண்டு, வந்த வழியே திரும்பிச் சென்றிருக்கலாம்."

கார்லைல் அதற்கு மறுப்புத் தெரிவித்தார்:

"ஆனால், அப்போது மேஃபீல்டும் ஜார்ஜும் முற்றத்தில்தானே இருந்தார்கள்?"

"ஆமாம். அவர்கள் முற்றத்தில்தான் இருந்தார்கள். ஆனால், அவர்கள் நடந்து கொண்டிருந்தனர். ஜார்ஜின் பார்வைக் கூர்மை நம்பத்தக்கதாக இருக்கலாம்," என்று கூறிய புவாரோ, அவரை நோக்கி உடலை வளைத்து வணங்கிவிட்டுத் தன் பேச்சைத் தொடர்ந்தார். "ஆனால் ஜார்ஜுக்குப் பிடரியில் கண்கள் இல்லையே! முற்றத்தை நோக்கியபடி அமைந்திருக்கின்ற படிப்பறையின் வாசல் அந்த முற்றத்தின் இடதுகோடியில் இருக்கிறது. அதற்கு அடுத்து இந்த அறை இருக்கிறது. அதற்குப் பிறகு மேலும் மூன்று, நான்கு அறைகள் இருக்கின்றன. சரிதானே?"

“நான்கு அறைகள்,” என்று மேஃபீல்டு கூறினார்.

“நீங்கள் அந்த முற்றத்தில் எத்தனை முறை நடந்தீர்கள்?”

“ஐந்து அல்லது ஆறு முறை இருக்கும்.”

“இது மிகவும் எளிது. திருடத் திட்டம் போட்டுள்ள நபர், வெறுமனே சரியான தருணத்திற்காகக் காத்திருக்க வேண்டும், அவ்வளவுதான்.”

கார்லைல் மெதுவாக இவ்வாறு கூறினார்:

“நான் அந்தப் பிரெஞ்சுப் பெண்ணுடன் மாடிப்படிகளுக்கு அருகே நின்று கொண்டிருந்தபோது, அந்தத் திருடன் வரவேற்பறையில் ஒளிந்து கொண்டிருந்திருக்க வேண்டும் என்று நீங்கள் கூறுகிறீர்களா?”

“அப்படி நான் நினைக்கிறேன். அது என் நினைப்பு, அவ்வளவுதான்.”

“அது சாத்தியம் என்று எனக்குத் தோன்றவில்லை,” என்று மேஃபீல்டு கூறினார். “அது மிகவும் ஆபத்தானது.”

ஜார்ஜ் முணுமுணுத்தார்:

“மேஃபீல்டு, நான் உங்களோடு உடன்படவில்லை. இது நிச்சயம் சாத்தியம்தான். இதை ஏன் நான் யோசிக்கவில்லை என்று நான் வியக்கிறேன்.”

“இதனால்தான், அந்த வரைபடங்கள் இந்த வீட்டில்தான் இன்னும் இருக்கின்றன என்று நான் கூறுகிறேன். அவற்றைக் கண்டுபிடிப்பதுதான் இப்போது நம் முன்னே உள்ள பிரச்சனை,” என்றார் புவாரோ.

* * *

ஜார்ஜ் செருமினார்.

“அப்படியானால், இது எளிது. எல்லோரையும் சோதித்துவிடலாம்.”

மேஃபீல்டு அதற்கு மறுப்புத் தெரிவிக்க முயன்றார். ஆனால் அதற்குள் புவாரோ முந்திக் கொண்டு பேசினார்.

“இது அவ்வளவு எளிதல்ல. அந்த ஆவணங்களைத் திருடியிருக்கின்ற நபர், இப்படி ஒரு சோதனை நடக்கக்கூடும் என்று ஊகித்து, தன்னிடமோ அல்லது தன் உடைமைகளிடமோ அவை இல்லாதிருப்பதை உறுதி செய்திருப்பார். அதனால், அந்த வரைபடங்கள் ஒரு பொதுவான இடத்தில்தான் ஒளித்து வைக்கப்பட்டிருக்கும்.”

“நாம் இங்குக் கண்ணாமூச்சி விளையாட்டு விளையாட வேண்டும் என்று சொல்கிறீர்களா?”

அதைக் கேட்டுப் புவாரோ புன்னகைத்தார்.

"இல்லை. நாம் அந்த அளவு இறங்க வேண்டாம். நாம் அந்த இடத்தை அல்லது அதைத் திருடிய நபரை வெறும் சிந்தனை அலசல்கள் மூலம் கண்டுபிடித்துவிடலாம். காலையில் நான் இந்த வீட்டிலுள்ள ஒவ்வொரு நபரையும் பேட்டி காண விரும்புகிறேன். இந்த நேரத்தில் அவர்களைப் பேட்டி காண்பது எனக்குச் சரியாகப் படவில்லை."

மேஃபீல்டு அதற்கு உடன்படுவதுபோலத் தலையசைத்தார்.

"அதிகாலை மூன்று மணிக்கு எல்லோரையும் அவர்களுடைய தூக்கத்திலிருந்து எழுப்பிக் கேள்வி கேட்டால், அது பல விமர்சனங்களுக்கு வழிவகுத்துவிடும். புவாரோ, நீங்கள் இந்தப் பேட்டிகளை மறைமுகமாக நடத்த வேண்டும் என்று நான் உங்களைக் கேட்டுக் கொள்கிறேன். இந்த விஷயம் இருட்டடிப்புச் செய்யப்பட வேண்டும்."

புவாரோ தன் கையை அசைத்து அதற்கு ஒப்புதலளித்தார்.

"இதை ஹெர்கியூல் புவாரோவிடம் விட்டுவிடுங்கள். நான் உற்பத்தி செய்கின்ற பொய்கள் எப்போதுமே நுணுக்கமானவையாகவும் நம்பத்தக்கவையாகவும் இருக்கும். சரி, நாளை காலையில் நான் என்னுடைய விசாரணையைத் தொடங்குகிறேன்," என்று கூறிய புவாரோ, ஜார்ஜையும் மேஃபீல்டையும் பார்த்து, "ஆனால், இன்று இரவு நான் உங்கள் இருவரையும் பேட்டி காணப் போகிறேன். இதுதான் என் விசாரணையின் தொடக்கம்," என்று கூறினார்.

பிறகு அவர் லேசாகத் தலை தாழ்த்தி அவர்கள் இருவரையும் வணங்கினார்.

"தனித்தனியாகவா?"

"ஆமாம். நான் சொன்னதன் அர்த்தம் அதுதான்."

மேஃபீல்டு தன் புருவங்களை இலேசாக உயர்த்தினார். பிறகு அவர் புவாரோவிடம், "கண்டிப்பாக. நீங்கள் முதலில் ஜார்ஜைப் பேட்டியெடுங்கள். நான் என்னுடைய படிப்பறையில் இருக்கிறேன்," என்று கூறிவிட்டு, தன்னுடைய செயலாளரைப் பார்த்து, "கார்லைல், வாருங்கள். நாம் இங்கிருந்து போகலாம்," என்றார்.

மேஃபீல்டும் அவருடைய உதவியாளரும் அந்த அறையிலிருந்து வெளியேறி, அதன் கதவுகளை இழுத்து மூடினர்.

ஜார்ஜ் ஒரு நாற்காலியில் உட்கார்ந்தார். அவருடைய கை தானாகவே சிகரெட்டை நோக்கி நீண்டது. அவர் ஒரு குழப்பமான முகத்தோடு புவாரோவை நிமிர்ந்து பார்த்தார்.

"எனக்கு ஒன்றும் புரியவில்லை."

"இதை விளக்குவது மிகவும் எளிது. இன்னும் துல்லியமாகச்

சொல்ல வேண்டுமென்றால், ஒரே வார்த்தையில் அதைச் சொல்லிவிடலாம். வான்டர்லின்!"

"என்னது? வான்டர்லினா?"

"அவராகத்தான் இருந்தாக வேண்டும். ஆனால் என்னால் இந்த அசௌகரியமான கேள்வியை மேஃபீல்டிடம் கேட்க முடியாது. வான்டர்லின் சந்தேகத்திற்கு இடமான ஒரு பெண்மணி. அவர் எதற்காக இங்கு அழைக்கப்பட்டார்? இதற்கு மூன்று விளக்கங்கள் மட்டுமே இருக்க முடியும். முதலாவது, மேஃபீல்டுக்கு அந்தப் பெண்மணிமீது ஒரு நாட்டம் இருக்க வேண்டும். ஆனால், இதை நான் அவரிடம் கேட்டு அவரை ஓர் இக்கட்டான நிலைக்கு என்னால் தள்ள முடியாது. அதனால்தான் நான் உங்களிடம் தனியாக இது குறித்துப் பேச விரும்பினேன். இரண்டாவது, வான்டர்லின் இந்த வீட்டில் வேறு யாரோ ஒருவருடனும் நல்ல நட்புறவில் இருக்க வேண்டும்."

ஜார்ஜ் ஒரு பெரிய புன்னகையுடன், "என்னை நீங்கள் அந்தப் பட்டியலிலிருந்து நீக்கிவிடலாம்," என்று கூறினார்.

"மூன்றாவது, வான்டர்லின் இங்கு அழைக்கப்பட்டதற்கு வேறு ஏதோ ஒரு வலுவான காரணம் இருக்க வேண்டும். ஏதோ ஒரு தனித்துவமான காரணத்திற்காக மேஃபீல்டு அவரை இங்கு வரவழைத்திருக்க வேண்டும். நான் சொல்வது சரிதானா?"

ஜார்ஜ் தலையை ஆட்டினார்.

"நீங்கள் சொல்வது சரிதான். இவரைப் போன்ற பெண்களின் வலைவீச்சுக்குப் பலியாகின்ற வயதை மேஃபீல்டு கடந்துவிட்டார். நீங்கள் ஊகித்துள்ளதுபோல ஒரு குறிப்பிட்டக் காரணத்திற்காக மேஃபீல்டு வான்டர்லினை இங்கு அழைத்திருந்தார். அதை இப்படி விளக்கலாம்."

தானும் மேஃபீல்டும் உணவு மேசையில் தனியாக அமர்ந்திருந்தபோது தங்களுக்கு இடையே நிகழ்ந்த உரையாடலை ஜார்ஜ் புவாரோவிடம் எடுத்துரைத்தார். புவாரோ அதைக் கவனமாகக் கேட்டுக் கொண்டிருந்தார்.

"ஓ! இப்போது எனக்குச் சில விஷயங்கள் தெளிவாகின்றன. ஆனால் வான்டர்லின் உங்கள் இருவரையுமே கிட்டத்தட்ட முட்டாளாக்கிவிட்டிருக்கிறார்."

ஜார்ஜ் நாகரிகமற்ற வார்த்தைகளைப் பயன்படுத்தி வான்டர்லினை தாராளமாகத் திட்டித் தீர்த்தார்.

புவாரோ அவரை சுவாரசியத்துடன் பார்த்துவிட்டு இவ்வாறு கூறினார்:

"இந்தத் திருட்டை வான்டர்லின்தான் செய்தார் என்பதில்

உங்களுக்குச் சந்தேகமில்லையே? அதாவது, அவர் இதில் நேரடியாகப் பங்கேற்றிருக்கலாம் அல்லது அப்படி இல்லாமல் இருக்கலாம். ஆனால் அவர்தான் இதற்குக் காரணம் என்ற அர்த்தத்தில் நான் சொல்கிறேன்."

ஜார்ஜ் புவாரோவை உற்றுப் பார்த்தார்.

"கண்டிப்பாக எனக்குச் சந்தேகமில்லை. வேறு யார் இதைத் திருடுவதில் ஆர்வம் கொண்டிருக்க முடியும்?"

"ஆனால், சிறிது நேரத்திற்கு முன்புதான் இந்த ஆவணங்கள் மதிப்புமிக்கவை என்று நாம் ஒப்புக் கொண்டிருந்தோம். இங்குள்ளவர்களில் யாருக்காவது கடும் பண நெருக்கடி ஏற்பட்டிருந்தால்–"

ஜார்ஜ் அதிர்ச்சியுடன் அவருடைய பேச்சில் குறுக்கிட்டார்.

"இந்தக் காலத்தில் யாருக்குத்தான் பண நெருக்கடி இல்லை? என்னை அதிலிருந்து விலக்கிவிடலாம்," என்று கூறிவிட்டு ஜார்ஜ் சிரித்தார்.

புவாரோ பதிலுக்கு ஒரு சிறு புன்னகையை உதிர்த்துவிட்டுத் தொடர்ந்தார்:

"ஜார்ஜ், உங்களைப் பற்றி நீங்கள் என்ன வேண்டுமானாலும் சொல்லிக் கொள்ளலாம். ஏனெனில், உங்கள்மீது குற்றம் சாட்டப்பட முடியாத விதத்தில் நிலைமை உங்களுக்குச் சாதகமாக இருக்கிறது."

"ஆனால், என்னைப் பற்றி நானே உங்களிடம் ஒளிவுமறைவில்லாமல் பேசுகிறேனே?"

புவாரோ வருத்தமாகத் தலையசைத்தார்.

"அது உண்மைதான். ஆனால், உங்களுடைய நிலையில் இருக்கும் நபர்களுக்கு வாழ்க்கைச் செலவுகள் கடுமையாக இருக்கும். அதோடு, கடுமையான செலவு வைக்கின்ற ஒரு பருவத்தில் உங்கள் மகன் இருக்கிறான்."

ஜார்ஜ் முனகினார்.

"கடுமையான கல்விச் செலவுகள் தவிர்த்து, கடன் வேறு இருக்கிறது. ஆனால், இந்தப் பையன் மோசமானவன் அல்லன் என்பதை நீங்கள் நினைவில் வைத்திருக்க வேண்டும்."

அவர் கூறிக் கொண்டிருந்ததைப் புவாரோ அனுதாபத்துடன் காது கொடுத்துக் கேட்டார். ஜார்ஜ் தன் மனத்திற்குள் பூட்டி வைத்திருந்த பல குறைகளைக் கொட்டித் தீர்த்தார். இக்கால இளைஞர்களிடம் மன உறுதியும் தாக்குப்பிடிக்கும் திறனும் குறைவாக இருந்தது பற்றியும், அம்மாக்கள் குழந்தைகளைச் செல்லம் கொடுத்துக் கெடுத்துக் கொண்டிருந்ததைப் பற்றியும், அவர்கள் எப்போதும் தங்களுடைய குழந்தைகளின் பக்கம் சாய்ந்ததைப் பற்றியும், சூதாடும் பெண்கள் அந்த ஆட்டத்தின்

அசுரப் பிடியில் மாட்டிக் கொண்டதைப் பற்றியும், அவர்கள் தங்கள் தகுதிக்கு மீறிப் பணம் செலுத்திச் சூதாடியதைப் பற்றியும் அவர் புலம்பித் தள்ளினார். இவற்றை அவர் பொதுவாகத்தான் சொன்னார். அவர் இதில் தன் மனைவி மற்றும் தன் மகன்மீது நேரடிப் புகார்களை வைக்கவில்லை என்றாலும், அதை அவர் சொன்ன விதத்திலிருந்து அதைப் புரிந்து கொள்வது எளிதாக இருந்தது.

திடீரென்று அவர் தன் பேச்சை நிறுத்தினார்.

"மன்னிக்கவும். நாம் விவாதித்துக் கொண்டிருக்கின்ற விவகாரத்திற்குத் தொடர்பில்லாத விஷயங்கள் குறித்துப் பேசி – அதுவும் இந்த அர்த்த இராத்திரியில் – நான் உங்களுடைய நேரத்தை வீணாக்கிக் கொண்டிருக்கிறேன்."

ஜார்ஜ் கஷ்டப்பட்டுத் தன் கொட்டாவியை அடக்கினார்.

"ஜார்ஜ், இப்போது நீங்கள் படுக்கச் செல்லுங்கள். நீங்கள் மிகவும் உதவிகரமாக இருந்தீர்கள்."

"சரி. நான் தூங்கப் போகிறேன். இந்த வரைபடங்களை மீட்டெடுப்பதற்கு உண்மையிலேயே வாய்ப்பு இருக்கிறது என்று நீங்கள் நினைக்கிறீர்களா?"

புவாரோ தன் தோள்களைக் குலுக்கினார்.

"நான் முயற்சி செய்கிறேன். அதற்கு வாய்ப்பிருப்பதாகவே நான் கருதுகிறேன்."

அத்துடன் ஜார்ஜ் படுக்கச் சென்றுவிட்டார்.

புவாரோ தன் நாற்காலியில் அமர்ந்தபடி யோசனையுடன் மோட்டுவளையைப் பார்த்துக் கொண்டிருந்தார். பின் அவர் ஒரு சிறிய குறிப்பேட்டை எடுத்து, அதன் காலியான பக்கம் ஒன்றைத் திறந்து, அதில் இவ்வாறு எழுதினார்:

வான்டர்லின்?
ஜூலியா?
மக்காட்டா?
ரெஜ்ஜி?
கார்லைல்?

அதற்குக் கீழே இவ்வாறு எழுதினார்:

வான்டர்லினும் ரெஜ்ஜியும்?
வான்டர்லினும் ஜூலியாவும்?
வான்டர்லினும் கார்லைலும்?

பின் அவர் அவை குறித்து அதிருப்தி அடைந்திருந்ததுபோலத் தன் தலையை ஆட்டிக் கொண்டு இவ்வாறு முணுமுணுத்தார்:

விஷயங்கள் இதைவிட எளிமையாக இருக்க வேண்டும்.

அதற்குப் பிறகு அவர் மேலும் சில வாக்கியங்களை அதில் எழுதினார்:

மேஃபீல்டு ஏதாவது உருவத்தைப் பார்த்தாரா? இல்லையெனில், தான் பார்த்திருந்ததாக அவர் ஏன் கூறினார்? ஜார்ஜ் எதையாவது பார்த்தாரா? நான் புல்வெளியை ஆராய்ந்த 'பிறகு' தான் எதையும் பார்க்கவில்லை என்று அவர் உறுதியாகக் கூறினார். குறிப்பு: மேஃபீல்டுக்குக் கிட்டப்பார்வைக் கோளாறு இருக்கிறது. தூரத்தில் இருப்பதைப் பார்ப்பதற்கு அவருக்கு மூக்குக்கண்ணாடி தேவை. ஜார்ஜுக்கு எட்டப் பார்வைக் கோளாறு இருக்கிறது. அதனால், முற்றத்திலிருந்து பார்க்கின்ற விஷயத்தைப் பொறுத்தவரை, மேஃபீல்டோடு ஒப்பிடுகையில், ஜார்ஜின் கூற்று நம்பத் தகுந்தது. ஆனாலும் தான் ஓர் உருவத்தைப் பார்த்திருந்தது குறித்து மேஃபீல்டு உறுதியாக இருக்கிறார். இந்த விஷயத்தைப் பொறுத்தவரை, தன் நண்பரின் மறுப்புக்கூட அவரை அசைத்துப் பார்க்கவில்லை.

கார்லைல் சந்தேகத்திற்கு அப்பாற்பட்ட நபரா? அப்படித்தான் மேஃபீல்டு நம்புகிறார். அது கொஞ்சம் அளவுக்கதிகமாகவே இருக்கிறது. அதற்கு என்ன காரணம் இருக்க முடியும்? அவர் இரகசியமாகக் கார்லைலைச் சந்தேகித்திருக்க வேண்டும். அதே நேரத்தில், தன் சந்தேகம் குறித்து அவர் அவமானமும் கொண்டிருந்திருக்க வேண்டும். அல்லது, அவர் உறுதியாக வேறு ஒருவரைச் சந்தேகிப்பதால் கார்லைல் நிரபராதி என்று நம்பிக் கொண்டிருக்க வேண்டும். அப்படியானால், அந்த நபர் வான்டர்லினைத் தவிர்த்து வேறு யாரோ ஒருவராக இருக்கலாம்.

புவாரோ தன் குறிப்பேட்டை மூடினார்.

பிறகு அவர் எழுந்து கொண்டு படிப்பறையை நோக்கிச் சென்றார்.

* * *

புவாரோ அங்குச் சென்றபோது, மேஃபீல்டு தன் மேசைக்கு அருகே அமர்ந்திருந்தார். அவரைப் பார்த்த உடனே மேஃபீல்டு அவர் பக்கம் திரும்பி அவரை ஒரு கேள்விக்குறியுடன் பார்த்தார்.

"ஜார்ஜுடனான உங்களுடைய பேட்டி முடிந்துவிட்டதா?"

புவாரோ புன்னகைத்துவிட்டு அங்கே அமர்ந்தார்.

"எனக்குப் புதிராக இருந்த ஒரு விஷயத்தை அவர்

தெளிவுபடுத்தினார்."

"அது என்ன?"

"வான்டர்லின் இங்கு அழைக்கப்பட்டதற்கான காரணம். அதற்கான காரணம்–"

இது குறித்துப் பேசுவதற்குப் புவாரோ ஏன் சங்கடப்பட்டார் என்பதை மேஃபீல்டு உடனடியாகப் புரிந்து கொண்டார்.

"அந்தப் பெண்மீது நான் மோகம் கொண்டிருந்தேன் என்று நீங்கள் நினைத்துவிட்டீர்களா? அப்படியெல்லாம் கிடையாது. இதில் வேடிக்கை என்னவென்றால், ஜார்ஜும் அவ்வாறே நினைத்தார்."

"இது தொடர்பாக உங்கள் இருவருக்கும் இடையே நடைபெற்ற உரையாடலைப் பற்றி அவர் என்னிடம் தெரிவித்தார்."

மேஃபீல்டு வேதனையுடன் புவாரோவைப் பார்த்தார்.

"ஆனால் நான் போட்டிருந்த திட்டம் வெற்றியடையவில்லை. ஒரு பெண்ணால் முட்டாளாக ஆக்கப்பட்டிருப்பதை ஒப்புக் கொள்வது எப்போதுமே எரிச்சலூட்டுகின்ற ஒரு விஷயம்தான்."

"மேஃபீல்டு பிரபு, அப்பெண் இன்னும் வெற்றியடைந்திருக்கவில்லை."

"நமக்கு இன்னும் வெற்றி வாய்ப்பு இருப்பதாக நீங்கள் நினைக்கிறீர்களா? நீங்கள் அப்படிக் கூறுவதைக் கேட்பது மகிழ்ச்சியளிக்கிறது. அது உண்மையாக இருக்க வேண்டும் என்று நான் ஆசைப்படுகிறேன்."

மேஃபீல்டு பெருமூச்சுவிட்டார்.

"அந்தப் பெண்ணை என்னுடைய வலையில் விழ வைப்பதற்கு நான் தீட்டியிருந்த திட்டம் குறித்து நான் மிகவும் பெருமிதம் கொண்டதன் மூலம், வடிகட்டிய ஒரு மடையனாக நான் நடந்து கொண்டுவிட்டேன்."

புவாரோ தன்னுடைய குட்டி சிகரெட்டைப் பற்ற வைத்தவாறே இவ்வாறு கேட்டார்:

"அவரை உங்கள் வலையில் விழ வைப்பதற்கு நீங்கள் என்ன திட்டம் தீட்டியிருந்தீர்கள்?"

"அது வந்து..." என்று மேஃபீல்டு தயங்கினார். "நான் அதன் நுணுக்கமான அம்சங்கள் குறித்து யோசித்திருக்கவில்லை."

"அது குறித்து நீங்கள் யாருடனும் விவாதிக்கவும் இல்லையா?"

"இல்லை."

"கார்லைலிடம்கூட?"

"இல்லை."

புவாரோ புன்னகைத்தார்.

"அப்படியானால், தன்னந்தனியாகச் செயல்படுவதைத் தேர்ந்தெடுக்கின்ற நபரா நீங்கள்?"

"பொதுவாக அது சிறப்பாகப் பலனளிப்பதை நான் கண்டுள்ளேன்," என்று மேஃபீல்டு கூறினார்.

"யாரையும் நம்பாதே! அது புத்திசாலித்தனமானதுதான். ஆனால், அதை நீங்கள் ஏன் ஜார்ஜிடம் கூறினீர்கள்?"

"வான்டர்லின் விஷயத்தில் அவர் என்னை சந்தேகக் கண்களுடன் பார்த்தார் என்பதால் நான் அவரிடம் கூறினேன்."

மேஃபீல்டு அதை நினைத்துப் புன்னகைத்தார்.

"நீங்கள் இருவரும் நீண்டகால நண்பர்களா?"

"ஆமாம். இருபது ஆண்டுகளுக்கு மேலாக அவரை எனக்குத் தெரியும்."

"அவருடைய மனைவி?"

"அவரையும் தெரியும். இது என்ன கேள்வி?"

"ஆனால், நீங்கள் ஜார்ஜிடம் இருக்கும் அளவுக்கு ஜூலியாவிடம் நெருக்கமாக இல்லை என்று தோன்றுகிறது. இக்கேள்வி உங்களுக்கு மரியாதைக் குறைவாகத் தோன்றினால் என்னை மன்னித்துவிடுங்கள்."

"புவாரோ, நான் ஒருவருடன் கொண்டிருக்கின்ற தனிப்பட்ட உறவுகளுக்கும் நாம் கையாண்டு கொண்டிருக்கின்ற விஷயத்திற்கும் என்ன தொடர்பு இருக்கிறது என்பது எனக்குத் தெரியவில்லை."

"தொடர்பு இருப்பதாகவே நான் கருதுகிறேன். வரவேற்பறையில் யாரோ ஒளிந்திருக்கக்கூடும் என்று நான் கூறிய யோசனையோடு நீங்கள் உடன்பட்டீர்கள், சரிதானே?"

"ஆமாம். அப்படித்தான் விஷயங்கள் நடந்தேறியிருக்க வேண்டும்."

"ஆனால், நடந்தேறியிருக்க வேண்டும் என்று நான் அடித்துக் கூற மாட்டேன். என்னுடைய அந்த அனுமானம் உண்மையாக இருக்கும் பட்சத்தில், அங்கு ஒளிந்திருந்த நபர் யாராக இருக்கும் என்று நீங்கள் நம்புகிறீர்கள்?"

"அது கண்டிப்பாக வான்டர்லினாகத்தான் இருக்க வேண்டும். முதல் முறை அவர் ஒரு புத்தகத்திற்காக இந்த அறைக்குள் வந்தார். அடுத்து இன்னொரு புத்தகத்திற்காகவோ, தன்னுடைய கைப்பைக்காகவோ, அல்லது தன்னுடைய கைக்குட்டைக்காகவோ அவர் வந்திருக்கலாம். இப்படி ஒரு டஜன் சாக்குப்போக்குக் காரணங்கள் அவரிடம் இருந்திருக்கலாம். அலறுமாறு தன் வேலைக்காரியிடம் கூறி,

கார்லைலை இந்த அறையைவிட்டு வெளியேற்றிவிட்டு அவர் இந்த அறைக்குள் நுழைந்திருக்கலாம். வெளியேறியபோது, முற்றத்திற்குள் திறக்கின்ற வாசல் வழியாக அவர் வெளியேறி இருந்திருக்கலாம்."

"ஆனால், அது வான்டர்லினாக இருக்க முடியாது என்பதை நீங்கள் மறந்துவிட்டீர்கள். ஏனெனில். கார்லைல் அந்த வேலைக்காரியுடன் பேசிக் கொண்டிருந்தபோது, வான்டர்லின் மாடியில் தோன்றி அவளுடன் பேசியிருந்திருக்கிறார்."

மேஃபீல்டு தன் உதட்டைக் கடித்துக் கொண்டார்.

"ஆமாம். நீங்கள் கூறுவது உண்மைதான். நான்தான் மறந்துவிட்டேன்." அவர் கடுமையாக எரிச்சல் அடைந்திருந்தார்.

"ஆனால் இங்கு நாம் கண்டிப்பாக முன்னேறிக் கொண்டிருக்கிறோம். முதலில், வெளியேயிருந்து ஒரு நபர் வந்து வரைபடங்களைத் திருடிவிட்டு ஓடிவிட்டான் என்ற எளிய அனுமானத்தை நாம் கொண்டிருந்தோம். பின்னர் அதை நாம் ஒதுக்கித் தள்ளிவிட்டோம். அடுத்து, ஓர் அந்நிய நாட்டு உளவாளியான வான்டர்லின் அதைத் திருடியிருக்கலாம் என்ற யோசனைக்கு நாம் வந்தோம். அது ஒரு கட்டம்வரை கச்சிதமாகப் பொருந்தியது. ஆனால், இப்போது அதுவும் ஆட்டம் காணத் தொடங்கியிருக்கிறது," என்று புவாரோ கூறினார்.

"அப்படியானால், நீங்கள் வான்டர்லினை இதிலிருந்து மொத்தமாகக் கழற்றிவிட்டுவிடப் போகிறீர்களா?"

"வரவேற்பறையில் ஒளிந்திருந்து அந்த வரைபடங்களைத் திருடியது வான்டர்லினின் கையாளாக இருக்கலாம். அல்லது முற்றிலும் வேறு ஒரு நபராகவும் இருக்கலாம். அப்படியிருந்தால், திருட்டுக்கான நோக்கம் என்ன என்பதை நாம் கண்டுபிடிக்க வேண்டும்."

"இது கொஞ்சம் அதீதக் கற்பனையாகத் தோன்றவில்லையா?"

"நான் அப்படி நினைக்கவில்லை. எத்தகைய நோக்கங்கள் இருக்க முடியும்? அவற்றை வைத்துப் பணம் சம்பாதிப்பதற்காக அவை திருடப்பட்டிருக்கலாம். இது ஒரு நேரடியான நோக்கம். முற்றிலும் வித்தியாசமானதொரு நோக்கமும் இதற்கு இருந்திருக்கலாம்."

"எடுத்துக்காட்டாக?"

புவாரோ மெதுவாகக் கூறினார்:

"ஒருவருடைய பெயரைக் கெடுப்பதற்காக அது மேற்கொள்ளப்பட்டிருக்கலாம்."

"யாரால் மேற்கொள்ளப்பட்டிருக்கலாம்?"

"கார்லைலால் மேற்கொள்ளப்பட்டிருக்கலாம்.

சந்தேகப்படுவதற்கு வசதியான நபர் அவர்தான். ஆனால், அவருடைய நோக்கம் இன்னும் ஆழமானதாக இருந்திருக்கலாம். இந்த நாட்டின் தலைவிதியை நிர்ணயிக்கின்ற நிலையில் இருக்கின்ற நபர்களைப் பற்றி வெவ்வேறு மக்கள் வெவ்வேறு விதமான அபிப்பிராயங்களைக் கொண்டிருக்கக்கூடும்."

"அதாவது, இந்தத் திருட்டு என் பெயரைக் கெடுப்பதற்காக மேற்கொள்ளப்பட்டிருக்கலாம் என்று நீங்கள் நினைக்கிறீர்களா?"

ஆமாம் என்பதுபோல புவாரோ தலையசைத்தார்.

"நான் இப்போது சொல்லவிருப்பது சரிதானா என்று சொல்லுங்கள்," என்று புவாரோ கேட்டுக் கொண்டார். "ஐந்து ஆண்டுகளுக்கு முன்னால் நீங்கள் சோதனையான ஒரு கட்டத்தை எதிர்கொண்டிருந்தீர்கள். அச்சமயத்தில் இந்த நாட்டின் வாக்காளர்களிடம் மோசமான மதிப்பைப் பெற்றிருந்த ஐரோப்பிய நாடு ஒன்றுடன் நீங்கள் நட்புறவு கொண்டிருந்ததாகச் சந்தேகிக்கப்பட்டீர்கள்."

"நீங்கள் சொல்வது உண்மைதான், புவாரோ."

"இந்நாட்களில் அரசியல்வாதியாக இருப்பது கடினமானதொரு வேலை. தன் நாட்டுக்குச் சாதகமாக இருப்பதாகப் படுகின்ற கொள்கைகளை அவர் பின்பற்ற வேண்டும். அதே நேரத்தில், பொதுமக்களின் நாடியையும் அவர் துல்லியமாக உணர்ந்து வைத்திருக்க வேண்டும். பொதுவாக, பொதுமக்களின் உணர்வுகள், உணர்ச்சிபூர்வமானவையாகவும், குழப்பமானவையாகவும், பகுத்தறிவுக்குப் புறம்பானவையாகவும் இருக்கும். ஆனால் அதற்காக அவற்றை நீங்கள் புறந்தள்ளிவிட முடியாது."

"எவ்வளவு அழகாகப் புட்டுப்புட்டு வைத்துள்ளீர்கள். இதுதான் பாவப்பட்ட ஓர் அரசியல்வாதிக்கு விதிக்கப்பட்டுள்ள சாபம். ஒரு நாட்டு மக்களின் உணர்வுக்கு அவன் தலைவணங்கியே ஆக வேண்டும் – அது எவ்வளவு ஆபத்தானதாகவும் மடத்தனமானதாகவும் இருந்தாலும்கூட!"

"அதுதான் உங்களுடைய தர்மசங்கடம் என்று நான் நினைக்கிறேன். சம்பந்தப்பட்ட அந்த நாட்டுடன் நீங்கள் ஓர் உடன்படிக்கை செய்து கொண்டதாக வதந்திகள் நிலவின. அது குறித்து இந்த நாடும் பத்திரிகைகளும் உங்களுக்கு எதிராகக் கொதித்தெழுந்தன. அதிர்ஷ்டவசமாக, பிரதமர் அந்தக் கதையை வெற்றிகரமாக மறுத்துவிட்டார். நீங்களும் அந்தக் கதையை நிராகரித்தீர்கள். ஆனாலும், உங்களுடைய விசுவாசம் உண்மையில் எந்தப் பக்கம் உள்ளது என்பதை

நீங்கள் இரகசியமாக வைத்திருக்கவில்லை.”

“இவை அனைத்தும் உண்மைதான், புவாரோ. ஆனால், பழைய குப்பைகளை இப்போது எதற்காகக் கிளற வேண்டும்?”

“ஏனெனில், நீங்கள் அந்த நெருக்கடியை வெற்றிகரமாகச் சமாளித்திருந்த விதத்தால் விரக்தி அடைந்திருந்த எதிரி, மீண்டும் உங்களைக் கவிழ்க்கத் திட்டமிட்டிருக்கலாம் என்று நான் நினைக்கிறேன். விரைவில் நீங்கள் மக்களின் நன்மதிப்பை மீண்டும் பெற்றுவிட்டீர்கள். அரசியல் களத்தில் நீங்கள் இப்போது ஓர் அசைக்கப்பட முடியாத சக்தியாக விளங்குகிறீர்கள். ஹம்பர்லி ஓய்வு பெற்றப் பிறகு பிரதமராக வருவதற்கு உங்களுக்கு வாய்ப்பிருப்பதாகப் பரவலாகப் பேசப்படுகிறது.”

“என்மீது சேற்றை வாரி இறைப்பதற்கான ஒரு முயற்சி இது என்று நீங்கள் நினைக்கிறீர்களா? அபத்தம்!”

“நீங்கள் ஒரு வார இறுதியில் உங்கள் வீட்டில் ஒரு விருந்தளிக்கிறீர்கள். அந்த விருந்துக்குக் கவர்ச்சிகரமான பெண்மணி ஒருவரும் வருகிறார். அப்போது, இங்கிலாந்து உருவாக்கிக் கொண்டிருக்கின்ற புதிய விமானம் ஒன்றின் திட்ட வரைபடங்கள் காணாமல் போன செய்தி வெளியானால் அது எப்படி இருக்கும்? அந்தப் பெண்மணிக்கும் உங்களுக்கும் இடையேயுள்ள உறவு குறித்து அரசல்புரசலாகப் பத்திரிகைகளில் செய்தி வெளியானால், மக்கள் உங்கள்மீது அவநம்பிக்கை கொள்ள அது வழிவகுத்துவிடும்.”

“அப்படிப்பட்ட விஷயங்கள் தீவிரமாக எடுத்துக் கொள்ளப்பட முடியாதவை.”

“அது சாத்தியம் என்பது உங்களுக்கு நன்றாகத் தெரியும். ஒரு நபர்மீது மக்கள் வைத்திருக்கின்ற நன்னம்பிக்கையைச் சீர்குலைப்பதற்கு அதிகமாக எதுவும் தேவையில்லை.”

“அது உண்மைதான்,” என்று மேஃபீல்டு கூறினார். ஆனால், திடீரென்று அவர் மிகவும் கவலை கொண்ட ஒருவராக மாறியிருந்ததுபோலத் தோன்றினார். “அடக் கடவுளே! இந்தப் பிரச்சனை ஏன் இவ்வளவு சிக்கலானதாக மாறிக் கொண்டிருக்கிறது? என்னைக் கவிழ்க்க யாராவது சதி செய்வார்கள் என்று நீங்கள் உண்மையிலேயே நினைக்கிறீர்களா? அது சாத்தியமேயில்லை.”

“உங்கள்மீது பொறாமை கொண்டுள்ள நபர் யாரையாவது உங்களுக்குத் தெரியுமா?”

“அபத்தம்!”

“எது எப்படியிருந்தாலும், நீங்கள் கொடுத்த விருந்துக்கு வந்திருந்த நபர்களுடனான உங்களுடைய தனிப்பட்ட உறவுகள்

தொடர்பான என்னுடைய கேள்விகள் பொருத்தமற்றவை என்று இனியும் உங்களால் சொல்ல முடியாது."

"இருக்கலாம். ஜூலியாவுடனான என்னுடைய உறவு பற்றி நீங்கள் கேட்டீர்கள், இல்லையா? நான் அவர்மீது அவ்வளவாக அக்கறை செலுத்தியதில்லை. அவருக்கும் என்மீது பெரிய அக்கறை எதுவும் கிடையாது. அவர் ஒரு பதற்றமான பெண்மணி. அநியாயத்திற்கு ஆடம்பரமானவர். சீட்டு விளையாட்டுப் பைத்தியம். நான் சுயமாக வளர்ந்து உயர்ந்து, குறிப்பிடத்தக்க ஒருவராக ஆகியிருப்பதை வெறுக்கும் அளவுக்கு அவர் ஒரு பழமைவாதி என்று நான் நினைக்கிறேன்."

அதற்குப் புவாரோ இவ்வாறு கூறினார்:

"நான் இங்கு வருவதற்கு முன்பு, உங்களைப் பற்றிய சில விபரங்களைப் படித்தேன். நீங்கள் ஒரு பெரிய பொறியியல் நிறுவனத்தின் தலைவராக இருக்கிறீர்கள் என்பதை நான் அறிந்தேன். அதோடு, நீங்களே ஒரு சிறந்த பொறியாளரும்கூட."

"பொறியியல் தொடர்பான நடைமுறை விஷயங்கள் அனைத்தையும் நான் அறிவேன். நான் கீழேயிருந்து மேலே ஏறி வந்தவன்."

மேஃபீல்டு அதை வருத்தமாகவே சொன்னார்.

"ஐயோ! நான் ஒரு வடிகட்டிய மடையனாக இருந்திருக்கிறேன்!" என்று புவாரோ கத்தினார்.

மேஃபீல்டு அவரை வெறித்துப் பார்த்தார்.

"நீங்கள் என்ன சொல்ல வருகிறீர்கள்?"

"நம்முடைய புதிரின் ஒரு பகுதியின் விடை எனக்கு இப்போது தெளிவாகிவிட்டது. இதை நான் முன்பே பார்க்கத் தவறியிருந்தேன். இப்போது எல்லாம் கச்சிதமாகப் பொருந்துகிறது."

மேஃபீல்டு அவரை வியப்புடன் பார்த்தார்.

புவாரோ இலேசாகப் புன்னகைத்தபடி தன் தலையை ஆட்டினார்.

"என்னிடம் இப்போது எதுவும் கேட்காதீர்கள் நான் என் எண்ணங்களை முதலில் ஒரு கோர்வையாக ஆக்க வேண்டும்."

புவாரோ எழுந்தார்.

"நான் உங்களிடமிருந்து விடைபெற்றுக் கொள்கிறேன். அந்த வரைபடங்கள் எங்கு இருக்கின்றன என்பது எனக்குத் தெரியும்."

மேஃபீல்டு இவ்வாறு கத்தினார்:

"அப்படியானால், அவற்றை நாம் உடனடியாகக் கைப்பற்றிவிடலாம்."

புவாரோ அதை மறுத்துத் தலையாட்டினார்.

“அது சரிப்பட்டு வராது. இந்தக் கட்டத்தில் பதற்றமடைந்தால், காரியம் கெட்டுவிடும். எல்லாவற்றையும் புவாரோவிடம் விட்டுவிடுங்கள்.”

அப்படிக் கூறிவிட்டு அவர் அந்த அறையைவிட்டு வெளியேறினார். மேஃபீல்டு எரிச்சலோடு தன் தோள்களை உயர்த்தினார்.

“இந்த மனிதர் ஒரு ஜகஜால எத்தன்!” என்று மேஃபீல்டு முணுமுணுத்தார். பிறகு, அவர் தன் கையிலிருந்த ஆவணங்களைக் கீழே வைத்துவிட்டு, விளக்குகளை அணைத்துவிட்டுப் படுக்கச் சென்றுவிட்டார்.

* * *

“இங்கு ஒரு திருட்டு நடந்திருந்தால், மேஃபீல்டு ஏன் காவல்துறையை அழைக்கவில்லை?” என்று ரெஜ்ஜி கேட்டான்.

காலை உணவு சாப்பிட்டுக் கொண்டிருந்த அவன், தன் நாற்காலியைப் பின்னால் தள்ளினான்.

அவன்தான் கடைசியாக வந்து அமர்ந்திருந்தான். மேஃபீல்டு, மக்காட்டா, ஜார்ஜ் ஆகிய மூவரும் சிறிது நேரத்திற்கு முன்னர் சாப்பிட்டு முடித்திருந்தனர். ஜூலியாவும் வான்டர்லினும் தத்தம் அறைகளிலேயே காலை உணவை உட்கொண்டனர்.

மேஃபீல்டுக்கும் புவாரோவுக்கும் இடையே ஒப்புக் கொள்ளப்பட்டிருந்தபடி ஜார்ஜ் தன் வசனங்களைத் தன் மகனிடம் பேசிக் கொண்டிருந்தார். ஆனால், அதைத் தான் சரியாக செய்து கொண்டிருக்கவில்லை என்ற உணர்வு அவருக்கு ஏற்பட்டது.

“இப்படிப்பட்ட விசித்திரமான அந்நியர் ஒருவரை இங்கு அழைத்து வந்துள்ளது எனக்கு விநோதமாக இருக்கிறது,” என்று கூறிய ரெஜ்ஜி, “என்ன திருடு போயுள்ளது?” என்று கேட்டான்.

“எனக்குச் சரியாகத் தெரியவில்லை,” என்று ஜார்ஜ் பதிலளித்தார்.

ரெஜ்ஜி எழுந்தான். அன்று காலையில் அவன் பதற்றமாக இருந்தான்.

“காணாமல் போனது ஒரு முக்கியமான பொருள், சரிதானே? ஒரு முக்கிய ஆவணம் போன்ற ஏதாவதா?”

“ரெஜ்ஜி, அதைப் பற்றி என்னால் உன்னிடம் கூற முடியாது.”

“பரம இரகசியம்! எனக்குப் புரிகிறது.”

ரெஜ்ஜி மாடியை நோக்கி ஓடினான். ஒருவிதமான முகச்சுளிப்போடு பாதி வழியில் அவன் நின்றான். பிறகு,

அவன் மீதிப் படிகளையும் ஏறிச் சென்று தன்னுடைய அம்மாவின் அறைக் கதவைத் தட்டினான். அவனுடைய குரலைக் கேட்டதும் ஜூலியா கதவைத் திறந்தார்.

ஜூலியா படுக்கையில் உட்கார்ந்திருந்தார். ஒரு கடித உறையின் பின்பக்கத்தில் அவர் ஏதையோ கிறுக்கிக் கொண்டிருந்தார். ரெஜ்ஜியை நிமிர்ந்து பார்த்த அவர், அவனிடம், “ஏதேனும் பிரச்சனையா?” என்று கேட்டார்.

“நான் நன்றாகத்தான் இருக்கிறேன். ஆனால், நேற்று இரவு இங்கு ஒரு திருட்டு நடந்துள்ளது.”

“திருட்டா? என்ன பொருள் திருடு போயுள்ளது?”

“எனக்குத் தெரியாது. ஆனால், எல்லாம் இரகசியமாக வைக்கப்பட்டுள்ளது. விசித்திரமான துப்பறிவாளர் ஒருவர் கீழே அமர்ந்து கொண்டு எல்லோரையும் கேள்வி கேட்டுக் கொண்டிருக்கிறார்.”

“இது அசாதாரணமானதாக இருக்கிறதே!”

“இப்படிப்பட்டக் காரியங்கள் நடைபெறுகின்ற ஒரு வீட்டில் தங்கியிருப்பது இனிமையற்றதாக இருக்கிறது, அம்மா.”

“அப்படி என்னதான் நடந்ததாம்?”

“எனக்குத் தெரியவில்லை. நாம் படுக்கச் சென்ற பிறகு அது நடந்திருக்கிறது.”

ரெஜ்ஜி தன் அம்மாவின் படுக்கையின் அருகே சென்று, அவர் சாப்பிட்டு முடித்திருந்த தட்டை எடுத்து, சன்னலோரமாக இருந்த ஒரு மேசைமீது வைத்தான்.

“பணம் ஏதாவது திருடு போயிருக்கிறதா?”

“அம்மா, எனக்குத் தெரியாது என்று எத்தனை முறை சொல்வது?”

“விசாரித்துக் கொண்டிருக்கின்ற நபர் எல்லோரிடமும் கேள்விகள் கேட்டுக் கொண்டிருக்கிறார், அப்படித்தானே?”

“அப்படித்தான் நினைக்கிறேன்.”

“திருடு போன அந்தப் பொருள் இரவு எங்கே இருந்ததாம்?”

“எனக்கு எப்படித் தெரியும்? நான் நேராகப் படுக்கச் சென்றுவிட்டேன். படுத்ததும் தூங்கிவிட்டேன்.”

அதற்கு ஜூலியா பதிலேதும் சொல்லவில்லை.

“அம்மா, என்னிடம் சுத்தமாகக் காசு இல்லை. எனக்குக் கொஞ்சம் பணம் கொடுங்கள்.”

“என்னால் இப்போது உனக்கு எதுவும் கொடுக்க முடியாது. நானே வங்கியில் கடன் வாங்கியுள்ளேன். இது அப்பாவுக்குத் தெரிந்தால் அவர் என்ன சொல்வாரோ? அதுவே எனக்குக் கவலையாக இருக்கிறது.”

அந்த அறையின் கதவை யாரோ தட்டினர். அடுத்து ஜார்ஜ்

உள்ளே நுழைந்தார்.

“ஓ, ரெஜ்ஜி, நீ இங்கேதான் இருக்கிறாயா? கீழே நூலக அறைக்குச் செல். புவாரோ உன்னைப் பார்க்க விரும்புகிறார்.”

அப்போதுதான் புவாரோ மக்காட்டாவுடனான பேட்டியை நிறைவு செய்திருந்தார்.

ஒரு சில சுருக்கமான கேள்விகளிலேயே, மக்காட்டா பதினொரு மணிக்கே தூங்கச் சென்றுவிட்டிருந்ததும், அதற்குப் பிறகு அவர் எதையும் பார்த்திருக்கவோ அல்லது கேட்டிருக்கவோ இல்லை என்பதும் தெரிய வந்தது.

புவாரோ திருட்டு பற்றிய பேச்சை மாற்றி, அவரைப் பற்றிய தனிப்பட்டக் கேள்விகளுக்குள் மெதுவாக நுழைந்திருந்தார். புவாரோ தனிப்பட்ட முறையில் மேஃபீல்டின்மீது ஏகப்பட்ட மரியாதை வைத்திருந்தார். பொதுமக்களில் ஒருவர் என்ற முறையில், மேஃபீல்டு ஒரு தலைசிறந்த மனிதர் என்ற கண்ணோட்டத்தை அவர் கொண்டிருந்தார். ஆனால், மேஃபீல்டு வலம் வரும் அதே அரங்கத்தில் நடமாடுபவர் என்ற முறையில், மக்காட்டாவுக்கு, அவரை இன்னும் சிறப்பாக எடைபோடுகின்ற வாய்ப்புக் கிட்டியிருந்திருக்கும் என்று புவாரோ நினைத்தார்.

“மேஃபீல்டு ஒரு புத்திசாலி,” என்று மக்காட்டா துவக்கினார். “அரசியலில் அவர் தனக்கென்று ஓரிடத்தை உருவாக்கியுள்ளார். அவருக்குப் பரம்பரைப் பின்புலங்கள் எதுவும் கிடையாது. அவருக்குச் சில முன்னோக்குக் குறைபாடுகள் இருக்கலாம். அந்த விஷயத்தில் அனைத்து ஆண்களும் கிட்டத்தட்ட ஒரே மாதிரியானவர்கள்தாம். ஒரு பெண்ணின் கற்பனையின் விஸ்தீரணம் அவர்களுக்குக் கிடையாது. அடுத்தப் பத்தாண்டுகளில், அரசாங்கத்தில் மேஃபீல்டு ஒரு மாபெரும் சக்தியாக உருவெடுப்பார்.”

தனக்கும் அப்படிப்பட்ட உறுதியான நம்பிக்கை இருந்ததாகப் புவாரோ குறிப்பிட்டார்.

அடுத்து அவர் வான்டர்லின் பற்றிய விஷயங்களுக்குள் மெதுவாக நுழைந்தார். மேஃபீல்டும் வான்டர்லினும் நெருக்கமானவர்கள் என்று தான் கேள்விப்பட்டிருந்ததாக, புவாரோ மக்காட்டாவிடம் தெரிவித்தார்.

“நிச்சயமாக இல்லை. உண்மையைச் சொல்வதென்றால், அவளை இங்குப் பார்த்தபோது நான் உண்மையிலேயே வியந்து போனேன்.”

வான்டர்லினைப் பற்றி மக்காட்டா என்ன நினைத்தார் என்பதை அறிந்து கொள்ள புவாரோ விரும்பினார். அது அவருக்குக் கிடைத்துவிட்டது.

“அவள் ஓர் உதவாக்கரை. தன்னுடைய சொந்தப் பாலினத்தின்மீதே நம்பிக்கை வைத்திராத ஒரு ஜீவன் அவள். அவள் முழுக்க முழுக்க ஓர் ஒட்டுண்ணி.”

“ஆண்கள் அவளைப் போற்றுகின்றனரா?”

“ஆண்கள்!” அந்த வார்த்தையை மக்காட்டா பெரும் இகழ்ச்சியுடன் உச்சரித்தார். “ஆண்கள் எப்போதும் பார்க்க வடிவாக இருக்கின்ற பெண்கள் பக்கம் சாய்ந்துவிடுவர். எடுத்துக்காட்டாக, அந்தப் பையன் ரெஜ்ஜியை எடுத்துக் கொள்ளுங்கள். வான்டர்லின் அவனிடம் பேசுகின்ற ஒவ்வொரு முறையும் அவன் முகம் சிவக்கிறான். தான் அவளால் கண்டுகொள்ளப்பட்டுள்ளது குறித்து அவன் புளகாங்கிதம் அடைகிறான். அவளும் கிடைக்கின்ற சந்தர்ப்பங்களில் எல்லாம் தவறாமல் அவனுக்கு முகஸ்துதி செய்கிறாள். அவள் அவனுடைய சீட்டாட்டத்தைச் சிலாகித்துப் பேசினாள். உண்மையில், சீட்டாடுவதில் அவனுக்கு எந்தத் திறமையும் கிடையாது.”

“ஓ, அவன் ஒரு திறமையான சீட்டாட்டக்காரன் இல்லையா?”

“நேற்று இரவு நடைபெற்ற ஆட்டத்தில் அவன் அனைத்து விதமான தவறுகளும் செய்தான்.”

“சீட்டாட்டத்தில் ஜூலியா எப்படிப்பட்டவர்?”

“அவள் ஒரு தலைசிறந்த சீட்டாட்டக்காரி. அதை அவள் ஒரு தொழிலைப்போலச் செய்து வருகிறாள். காலை, மதியம், இரவு ஆகிய மூன்று வேளைகளிலும் அவள் அதில்தான் மூழ்கியிருக்கிறாள்.”

“ஜூலியா பெரும் பணம் கட்டி விளையாடுகின்ற பழக்கம் உடையவரா?”

“ஆமாம். என்னால் அவ்வளவு பணத்தை யோசித்துக்கூடப் பார்க்க முடியாது.”

“அப்படியானால், ஜூலியா சீட்டாட்டத்தில் பெரும் பணம் ஈட்டிக் கொண்டிருக்கிறாரா?” அதைக் கேட்டவுடன் மக்காட்டாவிடமிருந்து ஒரு சத்தமான வெறுப்பொலி கிளம்பியது.

“தன் கடன்களை அடைப்பதற்கான வழியாக அவள் அதைப் பார்க்கிறாள். ஆனால், சமீப காலமாக துரதிர்ஷ்டம் அவளைத் துரத்தி வந்து கொண்டிருப்பதாக நான் கேள்விப்படுகிறேன். நேற்றிரவு அவளுடைய மனத்தில் ஏதோ ஒன்று இருந்ததைப்போல அவள் நடந்து கொண்டாள். குடிப்பழக்கத்தால் உருவாகின்ற தீங்கிற்கு, சீட்டாட்ட மோகம் ஒன்றும் சளைத்ததல்ல. இந்த நாடு எப்படிப்

புனிதமாக்கப்பட வேண்டும் என்பதற்கான அதிகாரம் என் கையில் கொடுக்கப்பட்டால்–"

இங்கிலாந்தின் நல்லொழுக்கங்கள் பற்றிய ஒரு நீண்ட சொற்பொழிவைக் கேட்டாக வேண்டிய கட்டாயத்திற்குப் புவாரோ ஆளானார். பின் அவர் அந்தப் பேட்டியைச் சாமர்த்தியமாக முடித்துவிட்டு, ரெஜ்ஜிக்கு ஆள் அனுப்பினார்.

ரெஜ்ஜி உள்ளே நுழைந்தபோது, புவாரோ அவனை எடைபோட்டார்: ஒரு வசீகரமான புன்னகையின் பின்னால் ஒளிந்து கொண்டிருந்த பலவீனமான வாய்; தீர்மானம் எடுக்கத் தயங்கியதை வெளிப்படுத்திய தாடை; அதிக இடைவெளி கொண்ட கண்கள். ரெஜ்ஜியைப் போன்ற நபர்களைத் தனக்கு நன்றாகவே தெரியும் என்று புவாரோ தனக்குள் கூறிக் கொண்டார்.

"ரெஜ்ஜி?"

"ஆமாம். நீங்கள் என்னிடம் ஏதோ பேச விரும்பினீர்களாமே?"

"நேற்றைய இரவைப் பற்றி உங்களுக்குத் தெரிந்ததைச் சொல்லுங்கள், அது போதும்."

"நாங்கள் முதலில் வரவேற்பறையில் சீட்டாடினோம். அதற்குப் பிறகு நான் தூங்கச் சென்றுவிட்டேன்."

"நீங்கள் எத்தனை மணிக்குத் தூங்கப் போனீர்கள்?"

"பதினொரு மணிக்கு ஒரு சில நிமிடங்களுக்கு முன். திருட்டு அதற்குப் பிறகுதான் நடந்தது என்று நான் நினைக்கிறேன்."

"ஆமாம், அது சரிதான். நீங்கள் எதையேனும் பார்த்தீர்களா அல்லது கேட்டீர்களா?"

"இல்லை. நான் எதையும் பார்க்கவும் இல்லை, கேட்கவும் இல்லை. நான் நேராகப் படுக்கப் போய்விட்டேன். நான் ஆழமாகத் தூங்குகின்றவன். எனவே, படுத்தவுடன் நன்றாகத் தூங்கிவிட்டேன்."

"நீங்கள் வரவேற்பறையிலிருந்து நேராக உங்கள் படுக்கையறைக்குச் சென்றுவிட்டீர்கள்; இன்று காலைவரை நீங்கள் அங்கேயேதான் இருந்தீர்கள், அப்படித்தானே?"

"ஆமாம்."

"சுவாரசியமாக இருக்கிறது," என்றார் புவாரோ.

அதைக் கேட்டுக் கடுப்படைந்த ரெஜ்ஜி, அவரிடம் இவ்வாறு கேட்டான்:

"சுவாரசியமாக இருக்கிறது என்பதற்கு என்ன அர்த்தம்.?"

"எடுத்துக்காட்டாக, அலறல் சத்தம் எதுவும் உங்களுக்குக் கேட்கவில்லையா?"

"இல்லை, கேட்கவில்லை."

"ஆகா, இது இன்னும் சுவாரசியமாக இருக்கிறது."

“நீங்கள் எந்த அர்த்தத்தில் இப்படிக் கூறுகிறீர்கள் என்பது எனக்குத் தெரியவில்லை.”

“உங்களுக்கு காது சரியாகக் கேட்காதா?”

“என் காதில் எந்தப் பிரச்சனையும் இல்லை.”

புவாரோவின் உதடுகள் அசைந்தன. அவர் ‘சுவாரசியமாக இருக்கிறது’ என்று மூன்றாவது முறையாகக் கூறியிருப்பதற்கான சாத்தியக்கூறு இருந்தது. பின் அவர் இவ்வாறு கூறினார்:

“அவ்வளவுதான், ரெஜ்ஜி. மிக்க நன்றி.”

ரெஜ்ஜி எழுந்தான், ஆனால் சிறிது தயக்கத்தோடு அப்படியே நின்றான்.

“சற்று முன் நீங்கள் சொன்னதை நான் அசைபோட்டுப் பார்த்தேன். ஏதோ அலறல் சத்தம் என் காதில் விழுந்தது என்று எனக்குத் தோன்றுகிறது.”

“ஓ, அப்படியானால், உங்களுக்கு ஏதோ சத்தம் கேட்டிருக்கிறது?”

“ஆமாம். ஆனால், அப்போது நான் ஒரு புத்தகத்தை – ஒரு துப்பறியும் நாவலை – வாசித்துக் கொண்டிருந்தேன். அதனால், அந்தச் சத்தத்தை நான் பெரிதாக எடுத்துக் கொள்ளவில்லை.”

“ஓ, அது திருப்தியளிக்கின்ற ஒரு விளக்கம்தான்.”

ரெஜ்ஜியின் முகம் சலனமற்று இருந்தது.

ரெஜ்ஜி மீண்டும் தயங்கினான். பிறகு அவன் அங்கிருந்து திரும்பி, கதவை நோக்கி மெதுவாக நடக்கத் துவங்கினான். கதவருகே போனவுடன் அவன் ஒரு கணம் நின்று இவ்வாறு கேட்டான்:

“எது திருட்டுப் போயுள்ளது என்று சொல்ல முடியுமா?”

“பெரும் விலைமதிப்பு கொண்ட ஒரு பொருள். அதற்கு மேல் அதைப் பற்றிச் சொல்ல எனக்கு அனுமதியில்லை.”

“ஓ!” என்று வெறுமையாகக் கூறிவிட்டு ரெஜ்ஜி அங்கிருந்து போய்விட்டான்.

புவாரோ தலையசைத்தார்.

“இது சரியாகப் பொருந்துகிறது,” என்று அவர் முணுமுணுத்துக் கொண்டார்.

பிறகு, அவர் தன் மேசையின்மீது இருந்த ஓர் அழைப்புமணியை ஒலிப்பித்து, வான்டர்லின் தயாராக இருந்தாரா என்று கேட்டார்.

* * *

வசீகரமாகக் காட்சியளித்த வான்டர்லின், அந்த அறைக்குள் வேகமாகவும் நளினமாகவும் நுழைந்தார். அவர் அணிந்திருந்த

ஆடை கலைநயத்துடன் நேர்த்தியாகத் தைக்கப்பட்டிருந்து. அவர் புவாரோவை நோக்கி ஒரு மந்தகாசப் புன்னகையை அள்ளி வீசிவிட்டு அவர் முன் அமர்ந்தார்.

அந்தப் புன்னகையின் ஊடாக, ஒரு சில கணங்களுக்கு ஏதோ ஒன்று வெளிப்பட்டது. அது வெற்றிக்களிப்பாக இருக்கலாம் அல்லது ஒரு விதமான எள்ளலாகவும் இருக்கலாம். அது விரைவாக விடைபெற்றுக் கொண்டுவிட்டபோதிலும், கண நேரத்திற்கு அது அங்குக் கண்டிப்பாக இருந்தது. அது வெளிப்படுத்தியிருந்த மறைபொருள் புவாரோவுக்கு சுவாரசியமூட்டியது.

"என்ன சொல்கிறீர்கள்? திருடர்களா? நேற்று இரவா? ஐயோ, என்ன இது! எனக்கு ஒன்றும் கேட்கவில்லையே. காவல்துறையினருக்குத் தகவல் சொல்லியாகிவிட்டதா? அவர்களால் எதாவது செய்ய முடியாதா?"

அப்போதும் ஒரு கணத்திற்கு அப்பெண்ணின் கண்களில் ஏளனம் மின்னி மறைந்தது.

புவாரோ இவ்வாறு சிந்தித்தார்:

"இவர் காவல்துறையினரைக் கண்டு பயப்படவில்லை என்பது தெளிவாகிறது. காவல்துறையினர் கண்டிப்பாக அழைக்கப்பட மாட்டார்கள் என்பதை இவர் தெளிவாக அறிந்திருப்பதைப்போல இருக்கிறது."

அது ஒரு கேள்விக்கு இட்டுச் சென்றது: எதனால்?

அவர் வான்டர்லினிடம் சாதாரணமாகக் கேட்டார்:

"நீங்கள் சரியாகப் புரிந்து கொண்டுள்ளீர்கள். இது இரகசியமாகக் கையாளப்பட வேண்டிய ஒரு விஷயம்."

"நான் இது குறித்து வெளியே மூச்சுவிடக்கூட மாட்டேன். நான் மேஃபீல்டின் பெரும் இரசிகை. அவருக்குச் சங்கடம் ஏற்படுத்துகின்ற விதத்தில் நான் ஒருபோதும் நடந்து கொள்ள மாட்டேன்."

அவர் இப்போது கால் மேல் கால் போட்டு உட்கார்ந்தார். பளபளவெனப் பளிச்சூட்டப்பட்டிருந்த அவருடைய பழுப்பு நிறக் காலணிகள் அவருடைய கால்களில் நடனமாடிக் கொண்டிருந்தன.

வான்டர்லின் புன்னகைத்தார். கச்சிதமான ஆரோக்கியத்தையும் ஆழமான மனநிறைவையும் வெளிப்படுத்திய, வசீகரமான, இனிமையானதொரு புன்னகை அது.

"உங்களுக்கு என்னால் ஏதேனும் செய்ய முடியும் என்று நீங்கள் நினைத்தால், தயங்காமல் என்னிடம் கூறுங்கள்," என்று வான்டர்லின் கூறினார்.

“நன்றி. நீங்கள் நேற்று இரவு சீட்டாடிக் கொண்டிருந்தீர்கள், இல்லையா?”

“ஆமாம்.”

“அதற்குப் பிறகு பெண்கள் அனைவரும் தூங்கப் போய்விட்டீர்கள் என்று நான் அறிகிறேன்.”

“ஆமாம். அது சரிதான்.”

“ஆனால், அவர்களில் ஒருவர், தான் மறந்துவிட்டுச் சென்றிருந்த ஒரு புத்தகத்தை எடுப்பதற்காக மீண்டும் அந்த அறைக்கு வந்திருந்தார். அந்த நபர் நீங்கள்தானே?”

“ஆமாம். முதலில் வந்த பெண் நான்தான்.”

“முதலில் வந்த பெண் என்றால்?”

“நான் உடனே அங்கிருந்து திரும்பி என்னுடைய அறைக்கு வந்துவிட்டேன்,” என்று வான்டர்லின் அதற்கு விளக்கமளித்தார். “பிறகு, என் வேலைக்காரியை அழைப்பதற்காக நான் அழைப்புமணியை அழுத்தினேன். நீண்ட நேரமாக அவள் வரவில்லை. எனவே, நான் மீண்டும் அழைப்புமணியை அழுத்தினேன். பிறகு, நான் என் அறையிலிருந்து வெளியே சென்றேன். அப்போது என் வேலைக்காரியின் குரல் கேட்டு நான் அவளை அழைத்தேன். அவள் என்னைப் பின்தொடர்ந்து என் அறைக்குள் வந்து எனக்குத் தலைசீவிவிட்டாள். ஆனால், அவள் பதற்றத்தில் இருந்தாள். எனக்குத் தலைசீவியபோது, சீப்பை ஓரிரு முறை என் தலைமுடியில் சிக்க வைத்துவிட்டாள். பிறகு நான் அவளை அனுப்பிவிட்டேன். அவளை வெளியே அனுப்பிவிட்டு என்னுடைய அறைக் கதவை மூடவிருந்த நேரத்தில்தான் ஜூலியா படியேறி மேலே வந்து கொண்டிருந்ததை நான் கவனித்தேன். தான் ஒரு புத்தகத்தை எடுப்பதற்காகக் கீழே சென்றிருந்ததாக அவள் என்னிடம் கூறினாள். இது வியப்பாக இருக்கிறது, இல்லையா?”

அதைச் சொல்லி முடித்தபோது வான்டர்லின் மீண்டும் புன்னகைத்தார். அதில் ஒரு குறும்புத்தனம் ஒளிந்திருந்தது. வான்டர்லினுக்கு ஜூலியாவைப் பிடிக்கவில்லைபோலும் என்று புவாரோ நினைத்துக் கொண்டார்.

“உங்களுக்கு உங்களுடைய வேலைக்காரியின் அலறல் சத்தம் கேட்டதா?”

“ஆமாம். அலறல் போன்ற ஒரு சத்தம் கேட்டது.”

“அது பற்றி நீங்கள் அவளிடம் கேட்டீர்களா?”

“ஆமாம். வெள்ளை உடையில் சத்தமே இல்லாமல் காற்றில் மிதந்து சென்ற பெண்ணொருத்தியைத் தான் பார்த்ததுபோல அவளுக்குத் தோன்றியதாம். அபத்தம்!”

“நேற்று இரவு ஜூலியா எந்த நிறத்தில் ஆடை

அணிந்திருந்தார்?"

"ஓ! அப்படிப் போகிறதா உங்கள் எண்ணம்? ஆமாம். ஜூலியா நேற்று மாலையில் வெள்ளை நிற ஆடையைத்தான் அணிந்திருந்தார். இப்போது புரிகிறது. என் வேலைக்காரி இருட்டில் ஜூலியாவைப் பார்த்து அப்படி நினைத்திருக்க வேண்டும். இந்தப் பெண்கள் பலமான மூடநம்பிக்கை உடையவர்கள்."

"உங்களுடைய வேலைக்காரி உங்களுடன் நீண்ட நாட்களாக இருந்து வருகிறாளா?"

"இல்லையில்லை." வான்டர்லினின் கண்கள் அகலமாக விரிந்தன. "ஐந்து மாதங்களுக்கு முன்புதான் அவள் என்னிடம் வேலைக்குச் சேர்ந்தாள்."

"அடுத்து நான் அவளுடன் பேச விரும்புகிறேன் – உங்களுக்கு ஆட்சேபனை இல்லை என்றால்!"

வான்டர்லின் தன் புருவங்களை உயர்த்தினார்.

"தாராளமாக!" என்று உணர்ச்சியற்ற ஒரு குரலில் அவர் கூறினார்.

"நான் அவளைக் கேள்வி கேட்க விரும்புகிறேன். நீங்கள் புரிந்து கொள்வீர்கள் என்று நான் நம்புகிறேன்."

"ஆமாம்."

மீண்டும் அவருடைய கண்களில் ஒருவிதமான களிப்பு ஒரு கணம் தோன்றி மறைந்தது.

புவாரோ எழுந்து நின்று அவருக்கு வணக்கம் கூறி விடைகொடுத்தார்.

"நான் உங்களைக் கண்டு பெரிதும் பிரமிக்கிறேன்."

வான்டர்லின் முதன்முறையாக இலேசாகத் திடுக்கிட்டதுபோலக் காணப்பட்டார்.

"ஓ! நன்றி. உங்கள் பிரமிப்பிற்கு என்ன காரணம்?"

"ஏனெனில், நீங்கள் உங்களைச் சுற்றி ஒரு கச்சிதமான கவசத்தை உருவாக்கிக் கொண்டுள்ளீர்கள், உங்கள்மீது அசைக்கப்பட முடியாத நம்பிக்கை கொண்டுள்ளீர்கள்."

அதைக் கேட்டு வான்டர்லின் ஒருவித சந்தேகத்துடன் சிரித்தார்.

"இதை நான் ஒரு புகழுரையாக எடுத்துக் கொள்ள வேண்டுமா?"

அதற்குப் புவாரோ இவ்வாறு பதிலளித்தார்:

"வாழ்க்கையை அகங்காரத்துடன் கையாளாமல் இருக்க வேண்டும் என்ற ஓர் எச்சரிக்கையாக இதை நீங்கள் எடுத்துக் கொள்ளலாம்."

அதைக் கேட்டு வான்டர்லின் மேலும் தன்னம்பிக்கையோடு

சிரித்தார். பின் அவர் எழுந்து நின்று, புவாரோவை நோக்கித் தன் கையை நீட்டினார்.

"புவாரோ, உங்களுக்கு வெற்றி கிடைக்க வாழ்த்துகிறேன். என்னைக் குறித்து நீங்கள் கூறிய வசீகரமான வார்த்தைகளுக்கு நான் உங்களுக்கு நன்றி தெரிவித்துக் கொள்கிறேன்."

பிறகு வான்டர்லின் அந்த அறையைவிட்டு வெளியேறினார். புவாரோ தனக்குத் தானே இவ்வாறு முணுமுணுத்துக் கொண்டார்:

'நான் வெற்றி பெற எனக்கு வாழ்த்து தெரிவிக்கிறீர்களா? ஆனால், உண்மையில் நான் இதில் வெற்றி பெறப் போவதில்லை என்று நீங்கள் உறுதியாக நம்புகிறீர்கள். அது எனக்கு எரிச்சல் ஏற்படுத்துகிறது என்பதை நான் ஒப்புக் கொண்டுதான் ஆக வேண்டும்.'

புவாரோ ஒரு இலேசான எரிச்சலுடன் அழைப்புமணியை ஒலிப்பித்து, லியோனியைத் தன்னிடம் அழைத்து வருமாறு கேட்டுக் கொண்டார்.

வாசலில் தயங்கியவாறு நின்று கொண்டிருந்த லியோனியைப் புவாரோ தன் பார்வையால் எடைபோட்டார். ஒரு கருப்பு நிற ஆடை அணிந்திருந்த அவள், அலையலையாக இருந்த தன் கூந்தலை வகிடெடுத்து வாரியிருந்தாள். அவளுடைய கண்கள் இலேசாக நிலம் பார்த்துத் தாழ்ந்திருந்தன. புவாரோ மெதுவாகத் தன் தலையை அசைத்து அதை அங்கீகரித்தார்.

"பயப்படாமல் உள்ளே வா, லியோனி."

அவள் உள்ளே வந்து தைரியமாக அவர் முன் அமர்ந்தாள்.

புவாரோ திடீரென்று தன் குரலை மாற்றி, "பார்க்க நீ அழகாக இருக்கிறாய்," என்று கூறினார்.

அவள் உடனே தன் கடைக்கண்ணால் அவரைப் பார்த்துவிட்டு, "நீங்கள் பெருந்தன்மை காரணமாக அப்படிக் கூறுகிறீர்கள்," என்று மென்மையாகக் கூறினாள்.

"நான் கார்லைலிடம் பேசிக் கொண்டிருந்தபோது, நீ ஓர் அழகான தோற்றம் கொண்டவளா இல்லையா என்று அவரிடம் கேட்டேன். அதற்கு அவர், தனக்குத் தெரியாது என்று பதிலளித்தார்."

லியோனி தன் முகவாயை அலட்சியமாக உயர்த்தினாள்.

"அவர் தன் வாழ்வில் எந்தவோர் இளம்பெண்ணையும் ஏறெடுத்துக்கூடப் பார்த்திருக்க மாட்டார் என்று நான் அடித்துக் கூறுவேன்."

"அது உண்மையாக இருக்கலாம். அவருக்குக் கொடுத்து வைத்தது அவ்வளவுதான். ஆனால், இந்த வீட்டிலுள்ள வேறு சிலர் அப்படி இல்லை. நான் சொல்வது சரிதானே?" என்று

புவாரோ கேட்டார்.

"அப்படியா? நீங்கள் என்ன சொல்ல வருகிறீர்கள் என்பது எனக்குப் புரியவில்லை."

"நான் துல்லியமாக என்ன சொல்லிக் கொண்டிருக்கிறேன் என்பது உனக்கு நன்றாகவே தெரியும். நேற்று இரவு நீ ஒரு பேயைப் பார்த்ததாக நன்றாகச் சரடுவிட்டிருக்கிறாய். நீ உன் கைகளை உன் தலையின்மீது வைத்திருந்தாய் என்பதைக் கேட்டவுடன் அது எனக்குப் புரிந்துவிட்டது. பயந்து போயிருக்கும் ஒரு பெண், தன் நெஞ்சைப் பிடிப்பாள் அல்லது தன் அலறலைத் தடுப்பதற்காகத் தன் கையை வாய்க்குக் கொண்டு செல்வாள். ஆனால், அவள் தன் கைகளைத் தன் தலைக்குக் கொண்டு சென்றாள் என்றால், அதன் அர்த்தம் முற்றிலும் வேறானது. கலைந்து போயிருந்த தன் கூந்தலைச் சரி செய்யத்தான் அவள் தன் கைகளைத் தலைக்குக் கொண்டு சென்றிருப்பாள். சரி, இப்போது உண்மையைச் சொல். எதற்காக நீ அந்த மாடிப்படிகளில் நின்று கொண்டு கத்தினாய்?"

"வெள்ளை நிறத்தில் நான் ஓர் உருவத்தைப் பார்த்தேன் என்பது உண்மைதான்–"

"லியோனி, என்னை மடையனாக்காதே. உன்னுடைய கதை கார்லைலுக்கு வேண்டுமானால் போதுமானதாக இருக்கலாம். ஆனால், ஹெர்க்கியூல் புவாரோவுக்குப் போதாது. அந்த நேரத்தில் உன்னை ஒருவர் முத்தமிட்டுள்ளார். அது ரெஜ்ஜியாக இருக்கும் என்று நான் ஊகிக்கிறேன்."

லியோனி துளிகூட வெட்கப்படாமல் அவரை நோக்கிக் கண்ணடித்தாள்.

"ஆமாம். முத்தமிடுதல் என்றால் என்ன?"

"ஆமாம், முத்தமிடுதல் என்றால் என்ன?" என்று புவாரோ வசீகரமாகக் கேட்டார்.

"அந்த இளைஞன் என் பின்னால் வந்து என் இடையைப் பிடித்தான். அதனால் திடுக்கிட்ட நான் இயல்பாக அலறினேன். அவன் அப்படிச் செய்வான் என்று எனக்கு முன்பே தெரிந்திருந்தால், கண்டிப்பாக நான் அலறியிருந்திருக்க மாட்டேன்."

"ஆமாம்," என்று புவாரோ ஒத்துப் பாடினார்.

"ஆனால் அவன் திடீரென்று ஒரு பூனையைப்போலச் சத்தமில்லாமல் வந்துவிட்டிருந்தான். அப்போது படிப்பறையின் கதவு திடீரென்று திறந்தது. அந்தச் செயலாளர் ஓடி வந்தான். என் பின்னாலிருந்த இளைஞன் மாடிக்கு நழுவிவிட்டான். நான் ஒரு பைத்தியக்காரியைப்போல மாடிப்படிகளில் பாதி

வழியில் நின்று கொண்டிருந்தேன். அதனால் நான் எதையாவது செய்தாக வேண்டியிருந்தது."

"அதனால், நீ கற்பனையான பேய்க் கதை ஒன்றை உருவாக்கினாய், இல்லையா?"

"ஆமாம். அச்சமயத்தில் திடீரென்று அதுதான் என் மனத்தில் உதித்தது. அதனால், உயரமான ஒரு பெண்மணி வெள்ளை உடையில் சத்தமே இல்லாமல் காற்றில் மிதந்து சென்றாள் என்றேன். அது அபத்தமாக இருந்தது. ஆனால், என்னால் வேறு என்ன செய்திருக்க முடியும்?"

"உன்னால் வேறு எதுவும் செய்திருக்க முடியாது என்பது உண்மைதான். இப்போது எல்லாம் தெளிவாகிவிட்டது. எனக்கு முதலிலிருந்தே சந்தேகம் இருந்து வந்தது."

லியோனி அவர்மீது ஒரு கவர்ச்சிப் பார்வையை வீசினாள்.

"நீங்கள் புத்திசாலி, கருணையுள்ளவர்."

"நான் இந்த விவகாரத்தைப் பற்றி வெளியே சொல்லி உனக்கு அசௌகரியம் ஏற்படுத்தப் போவதில்லை. அதற்குப் பதிலாக நீ எனக்கொரு காரியம் பண்ண வேண்டும்."

"கண்டிப்பாகச் செய்கிறேன்."

"உன்னுடைய எஜமானியம்மாவின் லீலைகள் பற்றி உனக்கு எந்த அளவுக்குத் தெரியும்?"

லியோனி தன் தோள்களைக் குலுக்கினாள்.

"பெரிதாகத் தெரியாது. ஆனால், அது குறித்து எனக்குச் சில யோசனைகள் இருக்கின்றன."

"என்ன யோசனைகள்?"

"என் எஜமானியம்மாவின் நண்பர்கள் அனைவரும் இராணுவத்தினராகவும், கடற்படையினராகவும் அல்லது விமானப்படையினராகவும் மட்டுமே இருக்கின்றனர். சில நேரங்களில் அவரை இரகசியமாக சந்தித்துச் செல்கின்ற சில அந்நிய நாட்டினரும் உண்டு. என் எஜமானியம்மா வசீகரமானவர். ஆனால், அது நீண்ட நாட்கள் தாங்காது என்பது என் எண்ணம். ஆனால், இளைஞர்கள் அவரை வசீகரமானவராகப் பார்க்கின்றனர். சில நேரங்களில் அவர்கள் தேவைக்கு அதிகமானவற்றை அவரிடம் உளறிக் கொட்டிவிடுகின்றனர். அது என்னுடைய யோசனை மட்டுமே. எஜமானியம்மா இதைப் பற்றி என்னிடம் பேசுவதில்லை."

"அதாவது, உன்னுடைய எஜமானியம்மா இதில் தனியொருவராக ஈடுபட்டு வருகிறார் என்று நீ கூறுகிறாயா?"

"ஆமாம்."

"அதாவது, இந்த விஷயத்தில் உன்னால் எனக்கு உதவ முடியாது என்று கூறுகிறாய், அப்படித்தானே?"

“ஆமாம். எனக்குத் தெரிந்திருந்தால் நான் அதை உங்களிடம் கூறியிருந்திருப்பேன்.”

“இன்று உன் எஜமானியம்மா ஒரு நல்ல மனநிலையில் இருக்கிறாரா?”

“ஆமாம், கண்டிப்பாக.”

“அவருக்கு மகிழ்ச்சி ஏற்படுத்திய ஏதேனும் நடந்துள்ளதா?”

“அவர் இங்கு வந்ததிலிருந்தே குதூகலமாகத்தான் இருந்து வந்துள்ளார்.”

“இது உனக்கு உறுதியாகத் தெரியுமா?”

லியோனி அதற்குத் தன்னம்பிக்கையுடன் பதிலளித்தாள்.

“என் எஜமானியம்மாவின் அனைத்து மனநிலைகளையும் நான் நன்கு அறிவேன். இதில் நான் தவறு செய்ய மாட்டேன். அவர் இப்போது குதூகலமாக இருக்கிறார்.”

“வெற்றி உறுதி செய்யப்பட்டுவிட்டதைப்போல?”

“அதேதான்!”

புவாரோ மனச்சோர்வுடன் தலையாட்டினார்.

“இதைத் தாங்கிக் கொள்வது எனக்குக் கஷ்டமாக இருக்கிறது. இது தவிர்க்கப்பட முடியாதது என்பது எனக்குப் புரிகிறது. அவ்வளவுதான் லியோனி. நீ கிளம்பலாம்.”

லியோனி அவரை நோக்கி மீண்டும் கவர்ச்சிகரமான ஒரு பார்வையை வீசினாள்.

“நன்றி. நான் உங்களை மாடிப்படிகளில் பாதி வழியில் பார்த்தால் நிச்சயமாக அலற மாட்டேன் என்று நான் உங்களிடம் சொல்லிக் கொள்ள விரும்புகிறேன்.”

“அடக் கடவுளே! நான் ஒரு கிழவன். இப்படிப்பட்டச் சில்லறைத்தனங்களில் நான் ஏன் ஈடுபட வேண்டும்?”

லியோனி ஒரு நமட்டுச் சிரிப்பை உதிர்த்துவிட்டு அந்த இடத்தைவிட்டு அகன்றாள்.

புவாரோ அந்த அறையின் குறுக்கும் நெடுக்குமாக நடக்கத் துவங்கினார். அவருடைய முகம் பதற்றமாகவும் இருளடைந்தும் இருந்தது.

‘அடுத்தது ஜூலியா. அவர் என்ன சொல்கிறார் என்று பார்க்கலாம்,’ என்று புவாரோ தனக்குள் கூறிக் கொண்டார்.

ஜூலியா அந்த அறைக்குள் தன்னம்பிக்கையுடன் நுழைந்தார். அவர் தன் தலையை நயமாக இலேசாகச் சாய்த்து, புவாரோ இழுத்துப் போட்ட நாற்காலியில் அமர்ந்து கொண்டு, ஒரு மெல்லிய குரலில் நாகரிகமாகப் பேசினார்.

“நீங்கள் என்னிடம் சில கேள்விகள் கேட்க விரும்புவதாக மேஃபீல்டு என்னிடம் கூறினார்.”

“ஆமாம், நேற்றைய இரவைப் பற்றிய கேள்விகள்.”

"சரி."

"நீங்கள் உங்களுடைய சீட்டாட்டத்தை நிறைவு செய்த பிறகு என்ன நடந்தது?"

"மிகவும் நேரமாகிவிட்டதால் இன்னோர் ஆட்டத்தைத் துவக்குவது சாத்தியமில்லை என்று என்னுடைய கணவர் கூறினார். அதனால் நான் படுக்கச் சென்றுவிட்டேன்."

"அதற்குப் பிறகு?"

"நான் தூங்கத் துவங்கினேன்."

"அவ்வளவுதானா?"

"உங்களுக்கு சுவாரசியமூட்டக்கூடிய விஷயங்கள் எதுவும் என்னிடம் இல்லை. ஆமாம் இந்த – அவர் சிறிது தயங்கினார் – திருட்டு எப்போது நடந்தது?"

"நீங்கள் மாடிக்குப் போன உடனேயே."

"அப்படியா? என்ன பொருள் திருடு போயுள்ளது?"

"சில தனிப்பட்ட ஆவணங்கள்."

"அவை முக்கியமானவையா?"

"ஆமாம், மிகவும் முக்கியமானவை."

அதைக் கேட்டு அவர் தன் புருவங்களை வளைத்தார். பின்னர் அவர் இவ்வாறு கேட்டார்:

"அவை பெரும் விலைமதிப்பு வாய்ந்தவையா?"

"ஆமாம். அவை மிகவும் மதிப்பு வாய்ந்தவை."

"ஓகோ!"

அங்கு ஒரு சிறு இடைவெளி ஏற்பட்டது. பின்னர் புவாரோ இவ்வாறு கேட்டார்:

"உங்களுடைய புத்தகம் பற்றிக் கூறுங்கள்?"

"என்னுடைய புத்தகமா?" ஜுலியா வியப்பால் விரிந்திருந்த தன் கண்களை அவரை நோக்கி உயர்த்தினார்.

"நீங்கள் மூவரும் படுக்கச் சென்ற பிறகு, நீங்கள் ஒரு புத்தகத்தை எடுப்பதற்காகக் கீழே இறங்கி வந்ததாக வான்டர்லின் கூறினார்."

"ஆமாம். அது சரிதான் நான் ஒரு புத்தகத்தை எடுப்பதற்காக இறங்கி வந்தேன்."

"அப்படியானால், நீங்கள் உடனடியாகத் தூங்கவில்லை. நீங்கள் உங்கள் அறையிலிருந்து வரவேற்பறைக்குத் திரும்பி வந்தீர்கள்."

"ஆமாம். அது உண்மைதான். நான் மறந்துவிட்டேன்."

"நீங்கள் வரவேற்பறையில் இருந்தபோது, யாராவது அலறிய சத்தம் உங்களுக்குக் கேட்டதா?"

"இல்லை. அப்படி எதுவும் கேட்டதாக எனக்கு நினைவில்லை."

“வரவேற்பறையில் நீங்கள் அந்தச் சத்தத்தைக் கேட்காமல் இருந்திருக்க முடியாது.”

ஜூலியா தன் கழுத்தைப் பின்னால் வளைத்து ஓர் உறுதியான குரலில் இவ்வாறு கூறினார்:

“கண்டிப்பாக நான் எதையும் கேட்கவில்லை.”

புவாரோ தன் புருவங்களை உயர்த்தினார், ஆனால் அவர் எதுவும் சொல்லவில்லை.

அவர்களுக்கு இடையே நிலவிய மௌனம் ஓர் அசௌகரியமான நிலையை அடைந்தது. பின் ஜூலியா திடீரென்று இவ்வாறு கேட்டார்:

“என்ன செய்யப்பட்டது?”

“என்ன செய்யப்பட்டதா? நீங்கள் கேட்பது எனக்குப் புரியவில்லை.”

“திருட்டு குறித்துக் கேட்கிறேன். காவல்துறையினர் இது குறித்து ஏதாவது நடவடிக்கை எடுத்துக் கொண்டிருப்பார்கள்தானே?”

புவாரோ இல்லையென்று தலையாட்டினார்.

“காவல்துறையினர் இன்னும் அழைக்கப்படவில்லை. இதற்கு நான்தான் பொறுப்பு.”

ஜூலியா அவரை வெறித்துப் பார்த்தார். களைப்பாகவும் பதற்றமாகவும் இருந்த அவருடைய முகம் மேலும் இறுக்கமடைந்தது. அவருடைய இருண்ட விழிகள், புவாரோவின் உணர்ச்சியற்ற நிலையை ஊடுருவத் தட்டழிந்தன.

இறுதியில் தம் முயற்சியில் தோற்ற அந்த விழிகள், தம்மைத் தாழ்த்திக் கொண்டன.

“என்ன நடவடிக்கை எடுக்கப்பட்டுக் கொண்டிருக்கிறது என்று நீங்கள் என்னிடம் கூற மாட்டீர்கள், அப்படித்தானே?” என்று ஜூலியா கேட்டார்.

“இந்த விவகாரத்தை முடிச்சவிழ்ப்பதற்கு என்னால் ஆன அனைத்து முயற்சிகளையும் நான் செய்வேன் என்று மட்டும் என்னால் உங்களுக்கு உறுதியளிக்க முடியும்,” என்று புவாரோ கூறினார்.

“திருடனைப் பிடிப்பதற்கா அல்லது திருடு போயுள்ள ஆவணங்களை மீட்டெடுப்பதற்கா?”

“திருடு போயுள்ள ஆவணங்களை மீட்டெடுப்பதற்குத்தான் முன்னுரிமை அளிக்கப்படும்.”

ஜூலியாவின் மனப்பாங்கு மாறியது. அது சுவாரசியமிழந்தது.

“அது சரிதான்,” என்று ஜூலியா விட்டேத்தியாகக் கூறினார்.

மீண்டும் ஓர் இடைவெளி ஏற்பட்டது.

“நீங்கள் வேறு ஏதாவது என்னிடம் கேட்க வேண்டுமா?”

“இல்லை. இதற்கு மேல் உங்களை நான் இங்கு இருத்தி வைக்கப் போவதில்லை.”

“நன்றி.”

புவாரோ எழுந்து கதவைத் திறந்துவிட்டார். அவரை ஏறெடுத்துப் பார்க்காமலேயே ஜூலியா அங்கிருந்து சென்றுவிட்டார்.

புவாரோ கணப்படுப்புக்கு அருகே சென்று, அதன் மேடையிலிருந்த பொருட்களை அங்குமிங்குமாக மாற்றி வைத்துக் கொண்டிருந்தார். அப்போது மேஃபீல்டு உள்ளே வந்தார்.

“அப்புறம்?” என்று அவர் கேட்டார்.

“விஷயங்கள் நல்லபடியாகப் போய்க் கொண்டிருக்கின்றன.”

“நீங்கள் மகிழ்ச்சியடைந்துள்ளதுபோலத் தோன்றுகிறது,” என்று மேஃபீல்டு கூறினார்.

“நான் மகிழ்ச்சியடையவில்லை, ஆனால் திருப்தியடைந்திருக்கிறேன்.”

“புவாரோ, உங்களை என்னால் புரிந்து கொள்ளவே முடியவில்லை.”

“நீங்கள் நினைப்பதுபோல நானொன்றும் ஜகஜால எத்தன் அல்லன்.”

“நான் ஒருபோதும் அப்படி–”

“அப்படிக் கூறியதில்லை என்பது உண்மைதான், ஆனால் அப்படி நினைத்தீர்கள். பரவாயில்லை, அதை விட்டுத்தள்ளுங்கள். நான் அதைத் தவறாக எடுத்துக் கொள்ளவில்லை. சில நேரங்களில் நான் சில நிலைப்பாடுகளை எடுத்துத்தான் ஆக வேண்டியிருக்கிறது.”

மேஃபீல்டு ஒருவிதமான சந்தேகத்துடன் புவாரோவைப் பார்த்தார். அவரால் புவாரோவைப் புரிந்து கொள்ள முடியவில்லை. புவாரோவை அவர் வெறுக்க விரும்பினார். ஆனால், அந்த விசித்திரப் பிறவி, வெளிப்பார்வைக்குத் தோன்றுவதுபோலன்றி, தகுதியற்ற ஒரு நபர் அல்லர் என்று ஏதோ ஒன்று அவரை எச்சரித்தது. ஒருவரைப் பார்த்த உடனேயே அவரிடம் இருக்கும் திறமையை அடையாளம் காண முடிகின்ற ஒருவராக மேஃபீல்டு விளங்கினார்.

“சரி. இப்போது நாங்கள் எங்களை உங்களிடம் ஒப்படைத்திருக்கிறோம். அடுத்து என்ன செய்யலாம் என்று நீங்கள் அறிவுறுத்துகிறீர்கள்?”

“உங்களுடைய விருந்தாளிகளை உங்களால் கழற்றி விட்டுவிட முடியுமா?”

“அதற்கு ஏற்பாடு செய்துவிடலாம். நான் இந்த விவகாரம் தொடர்பாக இலண்டன் செல்ல வேண்டும் என்று சொன்னால், அவர்கள் தாங்களாகவே இங்கிருந்து கிளம்பிவிடுவதாகக் கூறிவிடுவார்கள்.”

“நல்லது. அப்படியே செய்யுங்கள்.”

மேஃபீல்டு தயங்கினார்.

“அது சரியான–”

“இதுதான் சரியான வழியாக இருக்கும் என்று நான் உறுதியாக நம்புகிறேன்.”

மேஃபீல்டு தன் தோள்களைக் குலுக்கினார்.

“நீங்கள் சொன்னால் சரிதான்.”

பின் அவர் அங்கிருந்து வெளியேறினார்.

* * *

மதிய உணவுக்குப் பிறகு விருந்தாளிகள் அனைவரும் அந்த வீட்டிலிருந்து கிளம்பினர். வான்டர்லினும் மக்காட்டாவும் இரயிலில் செல்லவிருந்தனர். ஜார்ஜ் தன்னுடைய காரில் வந்திருந்தார். வான்டர்லின் தன் விருந்தோம்பியிடமிருந்து வசீகரமாக விடைபெற்றுக் கொண்டிருந்தபோது புவாரோ அங்கேதான் இருந்தார்.

“உங்களுக்கு இந்தச் சிரமமும் பதற்றமும் ஏற்பட்டுள்ளது குறித்து நான் வருந்துகிறேன். இது சரியாகிவிடும் என்று நான் நம்புகிறேன். இதைப் பற்றி நான் யாரிடமும் மூச்சுவிட மாட்டேன்,” என்று வான்டர்லின் கூறினார்.

வான்டர்லின் மேஃபீல்டின் கையைப் பிடித்து அழுத்திவிட்டு, இரயில் நிலையத்தில் அவரைக் கொண்டு விடுவதற்காகக் காத்துக் கொண்டிருந்த ரோல்ஸ் ராய்ஸ் காரில் ஏறச் சென்றார். மக்காட்டா ஏற்கனவே அந்தக் காரில் ஏறி அமர்ந்திருந்தார். அவருடைய விடைபெறுதல் சுருக்கமானதாகவும் அனுதாபமற்றதாகவும் இருந்தது.

அந்தக் காரின் முன் இருக்கையில் ஓட்டுநருக்கு அருகே ஏறவிருந்த லியோனி, திடீரென்று மீண்டும் முகப்பறையை நோக்கி ஓடி வந்தாள்.

“என் எஜமானியம்மாவின் ஒப்பனைப் பெட்டி காரில் இல்லை,” என்று அவள் கூவினாள்.

இறுதியில் மேஃபீல்டு ஒரு பழைய இழுப்பறை மேசைக்கு அருகே அதைக் கண்டுபிடித்துக் கொடுத்தபோது, அதைக் கண்டு மகிழ்ச்சிக் கூச்சலிட்ட லியோனி, அதைத் தூக்கிக் கொண்டு ஓடினாள்.

அப்போது வான்டர்லின் காரின் சன்னல் வழியாக எட்டிப் பார்த்தார்.

மேஃபீல்டிடம் ஒரு கடித உறையைக் கொடுத்து, "தயவு செய்து இதை உங்களுடைய அஞ்சல் பையில் சேர்த்துவிடுகிறீர்களா?" என்று அவர் கேட்டார். "இதை நான் அஞ்சலில் சேர்க்க மறந்துவிட்டேன். நான் எழுதுகின்ற கடிதங்கள் பல நேரங்களில் என் கைப்பையிலேயே நாட்கணக்கில் தூங்கிக் கொண்டிருக்கும்."

ஜார்ஜ் தன் கைக்கடிகாரத்துடன் விளையாடிக் கொண்டிருந்தார். அவர் அதைத் திறப்பதும் மூடுவதுமாக இருந்தார். நேரந்தவறாமையில் அவர் மிகவும் தீவிரமாக இருந்தார்.

"அவர்கள் தாமதப்படுத்திக் கொண்டே இருக்கின்றனர். விரைவில் கிளம்பாவிட்டால், அவர்கள் இந்த இரயிலைத் தவறவிட்டுவிடுவார்கள்," என்று அவர் முணுமுணுத்தார்.

அதற்கு ஜூலியா எரிச்சலுடன் பதிலளித்தார்:

"அதிகமாக அலுத்துக் கொள்ளாதீர்கள். அது அவர்களுடைய இரயில்தானே அன்றி, நம்முடையது அல்ல."

அதை ஏற்றுக் கொள்ளாத விதமாக அவர் ஜூலியாவைப் பார்த்தார்.

ஒருவழியாக அந்த ரோல்ஸ் ராய்ஸ் அங்கிருந்து கிளம்பியது.

ரெஜ்ஜி அவர்களுடைய மோரிஸ் காரின் முன்னிருக்கையின் அருகே வந்தான்.

"எல்லாம் தயார், அப்பா."

அவர்களுடைய பயணப் பெட்டிகளை வேலைக்காரர்கள் கொண்டு வந்தனர். அவை டிக்கியில் ஏற்றப்பட்டதை ரெஜ்ஜி மேற்பார்வையிட்டான்.

புவாரோ முன்கதவிலிருந்து விலகிச் சென்று இந்த நடவடிக்கைகளை வேடிக்கை பார்த்துக் கொண்டிருந்தார்.

திடீரென்று அவருடைய கையை ஒரு கரம் தொட்டது. ஜூலியாவின் கிசுகிசுப்பான, அமைதி இழந்திருந்த குரல் அவரிடம் இவ்வாறு கூறியது:

"புவாரோ, நான் உங்களிடம் அவசரமாகப் பேச வேண்டும்."

ஜூலியா அவரை அருகேயிருந்த ஒரு சிறிய அறைக்குள் இழுத்துச் சென்று, அதன் கதவைச் சாத்தினார். பின் அவர் புவாரோவை நெருங்கி வந்தார்.

"ஆவணங்களைக் கண்டுபிடிப்பதுதான் மேஃபீல்டுக்கு முக்கியம் என்று நீங்கள் கூறியது நிஜமா?"

புவாரோ அவரை ஓர் ஆர்வக்குறுகுறுப்புடன் பார்த்தார்.

"ஆமாம். அது உண்மைதான்."

“அந்த ஆவணங்கள் உங்களிடம் கொடுக்கப்பட்டால், எந்தக் கேள்வியும் கேட்காமல் அவற்றை நீங்கள் பத்திரமாக மேஃபீல்டிடம் சேர்த்துவிடுவீர்களா?”

“நீங்கள் என்ன சொல்கிறீர்கள் என்பது எனக்குச் சரியாகப் புரியவில்லை.”

“நான் சொல்வது உங்களுக்கு நன்றாகவே புரிகிறது என்பது எனக்குத் தெரியும். அந்த ஆவணங்கள் உங்கள் கைக்குக் கிடைத்தால், திருடனின் பெயர் வெளியே தெரியாமல் காக்கப்பட வேண்டும். சம்மதமா?”

புவாரோ இவ்வாறு கேட்டார்:

“எவ்வளவு விரைவில் அது திரும்பக் கிடைக்கும்?”

“நிச்சயமாகப் பன்னிரண்டு மணிநேரத்திற்குள்.”

“அதற்கு உங்களால் வாக்குறுதியளிக்க முடியுமா?”

“என்னால் வாக்குறுதியளிக்க முடியும்,” என்று ஜூலியா கூறினார்.

புவாரோ அதற்கு மேல் எதுவும் சொல்லாமல் இருந்ததால், ஜூலியா இவ்வாறு கேட்டார்:

“இது வெளியே யாருக்கும் தெரிய வராது என்று உங்களால் உத்தரவாதமளிக்க முடியுமா?”

“நான் அதற்கு உத்தரவாதமளிக்கிறேன்.”

“அப்படியானால், அனைத்து ஏற்பாடுகளும் செய்யப்படும்.”

இவ்வாறு கூறிவிட்டு ஜூலியா உடனே அந்த அறையிலிருந்து வெளியேறிவிட்டார். சில கணங்கள் கழித்து அவருடைய கார் கிளம்பிய சத்தம் புவாரோவுக்குக் கேட்டது.

அவர் அங்கிருந்து வெளியேறி, படிப்பறையை அடைந்தார். அங்கு மேஃபீல்டு அமர்ந்திருந்தார்.

“அப்புறம்?”

புவாரோ தன் இரண்டு கைகளையும் விரித்தார்.

“விவகாரம் முடிந்துவிட்டது, மேஃபீல்டு.”

“என்ன?”

தனக்கும் ஜூலியாவுக்கும் இடையே நடந்த உரையாடலை அவர் வார்த்தைக்கு வார்த்தை அப்படியே மேஃபீல்டிடம் ஒப்பித்தார்.

அதைக் கேட்ட மேஃபீல்டு வாயடைத்துப் போனார்.

“ஆனால், இதற்கு என்ன அர்த்தம்? எனக்கு ஒன்றுமே புரியவில்லை.”

“இதில் புரியாமல் போவதற்கு என்ன இருக்கிறது? வரைபடங்களைத் திருடியது யார் என்பது ஜூலியாவுக்குத் தெரியும்.”

“அவர் அவற்றைத் திருடவில்லை என்று நீங்கள்

சொல்கிறீர்களா?"

"ஆமாம். கண்டிப்பாக அவர் அவற்றைத் திருடவில்லை. ஜூலியா ஒரு சூதாடியாக இருக்கலாம். ஆனால் அவர் ஒரு திருடி அல்லர். அந்த ஆவணங்களைத் திருப்பிக் கொடுப்பதற்குத் தான் ஏற்பாடு செய்வதாக அவர் கூறியதால், அவற்றைத் திருடியது அவருடைய கணவராக இருக்க வேண்டும் அல்லது அவருடைய மகனாக இருக்க வேண்டும். திருட்டு நடந்தபோது ஜார்ஜ் உங்களுடன்தான் இருந்தார். அப்படியானால், அது அவருடைய மகனாகத்தான் இருக்க வேண்டும். நேற்று இரவு விஷயங்கள் எவ்வாறு அரங்கேறியிருந்திருக்கும் என்பதை என்னால் துல்லியமாகவே கூற முடியும். நேற்று இரவு ஜூலியா தன் மகனின் படுக்கையறைக்குச் சென்றபோது, அது காலியாக இருந்ததை அவர் கண்டார். எனவே, அவன் கீழே எங்காவது இருந்தானா என்று பார்ப்பதற்காக அவர் படியிறங்கி வந்தார். ஆனால் அங்கும் அவனை அவரால் கண்டுபிடிக்க முடியவில்லை. திருட்டைப் பற்றி இன்று காலையில் அவர் கேள்விப்பட்டிருக்கிறார். அதே நேரத்தில், அவருடைய மகன், தான் நேராகத் தூங்கச் சென்றுவிட்டதாகவும், அதற்கு பிறகு தான் தன்னுடைய அறையிலிருந்து வெளியே வரவே இல்லை என்றும் அவரிடமே கூறியிருக்கிறான். அது உண்மையல்ல என்பதை அவர் அறிவார். அவருக்குத் தன் மகனைப் பற்றிய மற்றொரு விஷயமும் தெரியும். அவன் பலவீனமானவன் என்பதும், அவன் பணத்திற்காகப் பேயாய் அலைகிறான் என்பதும் அவருக்குத் தெரியும். அதோடு, அவன் வான்டர்லினின் வசீகரத்தில் கட்டுண்டு கிடப்பதையும் அவர் கவனித்துள்ளார். இவற்றை இணைத்துப் பார்த்தபோது அவருக்கு எல்லா விஷயங்களும் தெளிவாகிவிட்டன. அந்த ஆவணங்களைத் திருடிக் கொண்டுவந்து தன்னிடம் கொடுக்குமாறு வான்டர்லின் ரெஜ்ஜியை இணங்க வைத்துள்ளார். இப்போது ரெஜ்ஜியிடமிருக்கும் ஆவணங்களை அவனிடமிருந்து பெற்று நம்மிடம் ஒப்படைக்க ஜூலியா தீர்மானித்துள்ளார்."

"ஆனால், மொத்த விஷயமும் சாத்தியமற்றதுபோல அல்லவா இருக்கிறது?" என்று மேஃபீல்டு கூறினார்.

"ஆமாம். அது சாத்தியமற்றதுதான். ஆனால், அது ஜூலியாவுக்குத் தெரியாது. ஹெர்கியூல் புவாரோவாகிய எனக்கு என்ன தெரியும் என்பது ஜூலியாவுக்குத் தெரியாது. நேற்று இரவு, ரெஜ்ஜி அந்த ஆவணங்களைத் திருடிக் கொண்டிருக்கவில்லை, மாறாக, அவன் வான்டர்லினின் வேலைக்காரியுடன் சல்லாபத்தில் ஈடுபட்டிருந்தான்.

“அப்படியானால், இந்த மொத்தமுமே ஒரு பித்தலாட்டமா?”

“ஆமாம்.”

“ஆனாலும் விவகாரம் இன்னும் முடியவில்லை!”

“விவகாரம் முடிந்துவிட்டது. ஹெர்கியூல் புவாரோவாகிய எனக்கு உண்மை தெரியும். உங்களுக்கு என்மீது நம்பிக்கை இல்லை, சரிதானே? திட்ட வரைபடங்கள் எங்கே இருந்தன என்பது எனக்குத் தெரியும் என்று நேற்றிரவு நான் உங்களிடம் கூறியபோது, நீங்கள் என்னை நம்பவில்லை. ஆனால் எனக்குத் தெரிந்திருந்தது. அந்த வரைபடங்கள் நமக்கு மிக அருகேதான் இருக்கின்றன.”

“எங்கே?”

“அவை உங்களுடைய பாக்கெட்டில் இருக்கின்றன.”

அங்கு ஒரு சிறிய மௌனம் நிலவியது. இறுதியில் மேஃபீல்டு இவ்வாறு கேட்டார்:

“புவாரோ, உண்மையிலேயே நீங்கள் என்ன பேசுகிறீர்கள் என்பதைத் தெரிந்துதான் பேசுகிறீர்களா?”

“ஆமாம். தெரிந்துதான் நான் பேசுகிறேன். நான் மிக மிகப் புத்திசாலியான ஒரு மனிதரிடம் பேசிக் கொண்டிருக்கிறேன் என்பதை அறிந்துதான் பேசுகிறேன். கிட்டப்பார்வை உடைய நீங்கள் தூரத்தில் ஓர் உருவத்தைப் பார்த்ததாக உறுதியாகக் கூறியதிலிருந்தே நான் சந்தேகப்படத் துவங்கினேன். அந்தத் தீர்வை, அந்த சௌகரியமான தீர்வை எல்லோரும் ஏற்றுக் கொள்ள வேண்டும் என்று நீங்கள் விரும்பினீர்கள். எதற்காக? பின்னர், ஒருவர் பின் ஒருவராக எல்லோரையும் நான் என்னுடைய சந்தேகப் பட்டியலிலிருந்து நீக்கினேன். ஜார்ஜ் அந்த முற்றத்தில் உங்களுடன்தான் இருந்தார். ரெஜ்ஜி அந்த வேலைக்காரியுடன் மாடிப்படிகளில் இருந்தான். மக்காட்டா தன் அறையில் ஆழ்ந்து தூங்கிக் கொண்டிருந்தார். (அவருடைய அறை, உங்கள் வீட்டு மேற்பார்வையாளரின் அறைக்கு அடுத்து இருந்தது! மக்காட்டா குறட்டைவிடுபவரும்கூட!) தன் மகன்தான் குற்றவாளி என்று ஜூலியா உண்மையிலேயே நம்பினார். அப்படியானால், மீதமிருந்தது இரண்டே இரண்டு பேர்தான். ஒன்று, கார்லைல். அந்த வரைபடங்களை அவர் தன்னுடைய பாக்கெட்டில் எடுத்துப் போட்டுக் கொண்டிருந்திருக்க வேண்டும். ஆனால், தேவையெனில் அவரால் அவற்றை டிரேசிங் செய்திருக்க முடியும் என்று நீங்களே கூறினீர்கள். அல்லது, நீங்கள் அந்த மேசையருகே சென்றபோது அந்த வரைபடங்கள் அந்த மேசைமீது இருந்திருந்து, நீங்கள் அவற்றை எடுத்து உங்களுடைய பாக்கெட்டுக்குள் போட்டிருந்திருக்க வேண்டும். அப்படி

நடந்திருந்தால், எல்லா விஷயங்களும் தெளிவாகிவிடுகின்றன. ஓர் உருவத்தை நீங்கள் பார்த்ததாக, சத்தியம் செய்யாத குறையாக நீங்கள் சொன்னது, கார்லைல் நிரபராதி என்பதில் நீங்கள் பிடிவாதமாக இருந்தது, என்னை அழைக்க வெகுவாகத் தயங்கியது போன்றவை இதை உறுதி செய்தன.

"ஒரே ஒரு புதிரை மட்டுமே என்னால் விடுவிக்க முடியவில்லை. இந்தத் திருட்டிற்கான நோக்கம்தான் அது. நீங்கள் ஒரு நேர்மையான மனிதர், நாணயமானவர். நிரபராதிகள்மீது சந்தேகப் பார்வை விழுந்துவிடக்கூடாது என்பதில் நீங்கள் குறியாக இருந்தீர்கள். அந்த வரைபடங்களின் திருட்டு உங்களுடைய அரசியல் வாழ்க்கைக்கே உலை வைக்கக்கூடும் என்பது வெளிப்படை. அப்படியெனில், பகுத்தறிவுக்கு புறம்பான இந்தத் திருட்டு எதற்காக? இறுதியில் இதற்கான விடை என்னை வந்தடைந்தது. சில காலத்திற்கு முன்பு உங்களுடைய அரசியல் வாழ்க்கையில் உங்களுக்கு ஒரு நெருக்கடி ஏற்பட்டபோது, உங்களுக்கு அந்த அந்நிய நாட்டுடன் எந்தவிதமான ஒட்டுறவும் இல்லை என்று பிரதமர் உலகிற்கு அறிவித்தார். அது உண்மையிலேயே நிஜமாக இல்லாமல் இருந்து, நீங்கள் அந்த நாட்டுடன் உறவாடி வந்திருந்ததை நிரூபிக்கின்ற ஏதோ ஓர் ஆவணம் – ஒரு கடிதம் போன்ற ஒன்று – இருந்திருந்தால்? அரசியல் காரணங்களுக்கு அப்படிப்பட்ட ஒரு மறுப்பு தேவையாக இருந்திருக்கலாம். ஆனால் பொதுமக்கள் அப்படிப் பார்க்க மாட்டார்கள். உச்சகட்ட அதிகாரம் உங்களுடைய கரங்களில் ஒப்படைக்கப்படுகின்றபோது, கடந்தகாலத்திலிருந்து கிளம்பி வருகின்ற ஓர் எதிரொலி உங்களுடைய மொத்த எதிர்காலத்தையும் பாழாக்கிவிடக்கூடும்.

"அப்படிப்பட்ட ஒரு கடிதம் ஒரு குறிப்பிட்ட அரசிடம் இத்தனை காலமும் பாதுகாப்பாக இருந்து வந்துள்ளது என்று நான் சந்தேகிக்கிறேன். அந்த அரசாங்கம், நீங்கள் இந்தக் குண்டுவீச்சு விமானத்தின் திட்ட வரைபடங்களைத் தங்களுக்குக் கொடுத்தால், பதிலுக்கு, உங்களைக் கழுவேற்றக்கூடிய சக்தி படைத்த அந்தக் கடிதத்தை உங்களிடம் திருப்பிக் கொடுக்க முன்வந்திருக்கலாம். சில மனிதர்கள் அதற்கு ஒத்துக் கொண்டிருந்திருக்க மாட்டார்கள். ஆனால் நீங்கள் அதை மறுக்கவில்லை. அதற்கு நீங்கள் ஒத்துக் கொண்டீர்கள். வான்டர்லின்தான் இதில் தொடர்புடைய ஏஜென்ட். அவர் இந்தப் பண்டமாற்றை நிறைவேற்றுவதற்காகத்தான் இங்கு வந்திருந்தார். வான்டர்லினைச் சிக்க வைக்க உங்களிடம் திட்டவட்டமான திட்டம் ஏதுமில்லை

என்பதை என்னிடம் வெளிப்படுத்தியதன் மூலம் உங்களை நீங்களே காட்டிக்கொடுத்துவிட்டீர்கள். உங்களுடைய அந்த ஒப்புதல் வாக்குமூலம், வான்டர்லினை நீங்கள் இங்கு வரவழைத்ததற்கான காரணத்தை பலவீனப்படுத்திவிட்டது.

"நீங்கள் இந்தத் திருட்டை ஏற்பாடு செய்தீர்கள்; இல்லாத ஒரு திருடனைப் பார்த்ததாக ஜோடனை செய்தீர்கள். அதன் மூலம் கார்லைலை சந்தேகத்திலிருந்து விடுவித்தீர்கள். கார்லைல் அந்த அறையைவிட்டு அகன்றிருந்திருக்காவிட்டால்கூட, அவர் பாதுகாப்புப் பெட்டகத்திற்குப் பக்கத்தில் நின்று கொண்டிருந்தபோது அந்தத் திருடன் அந்த வரைபடங்களைத் திருடிவிட்டு அந்த முற்றத்தின் வாசற்கதவு வழியாக வெளியேறியிருக்கலாம் என்ற வாதத்தை நீங்கள் முன்வைத்திருப்பீர்கள். நீங்கள் அந்த அறைக்குள் வந்த பிறகு, மேசையிலிருந்த அந்த வரைபடங்களை எடுத்து நீங்கள் உங்களுடைய பாக்கெட்டுக்குள் போட்டுக் கொண்டீர்கள். முன்பே நீங்கள் ஏற்பாடு செய்திருந்தபடி, அந்த வரைபடங்களை நீங்கள் வான்டர்லினின் ஒப்பனைப் பைக்குள் வைத்துவிட்டீர்கள். பதிலுக்கு, உங்களை மாட்டிவிடக்கூடிய அந்தக் கடிதத்தை, அஞ்சல் பெட்டியில் சேர்க்க வேண்டிய ஒரு கடிதம் என்ற போர்வையில் வான்டர்லின் உங்களிடம் திருப்பிக் கொடுத்துவிட்டார்."

புவாரோ அத்துடன் நிறுத்திக் கொண்டார்.

மேஃபீல்டு இவ்வாறு கூறினார்:

"உங்களுடைய வாதம் கச்சிதமாக இருக்கிறது. வார்த்தைகளில் விவரிக்கப்பட முடியாத, மட்டமான ஒரு நபர் நான் என்று நீங்கள் நினைக்கக்கூடும், இல்லையா?"

"இல்லை. நான் அப்படி நினைக்கவில்லை. நான் முன்பே கூறியபடி, நான் உங்களை மிகவும் புத்திசாலியான ஒரு நபராகவே கருதுகிறேன். நேற்று இரவு நாம் பேசிக் கொண்டிருந்தபோதுதான் திடீரென்று எனக்கு இந்த ஞானோதயம் ஏற்பட்டது. நீங்கள் ஒரு தலைசிறந்த பொறியாளர். அந்த வரைபடங்களில், யாராலும் எளிதில் கண்டுபிடிக்க முடியாத நுண்ணிய மாற்றங்களை நீங்கள் செய்திருக்க வேண்டும். அந்த வரைபடங்களைப் பெற்று, அவற்றின் அடிப்படையில் ஒரு விமானத்தை உருவாக்குகின்ற ஒரு நாடு, தாங்கள் வடிவமைத்த விமானம் ஏன் வெற்றிகரமாக இயங்கவில்லை என்பதைக் கண்டுபிடிக்க முடியாமல் திணறும். அவர்களைப் பொறுத்தவரை அது ஒரு தோல்வியாக இருந்திருக்கும். அது அவர்களுக்குப் பெரும் ஏமாற்றமாக முடிந்திருக்கும். அதில் எனக்கு எந்த சந்தேகமும் இல்லை."

மீண்டும் அங்கு அமைதி நிலவியது. பின்னர் மேஃபீல்டு இவ்வாறு கூறினார்:

“புவாரோ, நீங்கள் அதிபுத்திசாலி. நான் உங்களை ஒன்றே ஒன்றின்மீது மட்டும் நம்பிக்கை வைக்குமாறு கேட்டுக் கொள்வேன். எனக்கு என்மீது அபாரமான நம்பிக்கை இருக்கிறது. வெகுவிரைவில் வரவிருக்கின்ற ஒரு பெரும் நெருக்கடியை இங்கிலாந்து சந்திக்கின்றபோது, அதைச் சிறப்பாக வழிநடத்தப் போகின்ற நபராக நான் இருப்பேன் என்று நான் நம்புகிறேன். இந்த நாடு எனும் கப்பலை இயக்குவதற்கு நான் தேவைப்படுவேன் என்ற நம்பிக்கை எனக்கு இல்லாமல் இருந்திருந்தால், நான் என்ன செய்திருந்தேனோ அதை ஒருக்காலும் நான் செய்திருக்க மாட்டேன். நாட்டுக்கு நல்லது செய்துள்ள அதே வேளையில், நான் என்னையும் ஒரு மாபெரும் பேரழிவிலிருந்து காப்பாற்றிக் கொண்டுள்ளேன் – ஒரு சிறிய தந்திர உத்தியின் மூலம்!”

“இந்த இரண்டையும் உங்களால் வெற்றிகரமாகச் செய்ய முடியாவிட்டால், உங்களால் ஓர் அரசியல்வாதியாக இருக்க முடியாது,” என்றார் புவாரோ.

PSV குமாரசாமி

மொழிபெயர்ப்பாளர்

இவர் ஒரு கவிஞர். மொழிபெயர்ப்பாளர். சுற்றுச்சூழல் ஆர்வலர். மலையேற்றப் பயிற்றுவிப்பாளர். புகைப்படம் எடுப்பதில் அலாதி ஆர்வம் உடையவர். ஊர் சுற்றுவதில் ஏக விருப்பமுடையவர். இவரது பல்லாண்டுகால மொழிபெயர்ப்பு அனுபவத்தில் எண்பதுக்கும் மேற்பட்ட நூல்கள், எண்ணற்றக் கட்டுரைகள் மற்றும் கவிதைகள் வெளிவந்துள்ளன. இலக்கியம், சுயமுன்னேற்றம், சுற்றுச்சூழல், பொருளாதாரம், அறிவியல் போன்ற பல்வேறு துறைகள் தொடர்பான நூல்கள் அவற்றில் அடங்கும்.

ரோன்டா பைர்னின் உலகப் புகழ்பெற்ற நூலான 'இரகசியம்', டோனி ஜோசஃபின் 'ஆதி இந்தியர்கள்', ஸ்டீபன் ஹாக்கிங்கின் 'ஆழமான கேள்விகள் அறிவார்ந்த பதில்கள்' போன்றவை இவருடைய மொழியாக்கத்தில் வெளிவந்துள்ள நூல்களில் குறிப்பிடத்தக்கவை.

இவர் தன் மனைவி திருமதி நாகலட்சுமி சண்முகம் அவர்களுடனும் தன் மகன்கள் இருவருடனும் தற்போது மும்பையில் வசித்து வருகிறார்.

அகதா கிறிஸ்டி

நூலாசிரியர்

1890 ஆம் ஆண்டில் இங்கிலாந்தில் பிறந்த அகதா கிறிஸ்டி, முதலாம் உலகப் போரின்போது எழுதத் தொடங்கி, தன் வாழ்நாளில் 100 நாவல்கள், நாடகங்கள், மற்றும் சிறுகதைத் தொகுப்புகளை எழுதினார். 1976 இல் அவர் இறக்கும்வரை அவர் தொடர்ந்து எழுதிக் கொண்டே இருந்தார். அவருடைய படைப்புகள் அவருக்குப் பெரும் புகழையும் பாராட்டுகளையும் பெற்றுக் கொடுத்தன.

இன்றுவரை அவருடைய நூல்கள் உலக அளவில் ஆங்கிலத்தில் 100 கோடியும், 100 அந்நிய மொழிகளில் இன்னொரு 100 கோடியும் விற்பனையாகியுள்ளன. ஹெர்கியூல் புவாரோ, மிஸ் மார்ப்பிள் ஆகிய அவருடைய கதாபாத்திரங்களின் பெயர்கள் உலகம் நெடுகிலும் பரிச்சயமானபோதிலும், இந்த 'மர்மக் கதைகளின் மகாராணி' தன்னுடைய நெருங்கிய நண்பர்களுக்குத் தவிர மற்ற அனைவருக்கும் புரியாத ஒரு புதிராகவே விளங்கினார்.